தமிழகம்
ஊரும் பேரும்

ரா.பி. சேதுப்பிள்ளை

ரிதம்

ரிதம் வெளியீடு

தமிழகம் ஊரும் பேரும்
ரா.பி. சேதுப்பிள்ளை ©

Thamizhagam Oorum Perum
Ra. Pi. Sethuppillai ©

1st Edition: Feb 2022
2nd Edition: April 2023
Pages: 288   Price: Rs. 300
ISBN: 978-93-93724-51-9

Publishing Editor
T. Senthil Kumar

Published by:
Rhythm Veliyeedu
New No.58, Old No.26/1, 1st Floor,
Alandur Road, Saidapet,
Chennai - 600 015, Tamil Nadu, INDIA
Ph : (044) 2381 0888, 2381 1808, 4208 9258
E-mail : senthil@rhythmbooks.in
Web : www.rhythmbooksonline.com

Book Layout & Cover Design
Visual Vinodh - 9500149822

முன்னுரை

உலகை ஒழுங்கு முறையில் இனிது நடாத்தி வரும் அமைப்புக்கள் பலப்பல. அவைகளுள் உயிர்ப்பாய்த் திகழ்வது ஒன்று. அது நூல் என்பது.

நூலின் உள்ளூறை யாது? அறிவு. ஆதலின், நூல் அமைப்பை அறிவுச் சுரங்கம் என்று கூறலாம்.

நூலின் பலதிறம். பலதிறத்துள் விராவியும், தனித்தும் நிற்பது வரலாறு. வரலாறு வான்போன்றது. வான் மற்றப் பூதங் களிற் கலந்தும், அவற்றைக் கடந்து தனித்தும் நிற்பதன்றோ?

'ஊரும் பேரும்' என்னும் இந் நூல் வரலாற்றின் பாற்பட்டது. இவ் வரலாறு தமிழ் நாட்டின் ஊரையும் பேரையும் விளங்குங் கலங்கரை.

'ஊரும் பேரும்' என்னுந் தலைப்பு விழுமியது. அஃது ஆழ்ந்த பொருண்மை யுடையது; சுரங்கம் போன்றது.

'முழுமுதற் பொருள் ஊரில்லாதது - பேரில்லாதது' என்று ஆன்றோர் பலர் அருளிப் போந்தனர். ஊர் பேர் இல்லாத முழு முதற்கு வழிபாடு நிகழ்ந்து வருகிறதே? இல்லையா? அதற்கு வழி பாடு நிகழ்ந்தே வருகிறது. எப்படி? ஊர் பேராலேயே வழிபாடு நிகழ்ந்து வருகிறது. 'ஒரு நாமம் ஓருருவம் ஒன்றுமில்லாதற்கு ஆயிரம் திருநாமம்பாடி நாம் தெள்ளேணங் கொட்டாமோ' வரூஉந் திருவாசகம் ஈண்டுக் கருதற்பாலது. ஊரும் பேரும் இறைக்குந் தேவையாதலை ஓர்க. ஊர் பேர் மாண்பே மாண்பு!

நாம் வாழும் இவ் வுலகம், இற்றைக்குச் சுமார் இருநூறு கோடி ஆண்டுக்கு முன்னர், பெரிய செஞ்ஞாயிற்றினின்றும் பிளவுண்டு வீழ்ந்த ஒரு சிறிய துண்டு. வீழ்ந்த துண்டு, ஒரு நூறு கோடி ஆண்டு வரை அனற்பிழம்பாய்க் கொதிப்புற்றுக் கிடந்தது. பின்னே, அது படிப்படியே தணியத் தொடங்கியது. அனல் தணியத் தணிய நிலவகைகள், உயிர் வகைகள் முதலியன தோன்றலாயின. நிலமும் உயிருந் தோன்றியவாறே பிண்டமாய்க் கிடந்திருப்பின், அவை என்றோ பட்டுப்போயிருக்கும். அவை படாமல் வாழ் வடைந்து வருதல் கண்கூடு. காரணம் எங்கே? காரணம் பலபடக்

கழறலாம். ஈண்டைக்கு ஒன்றைச் சிறப்பாகக் குறித்தல் நலம். அது, நிலமும் உயிரும், 'ஊரும் பேரும்' பெற்றமை என்க. ஊரும் பேரும் உலகை வாழவைக்கும் பெற்றிமையுடையன என்பதை உன்னுக.

இப் பரந்த அழகிய உலகை என்னுள்ளே தொடர்புபடுத்துங் கருவி ஒன்றுள்ளது. அஃது உள்ளம். உள்ளம் ஓர் அகக் காரணம். அது, புலன்கள் வழியே தன் கடனை ஆற்றுகிறது. ஊர் பேர் இல்வழி உள்ளம் என் செய்யும்? அஃது எதனுடன் தொடர்பு கொள்ளும்? எக் கடனை ஆற்றும்? ஊரும் பேரும் இல்லையேல் உள்ளம் உறங்கியே போகும். ஊரும் பேரும் உள்ள நிகழ்ச்சிக்கு இன்றியமையாதன.

வாழ்க்கைக்குப் பல துறைகள் தேவை. அவற்றுள் ஆவி போன்றவை ஊரும் பேரும். ஊரும் பேரும் வாழ்க்கையை இயக்கி வளர்ப்பன என்று கூறல் மிகையாகாது. ஊர் பேரால் உலகம் இயங்கல் வெள்ளிடைமலை. ஊர் பேரே உலகம்; வாழ்க்கை; எல்லாம் - எல்லாம்.

இன்னோரன்ன சிறப்புக்கள் பல வாய்ந்த 'ஊரும் பேரும்' இந் நூலுக்குத் தலைப்பாய் அமைந்தது. நூலின் பொருண் மையை விளக்கத் தலைப்பொன்றே சாலும். நூலுக்கேற்ற தலைப்பு; தலைப்புக்கேற்ற நூல்.

சில நாடுகளின் ஊரும் பேரும் அடங்கிய ஆராய்ச்சி நூல் கள் வெளிவந்து உலவுகின்றன. அத்தகைய உலாவைத் தமிழ் நாட்டிற்காண்டல் அருமையாயிருந்தது. அவ் வருமையைப் போக்கும் வாய்ப்பு **அறிஞர் சேதுப்பிள்ளை** அவர்கட்குக் கிடைத் தது தமிழ் நாட்டின் தவப்பயனாகும். தமிழ் பொங்கும் பொதிகைத் தென்றலில் வளர்ந்து, தமிழார்ந்த மனமொழிமெய்களைப் பெற்றுத் தமிழ் வண்ணமாய்த் தமிழ் பொழியும் ஒரு பெருங் கொண்டலிடை உதித்த மின்னொளி இந் நூல். இதைத் தமிழ் நாட்டின் தவப்பயன் என்று சாற்றலாமன்றோ?

ஆசிரியர், நிலம் - மலை - காடு - வயல் - ஆறு - கடல் - நாடு- நகரம் - குடி - படை - குலம் - கோ - தேவு - தலம் முதலியவற்றை அடியாக்கொண்டு, இந் நூற்கண் நிகழ்த்தியுள்ள ஊர் பேர் ஆராய்ச்சியும், ஆங்கங்கே பொறித்துள்ள குறிப்புக்களும், பிறவும் தமிழ்ச் சரித்திர உலகுக்குப் பெருவிருந்தாகும் என்பதில் ஐய மில்லை. தமிழ் நாட்டில் சில ஊர்ப்பேர்கள் சிதைந்தும் திரிந்தும்

மருவியும் மாறியும் தத்தம் முதனிலையை இழந்துள்ளன. அவை மீண்டும் பழையநிலை எய்திப்பண்புறுதற்கு இந்நூல் பெருந் துணை செய்தல் ஒரு தலை. இந் நூலுள் பொலிதரும் சில ஊர்ப் பேர்களின் வரலாறு சாம்பியும் சோம்பியும் நலிந்தும் மெலிந்துங் கிடக்கும் நம் மக்கட்கு அமிழ்தாகிப் புத்துயிர் வழங்கல் உறுதி. நூலின் நடைக்கண் நடம்புரியும் பீடும் மிடுக்கும் வீறும் நாட்டின் சவலையை நீக்கி, அதன்மாட்டு வேட்கையை எழுப்பி, அதை ஊக்குவனவாம்.

'ஊரும் பேரும்' என்னும் இந் நூல் காலத்துக் கேற்றது என்று சுருங்கச் சொல்லலாம். இவ் விழுமிய நூலைச் செவ்விய முறை யில் யாத்து உதவிய ஆசிரியர்க்கு என் வாழ்த்தும் நன்றியும் உரியன வாக. அவர்க்குத் தமிழ்நாடு கடமைப்படுவதாக. இத்தகைய நூல் பல, ஆசிரியர்பால் முகிழ்த்தல் வேண்டுமென்று தமிழ்த் தெய் வத்தை வழுத்துகிறேன். தமிழ் வாழ்க; தமிழ் வெல்க!

சென்னை
16-5-1946

திரு.வி.க.

நன்றியுரை

சென்னையில் பல்கலைக் கழகத்தின் சார்பாக நடைபெறு கின்ற ஆராய்ச்சிப் பத்திரிகையில் தமிழகத்தில் வழங்கும் ஊர்ப் பெயர்களை வகை செய்து ஆறாண்டுகளுக்கு முன்னே நான் ஒரு கட்டுரை எழுதினேன். இந்நூலுக்கு அதுவே அடிப்படை யாகும்.

'ஊரும் பேரும்' உருப்படுதற்குப் பலபடியாக உதவி புரிந்த நண்பர் பலர். சென்னைப் பூங்கோயிற் பள்ளித் தமிழாசிரியர் திரு. பா. சொக்கலிங்கனாரும், பரலி சு. சண்முக சுந்தரனாரும் கையெழுத்துப்படி செய்து தந்தனர். சென்னைப் பல்கலைக் கழகத்துச் சரித்திரப் பேராசிரியர் திரு. வி. ரா. இராமச்சந்திர தீக்ஷிதர் அவர்கள் இதன் வரலாற்றுப் பகுதியைச் சரிபார்த்து உதவி னார்கள். தமிழ்ப்பெரியார் திரு. வி. கலியாணசுந்தர முதலியார் அவர்கள் முகவுரையளித்து அருளினார்கள். சென்னைப் பச்சை யப்பன் கல்லூரித் தமிழாசிரியர் வித்வான் சுந்தரனாரும் அச்சுப் பிழை திருத்தி உதவினர். புரசையன்பர்கள் திரு. பரந்தாமனாரும், ஜானகிராமனும் பெயரகராதியில் ஒரு பகுதியைத் தொகுத்து உதவினர். அச்சு வேலையைக்கண்ணுங் கருத்துமாய்க் கவனித் துதவினர். திரு. பழனியாரும், நகராண்மைக் கல்லூரித் தமிழ் ஆசிரியர் வித்வான் திரு. வடிவேலனாரும். இராஜன் அச்சகத்தார் பல வகையான நெருக்கடிக்கிடையே இதனை விரைவில் நன்றாக அச்சிட்டுத் தந்தார்கள். இவ்வன்பர்கள் அனைவருக்கும் என் மனமார்ந்த நன்றியறிதலைத் தெரிவித்துக் கொள்கிறேன்.

சென்னை
30-6-1946

ரா.பி. சேதுப்பிள்ளை

பொருளடக்கம்

		பக்கம்
1.	தமிழகமும் நிலமும்	9
2.	நாடும் நகரமும்	41
3.	குடியும் படையும்	46
4.	குலமும் தலமும்	68
5.	தேவும் தலமும்	112
6.	தமிழகம் - அன்றும் இன்றும்	240
7.	இணைப்பு :	
	தமிழ் நாட்டுத் தலங்கள்	243
	பெயரகராதி	266

ஊரும் பேரும்

1. தமிழகமும் நிலமும்

தமிழகம் : பழம் பெருமை வாய்ந்த பாரத நாட்டின் தென்பால் விளங்குவது தமிழ்நாடு. சேர சோழ பாண்டியர் என்னும் மூவேந்தரால் தமிழகம் தொன்று தொட்டு ஆளப்பட்ட தென்பர். பொதுவுற நோக்கும்பொழுது பழந் தமிழகத்தில் மேல் நாடு சேரனுக்கும், கீழ் நாடு சோழனுக்கும், தென்னாடு பாண்டியனுக்கும் உரியனவாயிருந்தன என்பது புலனாகும். இங்ஙனம் மூன்று கவடாய் முளைத்தெழுந்த தமிழகம் மூவேந்தரது ஆட்சியில் தழைத்தோங்கி வளர்ந்தது.[1]

நிலவகை : நால் வகைப்பட்ட நிலங்கள் தமிழகத்தில் அமைந்திருக்கக் கண்டனர். பண்டைத் தமிழர்.[2] மலையும், மலை சார்ந்த இடமும் ஒரு வகை. காடும், காடு சார்ந்த இடமும் மற்றொரு வகை. வயலும், வயல் சார்ந்த இடமும் பிறிதொரு வகை. கடலும், கடல் சார்ந்த இடமும் இன்னொரு வகை. இந் நான்கும் முறையே, குறிஞ்சி, முல்லை, மருதம், நெய்தல் என்னும் பெயர்களாற் குறிக்கப்பட்டன. நால்வகை நிலங்களையுடைய காரணத்தால், நானிலம் என்றபெயர் பூமிக்கு அமைவதாயிற்று.[3] ஆயினும் பிற்காலத்தில் பாலையும் தனி நிலமாகக் கொள்ளப்பட்டது.

குறிஞ்சி நிலம்

மலை : தமிழ் நாட்டில் வளமார்ந்த மலைகள் பலவுண்டு. அவற்றைச் சார்ந்து எழுந்த ஊர்களிற் சிலவற்றை ஆராய்வோம் : தமிழகத்தின் வடக்கெல்லையாக விளங்குவது திருவேங்கடமலை. தொல்காப்பியர் காலத்தில் வாழ்ந்த தமிழ்ப் புலவர் ஒருவர்,

''வடவேங்கடம் தென்குமரி
ஆயிடைத்
தமிழ்கூறு நல்லுலகத்து''[*4]

என்று தமிழ்நாட்டின் எல்லைகளை வரையறை செய்துள்ளார். இவ்வாறு வட சொற்கும், தென் சொற்கும் வரம்பாக நின்றமையால், தமிழ் நாட்டார், அம் மலையை வடமலை என்று வழங்கலாயினர்.[5] தொன்று தொட்டுத் தெய்வமணம் கமழ்தலால், அது திருமலை என்றும், திருப்பதி என்று பெயர் பெற்றது.[6]

பாண்டி நாட்டின் தலை நகராகிய மதுரையின் அருகே ஆனைமலையும், சிறு மலையும், பசு மலையும் அமைந்திருக் கின்றன. ஆனைமலையில் முற்காலத்தில் சமண முனிவர்கள் பெருந் தொகையினராய் வாழ்ந்தார்கள். இக் காலத்தில் இனிய வாழைக் கனி தரும் சிறுமலையும் பழம் பெருமை வாய்ந்ததாகும். அம் மலையின் செழுமையைச் சிலப்பதிகாரம் அழகுற எழுதிக் காட்டுகின்றது.[7]

சென்னைக்கு அருகேயுள்ள மலை யொன்று பரங்கிமலை என்று பெயர் பெற்றுள்ளது. இருநூறு ஆண்டுகளுக்கு முன்னே, பரங்கியர் என்னும் போர்ச்சுகீசியர் அங்கே குடியிருப்புக் கொண் டமையால் அப்பெயர் அதற்கு அமைந்ததென்பர்.[8] திருச்சிராப் பள்ளிக்கு அண்மையில் புதியதொரு நகரம் இக் காலத்தில் எழுந் துள்ளது. அதற்குப் பொன்மலை என்பது பெயர்.

தமிழகத்தில் முருகவேள், குறிஞ்சி நிலத் தெய்வமாக விளக்கு கின்றார். எந்த மலையும் அவர்தம் சொந்த மலையென்பது தமிழ் நாட்டார் கொள்கை.[9] ஆயினும், சில மலைகளில் முருகனருள் சிறந்து தோன்றுவதாகும். பாண்டி நாட்டுப் பழனி மலையும், சோழ நாட்டுச் சுவாமி மலையும், தொண்டை நாட்டுத் தணிகைமலை யும், இவை போன்ற பிற மலைகளும் தமிழ்நாட்டில் முருகப் பதிகளாக விளங்குகின்றன.

கோடு : மலையின் முடியைக் கோடு என்னும் சொல் குறிப் பதாகும். சேலம் நாட்டிலுள்ள திருச் செங்கோடு சாலப் பழமை வாய்ந்தது.

''சீர்கெழு செந்திலும் செங்கோடும் வெண்குன்றும்
ஏரகமும் நீங்கா இறைவன்''

என்று சிலப்பதிகாரம் கூறுவதால் திருச்செங்கோடு முருகனுக்குரிய பழம் பதிகளுள் ஒன்றென்பது இனிது விளங்கும். செந்நிறம் வாய்ந்த மலையின் சிகரம் செங்கோடு என்று பெயர் பெற்றதென்பர்.

தமிழ் இலக்கிய மரபில், மலை என்னும் சொல், ஓங்கி உயர்ந்த பருவதத்தைக் குறிக்கும். மலையிற் குறைந்தது குன்று என்றும், குன்றிலும் குறைந்தது பாறை என்றும், அறை என்றும், கல் என்றும் பெயர் பெறும்.[10]

குன்று : குன்றின் பெயர்கொண்ட ஊர்கள் தமிழ் நாட்டிற் சில உண்டு. பாண்டி நாட்டுத் திருப்பரங் குன்றமும்,[11] தொண்டை

நாட்டுத் திருக்கழுக்குன்றமும் பாடல் பெற்ற மலைப் பகுதி களாகும். ஆர்க்காட்டு நாட்டில் குன்றம் என்பது குணம் என மருவி வழங்கும். நெற்குன்றம், நெடுங்குன்றம், பூங்குன்றம் என்னும் பெயர்கள் முறையே நெற்குணம், நெடுங்குணம், பூங்குணம் என மருவி உள்ளன.[12]

குன்றை அடுத்துள்ள ஊர் குன்றூர் என்றும், குன்றத்தூர் என்றும், குன்றக்குடி என்றும் பெயர் பெறும். அப் பெயர்களி லுள்ள குன்றம் பெரும் பாலும் குன்னம் என மருவி வழங்கும்.[13] நீலகிரி என்னும் மலையில் இப்பொழுது குன்னூர் என வழங்குவது குன்றூரே யாகும். இன்னும், தொண்டை நாட்டுக் குன்றத்தூரும், பாண்டி நாட்டுக்குன்றக்குடியும் இப்போது முறையே குன்னத்தூர் என்றும், குன்னக்குடி என்றும் குறிக்கப்படுகின்றன.

பாறை : பாறை என்னும் பதம் ஊர்ப் பெயர்களிலே காணப் படும். பூம்பாறை, சிப்பிப்பாறை, தட்டைப்பாறை, குட்டைப்பாறை முதலிய பெயருடைய ஊர்கள் தமிழ்நாட்டில் உள்ளன.

அறை : வைணவ உலகம் போற்றும் நூற்றெட்டுத் திருப் பதிகளுள் ஒன்று திருவெள்ளறை என்பது. பெரியாழ்வாரும், திருமங்கை யாழ்வாரும் பாடிப்போற்றிய அப் பழம்பதி ஒரு வெண்மையான பாறையின் மீது அமர்ந்திருக்கின்றது. அத சுவேதகிரி என்று வடமொழியில் வழங்கும். எனவே, வெண்பாறை யின் பெயரே அப்பதியின் பெயராயிற்று என்பது தெளிவாகும்.[14]

கல் : இனி, கல் என்னும் சொல்லும் சில ஊர்ப்பெயர் களில் உண்டு. பாண்டி நாட்டில் திண்டுக்கல் என்பது ஓர் ஊரின் பெயர். அவ்வூரின் மேல் பக்கத்திலுள்ள பாறையின் பெயரே ஊருக்கு அமைந்ததாகத் தெரிகின்றது.[15] அது முன்னாளில் சிறந்த தோர் அரணாக விளங்கிற்று. பாண்டிநாட்டுக்கும், கொங்கு நாட்டுக்கும் இடையேயுள்ள கணவாய்களைப் பாதுகாப்பதற்குத் திண்டுக்கல் கோட்டை பெரிதும் பயன்பட்டதாகத் தெரிகின்றது. சேலம் நாட்டில் நாமக்கல் என்ற ஊர் உள்ளது. ஆரைக்கல் என்பது அதன் பழம் பெயராகும். ஆரை என்ற சொல் கோட்டையின் மதிலைக் குறிக்கும். ஆதலால், அவ்வூரிலுள்ள பாறையின்மீது முற்காலத்தில் ஒரு கோட்டை இருந்தது எனக் கொள்ளலாம்.[16]

கிரி, அசலம் : மலையைக் குறிக்கும் வட சொற்களும் சிறுபான்மையாக ஊர்ப் பெயர்களிலே காணப்படும். கிரி என்னும் சொல் சிவகிரி, புவனகிரி முதலிய ஊர்ப் பெயர்களிலே

அமைந்துள்ளது. அசலம் என்ற வடசொல் விருத்தாசலம், வேதாசலம், வேங்கடாசலம், தணிகாசலம் முதலிய பெயர்களில் வழங்கும்.[17]

சைலம், அத்திரி : இன்னும் சைலம், அத்திரி என்னும் வட சொற்களையும் இரண்டோர் ஊர்ப் பெயர்களிலே காணலாம். நெல்லை நாட்டில் பொதிய மலைத் தொடரின் அடிவாரத்திலுள்ள சின்னஞ் சிறிய ஊர் ஒன்று, சிவசைலம் என்று பெயர் பெற்றுள் ளது. வானமாலை என்னும் நாங்குனேரிக்குத் தோத்தாத்திரி என்ற வடமொழிப் பெயரும் உண்டு.

குறிஞ்சி : முன்னாளில் குறிஞ்சி நிலத்தில் வாழ்ந்த மக்கள் குறவர் என்று பெயர் பெற்றனர். அன்னார் குடியிருந்த இடம் குறிச்சி என்று குறிக்கப்பட்டது. ‘குறிச்சி எங்கள் குறச்சாதி குடி யிருப்பதம்மே’[18] என்று ஒரு குறவஞ்சி கூறமாற்றால் இவ்வுண்மை இனிது விளங்கும். பொதியமலைத் தொடரின் அடிவாரத்தில் குறிச்சி என்ற பெயருடைய ஊர்கள் பல உண்டு. ஆழ்வார் குறிச்சி முதலாகப் பல குறிச்சிப் பெயர்களைத் தொகுத்து வழங்கும் முறை யும் நெல்லை நாட்டில் உள்ளது. ஆதியில் குறிச்சி என்பது குறவர் குடியிருப்பைக் குறித்ததாயினும், பிற்காலத்தில் மற்றைய குலத்தார் வாழும் சிற்றூர்களும் அப்பெயர் பெற்றன. ஆர்க்காட்டு வட்டத்தில் கள்ளக் குறிச்சி என்பது ஓர் ஊரின் பெயர். இராமநாத புரத்தில் பிராமணக் குறிச்சி என்னும் ஊர் உள்ளது.

முல்லை நிலம்

பழங்காலத்தில் தமிழ் நாட்டில் மரஞ் செறிந்த காடுகள் மலிந் திருந்தன. படைத் தமிழரசர்களாகிய கரிகால வளவன் முதலியோர் காடு கொன்று நாடாக்கினர் என்று கூறப்படுகின்றது.[19] ஆயினும் அந் நாளில் இருந்து அழிபட்ட காடுகளின் தன்மையைச் சில ஊர்ப் பெயர்களால் உணரலாம். இக் காலத்தில் பாடல் பெற்ற தலங்கள் என்று போற்றப்படுகின்ற ஊர்கள் முற்காலத்தில் பெரும் பாலும் வனங்களாகவே இருந்தன என்பது சமய வரலாற்றால் அறியப்படும். சிதம்பரம் ஆதியில் தில்லைவனம்; மதுரை கடம்ப வனம்; திருநெல்வேலி வேணுவனம். இவ்வாறே இன்னும் பல வனங்கள் புராணங்களிற் கூறப்படும்.[20]

காடு : தமிழ் நாட்டில் ஆர்க்காடும், ஆலங்காடும், வேற் காடும், களக்காடும், பிற காடுகளும் இருந்தன என்பது ஊர்ப் பெயர்களால் விளங்கும். ஆர் என்பது ஆத்தி மரத்தைக் குறிக்கும்.[21]

ஆத்தி மாலை அணிந்த சோழ மன்னனை 'ஆரங்கண்ணிச் சோழன்' என்று சிலப்பதிகாரப் பதிகம் குறிக்கின்றது. அந் நாளில் ஆத்தி மரம் நிறைந்திருந்த நிலப்பகுதி ஆர்க் காடு என்று பெயர் பெற்றது.[22] இக்காலத்தில் ஆர்க் காடு என்பது ஒரு நாட்டுக்கும், நகருக்கும் பெயராக வழங்குகின்றது. ஆர்க்காட்டுக்கு அணித்தாக ஆர்ப்பாக்கம் என்ற ஊர் உள்ளது. அன்றியும் சோழ நாட்டின் பழைய தலை நகரம் ஆரூர் ஆகும். அது பாடல் பெற்ற பின்பு திருவாரூர் ஆயிற்று.

காடு என்னும் பெயருடைய ஊர்கள் தமிழ் நாட்டில் பல உள்ளன. தொண்டை நாட்டில் பழையனூருக்கு அணித்தாக உள்ளது திருவாலங்காடு.[23] பொன்னேரிக் கருகே உள்ளது பழவேற் காடு. கருவேல மரங்கள் நிறைந்திருந்த பழமையான காடு பழவேற் காடு எனப்பட்டது போலும். அவ்வூரில் வந்து குடியேறிய ஐரோப் பியர் அதனைப் புலிக்காடாக்கி விட்டனர்.[24] சோழ நாட்டில் பாண்டியன் நெடுஞ்செழியனுக்கும் ஏனைய தமிழரசர் இரு வருக்கும் பெரும் போர் நிகழக் கண்ட காடு - தலையாலங் காடாகும்.[25] இன்னும், சேலத்தினருகே ஏர்க்காடு என்னும் ஊர் உள்ளது. காடு சூழ்ந்த இடத்தில் ஓர் அழகிய ஏரி அமைந்திருந் தமையால் ஏரியையும், காட்டையும் சேர்ந்து ஏரிக்காடு என்று அவ்வூருக்குப் பெயரிட்டார்கள். அது சிதைந்து ஏர்க்காடு என வழங்குகின்றது.[26] நெல்லை நாட்டில் பச்சையாற்றுப் போக்கி லுள்ள களக்காடு என்ற ஊர் மிகப் பழமை வாய்ந்தது. களச் செடி நிறைந்திருந்த இடம் களக்காடு என்று பெயர் பெற்றது. தென் பாண்டி நாட்டிற்கும் மலையாளத்திற்கும் இடையேயுள்ள நெடுஞ் சாலையில் பச்சையாற்றின் கரையில் பாங்குற அமைந்துள்ள களக் காடு என்னும் ஊர், மலை வளமும், நதி வளமும் உடையதாக விளங்குகின்றது.[27]

காவு : கா என்னும் சொல் சோலையைக் குறிக்கும். அது காவு எனவும் வழங்கும் மேற்குத் தொடர் மலையில் செங்கோட் டைக்கு அருகே ஆரியங்காவு என்னும் ஊர் உள்ளது. ஆரியன்[28] என்பது ஐயனார்குரிய பெயர்களில் ஒன்று. ஐயனாரை மலையாள நாட்டார் ஐயப்பன் என்பர். ஆரியங் காவில் ஐயப்பன் வழிபாடு இன்றும் சிறப்பாக நடைபெறுகின்றது. மேற்குத் தொடர் மலை சாரலில் அமைந்த நெடுஞ்சோலையில் ஐயப்பன் கோயில் கொண் டமையால் அவ்வூர் ஆரியங்காவு என்று பெயர் பெற்றதென்பது நன்கு விளங்குவதாகும்.

தொண்டை நாட்டில் திருமாலுக்குரிய திருப்பதிகளுள் ஒன்று திருத்தண்கா எனப்படும். அழகும் குளிர்மையுமுடைய அக் காலில் நின்றருளும் பெருமாளை,

''விளக்கொளியை மரகத்தைத் திருத்தண்காவில்
வெஃகாவில் திருமாலை''

என்று திருமங்கை ஆழ்வார் போற்றினார். அவர் திருவாக்கின் பெருமையால் ''விளக்கொளி கோயில்'' என்பது திருத்தண்காவின் பெயராக இக் காலத்தில் வழங்குகின்றது. இன்னும், காவளம்பாடி என்னும் சோழ நாட்டிலுள்ள திருமால் திருப்பதிகளுள் ஒன்று. சோலைவளம் பொருந்திய இடத்தில் அமைந்த அப் பாடியைக் ''காவளம் பாடிமேய கண்ணனே'' என்று பாடினார் திருமங்கை ஆழ்வார்.[29]

பொழில் : மரங்களும், செடி கொடிகளும் செழித்தோங்கி வளரும் சோலையைப் பொழில் என்னும் அழகிய சொல் குறிப்ப தாகும். ஆல மரங்கள் செறிந்து, அழகிய சோலையாக விளங்கிய ஓர் இடத்தைத் திருவாலம் பொழில் என்று தேவாரம் பாடிற்று. ஆலம் பொழிலில் அமர்ந்த பெருமானைத் திருஞானசம்பந்தர் தெள்ளிய பாமாலை அணிந்து போற்றியுள்ளார். இன்னும், மலை வளம் வாய்ந்த திருக்குற்றால மலையின் அடிவாரத்தில் கண் ணினைக் கவரும் தண்ணறுஞ் சோலைகளின் நடுவே, ஓர் அழகிய ஊர் அமைந்திருக்கின்றது. அவ் வூரின் இயற்கை நலத்தினைக் கண்டு இன்புற்ற பண்டைத் தமிழர் அதற்குப் பைம்பொழில் என்று பெயரிட்டார்கள்.[30] அவர் வழங்கிய பெயர் இக் காலத்தில் பம்புளி என மருவி வழங்குகின்றது.

தண்டலை : சோலையைக் குறிக்கும் மற்றொரு தமிழ்ச் சொல் தண்டலை என்பதாகும். அது தண்டரை எனவும், தண்ட லம் எனவும் வழங்கும். திருச்சிராப்பள்ளியைச் சார்ந்த குழித்தலை என்னும் ஊர் குழித்தண்டலை என்று முன்னாளில் வழங்கிற்று.[31] காவிரிக் கரையில், பள்ளத்தாக்கான ஓர் இடத்தில், செழுஞ் சோலைகளின் இடையே எழுந்த ஊரைக் குழித் தண்டலை என்று அழைத்தனர் பண்டைத்தமிழர். இன்னும் தொண்டை நாட்டில் பூந்தண்டலம், பழந்தண்டலம், பெருந்தண்டலம் முதலிய ஊர்கள் காணப்படுகின்றன. இவையெல்லாம் சோலை சூழ்ந்த ஊர்களாக முற்காலத்தில் இருந்திருத்தல் வேண்டும்.

சோலை : சோலை என்ற சொல்லும் சில ஊர்ப் பெயர்களில் உண்டு. மதுரையின் அருகேயுள்ள அழகர் கோவில் பழங்காலத்தில்

திருமால் இருஞ்சோலை என்று பெயர் பெற்றிருந்தது.[32] பழமுதிர் சோலை முருகப்பெருமானது படை வீடுகளில் ஒன்று என்று திருமுருகாற்றுப்படை கூறும்.[33] சேலம் நாட்டில் தலைச்சோலை என்பது ஓர் ஊரின் பெயர். திருச்சிராப்பள்ளியில் திருவளர் சோலை என்னும் ஊர் உள்ளது.

தோப்பு : மரஞ் செடிகள் தொகுப்பான வளரும் இடம் தோப்பு என்று அழைக்கப்படும்.[34] தோப்பின் அடியாகப் பிறந்த ஊர்களும் உண்டு. மந்தித்தோப்பு என்னும் ஊர் நெல்லை நாட்டிலும், மான் தோப்பு இராமநாதபுரத்திலும், நெல்லித் தோப்பு தஞ்சை நாட்டிலும், வௌவால் தோப்பு தென்னார்க்காட்டிலும் விளங்குகின்றன.

சுரம் : சுரம் என்பது காடு. தொண்டை நாட்டில் உள்ள திருச் சுரம் இப்பொழுது திரிசூலம் என வழங்குகின்றது. அந்நாட்டில் உள்ள மற்றோர் ஊரின் பழம்பெயர் திருவிடைச்சுரம். அது திருவடிசூலம் எனத் திரிந்துவிட்டது.[35]

வனம், ஆரண்யம் : காட்டைக் குறிக்கும் வடசொற்களில் வனம், ஆரண்யம் ஆகிய இரண்டும் சில ஊர்ப் பெயர்களில் அமைந்துள்ளன. புன்னை வனம், கடம்ப வனம், திண்டி வனம் முதலிய ஊர்ப் பெயர்களில் வனம், கடம்ப வனம், திண்டி வனம் முதலிய ஊர்ப் பெயர்களில் வனம் அமைந்திருக்கக் காணலாம். வேதாரண்யம் என்ற பெயரில் ஆரண்யம் விளங்குகின்றது.[38]

பலவகை மரம் : இன்னும், தமிழ் நாட்டிலுள்ள சில ஊர்ப் பெயர்கள் தனி மரங்களின் பெயராகக் காணப்படுகின்றன. கரவீரம் என்பது பாடல்பெற்ற சிவ ஸ்தலங்களில் ஒன்று.[39] கரவீரம் என்பது பொன்னிறப் பூக்களைத் தருகின்ற ஒருவகை மரத்தின் பெயர். பொன்னிலரி என்றும் அதனைக் குறிப்பதுண்டு. இன்றும் கர வீரக்கோயிலில் பொன்னலரியே தலவிருட்சமாகப் போற்றப் படுகின்றது. தேவாரத்தில் குறிக்கப்படுகின்ற திருப்பைஞ்ஞீலி என்ற ஊரும் மரத்தின் அடியாகப் பிறந்ததேயாகும். பைஞ்ஞீலி என்பது பசுமையான வாழையைக் குறிக்கும். அவ்வகையான வாழைகள் சிறந்து விளங்கிய ஊரைப் பைஞ்ஞீலி என்று பழந் தமிழர் அழைத்தனர்.[40]

இன்னும், வாகையும், புன்னையும் வட ஆர்க்காட்டில் ஊர்ப் பெயர்களாக வழங்குகின்றன. சிவகங்கை வட்டத்தில் காஞ்சிரமும், கருங்காலியும் இரண்டு ஊர்களின் பெயர்களாக அமைந்துள்ளன.

தமிழகத்தில் ஆலும், அரசும், அத்தியும், ஆத்தியும், புளியும், புன்னையும், பனையும், தென்னையும், மாவும், வேம்பும் மற்றும் பல மரங்களும் செழித்து வளர்தலால் அவற்றின் பெயர்கள் எல்லாம் ஊர்ப்பெயர்களாக ஆங்காங்கு வழங்கக் காணலாம்.

நாவல் என்பது ஓர் ஊரின் பெயர். தேவாரம் பாடிய மூவருள் ஒருவராகிய சுந்தரர் அவ்வூரிலே பிறந்தருளினார். 'அருமறை நாவல் ஆதி சைவன்' என்று பெரிய புராணம் கூறுமாற்றால் அவர் பிறந்த ஊரும் குலமும் விளங்கும். அந் நாவல், சுந்தரர் தோன்றிய பெருமையால் திருநாவல் ஆயிற்று. ஈசனால் ஆட்கொள்ளப் பெற்ற சுந்தரர் அவரடியவராகவும், தோழராகவும் சிறந்து வாழ்ந்த நலத்தினை அறிந்த பிற்காலத்தார் அவர் பிறந்த ஊரைத் திரு நாவல் நல்லூர் என்று அழைப்பாராயினர். நாளடைவில் அப்பெயர் திரிந்து திருநாம நல்லூர் ஆயிற்று.[41]

கொடியநதியின் தென்கரையில் பாதிரிமரங்கள் நிறைந்த புலியூர். திருப்பாதிரிப் புலியூர் என்று பெயர் பெற்றது. விருத்தா சலத்துக்குத் தெற்கே மற்றொரு புலியூர் உண்டு. அதனை எருக்கத்தம் புலியூர் என்று தேவார ஆசிரியர்கள் போற்றியுள்ளார் கள். அத்தம் என்பது காடு. எனவே, எருக்கத்தன் என்பது எருக்கங் காடாகும். எருக்கஞ் செடிகள் நெருக்கமாக நிறைந்திருந்த காடாகும். எருக்கஞ் செடிகள் நெருக்கமாக நிறைந்திருந்த காட்டில் எழுந்த ஊர் எருக்கத்தம்புலியூர் என்று அழைக்கப் பெற்றது. சிவ பெருமானுக்கு இனிய வெள்ளெருக்கு இன்றும் அவ்வூர்க் கோவி லின் மூலஸ்தானத் தருகே விளங்குகின்றது. இக் காலத்தில் அவ்வூர் இராஜேந்திர பட்டணம் என வழங்கும்.

பாடி : முல்லை நிலத்திலே தோன்றும் ஊர்கள் பெரும் பாலும் பாடி என்று பெயர் பெறும்.[42] திருத்தொண்டராகிய சண்டே சுரர் பசுக்களை மேய்த்து, ஈசனுக்குப் பூசனை புரிந்த இடம் திரு ஆப்பாடி என்று தேவாரம் கூறுகின்றது.[43] கண்ணன் பிறந்து வளர்ந்த கோகுலத்தை ஆயர்பாடி என்ற தமிழ் நூல்கள் குறிக் கின்றன.[44] வட ஆர்க்காட்டில் ஆதியில் வேலப்பாடி என்னும் குடி யிருப்பு உண்டாயிற்று. வேலமரங்கள் நிறைந்த காட்டில் எழுந்த காரணத்தால் அது வேலப்பாடி என்று பெயர் பெற்ற தென்பர். நாளடைவில் காடு நாடாயிற்று. வேலப்பாடியின் அருகே வேலூர் தோன்றிற்று. கோட்டை கொத்தளங்களையுடையதாய் வேலூர் சிறப்புற்றபோது ஆதியில் உண்டாகிய வேலப்பாடி அதன் அங்கமாய்

அமைந்து விட்டது.[45] தொண்டை நாட்டுப் பாடல் பெற்ற ஊராகிய திருவலிதாயம் இப்பொழுது பாடியென்றே அழைக்கப்படுகிறது.[46]

பட்டி : பட்டி என்னும் சொல்லும் முல்லை நிலத்து ஊர் களைக் குறிக்கும் என்பர். தமிழ்நாடு முழுதும் பட்டிகள் காணப் படினும் பாண்டி நாட்டிலேயே அவை மிகுதியாக உள்ளன. கோவிற்பட்டி முதலிய ஆயிரக்கணக்கான பட்டிகள் தென்னாட் டில் உண்டு.

மந்தை: ஆடு மாடுகள் கூட்டமாகத் தங்குமிடம் மந்தை எனப்படும். வட ஆர்க்காட்டில் வெண் மந்தை, புஞ்சை மந்தை முதலிய ஊர்கள் உள்ளன.[47] நீலகிரியில் தோடர் என்னும் வகுப்பார் குடியிருக்கும் இடத்தை மந்து என்பது பெயர்.[48] மாடு மேய்த்தலே தொழிலாகக் கொண்ட தோடர் உண்டாக்கிய ஊர்களிற் சிறந்தது ஒத்தக்க மந்து என்பதாகும். அப்பெயர் ஆங்கில மொழியில் ஒட்டக மண்டு என்பதாகும். அப் பெயர் ஆங்கில மொழியில் ஒட்டக மண்டு எனத் திரிந்தும், ஊட்டி எனக் குறுகியும் வழங்கி வருகின்றது. ஒத்தைக்கல் மந்தை என்பதே இவ்வாறு சிதைந்து வழங்குவதாகத் தெரிகின்றது.

மருத நிலம்

ஆறு : நிலவளமும், நீர் வளமும் உடைய தமிழ் நாட்டில் நினைப்பிற்கு எட்டாத காலந் தொட்டுப் பயிர்த் தொழில் பண்புற நடந்து வருகின்றது. பண்டைத் தமிழர் ஆற்றுநீர் பாயும் நிலப் பரப்பை பண்படுத்திப் பயிர் செய்து மருத நிலமாக்கினார்கள். அருமந்த பிள்ளையைப் பாலூட்டி வளர்க்கும் தாய்போல் மருத நிலத்தை நீருட்டி வளர்ப்பது நதியென்று கண்டு அதனைக் கொண்டாடினார்கள்;[49] காவிரியாற்றைப் பொன்னி யாறென்று புகழ்ந்தார்கள். வைகையாற்றைப் ''பொன்னி குலக்கொடி''[50] என்று போற்றினார்கள். சுருங்கச் சொல்லின் நதியே நாட்டின் உயிர் என்பது தமிழர் கொள்கை.

ஆற்றங் கரையிலே சிறந்த ஊர்கள் அமைந்தன. 'ஆறில்லா ஊருக்கு அழகில்லை' என்ற பழமொழியும் எழுந்தது. முற்காலத் தில் சிறந்து விளங்கிய நகரங்களும், துறைமுகங்களும் ஆற்றை யடுத்தே உண்டாயின. உறையூர் சோழ நாட்டுத் துறைமுகம் காவிரியாறு கடலிற் புகுமிடத்தில் வீற்றிருந்தது. அக் காரணத்தால்

புகார் என்றும்,[51] காவிரிப்பூம்பட்டினம் என்றும் அந் நகரம் பெயர் பெறுவதாயிற்று. அவ்வாறே பாண்டி நாட்டுப் பெரு நதியாகிய வைகையின் கரையில் மதுரை என்னும் திருநகரம் பொருநையாறு கடலோடு கலக்குமிடத்தில் கொற்கை என்னும் துறைமுகம் சிறந்து விளங்கிற்று.[52] எனவே பண்டைத் தமிழகத்தின் வேளாண் மைக்கும் வாணிப வளத்துக்கும் நதியே சிறந்த சாதனமாக அமைந் திருந்த தென்பது நன்கு விளங்கும்.

கங்கை, கோதாவரி போன்ற பெரிய ஆறுகள் தமிழ்நாட் டில் இல்லை. ஆயினும், சிறிய நதிகளைச் சிறந்த வகையிற் போற்றிய பெருமை தமிழ் நாட்டார்க்கு உரியது. ஆற்று நீரின் அருமையறிந்த தமிழரது ஆர்வம் அண்ணார் நதிகளுக்கு இட்டு வழங்கிய பெயர்களால் அறியப்படும். பாலாறு என்பது ஓர் ஆற்றின் பெயர். அது தொண்டை நாட்டின் வழியாகச் செல்கின் றது. அந் நதியில் தண்ணீர் சுரக்குமே யன்றிப் பெரும்பாலும் பெருக்கெடுத்து ஓடுவதில்லை. இன்னும், நீர்வளம் குறைந்த சேது நாட்டின்[53] வழியாகச் செல்லும் ஒரு சிறு நதி தேனாறு என்னும் அழகிய பெயர் பெற்றுள்ளது. அதனருகே யுள்ள குன்றகுடி யில் கோயில் கொண்டுள்ள ஈசனைத் தேனாற்று நாயகர்[54] என்று சாசனம் கூறும். சுவையுடைய செழுந் தேனைச் சொட்டுச் நீரைத் துளித்துளியாக எடுத்து அந்நாட்டார் பயன் அடைகின்றார்கள். பாலாறு தொண்டை நாட்டிலும், தேனாறு பாண்டிய நாட்டிலும் விளங்குதல் போலவே, சேர நாட்டில் நெய்யாறு என்னும் நதி உள்ளது. அந்நதியின் கரையில் அமைந்த ஊர் நெய்யாற்றங் கரை என்று வழங்குவதாகும்.[55]

நெல்லை நாட்டில் உள்ள ஒரு சிறு நதியின் தன்மையை வியந்து கருணையாறு என்று அதற்குப் பெயரிட்டுள்ளார்கள். தென்னார்க் காட்டில் விருத்தாசலத்தின் வழியாகச் செல்லும் நதி மணிமுத்தாறு என்னும் பெயர் பெற்றுள்ளது.[56]

இவ்வாறு நாட்டின் உயிரென விளங்கும் நதிகளின் பெயர் கள் சில ஊர்களுக்கு அமைந்துள்ளன. திருஜயாறு என்பது சோழ நாட்டிலுள்ள ஒரு பழமையான ஊரின் பெயர். காவிரி முதலிய ஐந்து ஆறுகள் பரந்த பாயும் வள நிலத்தில் அமைந்த நகரம் ஐயாறு என்று பெயர் பெற்றது போலும். பஞ்ச நதம் என்று அதனை வடமொழியாளர் வழங்குவர்.

தொண்டை நாட்டில் சேயாறு என்னும் நதியொன்று உண்டு. அதன் கரையில் எழுந்த ஊரும் சேயாறு என்றே பெயர் பெற்றது.[57]

இன்னும் சென்னை மாநகரின் வழியாகச் செல்லும் ஆறு ஒன்று அடையாறு ஆகும்.[58] அது செங்கற்பட்டிலுள்ள செம்பரம்பாக்கத்து ஏரியினின்றும் புறப்பட்டுச் சென்னையின் வழியாகச் சென்று கடலோடு கலக்கின்றது. அவ்வாற்றுப் பெயரே அடையாறு என்னும் பாக்கத்தின் பெயராயிற்று.

இக்காலத்தில் சில ஆற்றுப் பெயர்கள் மாறிவிட்டாலும் அவற்றை ஊர்ப் பெயர்களால் உணர்ந்து கொள்ளலாம். திருக் குற்றால மலையினின்று புறப்பட்டுச் செல்கின்ற சித்திரா நதி யோடு ஒரு சிறு நதி வந்து சேர்கின்றது. புராணக் கதையில் அது கோதண்டராம நதியென்று கூறப்படும்.[59] வனவாசம் செய்த இராமர் சீதையின் தாகத்தைத் தீர்க்கும் பொருட்டுத் தமது கோதண் டத்தைத் தரையில் ஊன்றி உண்டாக்கிய நதியாதலால் அப்பெயர் அதற்கமைந்ததென்று கூறுவர். ஆயினும் அவ்வாற்றின் பழம் பெயர் கயத்தாறு என்று தெரிகின்றது. கயம் என்பது ஆழமான நீர் நிலை. அத்தகைய நீர்நிலைக்கு ஆதாரமாய் ஓர் ஊற்றினின்றும் புறப்படுகின்ற ஆற்றைக் கயத்தாறு என்று அழைத்தார்கள். பெரும் பாலும் தென்னாட்டில் உள்ள நதிகள் மலைகளிலே பிறக்கும். அவ்வாறு பிறவாமல் சமவெளியான முல்லை நிலத்தில் தன் னூற்றாகப் பொங்கி எழுந்து, கயமாகப் பெருகிச் சிறு ஆறாக ஓடும் சிறப்பினைக் கண்டு அதற்குக் கயத்தாறு என்று முன்னை யோர் பெயரிட்டார்கள். இந் நாளில் அப் பெயர் ஆற்றின் பெயராக வழங்கா விடினும் அவ்வாற்றங் கரையிலுள்ள கயத்தாறு என்ற ஊரின் பெயராகக் காணப்படுகின்றது.[60]

ஆற்றின் அருகே யமைந்த ஊர் ஆற்றூர் எனப்படும். தமிழ் நாட்டில் ஆற்றூர் என்ற பெயருடைய ஊர்கள் பல உண்டு. சேலம் நாட்டில் ஆற்றூர் என்பது ஒரு பகுதியின் பெயராக வழங்கு கின்றது. ஆற்றங்கரை யென்பது இராமநாத புரத்திலுள்ள ஓர் ஊரின் பெயர். தஞ்சை நாட்டில் ஆற்றுப் பாக்கமும், திருச்சி நாட்டில் ஆற்றுக்குறிச்சியும், வட ஆர்க்காட்டில் ஆற்றுக் குப்பமும் உள்ளன.

துறை : ஆறுகளில் மக்கள் இறங்கி நீராடுதற்கேற்ற இடங் கள் துறை எனப்படும்.[61] தமிழ்நாட்டில் ஆற்றை அடுத்துள்ள சில ஊர்கள் துறை என்னும் பெயரைத் தாங்கி நிற்கக் காணலாம். சில துறைகளின் இயற்கையழகு அவற்றின் பெயரால் விளங்கு கின்றது. காவிரியாற்றின் இரு மருங்கும் அமைந்த செழுஞ்

ரா.பி. சேதுப்பிள்ளை | 19

சோலைகளில் மயில்கள் தோகை விரித்தாடும்; மந்திகள் கொஞ்சிக் குலாவிக் கூத்தாடும். இங்ஙனம் மயில்கள் ஆடும் துறை மயிலாடு துறை என்றும், குரங்குகள் ஆடும் ஆறை குரங்காடுதுறை என்றும் பெயர் பெற்றன. மயிலாடுதுறை இப்போது மாயவரமாக மாறி யிருக்கிறது. காவிரியின் வடகரையில் ஒரு குரங்காடு துறையும், தென் கரையில் மற்றொரு குரங்காடு துறையும் உண்டு. இக் காலத்தில் தென் குரங்காடு துறை ஆடுதுறை என்றே வழங்கு கின்றது.[62] இன்னும், காவிரியாற்றில் கடம்பந்துறை, மாந்துறை முதலிய பல துறைகள் பாடல் பெற்ற பதிகளாக விளங்குகின் றன.[63] நெல்லை நாட்டின் வழியாகச் செல்லும் பொருநையாற்றில் பூந்துறை, குறுக்குத் துறை முதலிய துறைகள் உள்ளன.

அரங்கம்; துருத்தி : ஆற்றின் நடுவே அமைந்த இடைக் குறை வடமொழியில் ரங்கம் என்றும், தமிழ் மொழியில் துருத்தி யென்றும் குறிக்கப்பெறும், காவிரியாற்றில் திருச்சிராப்பள்ளிக்கு அருகே சிறந்த ரங்கம் ஒன்று உள்ளது. அங்கே கோவில் கொண் டருளும் பெருமாளை ஆழ்வார் பன்னிருவரும் பாடியுள்ளார்கள். அவர்கள் அருளிய திருப்பாசுரங்களில் அவ்வூர் திருவரங்கம் என்று போற்றப்பட்டுள்ளது. தஞ்சை நாட்டிலுள்ள குற்றாலத்தின் பழம் பெயர் திருத்துருத்தி என்பதாகும். காவிரி யாற்றின் நடுவே அமைந்த திருத்துருத்தியின் சிறப்பினைத் திருநாவுக்கரசர் பாடி யுள்ளார்.

> "பொன்னியின் நடுவு தன்னுள்
> பூம்புனல் பொலிந்து தோன்றும்
> துன்னிய துருத்தி யானைத்
> தொண்டனேன் கண்ட வாறே"

என்பது அவர் திருவாக்கு. சாசனங்களில் அவ்வூர் "விங்கு நீர்த் துருத்தி" என்று குறிக்கப்படுகின்றது.[64] தமிழ் நாட்டிலுள்ள மற்றொரு துருத்தி திருப்பூந்துருத்தியாகும்.

கூடல் : ஆறுகள் கூடுந் துறைகளைப் புனிதமான இடங் களாகக் கருதிப் பண்டைத் தமிழர் கொண்டாடினார்கள்; அவற்றைக் கூடல் என்று அழைத்தார்கள்.[65] தொண்டை நாட்டில் பாலாறும், சேயாறும், கம்பையாறும் சேருகின்ற இடத்தில் அமைந்த ஊர் திருமுக்கூடல் என்று பெயர் பெற்றது. நெல்லை நாட்டில் தாமிரவருணியும், சித்திரா நதியும், கோதண்டராம நதி என்னும் கயத்தாறும் ஒன்று சேர்கின்ற இடம் முக்கூடல் என

முற்காலத்தில் சிறந்திருந்தது. முக்கூடற் பள்ளு என்னும் சிறந்த நாடகம் அவ்வூரைப் பற்றி எழுந்ததே யாகும்.[66] சோழநாட்டில் கெடில நதியும் உப்பனாறும் கலக்கின்ற இடத்திற்கு அருகே யமைந்த ஊர் கடலூர் என்று பெயர் பெற்றது.[67] தென்னார்க் காட்டில் வெள்ளாறும், முத்தாறும் கூடுகின்ற இடத்தில் கூடலை யாற்றூர் என்ற ஊர் அமைந்திருக்கின்றது. அது தேவாரப் பாடல் பெற்றது.

அணை : முற்காலத்தில் தமிழ் மன்னர்கள் ஆற்றுநீரை அணைக்கட்டுகளால் தடுத்துக் கால்வாய்களின் வழியாக ஏரி களிலும், குளங்களிலும் நிரப்பினார்கள். இவ் விதம் பாசனத் திற்குப் பயன்பட்ட அணைகளின் அருகே சில ஊர்கள் எழுந்தன. தென்னார்க்காட்டில் கரடியணை என்பது ஓர் ஊரின் பெயர். கண் ணணை இராமநாதபுரத்திலும், வெள்ளியணை திருச்சிராப்பள்ளி யிலும் காணப்படுகின்றன.

கால் : அணைகளைப் போலவே கால்வாய்களின் அருகே எழுந்த ஊர்களும் உண்டு. நெல்லை நாட்டில் வெள்ளக்கால், பள்ளக்கால் முதலிய ஊர்கள் உள்ளன. தலைக்கால் என்னும் ஊர் இராமநாதபுரத்தில் காணப்படுகின்றது. இன்னும், மணற்கால் திருச்சிராப்பள்ளியிலும், குவளைக்கால் தஞ்சை நாட்டிலும், மாங்கால் வடஆர்க்காட்டிலும் விளங்குகின்றன. கால்வாய் என்னும் சொல்லே நெல்லை நாட்டில் ஓர் ஊரின் பேராக வழங்குகின்றது.

ஓடை : இயற்கையான நீரோட்டத்திற்கு ஓடை என்பது பெயர். மயிலோடை என்னும் அழகிய பெயருடைய ஊர் நெல்லை நாட்டிலும், பாலோடை இராமநாதபுரத்திலும், செம்போடை தஞ்சை நாட்டிலும் விளங்கக் காணலாம்.

மடை : கால்வாய்களிலும், குளங்களிலும் கட்டப்பட்ட மதகுகள் மடையென்று பெயர் பெறும். மடையின் வழியாகவே, தண்ணீர் வயல்களிற் சென்று பாயும். இத்தகைய மடைகளின் அருகே சில ஊர்கள் எழுந்தன. நெல்லை நாட்டிலுள்ள பத்தமடை என்னும் பத்தல்மடையும்,[68] பாலாமடையும், மதுரையிலுள்ள மேலமடை முதலிய ஊர்களும் இதற்குச் சான்றாகும்.

ஏரி : ஏர்த் தொழிலாகிய பயிர்த் தொழிலுக்குப் பயன்படும் தண்ணீரைத் தேக்கி வைக்கும் நிலையம் ஏரி எனப்படும். இத்த கைய ஏரியின் மருங்கே எழுந்த ஊர்கள் தமிழ் நாட்டிலே பலவாகும். சில ஏரிகள் பண்டையரசர் பெயரால் இன்றும் அழைக்கப்படு கின்றன. சித்தூர் நாட்டில் பல்லவனேரி என்பது ஓர் ஊரின்

ரா.பி. சேதுப்பிள்ளை

பெயர்.[69] அது பல்லவ மன்னனால் ஆக்கப்பட்டதாகும். பாண்டி நாட்டில் மாறனேரி என்று பெயர்பெற்ற ஊர்கள் பல உண்டு. மாறன் என்னும் சொல் பாண்டியனைக் குறிக்கும். தொண்டை நாட்டிலுள்ள தென்னேரி என்னும் ஊரும் ஏரியின் அருகே எழுந்த தாகும். அது திரையன் என்னும் குறுநில மன்னனால் உண்டாக் கப்பட்டது. திரையனேரி என்பது சிதைந்து தென்னேரி ஆயிற்று.[70] கொங்கு நாட்டில் வீரபாண்டியன் என்னும் அரசனால் ஓர் ஏரி உண்டாக்கப்பட்டது. அதனருகே எழுந்த ஊர் வீரபாண்டிய பேர் ஏரி என்று பெயர் பெற்று இப்பொழுது ஏரி என்றே வழங்கு கின்றது.[71]

தெய்வப் பெயர் தாங்கிய ஏரிகளும் தமிழ் நாட்டிலே பல உண்டு. திருச்செந்தூரிலுள்ள அறுமுகச் செவ்வேளின் பெயரால் அமைந்தது ஆறுமுகனேரி. நாங்குனேரி வட்டத்தில் மலையாள மன்னனால் வெட்டப்பட்ட ஏரியொன்று பத்மனாபன் ஏரி என்று பெயர் பெற்று, இப்பொழுது பதுமனேரி என வழங்குகின்றது.[72]

பேரேரி : இன்னும், பேரி என்னும் சொல்லை இறுதியாக வுடைய ஊர்ப் பெயர்கள் சில உள்ளன. நெல்லை நாட்டில் சீவலப் பேரி, கண்டியப்பேரி, அலங்காரப்பேரி, விசுவாதப்பேரி முதலிய பேரிகள் உண்டு. பேரி என்பது பேரேரி என்பதன் சிதைவாகும். பெரிய ஏரிகள் பேரேரி என்று பெயர் பெற்றன. இதற்குச் சான்று சாசனங்களிற் காணலாம். மதுராந்தகன் என்னும் மன்னன் ஆக்கிய பேரேரி மதுராந்தகப் பேரேரி என்றும், ஆர்க்காட்டில் சுந்தரசோழன் கட்டிய ஏரி சுந்தர சோழப் பேரேரி என்றும் கல்வெட்டுக்களில் குறிக்கப்பட்டுள்ளன.[73] திருநெல்வேலியிலுள்ள சீவலப்பேரி யின் பழம் பெயர் முக்கூடல் என்பதாகும். அஃது அவ்வூருக்கு இயற்கையாக அமைந்த பெயர். பிற்காலத்தில் ஸ்ரீவல்லபன் என்னும் பாண்டியன் அவ்வூரில் பேரேரி ஒன்று உண்டாக்கி, சீவல்லபப் பேரேரி என்று அதற்குப் பெயரிட்டான். அப் பெயர் சிதைந்து சீவலப்பேரியாயிற்று.[74] கன்னடநாட்டுச் செல்வன் ஒருவன் நெல்லை நாட்டிற்போந்து தாமிரபருணி ஆற்றில் ஓர் அணை கட்டி அதன் நீரைக் கால்வாய்களின் வழியாகக் கொண்டுசென்று பயிர்த் தொழிலைப் பேணினான் என்று பழங்கதையொன்று வழங்கு கின்றது. அவ் வாற்றில் மூன்றாம் அணைக்கட்டு, கன்னடியன் அணை என்று இன்றும் வழங்குவது அதற்குச் சான்றாகும். அக் கன்னடியன் நெல்லை நகரத்தின் அருகே பெரியதோர் ஏரியும்

கட்டி அதற்குக் கன்னடியப் பேரேரி என்று பெயரிட்டான். நாளடைவில் அவ் வேரியும், அதைச் சார்ந்த ஊரும் கண்டியப் பேரி என்று மருவி வழங்கலாயின. அலங்காரப்பேரி என்பது மற்றோர் ஊரின் பெயர். தண்ணீர் பெருகி நிறைந்து தெள்ளிய அலைகள் எழுந்து வரும் அழகு அலங்காரப் பேரி என்னும் பெயரிலே விளங்குகின்றது.

கோட்டகம் : கோட்டகம் என்பது பெரிய ஏரியின் பெயர்.[75] காவிரி நாட்டில் பல கோட்டகங்கள் உண்டு. தஞ்சை நாட்டில் உள்ள புதுக் கோட்டகம், மானங்காத்தான் கோட்டகம் முதலிய ஊர்கள் இதற்குச் சான்றாகும்.

குளம் : ஏரிக்கு அடுத்தபடியாக வேளாண்மைக்கு உதவுவது குளம். குளம் என்னும் முடிவுடைய ஊர்ப் பெயர்கள் தமிழ்நாடு முழுவதும் காணப்படும். குளங்கள் நிறம் பற்றியும், அளவு பற்றியும், பல பெயர்களைப்பெற்று வழங்கும். நெல்லை நாட்டிலுள்ள கருங்குளமும், திருச்சி நாட்டிலுள்ள செங்குளம் அவற்றிலுள்ள நீரின் நிறத்தைக் காட்டுகின்றன. மதுரையில் உள்ள பெருங்குளம் என்னும் ஊர் பெரியதொரு குளத்தின் அருகே எழுந்ததாகும். தஞ்சை நாட்டுப் பூங்குளமும், தென்னார்க் காட்டுப் புதுக்குளமும் அக் குளங்களின் தன்மையைப் புலப்படுத்துகின்றன.[76]

சமுத்திரம் : சில ஊர்ப் பெயர்களில் சமுத்திரம் என்ற வடசொல் இடம் பெற்றிருக்கின்றது. தமிழ் நாட்டு மன்னரும் செல்வரும் உண்டாக்கிய பெரிய ஏரிகள், கடல் என்றும், சமுத்திரம் என்றும், வாரிதி என்றும் புனைந்துரைக்கப் பெற்றன.[77] இராஜ ராஜசோழன் வெட்டிய பெருங்குளம் ஒன்று சோழ சமுத்திரம் என்று சாசனத்திற்கு குறிக்கப்படுகின்றது.[78] எனவே, தமிழ் நாட்டு ஊர்ப்பெயர்களில் உள்ள சமுத்திரம் என்னும் சொல், பெரும் பாலும் ஏரியின் பெயரென்று கொள்ளலாகும். நெல்லை நாட்டில் அம்பாசமுத்திரம் முதலிய பல ஊர்கள் உள்ளன. அம்பாசமுத்திரத்தின் ஆதிப்பெயர் இளங்கோக்குடி என்பது.[79] அவ் வூரின் அருகே எழுந்த குளம் அம்பாள் சமுத்திரம் என்று பெயர் பெற்றது. அப் பெயர் சிதைந்து அம்பா சமுத்திரம் ஆயிற்று.

முன்னாளில் ஏரியென்று பெயர் பெற்றிருந்த சில நீர்நிலைகள் இக்காலத்தில் சமுத்திரம் என வழங்குவதற்குச் சான்று சாசனங்களிற் காணப்படும். தொண்டை நாட்டுத் தென்னேரி என்னும்

ஊரில் உள்ள பழமையான ஏரியின் கரை ஒருகால் பெரு மழை யால் உடைந்து போயிற்று. அதனைக் கட்டிக் கொடுத்துப் புகழ் பெற்ற தாதாச்சாரி என்பவர், திரையனேரிக்குத் தாதா சமுத்திரம் என்று பெயரிட்டார் எனச் சாசனம் கூறுகின்றது.[80]

ஏந்தல்; தாங்கல் : இன்னும் சிற்றேரியைக் குறிக்கும் ஏந்தல், தாங்கல் என்னும் இரு சொற்களும் ஊர்ப்பெயர்களில் வழங்குகின்றன. இளவரசன் ஏந்தல், செம்பியன் ஏந்தல் முதலிய ஊர்கள் ஏரியினடியாகப் பிறந்தனவாகும். தாங்கல் என்ற பெய ருக்குச் சான்றாக ஆலந் தாங்கல் வட ஆர்க்காட்டிலும், வளவன் தாங்கல் செங்கற்பட்டிலும் உள்ளன.

ஆவி; வாவி : ஆவியும், வாவியும் குளத்தின் பெயர் களாகும். அவை சிறுபான்மையாக ஊர்ப் பெயர்களில் இடம் பெற்றிருக்கின்றன. இராமநாதபுரத்து நீராவியென்ற ஊரிலும், சேலம் நாட்டுக்கல்லாவியிலும் ஆவியைக் காணலாம். மதுரை யைச் சேர்ந்த கோடல் வாவி முதலிய ஊர்கள் வாவியின் அருகே எழுந்தனவாகத் தோற்றுகின்றன.

மடு : ஆழமான நீர் நிலை மடு வெனப்படும். அச் சொல் லைக் கொண்ட ஊர்ப் பெயர்களும் உண்டு. நெல்லை நாட்டுக் கல் மடுவும், தஞ்சை நாட்டு முதலை மடுவும், தென் ஆர்க்காட்டு ஆனை மடுவும், சேலம் நாட்டுச் செம் மடுவும் இத்தகையன வாகும்.

இலஞ்சி : இலஞ்சி என்னும் சொல்லும் ஏரியைக் குறிக் கும்.[81] நெல்லை நாட்டில் தென் காசிக்கு அருகே இலஞ்சி என்ற ஊர் சிறந்து விளங்குகின்றது. செல்வச் செழுமையால் பொன் னிலஞ்சி யென்று புகழ்ந்துரைக்கப்பட்ட அவ்வூர், பயிர்த் தொழி லுக்குப் பயன்படுகின்ற குளத்தின் பெயரையே கொண்டுள்ளது.[82]

பொய்கை : இயற்கையில் அமைந்த நீர் நிலை பொய்கை எனப்படும். பொய்கையார் என்பது ஒரு பழந்தமிழ்ப் புலவரின் பெயர். அவர் பொய்கை என்ற ஊரில் பிறந்தவர் என்பர். இன்னும் முதலாழ்வார்கள் என்று அழைக்கப்படுகின்ற மூவரில் ஒருவர் பொய்கை ஆழ்வார். காஞ்சிபுரத்திலுள்ள திரு. வெஃகா என்னும் திருமால் கோயிலை அடுத்துள்ள தாமரைப் பொய்கையிற் பிறந் தவராதலால் அவர் பொய்கை ஆழ்வார் என்னும் பெயர் பெற்றார் என்று குருபரம்பரை கூறும்.[83] இன்னும், பொய்கை என்ற பெய ருடைய ஊர் ஒன்று வட ஆர்க்காட்டில் உள்ளது. எனவே, குளத்தைக்

குறிக்கும் பொய்கை என்னும் சொல்லும் ஊர்ப் பெயராக வழங் குதல் உண்டென்பது விளங்கும்.

ஊருணி : உண்பதற் குரிய தண்ணீர் நிறைந்த குளம் ஊருணி எனப்படும். ஊரார் உண்ணும் நீரையுடைய தாதலால் ஊருணி என்னும் பெயர் அதற்கு அமைந்ததென்பர்.[84] ஊருணி யின் பெயரால் வழங்கப் பெறும் ஊர்கள் தமிழ் நாட்டில் உண்டு. பேரூரணி என்ற ஊர் நெல்லை நாட்டிலுள்ளது. மயிலூரணி இராம நாதபுரத்திலும், புரசூரணி தஞ்சை நாட்டிலும் காணப்படும்.

செறு : செறு என்பது குளத்தைக் குறிக்கும் பழந்தமிழ்ச் சொல். சித்தூர் நாட்டில் ராயலு செறுவு என்ற சிற்றூர் உள்ளது. விஜய நகரப் பெரு மன்னராய் விளங்கிய கிருஷ்ண தேவராயர் அங்குப் பெரியதோர் ஏரி கட்டி, வேளாண்மையைப் பேணிய காரணத்தால் ராயர் செறு என்னும் பெயர் அதற்கு அமைந்த தென்று சொல்லப்படுகின்றது.[85] முன்னாளில் அவ்வூர் காஞ்சியி லிருந்து திருப்பதிக்குச் செல்லும் பெருஞ்சாலையை அடுத் திருந்தமையால் சாலச் சிறப்புற்றிருந்தது. அங்கு விஜய நகர மன்னர் கட்டிய ஏரி இன்றும் காணப்படுகின்றது. அரைமைல் நீள முள்ள அகன்ற கரையால் இரு பெருங் குன்றுகளை இணைத்து அக் குளம் ஆக்கப்பட்டுள்ளது.[86]

ஊற்று : ஆற்று நீராலும் வான மாரியாலும் நிறைந்து பயிர்த் தொழிலுக்குப் பயன்படும் நீர் நிலைகளே பெரும்பாலும் தமிழ கத்தில் உள்ளன.[87] எனினும், ஊற்று நீரால் நிறைந்த கேணி, கிணறு முதலிய பல வகைப்பட்ட நீர் நிலைகளும் உண்டு. அவற்றின் அடியாக அடியாக எழுந்த ஊர்கள் நெல்லை நாட்டில் உள்ள தாழை யூற்றும், இராமநாதபுரத்தில் உள்ள அத்தியூற்றும், திருச்சி நாட்டிலுள்ள கண்ணூற்றும், சேலம் நாட்டில் உள்ள மாவூற்றும் ஆகும்.

கேணி ; கிணறு : இன்னும், ஊற்று நீரால் நிறையும் கேணி யும் கிணறும் சில ஊர்களைத் தோற்று வித்துள்ளன. சென்னை மாநகரிலுள்ள திருவல்லிக் கேணியும், நெல்லை நாட்டிலுள்ள நாரைக்கிணறும் இவ்வுண்மைக்குச் சான்றாகும்.

நிலம் : இங்ஙனம் ஆற்று நீராலும், ஊற்று நீராலும் ஊட்டி வளர்க்கப்படும் நிலத்தின் தன்மையை உணர்த்தும் பெயர்களைக் கொண்டுள்ள ஊர்கள் பலவாகும். நிலம் என்னும் சொல்லை நன்னிலம் என்ற ஊர்ப் பெயரிற் காணலாம். அப் பெயரிலுள்ள அடைமொழி அந்நிலத்தின் வளத்தைக் குறிப்பதென்பர்.

ரா.பி. சேதுப்பிள்ளை

புலம் : புலம் என்னும் சொல்லும் நிலத்தைக் குறிக்கும். தஞ்சை நாட்டில் தாமரைப் புலம், கருவப்புலம், செட்டி புலம் முதலிய ஊர்கள் உண்டு.

பற்று : பற்று என்பது நன்செய் நிலமாகும். அது தென்னாட்டில் பத்து எனவும், வடநாட்டில் பட்டு எனவும் திரிந்து வழங்கும். திருக்கோவிலுக்கு நிவந்தமாக விடப்பட்ட நிலங்களையுடைய ஊர்கோவில் பற்று என்று பெயர் பெறும். இராமநாதபுரத்தைச் சேர்ந்த ஓர் ஊர் பெருங் கருணைப் பற்று என்று அழைக்கப்படுகின்றது.[88] செங்கல்பட்டு என்பது செங்கழுநீர்ப் பற்று என்னும் அழகிய சொல்லின் சிதைவே யாகும்.[89] சித்தூர் நாட்டில் பூத்தலைப் பற்று என்று ஆதியில் பெயர் பெற்றிருந்த ஊர் இப்பொழுது பூதலப்பட்டு என்று வழங்குகின்றது.[90] வட ஆர்க்காட்டு வந்தவாசி வட்டத்திலுள்ள ஓர் ஊர் தெள்ளாற்றுப் பற்று என்று பெயர் பெற்றது. இப்பொழுது அப்பெயர் தெள்ளாரப் பட்டு என மருவியுள்ளது.[91]

பண்ணை : பண்ணை என்பது வயல்.[92] அச் சொல் சில ஊர்ப்பெயர்களிலே காணப்படுகின்றது. நெல்லை நாட்டில் செந்திலான் பண்ணை என்பது ஓர் ஊரின் பெயர். சாத்தூருக்குத் தென் மேற்கே எட்டு மைல் தூரத்தில் ஏழாயிரம் பண்ணையென்னும் ஊர் உள்ளது.

பழனம்; கழனி: பழனம் என்ற சொல்லும் வயலைக் குறிக்கும். தஞ்சை நாட்டில் திருப் பழனம் என்பது பாடல் பெற்ற ஓர் ஊரின் பெயர். அஃது இப்பொழுது திருப்பயணமாயிற்று. இன்னும் வயலைக் குறிக்கும் கழனி என்னும் அழகிய சொல் ஆர்க்காட்டிலுள்ள தென்கழனி, புதுக் கழனி முதலிய ஊர்களின் பெயரிலும், தஞ்சை நாட்டுக் கழனியிலும் காணப்படும்.

வயல்; விளை : வயல் என்னும் சொல் புது வயல், நெடு வயல் முதலிய ஊர்ப் பெயர்களில் வழங்கும். தென்னாட்டில் விளை புலங்களையுடைய ஊர்களை விளையென்னும் பெயரால் குறிப்பதுண்டு. வாகை விளை, திசையன் விளை முதலிய ஊர்கள் நெல்லை நாட்டில் உள்ளன.

நில அளவு : வேலியும் காணியும் நிலத்தின் அளவைக் குறிக்கும் சொற்களாகும். அவைகளும் ஊர்ப்பெயரிலே காணப்படும். தஞ்சை நாட்டு ஐவேலி, ஒன்பது வேலி முதலிய ஊர்களும், மதுராந்தகவட்டத்திலுள்ள பெரு வேலியும் நிலத்தின் அளவால்

எழுந்த பெயர்கள் என்பது வெளிப்படை. அவ்வாறே நெல்லை நாட்டில் உள்ள முக்காணி, சங்காணி முதலிய ஊர்ப் பெயர்களில் காணி இடம்பெற்றுள்ளது. குறைந்த அளவினவாகிய குறுணி யும், நாழியும் சிறுபான்மையாக ஊர்ப் பெயர்களிற் காணப்படும். மதுரை நாட்டில் சோழங் குறுணி என்றும், எட்டு நாழி என்றும் பெயருடைய ஊர்கள் உண்டு.

புன்செய் : வள மிகுந்த நிலத்தை நன் செய் (நஞ்சை) என்றும், வளங் குறைந்த நிலத்தைப் புன் செய் (புஞ்சை) என்றும் கூறுவர். தஞ்சை நாட்டில் பாடல் பெற்ற நனி பள்ளி என்னும் தலம் இப்போது புஞ்சையென வழங்குகின்றது.[93]

தோட்டம்: ஊற்று நீரை இறைத்துத் தோட்டப் பயிர் செய்யும் வழக்கமும் தமிழ் நாட்டில் உண்டு. ஆதலால் தோட்டத் தைக் குறிக்கும் சொற்கள் சிறுபான்மையாக ஊர்ப் பெயர்களில் வழங்கக் காணலாம். தஞ்சை நாட்டில் பூந்தோட்டமும், தென் னார்க்காட்டில் இஞ்சிக்கொல்லையும், கருப்புக் கிளாரும் உள்ளன. தோட்டம், கொல்லை, கிளார் என்பன ஒரு பொருட்சொற்கள்.

ஊர் : நால்வகை நிலங்களிலும் பொதுவாகத் தமிழ் மக்கள் குடியிருந்த வாழ்ந்தாரேனும் மருத நிலமே சிறப்பாகக் குடியிருப் புக்கு ஏற்றதாகக் கொள்ளப்பட்டது. ஆதலால், ஊர் என்னும் பெயர் மருத நிலக்குடியிருப்பைக் குறிக்கும்.[94] மரப் பெயர், மாப்பெயர் முதலிய எல்லா வகையான பெயர்களோடும் ஊர் என்னும் சொல் சேர்ந்து, தமிழ்நாட்டில் வழங்கக் காணலாம். மருத மரத்தின் அடியாகப் பிறந்த ஊர் மருதூர்; நாவலடியாகப் பிறந்த ஊர் நாவலூர். இன்னும் தேவாரப் பாடல் பெற்ற தெங்கூரும், பனையூரும், பாசூரும், கடம்பூரும் மரங்களாற் பெயர்பெற்ற பதிகளேயாகும்.

பறவையும் ஊரும் : அன்னமும், மயிலும் சில ஊர்ப் பெயர் களில் அமைந்திருக்கின்றன. நம்மாழ்வார் பிறந்த ஊர் குருகூர் ஆகும். குருகு என்பது அன்னத்தின் பெயர். சென்னையில் உள்ள மயிலாப்பூர் மயிலோடு தொடர்புடைய தென்பது தேற்றம். நாரை யாற் பெயர் பெற்ற ஊர் திரு நாரை யூர். கோழியின் பெயர் கொண்டது கோழியூர்.[95] கொக்கைக் குறிக்கும் வண்டானம் என்பது ஓர் ஊரின் பெயர்.[96]

புலியூர் : இன்னும், விலங்குகளுள் புலியின் வீரத்தைப் பண்டைத் தமிழர்கள் வியந்து பாராட்டியதாகத் தெரிகின்றது.

ரா.பி. சேதுப்பிள்ளை | 27

அவ் விலங்கின் பெயர் கொண்ட ஊர்கள் பலவாகும். புலியூர், பாதிரிப் புலியூர், எருக்கத்தம் புலியூர் முதலிய ஊர்கள் பாடல் பெற்றுள்ளன. இன்னும், திருச்சி நாட்டில் பெரும் புலியூர், குறும் புலியூர் என்னும் ஊர்கள் உண்டு. பெரும் புலியூர் என்பது பெரம்பலூர் என்றும், குறும் புலியூர் என்பது குறும்பலூர் என்றும் இக் காலத்தில் வழங்கப்படுகின்றன. மாயவரத்துக்குத் தெற்கே சிறு புலியூர் என்ற ஊர் உள்ளது.

நல்லூர் : தமிழ் நாட்டு ஊர்களை நல்லூர் என்றும், புத்தூர் என்றும் வகுத்துக் கருதலாகும். பெண்ணை யாற்றங் கரையில் அமைந்தது திருவெண்ணெய் நல்லூர். அது சுந்தரமூர்த்தியைத் தடுத்தாட் கொண்ட ஈசன் கோவில் கொண்டுள்ள இடம்.[97] சைவ சமய ஞான நூலாகிய சிவஞான போதத்தை அருளிச் செய்த மெய்கண்ட தேவர் பிறந்தருளும் பேறு பெற்ற நல்லூரும் அதுவே. கும்பகோணத்துக்கருகே நல்லூர் என்னும் பெயருடைய ஊர் ஒன்று உள்ளது. அமர் நீதி என்னும் அடியார் அவ்வூரில் தொண்டு செய்து சிவப்பேறு பெற்றார் என்று சேக்கிழார் கூறுகின்றார். மண்ணியாற்றங் கரையில் முருகவேளின் பெயரால் அமைந்த சேய் நல்லூர் இந் நாளில் சேங்கனூர் என்று வழங்கும்.[98] வட ஆர்க்காட்டிலுள்ள மற்றொரு சேய் நல்லூர் சேனூர் எனப்படும்.

தமிழ் நாட்டை ஆண்ட அரசர் பலர் தம் பெயர் விளங்கு மாறு பல நல்லூர்களை உண்டாக்கினார்கள். பாண்டி நாட்டில் வீரபாண்டிய நல்லூர், அரிகேசரி நல்லூர், மானாபரண நல்லூர், செய்துங்க நல்லூர் முதலிய ஊர்கள் பாண்டிய குலத்தைச் சேர்ந்த மன்னர் பெயரை விளக்கி நிற்கின்றன. சோழ நாட்டில் பெருஞ் சோழ மன்னர்கள் உண்டாக்கிய நல்லூர்களைச் சாசனங்களிற் காணலாம். முடி கொண்ட நல்லூர், அநபாய நல்லூர், திருநீறுச் சோழ நல்லூர், திருத்தொண்டத் தொகை நல்லூர், சிவபாத சேகர நல்லூர், கலி கடிந்த சோழ நல்லூர் முதலிய நல்லூர்கள் சோழ மன்னருடைய விருதுப்பெயர் பெற்ற பதிகளாகும்.

புத்தூர் : புதியவாகத் தோன்றும் ஊர்கள் புத்தூர் என்று பெயர் பெறும். தேவாரப் பாடல் பெற்ற பாண்டி நாட்டுப் பதி யொன்று திருப்புத்தூர் என வழங்கி வருகின்றது. அரிசில் ஆற்றங் கரையில் எழுந்த புத்தூர் அரிசிற்கரைப் புத்தூர் என்றும், கடுவாய் நதிக்கரையிலுள்ள புத்தூர் கடுவாய்க்கரைப் புத்தூர் என்றும்

தேவாரப் பதிகம் குறிக்கின்றது. பாண்டி நாட்டிலுள்ள ஸ்ரீவில்லி புத்தூர் வைணவர் போற்றும் பெரும் பதியாகும். சுந்தரர் திருமணம் செய்யப் போந்த புத்தூர் மணம் வந்த புத்தூர் ஆயிற்றென்று பெரிய புராணம் கூறுகின்றது.[99] கொங்கு நாட்டில் பழைய பேரூருக்கு அருகே கோவன் என்னும் தலைவன் பெயரால் எழுந்த ஊர் கோவன்புத்தூர் என்று பெயர் பெற்றது. அதுவே இப்பொழுது கோயம்புத்தூராகச் சிறந்து விளங்குகின்றனது.

நெய்தல் நிலம்

தமிழ்நாடு நெடிய கடற்கரை யுடையது. முன்னாளில் சோழ நாட்டுக் கடற்கரை, சோழ மண்டலக்கரை என வழங்கிற்று. அஃது ஐரோப்பியர் நாவில் சிதைந்து, கோரமண்டல் கரையாயிற்று. பாண்டி நாட்டுக் கடலில் நினைப்பிற் கெட்டாத நெடுங் காலமாக நல் முத்து விளைந்தமையால் அக் கரை முத்துக் கரை என்று பிற நாட்டாரால் குறிக்கப்பட்டது.[100] சேர நாட்டுக் கடற்கரை, மேல் கரை என்று பெயர் பெற்றது.

கரை : கடற்கரையில் அமைந்த சில ஊர்களின் தன்மையை அவற்றின் பெயர்களே காட்டும். பாண்டி நாட்டில் கீழ்க் கரை என்பது ஓர் ஊரின் பெயர். அக் காலத்தில் முத்துச் சலாபம் அங்குச் சிறப்பாக அமைந்தது. பிற் காலத்தில் மரக்கல வணிக மன்னராய் விளங்கிய சீதக்காதி என்னும் மகமதிய வள்ளல் அவ் வூரில் சிறந்து வாழ்ந்தார். இன்னும், வைகை யாறு கடலொடு கலக்கும் இடத்தில் அமைந்த ஊருக்கு ஆற்றங்கரை என்பது பெயர். முன்னாளில் சங்கு வாணிபம் அவ் வூரில் நன்கு நடைபெற்றது. இராமேச்சுரத்துக்கு அண்மையில் கோடிக் கரை என்னும் ஊர் உண்டு. அது தாலமி முதலிய யவன ஆசிரியர்களாலும் குறிக்கப்பட்டுள்ளது. முற்காலத்தில் தென்னிந்தியாவினின்று இலங்கை நாட்டுக்குச் செல்வதற்குக் கோடிக் கரை மார்க்கமே குறுக்கு வழியாக இருந்தது.

துறை : கடல் வாணிபத்திற்குச் சாதனமாகிய இடம் துறை என்று பெயர் பெறும். இக் காலத்தில் அதனைத் துறைமுகம் என்பர். பண்டைத் துறைமுகங்கள் பெரும்பாலும் ஆற்று முகங்களில் அமைந்திருந்தன. குமரியாறு கடலொடு கலந்த இடத்தில் குமரித்துறை இருந்ததாக இலக்கியம் கூறுகின்றது. அத் துறையில் விளைந்த முத்துச்சலாபத்தின் செம்மையைக் குமரகுருபர அடிகள் பாராட்டுகின்றார். குமரித்துறை கடலாற் கொள்ளப்பட்டு

அழிந்தது. இரண்டாயிரம் ஆண்டுகட்கு முன்பு கொற்கைத் துறை தென்னாட்டுப் பெருந்துறையாக இருந்தது. அத் துறையில் விளைந்த முத்து, கடல் கடந்து, பிற நாடுகளிற் போந்து பெரு மதிப்புப் பெற்றது. கொற்கைத் துறை செல்வச் செழுந்துறையாய் இலங்கிய தன்மையால் பாண்டிய மன்னன் கொற்கைத் துறைவன் என்றும், கொற்கைக் கோமான் என்றும் குறிக்கப்பட்டான்.

தாமிரபரணி யாற்று முகத்தில் வீற்றிருந்த கொற்கைத் துறை நாளடைவில் தூர்ந்து போயிற்று. அந் நிலையில் கடற்கரையில் அமைந்த காயல் என்ற ஊர் சிறந்த துறைமுக மாயிற்று. பதின்மூன்றாம் நூற்றாண்டளவில், காயல் சிறந்ததொரு நகரமாக விளங்கிற்று. இத்தாலிய அறிஞராகிய மார்க்கோ போலோ என்பவர் தமிழ் நாட்டிற் போந்துபோது காயல் துறையின் செழுமையைக் கண் களிப்பக் கண்டார்.[101] அத்துறைமுகத்தில் இடையறாது நடந்த ஏற்றுமதியையும் இறக்குமதியையும் அவர் குறித்துள்ளார்; முத்துக் குளிக்கும் முறையினை விரிவாக விளக்கியுள்ளார். இத்தகைய சிறப்பு வாய்ந்த காயல்துறையும் கால கதியில் தூர்ந்து போயிற்று. இன்று அவ்வூர் புன்னைக்காயல் என்னும் பேர் கொண்டு, சின்னஞ் சிறிய செம்படவர் ஊராகக் கடற் கரையினின்று மூன்று மைல் உள்ளடங்கியிருக்கின்றது.

பட்டினம் : கடற் கரையில் உண்டாகும் நகரங்கள் பட்டினம் என்று பெயர் பெறும். இரண்டாயிரம் ஆண்டுகளுக்கு முன்னே தமிழ் நாட்டிற் காவிரிப்பூம்பட்டினம் தலைசிறந்த பட்டினமாகத் திகழ்ந்தது. இந் நாளில் பட்டணம் என்னும் சொல் சிறப்பு வகையில் சென்னபட்டணத்தைக் குறித்தல் போன்று, அந் நாளில் பட்டினம் என்பது காவிரிப்பூம் பட்டினத்தையே குறித்தது. அந் நகரத்தைப் பற்றிப் பண்டைக் கவிஞர் ஒருவர் இயற்றிய பாட்டு பட்டினப்பாலை என்று பெயர் பெற்றது. அப் பட்டினத்தில் வணிகர் குல மணியாய்த் தோன்றிப் பின்பு முற்றும் துறந்து சிறப்புற்ற பெரியார் பட்டினத்தார் என்றே இன்றும் பாராட்டப்படுகின்றார். எனவே, முன்னாளில் பட்டினம் என்று பெயர் பெற்றிருந்தது காவிரிப்பூம்பட்டினமே என்பது இனிது விளங்குவதாகும். காவிரிப் பூம்பட்டினம் பூம்புகார் நகரம் என்றும் புலவர்களாற் புகழ்ந்துரைக் கப்பட்டது. பூம் பட்டினம் எனவும், பூம் புகார் எனவும் அந் நகர்க்கு அமைந்துள்ள பெயர்களை ஆராய்வோமானால் ஓர் அழகிய கடற் கரை நகரமாக அது விளங்கிற்றென்பது புலனாகும்.[102]

அக் காலத்தில் சிறந்திருந்த கடற்கரை நகரங்களின் அமைப்பைப் பண்டை இலக்கியங்கள் ஒருவாறு காட்டுகின்றன. ஒவ்வொரு பெரிய கடற்கரை நகரமும் இரு பாகங்களையுடையதாய் இருந்துது. அவற்றுள், ஒரு பாகம் ஊர் என்றும், மற்றொரு பாகம் பட்டினம் என்றும் அழைக்கப்பட்டன. பூம்புகார் நகரத்தின் ஒரு பாகம் மருவூர்ப்பாக்கம் என்றும், மற்றொரு பாகம் பட்டினப் பாக்கம் என்றும் பெயர் பெற்றன. இரண்டும் சேர்ந்து காவிரிப்பூம் பட்டினம் எனப்பட்டது.[103] அவ்வாறே சோழ மண்டலக் கரையிலுள்ள நாகை என்னும் நகரமும் இருபாகங்களையுடையதாய் இருந்தது. இக் காலத்தில் நாகூர்என்றும், நாகப்பட்டினம் என்றும் வழங்குகின்ற பகுதிகள் முற்காலத்தில் ஒருநகரின் இரண்டு கூறுகளாகவே கருதப்பட்டன.[104] திருவாரூர் சோழநாட்டின் தலைநகரமாய்த் திகழ்ந்த காலத்தில், நாகை சிறந்த துறைமுகமாகச் செழித்திருந்தது. கடுவாய் என்னும் ஆற்று முகத்தில் அமைந்த அத் துறைமுகத்தைக் கடல் நாகை என்று திருப்பாசுரம் போற்றுகின்றது.[105] அந் நகரில் சைவமும், வைணவமும், பௌத்தமும் சிறந்தோங்கி இருந்தன என்று தெரிகின்றது. நாகையிலுள்ள திருமால் கோயிலைத் திருமங்கை ஆழ்வார் பாடியுள்ளார். காரோணம் என்று புகழ்பெற்ற சிவன் கோவிலைக் குறித்து எழுபது திருப்பாசுரங்கள் தேவாரத்தில் காணப்படுகின்றன. இராஜ ராஜ சோழன் காலத்து அந்நகரில் பௌத்த சமயத்தார்க்குரிய பெரும் பள்ளிகள் அமைந்திருந்தன என்று சாசனங்களால் அறிகின்றோம். எனவே, கடல் நாகை நானா விதமக்களும் கலந்து வாழ்ந்த சிறந்த நகரமாகக் காட்சி அளித்தது.

இன்னும், சேர நாட்டில் சிறந்திருந்த முசிரி என்னும் பட்டினமும் இரு பாகங்களாகவே அமைந்திருந்தது. அவற்றுள் ஊர் என்னும் பெயருடைய பாகம் கொடுங்கோளூர் எனவும் மற்றொரு பாகம் மகோதைப் பட்டினம் எனவும் வழங்கலாயின.[106]

பாண்டி நாட்டில் காயல் பட்டினம், குலசேகர பட்டினம் முதலிய கடற் கரைப் பட்டினங்கள் உள்ளன. காயல் பட்டினத்தில் இந் நாளில் மகமதியரே பெரும்பாலும் வாழ்ந்து வருதலால் சோனகர் பட்டினம் என்றும் அதனைச் சொல்வதுண்டு. உப்பு வாணிபம் அவ்வூரில் சிறப்பாக நடைபெறுகின்றது. குலசேகர பாண்டியன் பெயரைக்கொண்டு விளங்கும் ஊர்களில் ஒன்று குலசேகரப் பட்டின மாகும். சோழ மண்டலக் கரையில் சதுரங்கப்

பட்டினம் என்னும் சிறிய துறைமுகம் உள்ளது. அது பாலாறு கடலிற் சேருமிடத்திற்குச் சிறிது வடக்கே அமைந்திருக்கின்றது. சதுரை என்பது அவ் வூரிப் பெயரின் குறுக்கம். அதனை ஐரோப்பிய நாட்டார் சதுராஸ் என்று வழங்கினார்கள்.[107]

பாக்கம் : கடற்கரைச் சிற்றூர்கள் பாக்கம் என்று பெயர் பெறும். சென்னை மாநகரின் அருகே சில பாக்கங்கள் உண்டு. கோடம்பாக்கம், மீனம்பாக்கம், வில்லிவாக்கம் முதலிய ஊர்கள் நெய்தல் நிலத்தில் எழுந்த குடியிருப்பேயாகும். சில காலத்திற்கு முன் தனித் தனிப் பாக்கங்களாய்ச் சென்னையின் அண்மையிலிருந்த சிற்றூர்கள் இப்போது அந்நகரின் அங்கங்களாய்விட்டன. புதுப் பாக்கம், புரச பாக்கம், சேப்பாக்கம், நுங்கம் பாக்கம் முதலிய ஊர்கள் சென்னை மாநகரோடு சேர்ந்திருக்கின்றன.

களர்; அளம் : நெய்தல் நிலம் பெரும்பாலும் உப்புத் தரையாகும். உப்பு நிலத்தைக் களர் நிலம் என்றும் கூறுவர்.[108] களர் என்னும் சொல் ஒரு சில ஊர்ப் பெயர்களிற் காணப்படுகின்றது. திருக் களர் என்பது தேவாரப் பாடல் பெற்ற ஸ்தலம். உப்பு விளையும் இடம் அளம் எனப்படும். தஞ்சை நாட்டில் நன்னிலத்துக்கு அண்மையில் பேரளம் என்னும் உப்பளம் உண்டு. அப் பெயரே அந் நிலத்தின் தன்மையை உணர்த்துகின்றது.

குப்பம் : நெய்தல் நிலத்தில் வாழ்பவர் வலையர் என்றும், செம்படவர் என்றும், பரதவர் என்றும் வழங்கப் பெறுவர். அன்னார் வசிக்கும் இடம் குப்பம் என்னும் பெயரால் குறிக்கப் படும். சென்னையைச் சேர்ந்த கடற் கரையில் பல குப்பங்கள் உண்டு. காட்டுக் குப்பம், கருங்குடிக் குப்பம், நொச்சிக் குப்பம், சோலைக்குப்பம் முதலிய குப்பங்கள் பரதவர் வாழும் இடங்களேயாகும்.

பாலை நிலம்

பழங் காலத்தில் பாலை ஒரு தனி நிலமாகக் கருதப்படவில்லை. கடு வேனிற் காலத்தில் முல்லையும் குறிஞ்சியும் வறண்டு கறுகிப்பாலை யென்னும் படிவம் கொள்ளுமென்று சிலப்பதிகாரம் கூறுமாற்றால் இவ்வுண்மை விளங்கும்.[109] ஆயினும் கால கதியில் பாலையும் ஒரு தனி நிலமாகக் கொள்ளப்பட்டது. நீரும் நிழலுமற்ற பாலை நிலத்தில் கொடுந்தொழில் புரியும்

கள்வர்கள் குடியிருப்பார்கள் என்றும், அன்னார் வணங்கும் தெய்வம் கொற்றவை என்றும் தமிழ் இலக்கியம் கூறும். பாலை என்னும் பெயருடைய சில ஊர்கள் தமிழ் நாட்டில் உண்டு. கொங்கு நாட்டின் வட வெல்லையாகப் பெரும்பாலை என்னும் இடம் குறிக்கப்படுகின்றது. சேலம் நாட்டில் பெரும்பாலை என்பது இன்றும் ஓர் ஊரின் பெயராக வழங்குகின்றது. சிதம்பரத்திற்கு அருகே திருக்கழிப் பாலை என்னும் சிவஸ்தலம் இருந்தது. அதனைத் தேவராம் பாடிய மூவரும் போற்றி யுள்ளார்கள். இடைக் காலத்தில் கொள்ளிட நதியிலே பெருகி வந்த வெள்ளம் அக் கோவிலை அழிந்துவிட்டது. பாண்டி நாட்டில் பாலவனத்தம் என்ற ஊர் ஒன்று உண்டு. அதன் பழம் பெயர் பாலைவன நத்தம் என்பது. ஆதியில் பாலைவனமாயிருந்த இடம், குடியிருப்புக் கேற்ற நத்தமாகிப் பின்பு ஊராகி, வளர்ந்தோங்கிய வரலாறு அவ் வூர்ப் பெயரால் அறியப்படுகின்றது.[110] தொண்டை நாட்டு ஊற்றுக் காட்டுக்கோட்டத்தில் பண்டை நாளில் பாலையூர் என்று பெயர் பெற்றிருந்த ஊர் இக் காலத்தில் செங்கல்பட்டு வட்டத்தில் பாலூராக விளங்குகின்றது.[111] திருப்பாலைவனம் என்னும் பதியும் அந்நாட்டில் உண்டு.[112]

நெல்லை நாட்டில் செக்கச் சிவந்த மணற் பாங்கான சில இடங்கள் தேரி என்று பெயர் பெற்றுள்ளன. கோடைக் காற்றால் தேரியின் தோற்றம் மாற்ற மடையும். இடையன் குடித்தேரியும், குதிரை மொழித் தேரியும், சாத்தான் குளத் தேரியும் நூறடிக்கு மேல் இருநூறடி வரை உயர்ந்து அகன்ற மணல் மேடுகளாகும்.[113]

அடிக் குறிப்பு

1. குடபுலம், குணபுலம், தென்புலம் என்பன முறையே சேர சோழ பாண்டியர் நாடுகளைக் குறித்தலைச் சிறுபாணாற்றுப்படையிற் காண்க.
2. தொல்காப்பியம், பொருள், அகம், 5.
3. ''நளன் என்பான் மேனிலத்தும் நானிலத்தும் மிக்கான்'' - நளவெண்பா.
4. பனம்பாரனார் இயற்றிய சிறப்புப் பாயிரம்.
5. ''வட சொற்கும் தென் சொற்கும் வரம்பாகி.......... உடை சுற்றும் தண்சாரல் ஓங்கிய வேங்கடத்தில்'' - கம்பராமாயணம், கிஷ்கிந்தா காண்டம், நாடவிட்ட படலம். 26.
6. ''செம்மையைக் கருமை தன்னைத் திருமலை யொருமை யானை'' - திருமங்கையாழ்வார், திருக்குறந் தாண்டகம், 7.

7. ''வாழையும் சுமுகும், தாழ்குலைத் தெங்கும்,மாவும் பலாவும் சூழடுத் தோங்கிய தென்னவன் சிறுமலை திகழ்ந்து தோன்றும்'' - சிலப்பதி காரம், காடுகாண் காதை, 83 - 85.

8. M.M. Vol. III, p.718.

9. ''சேயோன் மேய மைவரை யுலகம்'' என்னும் தொல்காப்பியத்தாலும்,'' குன்றுதோறாடலும் நின்றதன் பண்பே'' என்னும் திருமுருகாற்றுப் படையாலும் இக்கொள்கை விளங்கும்.

10. ''அறையே பாறை'' - பிங்கல நிகண்டு.

11. திருப்பரங்குன்றம் மதுரைக்கு மேற்கே யுள்ள தென்பது ''கூடற் குடவ யின்... அஞ்சிறை வண்டின் அரிக்கணம் ஒலிக்கும் குன்று'' என்று திரு முருகாற்றுப்படையால் தெரியலாகும்.

12. குன்றம் என்பது குன்னம் எனவும், குணம் எனவும் தமிழ் நாட்டில் மருவி வழங்கும். ஒன்று என்னும் சொல் ஒன்னு என்றும், ஒண்ணு என்றும் பேச்சுத் தமிழில் வழங்குதல் காண்க. குன்றம், குண்ணம் என்றாகிப் பின்பு குணம் எனக் குறுகிற்று. நெற்குன்றம் என்பது வட ஆர்க்காட்டு வந்தவாசி வட்டத்தில் உள்ளது. அது நெற்குணம் என வழங்குகின்றது : 86 of 1908. அவ் வண்ணமே தென்ஆர்க்காட்டுத் திருக்கோயிலூர் (திருக்கோவலூர்) வட்டத்திலுள்ள நெற்குன்றமும் நெற்குணம் என வழங்கும். M.E.R. 1935. பூங்குன்றம் என்பது பூங்குணம் என மருவியுள்ளது : M.E.R. 1922 - 23.

13. வட ஆர்க்காட்டில் குன்றம், குண்ணம் என வழங்கும். குண்ணத்தூர் ஆர்க்கோண வட்டத்திலும், குண்ணவாக்கம் செய்யாற்று வட்டத்திலும் உள்ளன.

14. தென் ஆர்க்காட்டுத் திருக்கோயிலூர் வட்டத்தில் ஒருபாறையின் அருகே எழுந்த நல்லூர் அறையணி நல்லூர் என்று பெயர் பெற்றது. அறையின் அணித்தாக உள்ள நல்லூர் என்பது அப் பெயரின் பொருள். தேவாரப் பாடல் பெற்ற அவ்வூர் இப்போது அரகண்ட நல்லூர் என்று வழங்கு கின்றது.

15. சுமார் ஆயிரத்து இருநூற்று இருபதடி உயரமும், நானூறடி நீளமும் முந்நூறடி அகலமும் உள்ள அப்பாறையின் மீது ஒரு கோட்டை கட்டப் பட்டுள்ளது. பாறையுச்சியில் பழுதுற்ற கோயிலொன்று காணப்படு கின்றது. M.M. Vol. III, D.227.

16. இவ்வூரின் நடுவே ஒரு பாறையுள்ளது. அதன் மேற்புறத்தில் நரசிங்கப் பெருமாளும், கீழ் புறத்தில் அரங்க நாதரும் கோயில் கொண்டுள்ளார் கள். நாமக்கல் என்ற பெயருக்குப் பொருத்தமாக ஒரு பெரிய நாமம் அப்பாறையிலே சார்த்தப்பட்டுள்ளது.

17. விருத்தாசலத்தின் பழம் பெயர் முது குன்றம் என்பதாகும்; அது பழமலை யென்றும் வழங்கியதாகத் தெரிகின்றது. வேதாசலம் என்பது திருக் கழுக்குன்றத்தின் பெயர். வேங்கடாசலம் என்பது திருப்பதி மலை.

18. மதுரை மீனாட்சியம்மை குறம், 19. குறிஞ்சி நிலத் தலைவனாகிய கண்ணப்பரின் தந்தையை ''இருங்குறவர் பெருங்குறிச்சிக்கிறைவன்'' என்று சேக்கிழார் கூறுதல் காண்க - கண்ணப்ப நாயனார் புராணம். 43.

19. ''காடு கொன்று நாடாக்கிக் குளந்தொட்டு வளம் பெருக்கி'' - பட்டினப் பாலை, 283.

20. தில்லை என்பது ஒருவகை மரம்; ''தில்லை யன்னபுல்லென் சடை'' - புறநானூறு, 252. திருநெல்வேலியின் வரலாற்றைக் கூறும் புராதனமா யுள்ள புராணம் வேணுவன புராணம் எனப்படும். அது நானூற்று ஐம்பத்து நான்கு திருவிருத்தங்களால் ஆயது. திருநெல்வேலிக் கோவிலில் பள்ளமான இடத்திலுள்ள சுயம்பு வடிவம் இன்றும் வேறு வன லிங்கம் என்று அழைக்கப்படுகின்றது.

21. ''ஆரே தாதகி சல்லகி ஆத்தி'' - பிங்கல நிகண்டு.

22. இதனை ஆற்காடு என்று கொண்டு, ஆறு காடு அங்கிருந்தன வென்று புராணம் கூறும்; வடமொழியில் ஷடாரண்யம் என்பர். அது குறித்து டாக்டர் கால்டுவெல் கூறும் குறிப்பை அவரது 'ஒப்பிலக்கண' முகவுரை யிற் காண்க.

23. தேவாரத்தில் பழையனூர் ஆலங்காடு என்று இவ் வூர் குறிக்கப்படு கின்றது.

24. ஆங்கிலத்தில் வழங்கும் பெயர் Pulicat என்பதாகும்.

25. தலையாலங்கானம் எனவும் வழங்கும். அங்கு நிகழ்ந்த போரில் வெற்றி பெற்ற பாண்டியன், தலையாலங்கானத்துச் செருவென்ற பாண்டியன் நெடுஞ்செழியன் எனச் சங்க இலக்கியத்திற் பாராட்டப்படுகின்றான்.

26. M.M. Vol. III., P. 1032.

27. மேற்குத் தொடர் மலையின் அடிவாரத்தில் பச்சையாற்றங்கரையில் உள்ளது இவ்வூர்.

28. தமிழ்நாட்டில் ஐயனார், அரிகரபுத்திரன், சாஸ்தா முதலிய பெயர்கள் ஆரியனைக் குறிக்கும் - கந்த புராணம், மகா சாத்தாப் படலம் பார்க்க.

29. தேவாரப் பாடல் பெற்ற காவுகள் பின்னர்க் கூறப்படும்.

30. S.I.I. Vol. iv., p.326.

31. M.E.R. 1922 - 23.

32. மதுரை நாட்டு மேலூர் வட்டத்திலுள்ள அழகர் கோயிலே திருமால் இருஞ்சோலை. M.E.R. 1928 -29. தென் திருமால் இருஞ்சோலை

என்பது திருநெல்வேலி நாட்டிலுள்ள சீவலப்பேரியின் பெயர் என்று சாசனம் கூறும். 408 of 1906 .

33. ''பழமுதிர்சோலை மலைகிழவோனே'' - திருமுருகாற்றுப்படை.

34. தொகுப்பு என்பது தோப்பு என்றாயிற்று. ''செய்குன்று சேர்ந்த சோலை தோப்பாகும்'' - பிங்கல நிகண்டு.

35. 312 of 1901; 335 of 1908. திருவிடைச் சுரத்தைத் தொண்டை நாட்டுக் குறிஞ்சி நிலத் தலமாகக் குறித்துள்ளார் சேக்கிழார் - திருக் குறிப்புத் தொண்டர் புராணம், 13.

36. ''ஊரொடு சேர்ந்த சோலை, வனம் என்ப'' - பிங்கல நிகண்டு.

37. திந்திருணி என்பது புளிய மரத்தைக் குறிக்கம் வட சொல். திந்திருணி வனம் (புளியங்காடு) திண்டிவனம் என மருவிற்றென்பர். 143 of 1900.

38. மறைக்காடு என்பதற்கு நேரான வடசொல் வேதாரண்யம்.

39. கரைய புரம் என்பது இப்பொழுது வழங்கும் பெயர். கரவீரம், கரைய புரம் என மருவியுள்ளது. கரவீரம் அலரியென்பது, ''கவீரம் கணவீரம் கரவீரம் அலரி'' என்னும் பிங்கல நிகண்டால் அறியப்படும்.

40. இவ் வூர் திருப்பங்கிலி என்ற பெயரோடு திருச்சி நாட்டு லால்குடி வட் டத்தில் உள்ளது.

41. திருநாம நல்லூர் பழைய திருநாவலூரே யென்பது சாசனத்தால் விளங் கும். 360 1902.

42. "புறவம் புறம்பணை புறவணி முல்லை,
அந்நிலத்தூர்ப் பெயர் பாடியென்ப'' - பிங்கல நிகண்டு.

43. ''சண்டியார்க்கு அருள்கள் செய்த தலைவர் ஆப் பாடியாரே'' என்பது திருநாவுக்கரசர் தேவாரம் - திருவாப்பாடிபதிகம், 4.

44. ''ஆயர்பாடியின் அசோதை பெற்றெமுடுத்த பூவைப் புதுமலர் வண்ணன் கொல்லோ'' - சிலப்பதிகாரம், கொலைக்களக் காதை, 46 - 47.

45. வேலப்பாடி வேலூர்க் கோட்டைக்குத் தென் கிழக்கே இரண்டு மேல் தூரத்தில் உள்ளது.

46. 221 of 1910.

47. மாட்டுக் கொட்டிலைக் குறிக்கும் தொழு என்னும் சொல் சில ஊர்ப் பெயர்களில் அமைந்துள்ளது. மூங்கில் தொழு, வெட்டியான் தொழு முதலிய ஊர்ப்பெயர்கள் இதற்குச் சான்றாகும்.

48. எருமை மாடுகளே தோடரது செல்வம். ஆதலால் மந்தை என்பது அவர் வசிக்கும் ஊருக்குப் பொருத்தமான பெயராகும். இலக்கியத்தில் மன்று என்னும் சொல் பசு மந்தையைக் குறிக்கும். அச்சொல் மந்து எனத் தொடர் மொழியிலும், மந்தையெனப் பேச்சுத்தமிழிலும் மருவி வழங்குவதாகத் தெரிகின்றது.

49. ''வாழி யவன்தன் வளநாடு மகவாய் வளர்க்கும் தாயாகி ஊழி யுய்க்கும் பேருதவி ஒழியாய்வாழி காவேரி'' - சிலப்பதிகாரம், கானல்வரி, 27.

50. சிலப்பதிகாரம், புறஞ்சேரி யிறுத்த காதை, 169 - 70.

51. ''அதோமுகம் புகாரோடு அழிவுகூடல் சுழிமுகம் என்றனர் காயலுமாகும்'' - பிங்கல நிகண்டு.

52. ''கொற்கைக் கோமான் கொற்கையம் பெருந்துறை'' - ஐங்குறுநூறு, 188.

53. சேதுநாடு என்பது இராமநாதபுரம் ஜில்லா.

54. 25 of 1909.

55. இவ் வாற்றுப் பெயர்களை நோக்கும்பொழுது பெண்ணையாறும் முற் காலத்தில் வெண்ணெயாறாக இருந்திருக்குமோ என்ற எண்ணம் எழுகின்றது. பகர வகரங்கள் தம்முள் மயங்குள் என்பது தமிழ் ஒலி யிலக்கணத்தால் அறியப்படும். அன்றியும் பெண்ணையாற்றின் தென் கரையிலுள்ள நல்லூர் திருவெண்ணெய் நல்லூர் என்று பெயர் பெற்றுள்ளது.

56. ''முத்தாறு வலஞ்செய்யும் முதுகுன்றமே'' என்பது தேவாரம்.

57. சேயாறு, செய்யார் என மருவி வழங்குகின்றது.

58. சென்னையின் வழியாக மூன்று மைல் மைல் சென்று கடலிற் கலக்கும் அடையாற்றின் முகத்தின் அமைந்த ஊர் அடையாறு என்னும் பெயர் பெற்றது.

59. முக்கூடற் பள்ளு நாடகம் - 51.

60. இப்போது கயத்தார் என வழங்கும் கயத்தாறு, கல்வெட்டில், கசத்த லாறு என்று குறிக்கப்படுகின்றது - 19 of 1912 கசத்தினின்று எழுந்த ஆறென்பது அப் பெயராலும் அறியப்படும். கசத்தி லாறு என்பது கசத்த லாறு என மருவியது போலும்.

61. ஆற்றில் எளிதாக இறங்கி ஏறுவதற்குப் படிக்கட்டு அமைந்துள்ள இடம் இன்று படித்துறை என வழங்கும்.

62. 357 to 1907.

65. இரு நதிகள் சேரும் இடம் கூடல் என்றும், மூன்று நதிகள் சேரும் இடம் முக் கூடல் என்றும், வழங்கும். காவேரியும் பவானியும் கூடும் இடம் பவானி கூடல் என்று இக் காலத்தில் வழங்கும். துங்கையும் பத்திரையும் சேர்ந்து துங்கபத்திரையென்று பெயர் பெறும். இடத்தில் அமைந்த ஊருக்குக் கூடலி என்று பெயர். Mysore, Vol. II, p. 459.

66. இக் காலத்தில் சீவலப்பேரி யென்பது அதன் பெயர். முன்னாளில் இராமேச்சுரத்திற்குத் தீர்த்த யாத்திரை செய்வோர் சீவலப்பேரியென்னும் முக்கூடலில் நீராடுவர். அவர்களுக்கு நாள்தோறும் உணவளித்தற்

பொருட்டுத் தளவாய் முதலியாரால் ஏற்படுத்தப்பட்ட தர்மசாலை (சத்திரம்) இன்றும் அவ் வூரில் உள்ளது. T.G. p. 485.

67. கடலருகே யமைந்த காரணத்தால் கடலூர் எனப்பட்டது என்று கொள்வர் சிலர். கடலூர் என்னும் பெயரே கடலூர் என மருவி வழங்குவதால் அக் கொள்கை பொருத்தமுடைய தன்று. South Arcot District Gaz, 296.

68. பத்தல் மடை என்ற பெயர் சாசனத்திற் காணப்படுகின்றது. M.E.R., 1916 & 17.

69. பல்லவ னேரி என்பது சிதைந்து பல்ம னேர் என வழங்குகின்றது. சித்தூர் நாட்டில் உள்ளது. அங்குக் குன்று சூழ்ந்த ஒருதடாகம் உண்டு. North Arcot Manual, Vol. II, p. 391.

70. 199 of 1901; 224 of 1922.

71. 569 of 1905 records that the king renamed a ruined tank (at Vagaiputtur) Virapandiyappereri and granted all lands irrigated by it to the villagers - I. M.P., p. 542.

72. M.E.R., 1929-30.

73. 192 of 1919.

74. ஸ்ரீ வல்லபனால் முன்னேற்ற மடைந்த ஊராதலின் ஸ்ரீ வல்லபமங்கலம் என்னும் பெயரும் அதற்குண்டு. 160 of 1985. அப்பெயர் சீவல நாடு எனவும், சீவல மங்கை யெனவும் முக்கூடற் பள்ளு நாடகத்தில் வழங்கும் - முக்கூடற் பள்ளு, 5, 18.

75. ''குட்டம் தாங்கல் கோட்டகம் ஏரி'' - பிங்கல நிகண்டு.

76. பாண்டி நாட்டின் சில பாகங்களில் கம்மாய் என்பது குளத்தின் பெயராக வழங்குகின்றது. கம்வாய் என்ற சொல் சிதைந்து கம்மாய் ஆயிற் றென்பர். கம்மாய் என்னும் சொல்லும் ஊர்ப்பெயர்களில் அமைந்திருக் கிறது. பாண்டிக் கம்மாய், மூவர் கம்மாய் முதலிய ஊர்கள் பாண்டி நாட்டில் உண்டு.

77. வட ஆர்க்காட்டில் சோழிங்கர் என்ற ஊரிலுள்ள ஏரியின் பெயர் சோழ வாரிதி என்று சாசனம் கூறும். 9 of 1896.

78. இன்றும் மைசூர் தேசத்தில் சிவ சமுத்திரம் என்பது ஓர் ஏரியின் பெயராக வழங்குகின்றது. திருக்குற்றாலத்தில் வட அருவி விழுந்து பொங்கி எழுகின்ற வட்டச்சுனை 'பொங்குமா கடல்' என்று அழைக்கப் படுகின்றது. சோழ சமுத்திரம் சாசனத்திற் குறிக்கப்பட்டுள்ளது. 238 of 1931.

79. வரகுண பாண்டியனது வட்டெழுத்துச் சாசனத்தில் இவ்வூர் முள்ளி நாட்டைச் சேர்ந்த இளங் கோக்குடி என்று குறிக்கப்படுகின்றது. 105 of 1905.

80. M.E.R., 1922, 221.

81. ‘‘கோமுகியென்னும் கொழுநீர் இலஞ்சி’’ - மணிமேகலை.

82. குற்றாலக் குறவஞ்சி, 85.

83. கச்சியைச் சூழ்ந்த நாட்டுக்குப் பொய்கை நாடு என்ற பெயர் இருத்தலால், பொய்கையார் என்று அவர் சொல்லப்பட்டார் என்பாரும் உண்டு. அவர் வரலாற்றை ‘ஆழ்வார்கள் கால நிலை’ என்ற நூலின் இரண்டாம் அதிகாரத்திலும், தமிழ் வரலாறு 176 - ஆம் பக்கத்தும் காண்க.

84. ஊரணி யென்பது ஊருணியின் திரிபாகும். ‘‘ஊருணி நீர்நிறைந் தற்றே’’ என்னும் திருக்குறளால் அச்சொல்லின் பழமை விளங்கும். ஊருக்கு அணித்தாக உள்ள நீர்நிலை ஊரணி யெனப்படும் என்றும் கூறுவர்.

85. North Arcot Manual, Vol. II, p. 384.

86. எழுபதடி உயரமும், நூற்றிருபதடி அகலமும் உடையது அக் குளத்தின் கரை.

87. வான மாரியால் நிறையும் குளத்தை வானமாரிக் குளம் என்பர். அப் பெயர் மானா மாரிக் குளம் என மருவி வழங்கும்.

88. 403 of 1907.

89. 337 of 1908; M.E.R. 1933 - 34.

90. 53 of 1097.

91. 73 of 1908; I.M.P., p. 122.

92. பெரு நிலம் உடையாரைப் பண்ணையார் என்பர்.

93. 187 of 1925.

94. சங்க இலக்கியத்தில் ஊரன் என்ற சொல் மருத நிலத்தலைவனைக் குறிக்கும். ‘தண்டுறை ஊரனை’ - ஐங்குறுநூறு. 88.

95. கோழியூர் என்பது சோழ நாட்டின் பழைய தலை நகராகிய உறையூரின் பெயர். ‘‘கோழி உறையூர்’’ - பிங்கல நிகண்டு.

96. இவ் வூர் இராமநாதபுர நாட்டில் உள்ளது.

97. ‘‘பெண்ணைத் தென்பால் வெண்ணெய் நல்லூர்’’- சுந்தரர்தேவாரம்.

98. ‘‘சேயடைந்த சேய்ஞலூர்’’ என்பது தேவாரம். சூரனோடுபோர் செய்யக் கருதி எழுந்த முருகவேள், சிவ பெருமானை வழிபட்டுச் சர்வ சங்காரப் படைக்கலம் பெற்ற ஸ்தலம் சேய்நல்லூர் (சேய்ஞலூர்) என்று கந்த புராணம் கூறும் - குமாரபுரிப் பாடல், 14 - 15, 75 - 76.

99. ‘‘அருங்கடி மணம் வந்தெய்த அன்று தொட்டு என்றும் அன்பில் வருங் குல மறையோர் புத்தூர் மணம் வந்த புத்தூர் ஆமால்’’ - தடுத்தாட் கொண்ட புராணம். 23.

100. முத்துக்கரை -

101. The Pandyan Kingdom, p. 191.

102. பூம்பட்டினம் - The city beautiful.

103. இதனைச் சிலப்பதிகாரம், இந்திரவிழவூரெடுத்த காதையிற்காண்க.
104. நாகப்பட்டினத்திற்கு வடக்கே நான்கு மைல் தூரத்தில் உள்ளது நாகூர்.
105. "கடல் நாகைக்காரோணம் கருதினானை" - திருநாவுக் கரசர் தேவாரம்.
106. "கோவீற் றிருந்து முறை புரியும் குலக்கோ மூதூர் கொடுங்கோளூர்" - சேரமான் பெருமான் நாயனார் புராணம், 1.

    மகோதைப் பட்டினத்தை "ஆர்க்கும் கடலங்கரைமேல் மகோதை" என்று தேவாரத்தில் சுந்தரர் பாடினார்.
107. சென்னை பட்டணத்திற்குத் தெற்கே இருபது மைல் தூரத்தில் செங்கல் பட்டைச் சேர்ந்த கோவளம் என்ற ஊர் உள்ளது. கடலுக்குள் நீண்ட தரை முனை (cape) கோவளம் எனப்படும். இவ்வூர்ப் பெயர் எனச் சிதைந்து வழங்குகின்றது. M.E.R., 1934 - 35.
108. "களர் நிலத்துப் பிறந்த உப்பினைச் சான்றோர் விளை நிலத்து நெல் லின் விழுமிதாக் கொள்வர்" - நாலடியார், 133.
109. சிலப்பதிகாரம், காடு காண் காதை, 60 - 67.
110. மதுரையில் இப்பொழுது தமிழ் வளர்க்கும் சங்கத்தை நிறுவிய பாண்டித் துரைத் தேவர் பாலைவன நத்தத்தின் ஜமீன்தார்.
111. M.E.R., 1928 - 29.
112. செங்கல்பட்டுப் பொன்னேரி வட்டத்தில் உள்ளது.
113. Journal of the Madras Geographical Association, Vol. 15, pp. 322-24.

* * *

2. நாடும் நகரமும்

நாடு : நாடு என்னும் சொல் ஆதியில் மனிதர் வாழும் நிலத்தைக் குறிப்பதற்கு வழங்கப்பட்டது. அந்த முறையில் தமிழர் வாழ்ந்த நாடு தமிழ்நாடு என்று பெயர் பெற்றது. அந் நாடு மூன்று பாகமாகிய பொழுது ஒவ்வொரு பாகமும் தனித்தனியே நாடு என்னும் பெயருக்கு உரியதாயிற்று. சேர நாடு, சோழ நாடு, பாண்டிய நாடு என்ற பெயர்கள் தமிழிலக்கியத்தில் மிகத் தொன்மை வாய்ந்தனவாகும். நாளடையில் முந் நாடுகளின் உட்பிரிவுகளும் நாடு என்று அழைக்கப்பட்டன. கொங்கு நாடு, தொண்டை நாடு முதலியன இதற்குச் சான்றாகும்.

சிறுபான்மையாகச் சில தனியூர்களும் நாடென்று பெயர் பெற்று வழங்குதல் உண்டு. முன்னாளில் முரப்பு நாடு என்பது பாண்டி மண்டலத்தைச் சேர்ந்த நாடுகளுள் ஒன்று. இப்பொழுது அப்பெயர் பொருநை யாற்றின் கரையிலுள்ள ஒரு சிற்றூரின் பெயராக நிலவுகின்றது.[1] அதற்கு எதிரே ஆற்றின் மறு கரையிலுள்ள மற்றொரு சிற்றூர் வல்ல நாடு என்னும் பெயருடையது. இங்ஙனம் நாடு என்னும் சொல் ஊரைக் குறிக்கும் முறையினைச் சோழ நாட்டிலும் காணலாம். மாயவரத்திற்கு அணித்தாக வுள்ள ஓரூர் கொர நாடு என்று அழைக்கப்படுகிறது. கூறை நாடு என்பதே கொர நாடென மருவிற்று.[2] பட்டுக்கோட்டை வட்டத்தில் கானாடும், மதுராந்தக வட்டத்தில் தொன்னாடும் உள்ளன. நாடென்னும் சொல்லின் பொருள் வழக்காற்றில் நலிவற்ற தன்மையை இவ் வூர்ப் பெயர்கள் உணர்த்துவனவாகும்.

நகரம் : சிறந்த ஊர்கள், நகரம் என்னும் பெயரால் வழங்கும். நாட்டின் தலைமை சான்ற நகரம் தலைநகரம் எனப்படும். முன்னாளில் ஊர் என்றும், பட்டி என்றும் வழங்கிய சில இடங்கள், பிற்காலத்தில் சிறப்புற்று நகரங்க ளாயின. ஆழ்வார்களிற் சிறந்த நம்மாழ்வார் பிறந்த இடம் குருகூர் என்னும் பழம் பெயரைத் துறந்து, ஆழ்வார் திருநகரியாகத் திகழ்கின்றது.[3] பாண்டி நாட்டிலுள்ள விருதுப்பட்டி, வர்த்தகத்தால் மேம்பட்டு இன்று விருது நகராக விளங்குகின்றது.

இக்காலத்தில் தோன்றும் புத்தூர்களும் நகரம் என்னும் பெயரையே பெரிதும் நாடுவனவாகத் தெரிகின்றன. சென்னையின்

அருகே எழுந்துள்ள தியாகராய நகரமும், காந்தி நகரமும், சிதம்பரத் திற்கு அண்மையில் அமைந்திருக்கும் அண்ணாமலை நகரமும், தஞ்சையில் தோன்றியுள்ள கணபதி நகரமும் இதற்குச் சான்றாகும்.

புரம் : புரம் என்ற சொல்லும் சிறந்த ஊர்களைக் குறிப்ப தாகும். தொண்டை நாட்டின் தலைநகரம் ஆதியில் கச்சி என்றும், காஞ்சி என்றும் பெயர் பெற்றிருந்தது. பிற் காலத்தில் புரம் என்பது காஞ்சியோடு சேர்ந்தமையால் அது காஞ்சிபுர மாயிற்று. அந் நகரில் அரசு வீற்றிருந்த பல்லவ மன்னர் பெயரால் அமைந்த ஊர்கள் பல்லவபுரம் என்று முன்னாளிற் பெயர் பெற்றன. அவை பெரும் பாலும் பல்லாவரம் என்று இப்பொழுது வழங்கும்.[4] சோழ நாட்டை ஆண்ட பெரு மன்னரும் தம்முடைய விருதுப் பெயர்களைப் பல ஊர்களுக்கு அமைத்தார்கள். இராஜராஜ சோழன் உண்டாக்கிய ஊர் ஜெயங் கொண்ட சோழபுரம். அது சில காலம் சோழ நாட்டின் தலைநகராக விளங்கிற்று.[5] ஜெயங்கொண்டான் என்பது இராஜ ராஜனது பட்டப் பெயர்களில் ஒன்று.

புரம் என்பது புரி எனவும் வழங்கும். சேலம் நாட்டில் தருமபுரி என்னும் ஊர் உள்ளது. தேவாரத்தில் திரு நெல்வாயில் என்று குறிக்கப்பட்ட ஊர் இன்று சிவபுரியா யிருக்கின்றது. ஆண்டாள் பிறந்தருளிய ஸ்ரீ வில்லிபுத்தூர் வைணவ உலகத்தில் கோதை புரி என்றும் குறிக்கப்படும். பழனியின் பல பெயர்களில் ஒன்று வையாபுரியாகும்.

தலை நகரங்கள் : வாழ்வும் தாழ்வும் நாடு நகரங்களுக் கும் உண்டு. முன்னாளில் சீரும் சிறப்பும் உற்று விளங்கிய சில நகரங்கள் இக்காலத்தில் புகை படிந்த ஓவியம் போல பொலி விழந்திருக்கின்றன. பின்னாளில் தோன்றிய சில ஊர்கள் இப் பொழுது பெருமையுற்றுத் திகழ்கின்றன. இவ்வுண்மையை இரண்டொரு சான்றுகளால் அறியலாம்.

உறந்தை : சங்க காலம் என்று சொல்லப்படுகின்ற பழங் காலத்தில் சோழ நாட்டின் நல்லணியாகச் சிறந்திருந்த நகரம் உறந்தை யாகும். காவிரி யாற்றங் கரையில் உறந்தை என்னும் உறையூர் அமைந்திருந்தது. 'ஊர் எனப்படுவது உறையூர்' எனப் பண்டைப் புலவர்கள் அதனைப் பாராட்டினார்கள். அந் நாளில் திருச்சிராப்பள்ளி ஒரு சிற்றூராக அதன் அண்மையில் அமர்ந் திருந்தது. நாளடைவில் உறையூரின் பெருமை குறைந்தது; சிராப்பள்ளியின் சீர் ஓங்கிற்று. இப்பொழுது திருச்சிராப்பள்ளி

தமிழ் நாட்டில் ஒரு சிறந்த நகரமாகத் தலையெடுத்து நிற்கின்றது. பண்டைப் பெருமை வாய்ந்த உறையூர் அதன் அருகே ஒளி மழுங்கி ஒடுங்கிக் கிடக்கின்றது.

கங்கை கொண்ட சோழபுரம் : பத்தாம் நூற்றாண்டுக்குப் பின்பு, சோழ நாட்டின் பெருமை குன்றிலிட்ட விளக்குப்போல் நின்று நிலவிற்று. அறிவும் ஆற்றலும் வாய்ந்த பெருமன்னர், வாழையடி வாழையெனத் தோன்றி அந் நாட்டின் பெருமையை விளக்கினர். அன்னார் தம் பெயர் விளங்குமாறு புதிய நகரங்களை உண்டாக்கினர். அவற்றுள் ஒன்று கங்கை கொண்ட சோழபுரம். அந் நகரத்தை அழகுபடுத்தும் வகையில் கங்கை கொண்ட சோழன் என்னும் இராஜேந்திரன் அளவிறந்த பொருளைச் செல விட்டான். கோவில் இல்லாத நகரில் நன் மக்கள் குடியிருக்க மாட்டார்கள் என்றறிந்து, அவ்வூரில் பெரிய தொரு கோவில் கட்டி னான். அக் கோவில் தஞ்சையி லுள்ள பெருங்கோவிலினும் சிறப்பு டையதாய் விளங்கிற்று. அந் நாளில் பெருஞ் சீலராய் விளங்கிய கருவூர்த் தேவர் அச் சிவாயத்தைச் சிறப்பித்துத் திருப்பதிகம் பாடினார். அவர் பாட்டில் கங்கை கொண்ட சோழேச்சரம் என்று அக் கோயில் குறிக்கப்படுகின்றது.[6] கோவிலுக்கு அரை மைல் தூரத்தில் சோழ மன்னனது மாளிகை எழுந்தது. இன்னும், வேளாண்மைக்கு இன்றியமையாத நீர்வளத்தைப் பெருக்குமாறு சோழன் அந் நகரில் பெரிய ஏரி ஒன்று கட்டினான். கங்கையாற் றினின்றும் எடுத்து வந்த நீரை அவ் வேரியில் உகுத்துச் சோழ கங்கம் என்று அதற்குப் பெயரிட்டான்.

இவ்வாறு கங்கை கொண்ட சோழன் கண்ணெனக் கருதி வளர்த்த பெரு நகரம் இக்காலத்தில் உருக் குலைத்து பாழ்பட்டுக் கிடக்கின்றது. சிவாலயம் சிதைந்துவிட்டது. பெரிய ஏரி பேணுவா ரற்றுத் தூர்ந்து போயிற்று. அரண்மனை இருந்த இடம் மாளிகை மேடு என்று அழைக்கப்படுகின்றது. நீரற்ற ஏரி பொன்னேரி என்று குறிக்கப்படுகின்றது. அந் நகரின் பெயரும் குறுகிக் கங்கை கொண்ட புரம் ஆயிற்று. தஞ்சைச் சோழர் ஆட்சியில் அந் நகரம் எய்தியிருந்த பெருமை எல்லாம் கனவிற் கண்ட காட்சியெனக் கழிந்தது.

வஞ்சி : இனிச் சேர நாட்டுத் தலைநகராக முன்னாளில் விளங்கிய வஞ்சிமா நகரம் சிலப்பதிகாரம் முதலிய பழந்தமிழ் நூல்களில் மிகச்சிறப்பாகப் பேசப்படுகின்றது. செங்குட்டுவன் என்னும் சேரன் வடநாட்டு மன்னரை வென்று, பெரும் புகழ் பெற்று,

வீரமா பத்தினியான கண்ணகிக்கு வஞ்சிமா நகரத்தில் கோவில் அமைத்து வழிபட்டபோது பிற நாட்டு மன்னரும் அந் நகரிற் போந்து கற்புக் கடவுளின் அருள் பெற்றனர் என்று இளங்கோ வடிகள் கூறுகின்றார். இவ்வாறு மன்னரும் முனிவரும் போற்ற வீற்றிருந்த கண்ணகியின் கோயிலும், அக்கோயிலைத் தன் னகத்தே கொண்டு விளங்கிய வஞ்சிமா நகரமும் இன்று தேடித் திரிய வேண்டிய நிலையில் உள்ளன. கொச்சி நாட்டிலுள்ள திரு வஞ்சைக்களமே வஞ்சிமா நகரம் என்பார் சிலர். திருச்சி நாட்டைச் சேர்ந்த கருவூரே வஞ்சி என்பார் வேறு சிலர். இங்ஙனம் அலை கடலிற் பட்ட துரும்புபோல் ஆராய்ச்சி யுலகத்தில் அலமரும் நிலை இன்று வஞ்சிமா நகரத்திற்கு வந்துவிட்டது.

சென்னை : இக் காலத்தில் தமிழ் நாட்டில் தலைசிறந்து விளங்கும் நகரம் சென்னைமா நகரம். முந்நூறு ஆண்டுகட்கு முன்னே சென்னை ஒரு பட்டினமாகக் காணப்படவில்லை. கடற்கரையில் துறைமுகம் இல்லை; கோட்டையும் இல்லை. பெரும்பாலும் மேடு பள்ளமாகக் கிடந்தது அவ்விடம். இன்று சென்னையின் அங்கங்களாக விளங்கும் மயிலாப்பூரும், திருவல்லிக் கேணியும் கடற்கரைச் சிற்றூர்களாக அந்நாளில் காட்சி யளித்தன. மயிலாப்பூரி லுள்ள கபாலீச்சுரம் என்னும் சிவாலயம் மிகப் பழமை வாய்ந்தது. திருஞானசம்பந்தர் அதனைப் பாடியுள்ளார்.[7] திரு மயிலைக்கு அருகேயுள்ள திருவல்லிக்கேணி, முதல் ஆழ்வார் களால் பாடப்பெற்றது.[8] அவ் வூரின் பெயர் அல்லிக்கேணி என்ப தாகும். அல்லிக்கேணி என்பது அல்லிக்குளம். அல்லி மலர்கள் அழகுற மலர்ந்து கண்ணினைக் கவர்ந்த கேணியின் அருகே எழுந்த ஊர் அல்லிக்கேணி என்று பெயர் பெற்றது. அங்கே, பெருமாள் கோயில் கொண்டமையால் திரு என்னும் அடைமொழி சேர்ந்து திருவல்லிக்கேணியாயிற்று. திருவல்லிக்கேணிக்கு வடக்கே மேடும் பள்ளமுமாகப் பல இடங்கள் இருந்தன. அவற் றுள் ஒன்று நரிமேடு. இன்று மண்ணடி என வழங்கும் இடம் ஒரு மேட்டின் அடியின் பெரும்பள்ளமாக அந்நாளிலே காணப்பட்டது.

ஆங்கிலக் கம்பெனியார், கோட்டை கட்டி வர்த்தகம் செய்யக் கருதியபோது, ஒரு நாயக்கருக்கு உரியதாக இருந்த சில இடங் களை அவரிடமிருந்து வாங்கினர்; அவர் தந்தையார் பெயரால் அதனைச் சென்னைப் பட்டினம் என்று வழங்கினர். அவ்வூரே இன்று சென்னபட்டினமாய் விளங்குகின்றது. கம்பெனியார் கட்டிய கோட்டை வளர்ந்தோங்கி விரிவுற்றது. மேடு பள்ளமெல்லாம்

நிரந்த வெளியாயின. நரி மேடு இருந்த இடத்தில் இப்பொழுது பெரிய மருத்துவ சாலை இருக்கின்றது.[9] மண்ணடியின் அருகே இருந்த பெருமேடு தணிந்து பெத்துநாய்க்கன் பேட்டையாயிற்று. ஆங்கிலக்கம்பெனியார் ஆதரவில் பல பேட்டைகள் எழுந்தன. அவற்றுள் சிந்தாரிப் பேட்டை, தண்டையார்ப் பேட்டை முதலிய ஊர்கள் சிறந்தனவாகும்.

இங்ஙனம் விரிவுற்ற நகரின் அருகே பல பாக்கங்கள் எழுந்தன. புதுப்பாக்கம், சேப்பாக்கம், கீழ்ப்பாக்கம், நுங்கம்பாக்கம் முதலிய சிற்றூர்கள் தோன்றி நாளடைவில் நகரத்தோடு சேர்ந்தன. எனவே சென்னையில் ஆதியில் அமைந்தது கோவில்; அதன் பின்னே எழுந்தது கோட்டை; அதைச் சார்ந்து பேட்டையும் பாக்கமும் பெருகின. அனைத்தும் ஒருங்கு சேர்ந்து சென்னை மாநகரமாகச் சிறந்து விளங்குகின்றது.

அடிக் குறிப்பு

1. இவ்வூர் சோமிதேவ சதுர்வேதி மங்கலம் என்றும் இடைக்காலத்தில் பெயர் பெற்றிருந்தது. 434 of 1906.
2. கூறை என்பது ஆடை; ஆடை நெய்யப்பட்ட இடம் கூறை நாடு என்று பெயர் பெற்றது. இப்பழைய சொல் இப்பொழுது கூறைப்புடவை என்று வழங்கும் தொடர் மொழியிலே காணப்படும்.
3. ''குருகூர்ச் சடகோபன் சொல்'' - திருவாய்மொழி : 11
4. சென்னைக்கு அண்மையிலுள்ள பல்லாவரம், பல்லவபுரம் என்று சாசனத்திற் குறிக்கப்படுகின்றது. 56 of 1909. அங்குள்ள பழைய குகைக் கோயிலில் மகேந்திரப் பல்லவனது விருதுப் பெயர்கள் குறிக்கப் பட்டுள்ளன.
5. ஜெயங்கொண்ட சோழபுரம், திருச்சி நாட்டு உடையார் பாளையம் வட்டத்தில் உள்ளது.
6. இப்பதிகம் திருவிசைப்பாவிலே சேர்க்கப்பட்டுள்ளது.
7. ''ஊர்திரைவேலை உலாவும் உயர்மயிலைக்
   கார்தரு சோலைக் கபாலீச்சுரம் அமர்ந்தான்.''
   - திருஞான சம்பந்தர், திருமயிலாப்பூர்ப் பதிகம். 4.
8. .... ''நீளோதம்
   வந்தலைக்கும் மாமயிலை மாவல்லிக் கேணியான்'' -
   திருமழிசையாழ்வார் - நான்முகன் திருவந்தாதி, 35.
9. History of Madras. C.S. Srinivasachariar, p. 190.

* * *

3. குடியும் படையும்

குடியும் படையும் நாடாளும் அரசனுக் குரிய அங்கங்கள் என்று திருவள்ளுவர் கூறியருளினார்.[1] ஆதியில் தமிழகத்தில் எழுந்த குடியிருப்பும், அதனைப் பாதுகாக்க எழுந்த படையிருப்பும் ஊர்ப் பெயர்களால் ஒருவாறு விளங்கும்.

இல் : இக் காலத்தில், 'இல்' என்பது பெரும்பாலும் மக்கள் வாழும் வீட்டைக் குறிப்பதாகும். ஆயினும் அச் சொல் சில பழமையான ஊர்ப்பெயர்களிற் சேர்ந்திருக்கின்றது. திருச்சி நாட்டிலுள்ள ஊர் ஒன்று, அன்பில் என்னும் அழகிய பெயரைப் பெற்றது.[2] அன்பின் இருப்பிடம் ஆகிய அவ்வூர் இப்பொழுது கீழ் அம்பில் என்று வழங்கும். தேவாரப்பாடல் பெற்ற ஊர்களில் ஒன்று திருப்பாச்சில். அவ்வூர் இப்போது திருவாசி என்னும் பெயரோடு ஸ்ரீரங்கத்தின் அருகே உள்ளது.

சில பழம் பெயர்களில் அமைந்த இல் என்னும் சொல், இக் காலத்தில் ஊர் என்று மாறியிருக்கக் காணலாம். ஆதியில் திருச்செந்தில் என வழங்கிய ஊர் இப்பொழுது திருச்செந்தூர் என்று அழைக்கப்படுகின்றது. தேவாரத்திலும் சாசனத்திலும் மைலாப்பில் என்று கூறப்படும் ஊர் பிற் காலத்தில் மைலாப்பூர் ஆயிற்று.[3] இன்னும் இடைமருதில் என்றும், புடை மருதில் என்றும் பெயர்பெற்ற ஊர்கள் இப்பொழுது முறையே திருவிடை மருதூர் ஆகவும், திருப்புடை மருதூர் ஆகவும் விளங்குகின்றன. தொண்டை நாட்டு இருபத்து நான்கு கோட்டங்களில் ஒன்றாகிய மணவிற் கோட்டத்தின் தலைநகர் மணவில் என்பதாகும். அஃது இப்பொழுது மணவூர் என மாறியுள்ளது.

இன்னும் இல் என்னும் பெயருடைய சில ஊர்கள், பண்டைப் புலவர்கள் பெயரோடு இணைத்துச் சங்க இலக்கியங்களில் பேசப் படுகின்றன. அரிசில் என்னும் ஊரிற் பிறந்த புலவர் அரிசில் கிழார் என்றும், அஞ்சில் என்னும் ஊரிலே தோன்றியவர் அஞ்சில் ஆந்தையார் என்றும், பொருந்தில் என்ற ஊரைச் சார்ந்தவர் பொருந்தில் இளங்கீரனார் என்றும், கள்ளில் என்ற ஊரிற் பிறந்தவர் கள்ளில் ஆத்திரைய ரென்றும் பழைய நூல்களிற் குறிக்கப்படு கின்றனர்.[4]

அகம் : அகம் என்னும் சொல்லும் சில ஊர்ப் பெயர்களில் அமைந்திருக்கின்றது. அச்சொல்லும் முதலில் வீட்டுக்கு அமைந்து, அப்பால் வீடுகளையுடைய ஊரைக் குறித்தது போலும்! திரு ஏரகம் என்பது ஓர் ஊரின் பெயர். அது முருகனது படை வீடுகளில் ஒன்றாகும். பாண்டி நாட்டில் வைகை யாற்றங்கரையில் திரு ஏடகம் என்னும் ஊர் உள்ளது, இராமநாதபுரத்தில் மருதகம், கையகம் முதலிய பெயருடைய ஊர்கள் காணப்படுகின்றன. திருச்சி நாட்டில் கல்லகம் என்பது ஓர் என்பது பெயர்.

உள் : உள் என்னும் சொல் மிக அரிதாக ஊர்ப் பெயரிலே காணப்படும். சென்னைமா நகர்க்கு இருபத்தைந்து மைல் தூரத்தில் வைணவத் திருப்பதிகளில் ஒன்றாகிய எவ்வுள் என்னும் ஊர் உள்ளது. திருமங்கை யாழ்வாரும், திருமழிசை யாழ்வாரும் அப்பதியைப் பாடியுள்ளனர். நாளடைவில் திரு எவ்வுள் என்றும், திரு எவ்வுளூர் என்றும் அழைக்கப்பெற்ற அவ் வூர், இக் காலத்தில் திருவள்ளூர் என வழங்குகின்றது.

வாயில் : வாயில் என்பது இல்லின்வாய் - வீட்டின்வாய் - என்று பொருள்படும். வாயிலும் சில ஊர்ப் பெயர்களில் வழங்கக் காணலாம். கோச்செங்கட் சோழன் தன்னோடு போர் செய்து தோல்வியுற்ற சேர மன்னனைக் குடவாயிற் கோட்டம் என்னும் சிறைக் கோட்டத்தில் அடைத்தான் என்று சங்க இலக்கியம் கூறுகின்றது. குடவாயில் என்னும் பாடல் பெற்ற பழம்பதி தஞ்சை நாட்டில் உள்ளது. சேரநாட்டை ஆண்ட செங்குட்டுவன் தம்பியாகிய இளங்கோ என்னும் செந்தமிழ்ச் செல்வர் துறவறம் பூண்டு, வஞ்சிமா நகரின் குணவாயிற் கோட்டத்தில் அமர்ந்து அருந்தவம் புரிந்தார் என்று அவர் வரலாற்றால் அறிகின்றோம். அக் குணவாயில் பிற்காலத்தில் ஓர் ஊராயிற்று.[5]

தஞ்சை நாட்டில் மேலவாசல் என்னும் ஓர் ஊர் மன்னார் குடிக்கருகே அமைந்திருக்கின்றது. சேலம் நாட்டில் தலைவாசல் என்னும் ஊர் காணப்படுகின்றது. புதுக்கோட்டைச் சாசனங்களில் பெருவாயில் நாடு, சிறுவாயில் நாடு, வடவாயில் நாடு என்னும் ஊர்ப் பெயர்கள் வருகின்றன. அவற்றுள் பெருவாயில் நாடு இக் காலத்தில் பெருமாநாடு என வழங்குகின்ற தென்பர். இன்னும் அன்ன வாயில், புன்னைவாயில், காஞ்சி வாயில் முதலிய ஊர்ப் பெயர்கள் கல்வெட்டுகளிலே காணப்படும்.

கொற்ற வாயில் என்னும் பெயருடைய ஊர்களும் ஆங்காங்கு உள்ளன. மன்னனுக்குரிய மாளிகையின் தலைவாயில், பெரும் பாலும் கொற்ற வாசல் என்னும் பெயரால் குறிக்கப்படுவதாகும். திருச்சிராப்பள்ளியைச் சேர்ந்த பெரம்பலூர் வட்டத்தில் கொத்த வாசல் என்ற ஊரும், வட மதுரைக் கருகே கொத்தவாசல் சேரி என்ற சிற்றூரும் உண்டு.

தொண்டை நாட்டில் ஓர் ஊர் பில வாயில் என்று பெயர் பெற்றிருந்தது. நாளடைவில், ஊர் என்னும் சொல் அப் பெயரோடு சேர்ந்து பிலவாயிலூர் என்று ஆயிற்று. அப் பெயர் குறுகி வாயிலூர் என வழங்கிற்று. இந் நாளில் அது வயலூர் எனச் சிதைந்தது. செங்கல்பட்டைச் சேர்ந்த திருவள்ளூர் வட்டத்தில் அவ் வூர் உள்ளது.[6]

முற்றம் : வாயிலைப் போலவே முற்றம் என்ற சொல்லும் சில ஊர்ப் பெயர்களில் அமைந்திருக்கக் காணலாம். சங்க இலக்கியத்தில் குளமுற்றம் என்ற ஊர் குறிக்கப்பட்டிருக்கிறது. கோக்குள் முற்றத்தைச் சேர்ந்த புலவர் ஒருவர் கோக்குள முற்றனார் என்று பெயர் பெற்றார். கும்பகோணத்துக்கு நான்கு மைல் தூரத்தில் சத்தி முற்றம் என்னும் ஊர் உள்ளது. பழமை வாய்ந்த சத்தி முற்றத்தில் தோன்றிய புலவர் ஒருவர் நாரையைக் குறித்து நல்லதொரு பாட்டிசைத்துத் தமிழ் இலக்கியத்தில் இடம்பெற்றார். அவரைச் சத்திமுற்றப் புலவர் என்று தமிழகம் பாராட்டுகின்றது.

குடி : குடி என்னும் சொல் ஊர்ப் பெயர்களில் அமைந்து குடியிருப்பை உணர்த்துவதாகும். உறவு முறையுடைய பல குடும் பத்தார் ஒரு குடியினராகக் கருதப்படுவர். இத்தகைய குடியினர் சேர்ந்து வாழுமிடம் குடியிருப்பு என்றும், குடி என்றும் சொல்லப் படும். தஞ்சை நாட்டில் பேரளத்துக் கருகே சிறுகுடி என்னும் ஊர் உள்ளது.[7] இளையான் குடியிற் பிறந்த மாறன் என்ற திருத் தொண்டர் இளையான் குடிமாறன் என்று பெரிய புராணத்தில் பேசப் படுகின்றார். மற்றொரு சிவனடியா ராகிய சிறுத்தொண்டர் பிறந்த ஊர் செங்காட்டங்குடி யாகும். இன்னும், தேவராத்தில் கற்குடி, கருக்குடி, விற்குடி, வேள்விக்குடி முதலிய பல குடி யிருப்புக்கள் பாடல் பெற்றுள்ளன. நெல்லை நாட்டில் திருக் குறுங்குடி என்னும் வைணவத்திருப்பதி ஒன்று உண்டு. திராவிட மொழி நூலின் தந்தையென்று புகழப்படுகின்ற கால்டுவெல் ஐயர்

ஐம்பதாண்டுகளுக்கு மேலாக அரும்பணி செய்த இடம் இடையன் குடியாகும்.

இருப்பு, இருக்கை : இருப்பு, இருக்கை முதலிய சொற்களும், சிறுபான்மையாக ஊர்ப் பெயர்களில் காணப்படுகின்றன. தஞ்சைநாட்டில், புன்னை இருப்பு, வேட்டைக்காரன் இருப்பு முதலிய குடியிருப்புக்கள் உண்டு. தொண்டை நாட்டில் உள்ள ஓரிக்கை என்னும் ஊரின் பெயர் ஓரிர விருக்கை என்பதன் சிதை வென்று சொல்லப்படுகின்றது.[8]

வாழ்வு வாழ்க்கை : வாழ்வு, வாழ்க்கை என்னும் சொற்களும் குடியிருப்பைக் குறிப்பன வாகும். பாண்டி நாட்டிலுள்ள பழனி மலைக்கு வழங்கும் பலபெயர்களில் சித்தன் வாழ்வு என்பதும் ஒன்று. தஞ்சை நாட்டில் பாபநாச வட்டத்தில் சித்தன் வாழூர் என்னும் ஊர் இருக்கிறது. இன்னும், எட்டி வாழ்க்கை முதலிய ஊர்ப் பெயர்களில் வாழ்க்கை அமைந்திருக்கக் காண லாம்.

சேரி: பல குடிகள் சேர்ந்து வாழ்ந்த இடம் சேரி என்று பெயர் பெற்றது. பள்ளர் வாழுஞ்சேரி பட்சேரி எனப்படும். பறையர் வாழுமிடம் பறைச்சேரி; ஆயர் வாழுமிடம் ஆயர்சேரி; பிராமணர் வாழுமிடம் பார்ப்பனச்சேரி.[9] எனவே, சேரி என்னும் சொல் ஒரு குலத்தார் சேர்ந்திருந்து வாழும் இடத்தினை முற்காலத் தில் குறிப்பதாயிற்று. சோழ மண்டலக் கரையில் புதிதாகத் தோன்றிய ஒரு சேரி புதுச்சேரி என்று பெயர் பெற்றது. அவ்வூர்ப் பெயரை ஐரோப்பியர் பாண்டிச்சேரியாகத் திரித்துவிட்டனர். இக்காலத்தில் சேரி என்னும் சொல் இழித்த வகுப்பினராக எண்ணப்படுகின்ற பள்ளர், பறையர் முதலியோர் வசிக்கும் இடங் களைக் குறிக்கின்றது. ஒவ்வோர் ஊரிலும் சேரியுண்டு. அஃது ஊரின் புறத்தே தாழ்ந்த வகுப்பார்க்கு உரியதாக அமைந்திருக் கின்றது.

ஊரும் தொழிலும் : பயிர்த் தொழிலே பழந் தமிழ் நாட்டில் பழுதற்ற தொழிலாகக் கருதப்பட்ட தெனினும் கைத்தொழிலும் பல இடங்களிற் சிறந்திருந்ததாகத் தெரிகின்றது. நெய்யும் தொழில் தமிழ்நாட்டுப் பழந் தொழில்களில் ஒன்று. பட்டாலும், பருத்தி நூலாலும், கம்பளத்தாலும் நேர்த்தியான ஆடை நெய்ய வல்ல குலத்தார் காவிரிப்பூம் பட்டினத்தில் வாழ்ந்தனர் என்று சிலப்

பதிகாரம் கூறுகின்றது.[10] இன்னோரன்ன தொழில்கள் நிகழ்ந்த இடங்களைச் சில ஊர்ப் பெயர்களால் அறியலாம்.

கூறை என்னும் சொல் ஆடையைக் குறிக்கும். கூறை நெய்யும் தொழில் மிகுதியாக நடைபெற்ற நாடு, கூறை நாடு என்று பெயர் பெற்றது. அந்நாடு இப்பொழுது சிறு சிற்றூராகக் கொரநாடு என்னும் பெயர் கொண்டு மாயவரத்தின் ஒருசார் அமைந்துள்ளது. நெசவுத் தொழிலைச் செய்யும் வகுப்பார் சாலியார் எனப்படுவர். அன்னார் சிறப்புற்று வாழ்ந்த இடங்கள் ஊர்ப் பெயர்களால் விளங்கும். தஞ்சாவூருக்கு அருகே சாலிய மங்கலம் என்னும் ஊர் உள்ளது. அங்கு நெசவுத்தொழில் இன்றும் நடைபெறுகின்றது.

பேட்டை : இங்ஙனம் தொழில்களால் சிறப்புறும் ஊர்கள் பேட்டை எனப்படும். சேலத்தின் மேல்பாகத்தில் செவ்வாய்ப் பேட்டை என்னும் சிற்றூர் உள்ளது. வாரந்தோறும் செவ்வாய்க் கிழமையில் சந்தைகூடும் இடமாதலால் அஃது அப்பெயர் பெற்றது என்பர். திருநெல்வேலிக்கு மேற்கே பேட்டை என்ற பெயருடைய ஓர் ஊர் உண்டு. பலவகையான பட்டறைகள் அங்கு இன்றும் காணப்படும்.

ஐரோப்பிய இனத்தவருள் போர்ச்சுகீசியரைத் தமிழ் நாட்டார் பறங்கியர் என்று அழைத்தனர். ஆங்கில வர்த்தகக் கம்பெனியார் இந்நாட்டில் ஆதிக்கம் பெறுவதற்கு முன்னமே பறங்கியர் வாணிகம் செய்து வளமுற்றிருந்தனர். அவர்களால் திருத்தப்பட்ட ஊர்களில் ஒன்று தென்னார்க்காட்டிலுள்ள பறங்கிப் பேட்டை யாகும். சிங்கப்பூர், சிங்களம் முதலிய நாடுகளோடு கடல் வழியாக வர்த்தகம் செய்யும் சோழ மண்டலத் துறைமுகங்களில் பறங்கிப் பேட்டையும் ஒன்று. ஆடை நெய்தலும், பாய் முடைதலும் அங்கு நடைபெறும் கைத்தொழில்கள்.

சென்னை மாநகரத்தில் சில பேட்டைகள் உண்டு. தண்டையார் பேட்டை, வண்ணார் பேட்டை, சிந்தாதிரிப் பேட்டை முதலிய இடங்கள் கைத்தொழிலின் சிறப்பினால் பேட்டை யென்று பெயர் பெற்றன. தண்டையார்ப் பேட்டையில் இப்பொழுதும் நெய்யுந்தொழில் நடந்து வருகிறது. கம்பெனியார் காலத்தில் சில குறிப்பிட்ட ஆடைகளைக் கைத்தறியின் மூலமாகச் செய்வதற்கென்று ஏற்படுத்தப்பட்ட ஊர் சிந்தாதிரிப் பேட்டையாகும்.[11]

தஞ்சை நாட்டிலுள்ள அய்யம் பேட்டையும், அம்மா பேட்டையும் நெசவுத் தொழிலாளர் நிறைந்த ஊர்கள். அய்யம் பேட்டையில் நூலாடையோடு பட்டாடையும் பாயும் செய்யப் படுகின்றன.

மன்னார் கடற்கரையில் முத்துப் பேட்டை என்னும் ஊர் உளது. கடலில் மூழ்கி முத்தெடுக்கும் பரதவர் முன்னாளில் அங்கே சிறந்திருந்தார்கள். முத்து வேலை நிகழ்ந்த இடம் முத்துப் பேட்டையென்று பெயர் பெற்றது. இப்பொழுது அங்குள்ள மகமதியர் சங்குச் சலாபத்தை நடத்தி வருகின்றார்கள்.

வட ஆர்க்காட்டிலுள்ள வாலாஜா பேட்டை முகமது அலி யின் பெயரால் நிறுவப்பெற்ற நகரமாகும்.[12] பதினெட்டுப் பேட்டைகளைத் தன்னகத்தே கொண்டு விளங்கிய அந் நகரம் பஞ்சு வியாபாரத்திலும், கூல வாணிகத்திலும் முன்னணியில் நின்றது. இக் காலத்தில் வாணிகம் குறைந்துவிட்டாலும், கைத்தொழில் நடைபெற்று வருகின்றது.

சாலை : பாண்டி நாட்டில் கொற்கைத்துறை பழங்காலத்தில் சிறந்திருந்த தன்மையை முன்னரே கண்டோம். வாணிபம் செழித் தோங்கி வளர்வதற்கு நாணய வசதி வேண்டும். ஆதலால், கொற்கை மூதூரின் அருகே அக்க சாலை யொன்று அமைக்கப் பெற்றது. நாணயம் அடிக்கும் இடமாகிய அக்க சாலையை உடைய ஊரும் அக்க சாலை என்ற பெயர் பெற்றது. முதற் குலோத் துங்க சோழன் சாசனத்தில் அக்கசாலை ஈச்சர முடையார் கோயில் குறிக்கப்படுதலால் பன்னிரண்டாம் நூற்றாண்டின் தொடக்கம் வரை அவ்வூர் அழிவுறா திருந்த தென்பது விளங்கும். அச்சாசனம் அக்கசாலைப் பிள்ளையார் கோவிலிற் காணப்படுகின்றது.[13]

பழமையும் புதுமையும் : சில ஊர்களில் பழமையும் புதுமை யும் அவற்றின் பெயர்களால் அறியப்படும். நெல்லை நாட்டில் பழவூர் என்பது ஓர் ஊரின் பெயர். தேவாரத்தில் பழையாறை என்னும் ஊர் பாடல் பெற்றுள்ளது. இராமநாத புரத்தில் பழைய கோட்டை என்னும் ஊர் உண்டு. புதிதாகத் தோன்றும் ஊர்கள், புது என்னும் அடைமொழியைப் பெரும்பாலும் பெற்று வழங்கும். புதுக்கோட்டை, புதுச்சேரி, புதுக்குடி, புதுக்குளம், புதுப்பேட்டை, புதுவயல் முதலிய ஊர்ப்பெயர்களால் அவ் வூர்கள் புதியவாக எழுந்தவை என்பது போதரும்.

கிழக்கும் மேற்கும் : சில ஊர்களின் திசையை அவற்றின் பெயரால் நன்கறிதல் கூடும். இலக்கியத் தமிழில், குணக்கு என்பது கிழக்கு ; குடக்கு என்பது மேற்கு. இவ் விரு சொற்களும் சில ஊர்ப் பெயர்களிலே காணப்படும். ஒரு காலத்தில் சோழ நாட்டின் தலைநகரமாக விளங்கிய ஜெயங்கொண்ட சோழபுரத் துக்குப் பத்து மைல் தூரத்தில் உள்ள ஊர் குணவாசல் என்று பெயர்பெற் றுள்ளது. தஞ்சை நாட்டில் குடவாசல் என்பது ஓர் ஊரின் பெயர். முன்னாளில் சிறந்து விளங்கிய ஒரு நகரத்தின் மேற்குத் திசையில் அவ்வூர் அமைந்தது போலும்! இன்னும், குடகு என்னும் நாடு தமிழ் நாட்டின் மேற்கு எல்லையாக விளங்கிற் றென்று இடைக்காலத் தமிழ் இலக்கணம் கூறுகின்றது.[14] தமிழகத்தின் மேற் றிசையில் அமைந்த காரணத்தால் தமிழ் நாட்டார் அதனைக் குடகு என்று அழைத்தார்கள். கிழக்கு, மேற்கு என்னும் சொற் களும் சில ஊர்ப் பெயர்களிலே காணப்படுகின்றன. நாகப்பட் டினத்துக்கு அருகே யுள்ள வேளூர், கீழ்வேளூர் என்று அழைக் கப்படுகின்றது. அவ்வூரின் பெயர் இப்பொழுது கீவளூர் என்று சிதைந்துள்ளது.

மலாடு என்னும் பழைய நாட்டின் தலைநகராக விளங்கிய ஊர்கீழூர் ஆகும். பாண்டி நாட்டுக் கரையில் உள்ள கீழக்கரை என்னும் துறையும், மதுரையிலுள்ள கீழக்குடி என்னும் ஊரும் திசைப்பெயர்களைத் தாங்கி நிற்கின்றன. மதுரையிலுள்ள மேலூரும், வட ஆர்க்காட்டிலுள்ள மேல்பாடியும் இன்னோரன்ன பிறவும் மேற்குத் திசையைக் குறிப்பனவாகும்.

வடக்கும் தெற்கும்: இங்ஙனமே வடக்கும் தெற்கும் சில பெயர்களில் அமைந்துள்ளன. தமிழ்நாட்டுக்கு வடக்கே யுள்ள நாட்டை வடுகு என்றழைத்தனர் பண்டைத் தமிழர். ''வடதிசை மருங்கின் வடுகு வரம்பாக'' என்று பாடினார் ஒரு பழம் புலவர்.[15] வடபாதி மங்கலம் முதலிய ஊர்களிலும் வடக்கைக் காணலாம். தமிழகத்தின் தென்பால் அமைந்த பாண்டிநாடு தென்னாடு என்று பெயர் பெற்றது. அந்நாட்டிலுள்ள தென்காசி, தென் திருப்பேறை முதலிய ஊர்கள் தெற்கே எழுந்தவை என்பது வெளிப்படை.

தலை, இடை, கடை : இன்னும், ஊர்களின் அமைப்பைப் கருதி, தலை, இடை, கடை என்னும் அடைமொழிகள் அவற்றின் பெயரோடு இணைக்கப்படுவதுண்டு. தலையாலங்கானம், தலைச்

செங்காடு என்னும் பாடல் பெற்று ஊர்களின் பெயரில் தலையென்னும் அடைமொழி அமைந்துள்ளது. சேலம் நாட்டில் தலைவாசல் என்பது ஓர் ஊர். தஞ்சையில் தலைக்காடு என்னும் ஊரும், ஆர்க்காட்டில் தலைவாய் நல்லூர் என்னும் ஊரும் காணப் படுகின்றன.

இடையென்னும் அடைமொழியைக் கொண்ட ஊர்களில் மிகப்பழமை வாய்ந்தன திருவிடை மருதூர், திருவிடைச் சுரம், இடையாறு முதலியனவாம். இவை மூன்றும் தேவாரப் பாடல் பெற்றுள்ளன. இடைக்காடு என்ற ஊரிலே பிறந்த புலவர் ஒருவர் இடைக்காடர் என்று பண்டை இலக்கியத்தில் பேசப்படுகின்றார். அரிசில் ஆற்றுக்கும், திருமலைராயன் ஆற்றுக்கும் இடையே யுள்ள ஊர், இடையாற்றங்குடி என்னும் பெயர் பெற்றுள்ளது. இன்னும், இடையென்று பொருள்படுகின்ற நடு என்னும் சொல், நெல்லை நாட்டிலுள்ள நடுவக் குறிச்சி, சோழநாட்டிலுள்ள நடுக் காவேரி முதலிய ஊர்களின் பெயரில் அமைந்திருக்கக் காண லாம்.

இனி, கடையென்னும் அடையுள்ள ஊர்ப் பெயர்கள் சில உண்டு. சேலம் நாட்டிலுள்ள கடைக் கோட்டூரும், தென் ஆர்க் காட்டிலுள்ள கடைவாய்ச் சேரியும், நெல்லை நாட்டிலுள்ள கடை யமும் இதற்கு எடுத்துக்காட்டாகும்.

பெரியதும் சிறியதும் : பெருக்கமும் சுருக்கமும் சில ஊர்ப் பெயர்களிலே பொருந்தி நிற்கக் காணலாம். கொங்கு நாட்டில் முற்காலத்தில் பெரிய தேர் ஊராக விளங்கியது பேரூர் ஆகும். தஞ்சை நாட்டிலுள்ள பேரளம் என்னும் ஊரும், திருச்சிராப்பள்ளி யைச் சேர்ந்த பெரும் புலியூரும் பெரிய ஊர்களாக இருந்திருக்க வேண்டு மென்று தெரிகின்றது. சிறிய ஊர்கள் சிற்றூர் என்று பெயர் பெற்றன. அத்தகைய சிற்றூர்களில் ஒன்று இப்பொழுது சித்தூர் என்னும் பெயரோடு ஒரு ஜில்லாவின் தலைநகராக விளங்குகின்றது. வட ஆர்க் காட்டில் சிற்றாமூர் என்னும் பெய ருடைய ஊர் சமணர்களால் பெரிதும் போற்றப்படுவதாகும். பழைய சிவ ஸ்தலங்களில் ஒன்று சிற்றேமம் என்று பெயர் பெற்றது. அது திரு என்னும் அடை கொண்டு திருச்சிற்றேமம் ஆயிற்று. நாளடைவில் அப் பெயர் திரிந்து திருச்சிற்றம்பலம் என வழங்குகின்றது.

நெடுமையும் குறுமையும் : சில ஊர்களின் நெடுமையும், குறுமையும் அவற்றின் பெயர்களால் அறியப்படும். நெடுங்களம் என்பது தேவாரத்திற் பாடப் பெற்றுள்ள பெரிய நகரம். திருநாவுக் கரசர் அவ் வூரை 'நெடுங்கள மாநகர்' என்று பாடியுள்ளார். அவ் வூரின் பெயர் இப்பொழுது திருநெடுங்குளம் என வழங்குகின்றது. மாயூரத்துக்கு அருகேயுள்ள நீடூர் என்னும் ஊர் பழங்காலத்தில் பெரிதோர் ஊராக இருந்திருத்தல் வேண்டும் எனத் தோன்று கிறது. நெல்லை நாட்டிலுள்ள திருப்பதிகளில் ஒன்று குறுங்குடி எனப்படும். அஃது ஆழ்வாரது மங்களா சாசனம் பெற்றமையால் திருக்குறுங்குடி ஆயிற்று. திருச்சிராப்பள்ளியைச் சேர்ந்த குறும் புலியூரிலும், தொண்டை நாட்டுக் குறுங்கோழி யூரிலும் குறுமை அமைந்திருக்கக் காண்கிறோம்.

செம்மை, கருமை, வெண்மை : செம்மை, கருமை முதலிய நிறங்கள் சில ஊர்ப் பெயர்களில் விளங்குகின்றன. தஞ்சை நாட்டில் திருச் செங்காட்டங்குடி என்னும் ஊர் உள்ளது. செந்நிறக் காட்டின் இடையே அமைந்த குடியிருப்பு, செங்காட்டங்குடி என்று பெயர் பெற்றது போலும். காவிரிப்பூம் பட்டினத்தின் அருகே தலைச்செங்கானம் என்னும் பெயருடைய ஊர் உண்டு. தேவாரத்திலும் சங்க இலங்கியத்திலும் அவ்வூர் குறிக்கப்படு கின்றது. செந் நிறத்தால் பெயர் பெற்ற குன்றுகளில் ஒன்று சேலம் நாட்டிலுள்ள செங்குன்று. அச்சிகரத்தின் பெயராகிய திருச்செங் கோடு என்பது இன்று ஊர்ப்பெயராக வழங்குகின்றது. சேர நாட்டில் செங்குன்று என்னும் வைணவத் திருப்பதி நம்மாழ் வாரால் பாடப்பட்டுள்ளது. இந் நாளில் அது செங்கன்னூர் என்னும் பெயரால் குறிக்கப்படுகின்றது. அருணாசலம் என்ற வடசொல் லின் பொருள் செங்குன்றம் என்பதே யாகும். அருணாசலம் திருவண்ணாமலையின் மறு பெயர் . இன்னும், செங்குளம், செங்களக் குறிச்சி முதலிய ஊர்ப் பெயர்கள் செம்மையின் அடி யாகப் பிறந்தவை. அவ்வாறே கருங்குளம், கருங்குழி, கார் குறிச்சி முதலிய ஊர்ப் பெயர்களில் கருமை அமைந்திருக்கக் காணலாம்.

நிலத்தின் நிறம் பற்றி எழுந்த ஊர்ப் பெயர்கள் பலவாகும். கருநிறம் வாய்ந்த தரை கரிசல் எனப்படும். பாண்டி நாட்டில் சின்னக்கரிசல், குலையன் கரிசல் முதலிய ஊர்கள் உள்ளன. செந்நிறம் வாய்ந்த நிலம் செவ்வல் என்று பெயர் பெறும். தென்

னாட்டில் மேலச் செவல், கீழச் செவல், முள்ளிச் செவல் முதலிய ஊர்கள் உண்டு.[16] வெண்மையின் அடியாகப் பிறந்த ஊர்ப் பெயர்களும் உள்ளன. திருவெண்காடு, திருவெண்பாக்கம், திருவெள்ளறை முதலியன அவற்றிற்குச் சான்றாகும்.

மேடும் பள்ளமும் : சில குடியிருப்புக்களின் தன்மையை அவற்றின் பெயர்கள் அறிவிக்கின்றன. மேட்டில் அமைந்த ஊர்களையும் பள்ளத்தில் அமைந்த ஊர்களையும் அவற்றின் பெயர்களால் உணரலாம். சோழ மண்டலக் கரையில் அமைந்துள்ள கள்ளிமேடு என்னும் ஊர் முற்காலத்தில் கள்ளிகள் அடர்ந்து மேடாக இருந்த இடமென்று தெரிகின்றது. புதுச்சேரிக்கு வடக்கே கடற்கரையில் கூனிமேடு என்னும் ஊர் உள்ளது. இன்னும், சேலத்திலுள்ள மேட்டூரும், நீலகிரியி லுள்ள மேட்டுப்பாளையமும் மேடான இடங்களில் அமைந்த ஊர்களேயாகும்.

திட்டை, திடல் முதலிய சொற்களும் மேட்டைக் குறிப்பனவாம். தஞ்சை நாட்டில் திட்டை என்பது ஓர் ஊர். இன்னும், நடுத்திட்டு, மாளிகைத் திடல், பிள்ளையார் திடல், கருந்திட்டைக்குடி முதலிய ஊர்கள் தஞ்சை நாட்டில் உண்டு.

பள்ளம் என்னும் சொல் பல ஊர் பெயர்களில் அமைந்துள்ளது. பெரும் பள்ளம், இளம் பள்ளம், ஆலம் பள்ளம், எருக்கம் பள்ளம் முதலிய ஊர்கள் தஞ்சை நாட்டில் உள்ளன.[17] நெல்லை நாட்டிலுள்ள முன்னீர்ப் பள்ளமும், இராமநாதபுரத்திலுள்ள பள்ளத்தூரும் பள்ளத்தாக்கான இடங்களில் அமைந்திருந்த ஊர்கள் போலும்!

குழி என்னும் சொல்லும் பள்ளத்தைக் குறிக்கும். கருங்குழி, ஊற்றுக்குழி, அல்லிக்குழி, பள்ளக்குழி, குழித்தலை முதலிய ஊர்கள் தமிழ் நாட்டின் பல பாகங்களில் அமைந்துள்ளன. இன்னும், பள்ளத்தைக் குறிக்கும் தாழ்வு என்னும் சொல் தாவு எனச் சிதைந்து சில ஊர்ப்பெயர்களிலே வழங்குகின்றது. கருங்குழித் தாவு, பணிக்கத் தாவு முதலிய ஊர்ப் பெயர்கள் இதற்குச் சான்றாகும்.

தாளும் அடியும் : பழங்காலத்தில் மரங்களின் அடியில் சில குடியிருப்புக்கள் தோன்றி அவை நாளடைவில் ஊர்களாயிருக்கின்றன. அவ்வூர்களின் வரலாறு அவற்றின் பெயரால் விளங்கும். திருப்பனந்தாள் என்னும் பழம்பதி பனங்காட்டில் எழுந்த ஊராகத் தெரிகின்றது. சேலம் நாட்டில் முருக்கந்தாள் என்பது ஓர் ஊரின் பெயர். நெல்லை நாட்டில் ஆலந்தாள், ஈச்சந்தாள், கருவந்தாள்

முதலிய ஊர்கள் காணப்படுகின்றன. தாள் என்ற பொருளைத் தரும் அடி என்னும் சொல் மாவடி, ஆலடி, இலவடி, மூங்கிலடி முதலிய ஊர்ப் பெயர்களில் அமைந்துள்ளது.

நத்தம் : ஊர்ப் பொதுவாக அமைந்த இடம் நத்தம் எனப் படும். அத்தகைய இடம் குடியிருப்பாக மாறிய பின்னரும் பழைய பெயர் எளிதாக மறைவதில்லை. நெல்லை நாட்டிலுள்ள கீழ் நத்தம், வேல நத்தம் என்னும் ஊர்களும், மதுரையிலுள்ள பிள்ளை யார் நத்தமும், தென் ஆர்க்காட்டிலுள்ள திருப்பணி நத்தமும், செங்கற்பட்டிலுள்ள பெரிய நத்தமும் இதற்குச் சான்றாகும். சேலம் நாட்டு நாமக்கல் வட்டத்தில் வெட்டை வெளியான இடத் தில் ஒரு நத்தம் எழுந்தது. அது பொட்டல் நத்தம் என்று பெயர் பெற்றது. நாளடைவில் அப் பெயர் தேய்ந்து சிதைந்து பொட் டணம் ஆயிற்று. பழைய பொட்டலும் நத்தமும் இப்போது பொட்ட ணத்தில் அமைந்திருத்தலைக் காண்பது ஒரு புதுமையாகும்.

களம் : இனி, களம் என்ற சொல்லால் குறிக்கப்படும் ஊர் கள் சிலவற்றைக் காண்போம். பொதுவாகக் களம் என்பது, சமவெளியான இடத்தைக் குறிக்கும். சிதம்பரத்துக்கு அருகே யுள்ள திருவேட்களம் என்னும் ஊர் தேவாரப் பாடல் பெற்றுள்ளது. ஈசனாரிடம் பாசுபதாஸ்திரம் பெறக் கருதிய அர்ச்சுனன் அவர் அருளைப் பெறுதற்கு நெடுங்காலம் வேட்ட களம் திருவேட்களம் என்று பெயர் பெற்றதென்பர். அக் களமே இப்பொழுது அண்ணா மலைப் பல்கலைக்கழகத்தின் இருப்பிடமாக அமைந்திருக்கின்றது. சேர நாட்டிலுள்ள திருவஞ்சைக் களம் சேரமான் பெருமாள் காலத் தின் சிறந்ததோர் திருநகரமாக விளங்கிற்று. அஞ்சைக் களத்தில் அமர்ந்த ஈசனைக் சேரமான் தோழராகிய சுந்தரர் பாடிப் பரவினார். இன்னும், திருநாவுக்கரசரால் பாடப்பெற்ற நெடுங்களம் என்னும் நகரின் சிறப்பினை முன்னரே கண்டோம்.

களம் என்ற சொல்லின் அடியாகப் பிறந்த களத்தூர் என்பதும் ஊர் பெயராகக் காணப்படுகின்றது. புகழேந்திப் புலவர் என்னும் தமிழ்க் கவிஞர் பிறந்த ஊர் களத்தூ ராகும். ஏனைய களத்தூர் களுக்கும் அவர் பிறந்த களத்தூருக்கும் வேற்றுமை தெரிவதற் காகப் பொன் விளைந்த களத்தூர் என்று அவ் வூரைக் குறித்துள் ளார்கள்.

வெளி : வெளி என்னும் சொல் சில ஊர்ப் பெயர்களில் அமைந்திருக்கின்றது. நாகப்பட்டினத்துக்கு அருகே வடக்கு வெளி

என்னும் ஊர் உண்டு. சங்க காலத்துப் புலவரின் இருவர், வெளி என்னும் பெயருடைய ஊர்களில் பிறந்ததாகத் தெரிகின்றது. எருமை வெளியனார் என்பது ஒருவர் பெயர். வீரைவெளியனார் என்பது மற்றொருவர் பெயர். அவ் விருவரும் முறையே எருமை வெளியிலும், வீரை வெளியிலும் பிறந்தவ ரென்பது வெளிப்படை.

அரணும் அமர்க்களமும்

தமிழகத்தில் முன்னாளில் கோட்டை கொத்தளங்கள் பல இருந்தன. அரசனுக்குரிய மலை அரண்மனை யென்று அழைக்கப் பட்டது. அரண் அமைந்த சில ஊர்களின் தன்மையை அவற்றின் பெயர்களால் அறியலாம்.

எயில் : எயில் என்னும் சொல் கோட்டையைக் குறிக்கும். ஆகாய வழியாகச் செல்லும் கோட்டை போன்ற விமானங்களைத் 'தூங்குவாயில்' என்று சங்க இலக்கியம் குறிக்கின்றது. தொண்டை நாட்டில் பண்டை நாளில் இருந்த இருபத்து நான்கு கோட்டங் களில் ஒன்று எயில் கோட்டம் என்று பெயர் பெற்றிருந்தது. அக் கோட்டத்திலே தொண்டை நாட்டின் தலைநகராகிய காஞ்சிமா நகரம் விளங்கிற்று. அக் காரணத்தால் காஞ்சியை எயிற்பதி என்று சேக்கிழார் குறித்துப் போந்தார்.[19] காஞ்சிமா நகரத்தின் பழைய வடிவம் ஓர் அழகிய பாட்டிலே காட்டப்படுகின்றது.

''ஏரி யிரண்டும் சிறகா எயில் வயிறாக்
காருடைய பீலி கடிகாவாச் - சீரிய
அத்தியூர் வாயா அணிமயிலே போன்றதே
*பொற்றேரான் கச்சிப் பொலிவு''**[20]

என்பது அப் பாட்டு. 'காஞ்சி நகரம் ஓர் அழகிய மயில் போன்றது. எயில் அம் மயிலின் உடல்; ஏரி அதன் சிறகு ; அத்தியூர் அதன் வாய்; அடர்ந்த காடு அதன் தோகை' என்பது அப் பாட்டின் கருத்து. எனவே, காஞ்சிபுரம் ஒரு மயிலக் கோட்டையாக விளங் கிற்றென்பது நன்கு அறியப்படும்.

பண்டை நாளில் பாண்டி நாட்டில் எயில்கள் பல இருந்தன. பூதப்பாண்டியனுடைய சிறந்த நண்பனாகிய சிற்றரசன் ஒருவன் எயில் என்று ஊரில் இருந்து ஆண்ட செய்தி ஒரு பழம் பாட்டால் தெரிகின்றது.[21] மன்னெயில் ஆந்தை என்று பாண்டியன் அவனைக் குறித்தலால் நிலைபெற்ற கோட்டையாக அவனது எயில் விளங்கி யிருத்தல் வேண்டும் என்று தோற்றுகின்றது.

பழங்காலத்தில் சோழ நாட்டில் தலைநகராகத் திருவாரூர் என்னும் நகரம் விளங்கிற்று. அவ்வூரில் சோழ மன்னர்கள் அரசு வீற்றிருந்த செய்தியைச் சேக்கிழார் வாக்கால் அறியலாகும்.[22] அக்காலத்தில் அஃது அரண் அமைந்த சிறந்த நகரமாக இருந்த தென்பது சில அடையாளங்களால் அறியப்படும். பேரெயில் என்னும் பெயருடைய ஒரு கோட்டை அதன் அருகே இருந்தது. அக் கோட்டையைச் சுற்றி ஒரு சிற்றூர் எழுந்தது. அவ்வூர் பேரெயி லூர் என்று பெயர் பெற்றது. இந் நாளில் அப் பெயர் சிதைந்து பேரையூர் என வழங்குகின்றது.[23]

பாண்டி நாட்டில் கானப் பேரெயில் என்னும் பெருங் கோட்டை இருந்தது. வேங்கை மார்பன் என்று பெயர் பெற்ற வீரன் ஒருவன் அக்கோட்டையின் தலைவனாக விளங்கினான். பாண்டியன் உக்கிரப்பெருவழுதி அவன்மீது படையெடுத்துச் சென்று கானக் கோட்டையைக் கைப்பற்றிய செய்தி சங்க இலக்கி யங்களிற் கூறப்படுகின்றது. அவ் வெற்றியின் காரணமாக அம் மன்னன் கானப் பேரெயில் கடந்த உக்கிரப் பெருவழுதி என்னும் உயரிய பட்டம் பெற்றான்.[24]

கானப் பேரெயிலுக்கு அணித்தாக ஏழெயில் என்னும் கோட்டை ஒன்று இருந்ததாகத் தெரிகின்றது. ஒருகால் அக் கோட்டையைக் கைப்பற்றி நலங்கிள்ளியென்ற சோழனை,

''தென்னம் பொருப்பன் நன்னாட் டுள்ளும்
ஏழெயிற் கதவம் எறிந்துகைக் கொண்டுநின்
பேழ்வாய் உழுவை பொறிக்கும் ஆற்றலை''

என்று கோவூர்கிழார் புகழ்ந்து பாடியுள்ளார். இராமநாதபுரத்துச் சிவகங்கை வட்டத்தில் உள்ள ஏழுபொன் கோட்டை என்ற ஊரே பழைய ஏழெயில் என்பர்.

நெல்லை நாட்டில் ஆழ்வார் திருநகரிக்கு அருகே ஒரு பேரெயில் இருந்ததாகத் தெரிகின்றது. அக்கோட்டை நகரத்தில் திருமால் கோயில் கொண்டருளினார். ஆதலால், அவ் வூர் திருப் பேரெயில் என்று அழைக்கப்பட்டது.[25] திருப்பேரை என்பது அப் பெயரின் குறுக்கம். வைணவத் திருப்பதிகளில் வடநாட்டில் திருப்பேர் நகர் ஒன்று இருத்தலால் இதனைத் தென் திருப்பேரை என்று அழைத்தார்கள். தென் திருப்பேரி என்பது இன்று அவ்வூர்ப் பெயராக வழங்குகின்றது. இன்னும், வட ஆர்க்காட்டிலுள்ள

செஞ்சிக் கோட்டையின் அருகே எய்யல் என்னும் பெயருடைய ஊர் ஒன்று உண்டு. எயில் என்பதே எய்யல் எனச் சிதைந்துள்ளது.

அகழி : சேலம் நாட்டு ஆற்றூர் வட்டத்திலுள்ள ஆறகழூர் முற்காலத்தில் சிறந்ததொரு கோட்டையாக விளங்கிற்று. அங்கு உள்ள திருக்காமேச்சுரம் என்னும் சிவாலயத்திற்குப் பெருநில மன்னரும், குறுநில மன்னரும் அளித்த நன்கொடை சாசனங்களில் காணப்படும்.[26] அவ் வூருக்கு அண்மையில் பெரியாரை என்னும் பெயருடைய கோட்டையொன்று இருந்தது. அதன் அடையாளம் இன்றும் காணப்படுகின்றது. இப்போது அந்த இடம் பெரியேரி என்று வழங்குகின்றது.

இஞ்சி : கோட்டையின் மதிற்சுவர் இஞ்சி என்ற சொல் லாற் குறிக்கப்படும். பாண்டி நாட்டில் மதுரைக்கு அண்மையில் வடபழஞ்சி, தென் பழஞ்சி என்னும் ஊர்கள் உள்ளன. பழஞ்சி என்பது பழ இஞ்சி என்பதன் சிதைவாகத் தோன்றுகின்றது. இவற் றால் பண்டைய நகரத்தின் கோட்டை மதில்களின் எல்லையை ஒருவாறு அறிந்து கொள்ளலாகும். நெல்லை நாட்டில் நாங்கு னேரிக்குத் தெற்கே ஆறு மைல் தூரத்தில் பெரும் பழஞ்சி, சிறு பழஞ்சி என்னும் இரண்டு ஊர்கள் உண்டு. அவை பழங்கோட்டை களாகக் கருதப்படுகின்றன. இக் காலத்தில் பெரும் பழஞ்சிக்கு வழங்கும் தளபதி சமுத்திரம் என்னும் பெயரும் அவ்வூரின் வீரத் தன்மையை விளக்குகின்றது.

ஆரை: ஆரை என்னும் சொல்லும் கோட்டையின் மதிலைக் குறிப்பதாகும். சேலம் நாட்டில் ஆரைக்கல் என்னும் கோட்டை உண்டு. அங்குள்ள பாறையின் மீது பெருமாள் கோவில் எழுந்து சிறந்தது. பெருமாளுடைய திருநாமம் ஆரைக்கற் பாறையில் போடப்பட்டது. அக் காரணத்தால் ஆரைக் கல் என்னும் பழம் பெயர் மாறி நாமக்கல் என்னும் பெயர் அவ்வூருக்கு அமைவதா யிற்று.[27] அஃது இருபகுதிகளை யுடையதாய் விளங்குகின்றது : ஒன்று கோட்டை ; மற்றொன்று பேட்டை. கோட்டை இரு நூறடி உயர முள்ள பாறையின் உச்சியில் உள்ளது. அரைமைல் சுற்றள வுடைய கோட்டையின் மதில்கள் இன்றும் காணப்படுகின்றன. பேட்டையே ஊராக விளங்குகின்றது.

கிடங்கில் : அகழி சூழ்ந்த கோட்டையைக் கிடங்கில் என்றும் கூறுவதுண்டு. முன்னாளில் கிடங்கில் என்னும் பெய ருடைய கோட்டையின் தலைவனாகவும், கொடை வள்ளலாகவும்

விளங்கிய நல்லியக்கோடன் என்ற சிற்றரசனது பெருமையைச் சிறுபாணாற்றுப்படை கூறுகின்றது. அவன் காலத்தின் அவ்வூர், கோட்டை மதில்களாலும், அகழிகளாலும் நன்றாக அரண் செய்யப் பட்டிருந்தது. இன்றும் அங்குக் காணப்படும் சிதைந்த சுவர்களும், தூர்ந்த கிடங்குகளும் அதன் பழம் பெருமையை அறிவிக்கின்றன. கிடங்கால் என்னும் பெயர் கொண்டு வழங்கும் அவ் வூருக்கு அண்மையில் திண்டிவனம் இப்பொழுது சிறந்து திகழ்கின்றது.

படைவீடு : அரசனுக்குரிய படைகள் அமைந்த இடம் படை வீடு எனப்படும். தமிழ் நாட்டார் வீரத்தெய்வமாக வழிபடும் முருகன் ஆறு சிறந்த படை வீடுகளில் அமர்ந்து அருள்புரிகின் றான் என்பார்.[28] நெல்லை நாட்டில் பாண்டியனுக்குரிய படை வீடு ஒன்று பொருநையாற்றின் கரையில் இருந்தது. மணப்படை வீடு என்பது அதன் பெயர். இப்பொழுது மணப்படை என்று வழங்கும் அவ்வூரின் அருகேயுள்ள கொட்டாரம், செப்பறை என்னும் சிற்றூர்கள் அதன் பழம் பெருமைக்குச் சான்று பகர்கின் றன.[29] பாண்டி நாட்டின் பண்டைத் துறைமுக நகரமாகிய கொற்கைக்கு மணப்படை வீடு ஒரு சிறந்த பாதுகாப்பாக அமைந் திருந்ததென்று கருதலாகும்.

வடஆர்க்காட்டில் ஆரணி என்னும் ஊருக்கு மேற்கே ஆறு மைல் தூரத்தில் படைவீடு என்ற பெயருடைய சிறந்த நகரம் ஒன்று இருந்தது. குறும்பர் குலத்தைச் சேர்ந்த அரசர்கள் அதனைத் தலை நகராகக் கொண்டு நெடுங்காலம் ஆட்சி புரிந்தனர். அந் நாளில் அப் படைவீடு பதினாறு மைல் சுற்றளவுடையதாய், கோட்டை கொத்தளங்களோடு விளங்கிற்று.[30] சோழ மன்னர் குறும்பரை வென்று அவர் படைவீட்டை அழித்தனர் என்று சரித்திரம் கூறும். இன்று அந் நகரின் பண்டைப் பெருமையொன் றும் காணப்படவில்லை. இடிந்து விழுந்த மதில்களும், எருக்கும் குருக்கும் அடர்ந்த காடுகளும் பழைய படைவீட்டின் எல்லை காட்டி நிற்கின்றன. மண் மாரியால் அவ் வூர் அழிந்துவிட்டதென்று அங்குள்ளார் கூறுவர்.[31]

பாளையம் : படை வீரருக்குரிய ஊர் பாளையம் எனப்படும். தமிழகம் முழுமையும் பல பாளையங்கள் காணப்படினும் சிறப் பாகக் கொங்கு நாடே பாளையத்திற்குப் பேர் பெற்ற நாடாகும். பாளையத்தின் தலைவன் பாளையக்காரன் என்று அழைக்கப் படுவான். மேட்டுப்பாளையம், கோபிச் செட்டி பாளையம், உத்தம

பாளையம், உடையார் பாளையம், இராஜபாளையம் முதலிய பாளையங்கள் தமிழ் நாட்டில் உண்டு. திருநெல்வேலிக்கருகே பாளையங்கோட்டை என்னும் ஊர் உள்ளது. அதற்கு மேற்கே யுள்ள பாளையம் மேலப்பாளையம் என்று பெயர் பெற்றது.

வல்லம் : வல்லம் என்ற சொல்லும் அரணுடைய ஊரைக் குறிப்பதாகத் தெரிகின்றது. வட ஆர்க்காட்டிலுள்ள திருவல்லம் என்னும் ஊர் பாண மன்னர்களுக்குரிய கோட்டைகளில் ஒன்றாக விளங்கிற்று. அஃது ஒரு சிறந்த படைவீடாகப் பத்தாம் நூற்றாண்டில் விளங்கிய பான்மை சாசனங்களால் அறியப்படும்.[32]

தஞ்சாவூருக்குத் தென் மேற்கே ஏழு மைல் தூரத்தில் மற்றொரு வல்லம் உண்டு. இக் காலத்தில் அழிந்த அகழிகளே யன்றி அதன் பழம் பெருமையை அறிதற்குரிய அடையாளம் ஒன்றும் அங்கு இல்லை. தஞ்சைமா நகரைச் சோழ மன்னர்கள் தலை நகராகக் கொள்வதற்கு முன்னே வல்லம் என்னும் கோட்டை, கள்ளரில் ஒரு வகுப்பாருடைய தலை நகரமாகச் சிறந்திருந்தது. வல்லத்தில் அரசு புரிந்த குடியினர் வல்லத் தரசு என்னும் பட்டம் பெற்றனர். வல்லம் சீரிழந்த பின்னர் வல்லத்தரசுகள் கள்ளர் முதுகுடியில் கலந்து விட்டார்கள்.

கோட்டை : கோட்டை என்பது அரணைக் குறிப்பதற்குப் பெரும்பான்மையாக எங்கும் வழங்கும் சொல்லாகும். முற்காலத்தில் மண்ணால் அமைந்திருந்த கோட்டைகளும், பிற்காலத்தில் கல்லாற் கட்டப்பட்ட கோட்டைகளும் இன்றும் பல இடங்களிற் காணப்படுகின்றன. பாண்டி நாட்டில் நிலக்கோட்டை என்பது ஓர் ஊரின் பெயர். அங்குப் பாளையக்காரன் ஒருவன் கட்டிய மட்கோட்டை இன்றும் உள்ளது. நிலக் கோட்டையின் அருகே சிறு மலையின் சாரவில் குலசேகரன் கோட்டை என்னும் ஊர் உண்டு. பாண்டி மன்னனாகிய குலசேகரன் பெயரை அக் கோட்டை தாங்கி நிற்கின்றது. இன்னும், நிலக் கோட்டைக்கு அண்மையிலுள்ள மற்றொரு கோட்டை தொட்டியன் கோட்டை என்று பெயர் பெற்றுள்ளது. வடுகர் இனத்தைச் சேர்ந்த தொட்டியத் தலைவன் ஒருவன் அக் கோட்டையைக் கட்டுவித்தான் என்பர்.

மதுரையைச் சேர்ந்த திருமங்கலத்துக்கு அண்மையில் கீழ்க்கோட்டை, மேலக் கோட்டை, நடுக் கோட்டை என மூன்று கோட்டைகள் அமைந்துள்ளன. தொண்டைமான் குலத்தினர் ஆளும் நாடு புதுக்கோட்டை என்று அழைக்கப்படுகின்றது.

தொண்டைமான் ஆட்சியைத் தோற்றுவித்த இரகுநாதன் என்பவர் பதினேழாம் நூற்றாண்டின் பிற்பகுதியில், புதிதாக ஒரு கோட்டை கட்டி அதற்குப்புதுக்கோட்டை என்று பெயரிட்டார். அவர் காலத்தில் அது தலைநகரமாகச் சிறந்திருந்தமையால் அக் கோட்டையின் பெயரே நாட்டின் பெயராயிற்று. இன்னும், பட்டுக்கோட்டை, தலைவன் கோட்டை, உக்கிரன் கோட்டை முதலிய ஊர்ப்பெயர்களில் கோட்டை என்னும் சொல் அமைந்திருக்கக் காணலாம்.

துர்க்கம் : மலைகளில் அமைந்த கோட்டை, துர்க்கம் என்று பெயர் பெறும். தமிழ் நாட்டில் சில துர்க்கங்கள் உண்டு. வட ஆர்க்காடு வள்ளிமலைக் கருகேயுள்ள நெடிய குன்றத்தில் அமைந்த கோட்டை மகிமண்டல துர்க்கம் என்று குறிக்கப்படுகின்றது. அம்மலை மூன்று திசைகளில் செங்குத்தாக ஓங்கி நிற்கின்றது. மற்றைய திசையும் மதிற் சுவர்களால் செப்பமாகப் பாதுகாக்கப்பட்டுள்ளது.

காவல் : இன்னும், பெருங் கோட்டைகளைப் பாதுகாப்பதற்கும், பகைவர் வருகையை அறிந்து தெரிவித்தற்கும் சில அமைப்புக்கள் முற்காலத்தில் இருந்தன. அவை கோட்டையின் பாதுகாப்புக்காக ஏற்பட்டமையால் காவல் என்று பெயர் பெற்றன. கோயம்புத்தூரைச் சேர்ந்த நடுக் காவல் என்னும் ஊரும், செங்கற் பட்டிலுள்ள கோட்டைக் காவலும், உத்தர கெடிக் காவலும் இத் தன்மை வாய்ந்தன என்பது தெரிகின்றது.

வட ஆர்க்காட்டு வேலூர் வட்டத்திலுள்ள ஆம்பூர் என்பது சாசனங்களில் ஆண்மையூர் என்று பெயர் பெற்றுள்ளது.[33] அங்கு உள்ள நடு கல்லில், வில்லும் வாளும் தாங்கிய வீரன் ஒருவன், மாற்றார் அம்புகள் உடலிற் பாய்ந்தும் முனைந்து நிற்கும் நிலை காட்டப்படுகின்றது. பகைவர்க்குப் புறங்கொடாது விழுப்புண் பட்டு வீழ்ந்த அவ்வீரனது பெருமைக்கு அறிகுறியாக ஆண்மையூர் என்று அதற்குப் பெயரிட்டனர் போலும்!

வீர விருதுகள் : வீரம் செறிந்த தமிழ் நாட்டில் வாழ்ந்த சில பெருநில மன்னரும், குறுநில மன்னரும் அரிய வீரச் செயல்களால் அழியாப் புகழ் பெற்றனர். அவர் பெற்றிருந்த பட்டங்கள் வெற்றி விருதுகளாக விளங்கின. செய்யாற்றங் கரையில் நிகழ்ந்த கடும் போரில் வெற்றி பெற்ற தலைவன் ஒருவன், 'செய்யாற்று வென்றான்' என்ற பட்டம் பெற்றான். அவ்வாறே பாலாற்றங் கரையில் நிகழ்ந்த பெரும் போரின் மாற்றாரை வென்ற வீரன் ஒருவன்,

'பாலாற்று வென்றான்' என்று பாராட்டப் பெற்றான். செய்யாற்று வென்றான் என்பதும், பாலாற்று வென்றான் என்பதும், ஆர்க்காட்டு வட்டத்தில் ஊர்ப்பெயர்களாக விளங்குகின்றன. நெல்லை நாட்டில் சென்ற விடமெல்லாம் செருவென்ற சிறந்த படைத் தலைவன் ஒருவன் 'எப்போதும் வென்றான்' என்னும் உயரிய பட்டம் பெற்றான். அப்பட்டம் இன்றும் ஓர் ஊரின் பெயராக நின்று நிலவுகின்றது.

போர்க் களத்தில் தனித்தனியே வீரர் விளைத்துப் புகழ் பெற்ற ஆண்மையாளரும் தமிழ் நாட்டில் உண்டு. ஒரு வீரன் மாற்றார் விடுத்த அம்புகளைத் தன் நெடுங்கரத்தால் பிடித்து முறித்தான். அச் செயல் கண்டு வியந்த படைத் தலைவன், அவ் வீரனுக்குக் 'கணை முறித்தான்' என்ற பட்டம் அளித்தான். மற்றொரு வீரன் மாற்றார் பொழிந்த சரமாரியைக் கண்டும் அச்ச மென்பது சிறிதுமின்றி மலைபோன்ற மார்பில் அம்புகளைத் தாங்கி நின்றான். அவ்வீரச் செயலை வியந்து அவனைச் 'சரந் தாங்கி' என்று சீராட்டினார்கள். இவ்விரு பட்டங்களும் பாண்டி நாட்டில் ஊர்ப் பெயராக வழங்குகின்றன. மலை தாங்கி என்னும் பெய ருடைய ஊர் ஒன்று சேலம் நாட்டிலே காணப்படுகின்றது.

நாட்டில் அவ்வப்போது தலைகாட்டிய கலகங்களையும், குழப்பங்களையும் அடக்கி, அரசருக்கும் குடிகளுக்கும் நலம் புரிந்த வீரர்களும் உயரிய பட்டம் பெற்று விளங்கினர். உள்நாட் டுக் கலகத்தை ஒடுக்கிய ஒரு வீரனை 'அமர் அடக்கி' என்றும், கொடுமை விளைந்த ஒரு கூட்டத்தாரின் கொட்டத்தை ஒடுக்கிய மற்றொரு வீரனை 'மறம் அடக்கி' என்றும் தமிழ் நாட்டு பாராட்டு வதாயிற்று. இவ்விரண்டு பட்டங்களும் தஞ்சை நாட்டில் ஊர்ப் பெயர்களாக இன்றும் வழங்குகின்றன.

தென்னார்காட்டில் உலகங் காத்தான் என்பது ஓர் ஊரின் பெயர். கானாடு காத்தான் என்பதும், மானங் காத்தான் என்பதும் பாண்டி நாட்டிலுள்ள ஊர்கள்.

போர்க்களத்திலும் அவைக் களத்திலும் சிறந்த சேவை செய்தவர்க்குப் பழந்தமிழ் மன்னர் ஏனாதி என்ற பட்டம் வழங் கினர். நாட்டுக்கும் அரசுக்கும் நற்றொண்டு செய்து பண்டைப் பெருமக்கள் பெற்ற அப் பட்டம் சில ஊர்ப் பெயர்களில் இன்றள வும் நின்று நிலவுகின்றது. ஏனாதிமங்கலம் என்ற ஊர் தென்னார்க்

காட்டுத் திருக்கோயிலூர் வட்டத்தில் உள்ளது. ஏனாதிமேடு என்பது விருத்தாசல வட்டத்தில் உள்ள ஓர் ஊரின் பெயர்.

இன்னும், வீரப் பரிசாகவும், வெற்றிச் சின்னமாகவும் விளங் கும் சில ஊர்கள் தமிழ் நாட்டில் உண்டு. தஞ்சை நாட்டிலுள்ள வீரமங்கலம், பரி வீர மங்கலம், கொற்ற மங்கலம், செருமங்கலம் முதலிய ஊர்கள் அத்தன்மை வாய்ந்தனவாகத் தோன்றுகின்றன.

வெண்ணி : சோழ நாட்டை ஆண்ட ஆதி அரசருள் தலை சிறந்தவன் திருமா வளவன் என்னும் கரிகாற் சோழன். அம் மன்னனது கொற்றத்திற்குக் கால் கோள் செய்த இடம் வெண்ணிப் போர்க்களம். சேரனும் பாண்டியனும் சேர்ந்து கரிகாலனை அழிக்கக் கருதினர்; பெரும் படை எடுத்தனர். சோழ நாட்டில் நேசச் சேனை வெள்ளம் பரந்து பாய்ந்தது. அது கண்ட சோழன் படை உருத் தெழுந்து மாற்றாரை எதிர்த்தது. வெண்ணி என்னும் ஊரில் இரு திறத்தார்க்கும் நிகழ்ந்த கடும்போரில் பாண்டியன் விழுந்து உயிர் துறந்தான். நேசப்படை நிலை குலைந்து ஓடிற்று. அந்நிலையில் கரிகாலன் விட்ட அம்பு, சேர மன்னன் முதுகில் தைத்தது. மான மழிந்த சேரன் உண்ணா நோன்பிருந்து உயிர் துறந்தான். வெற்றி மாலை சூடிய கரிகாலன் அன்று முதல் மூன்று தமிழ் நாட்டையும் ஒரு குடைக் கீழ் ஆளத் தொடங்கினான். இங்ஙனம் கரிகாற் சோழன் வெண்ணியிற் பெற்ற வெற்றியைப் பாட்டில் அமைத்தனர் தமிழ்ப் பாவலர்.[34]

தலையாலங்கானம் : தலையாலங்கானமும் பண்டை நாளில் ஒரு பெரும் போரைக் கண்டது. பாண்டியன் நெடுஞ் செழியன் பகையரசரை வென்று அழியாப் புகழ்பெற்ற களம் தலை யாலங்கானம். 'இளையன் என்றும், சிறியன் என்றும் என்னை இகழ்ந்துரைத்த சேர சோழ மன்னரைத் தாக்கித் தகர்த்துச் சிறை பிடித்து மீள்வேன்' என்று செழியன் கூறிய வஞ்சினப் பாட்டு புறநானூற்றிலே காணப்படுகின்றது. சேர சோழ மன்னர்க்குக் குறுநில மன்னர் ஐவர் துணை புரிந்தனர். இரு திறத்தார்க்கும் தலை யாலங்கானத்தில் நிகழ்ந்த கடும் போரில் செழியன் வென்றான். எழுவரும் தோற்றனர். புவிச்செல்வமும், புலமைச் செல்வமும் வாய்ந்த நெடுங் செழியனைப் புலவர்கள் பாமாலை சூட்டிப் புகழ்ந்தனர். செழியனது ஆன்ற மதிப்பிற்குரியரா யிருந்த மாங்குடி மருதனார் அம் மன்னனைப் பாட்டுடைத் தலைவனாக வைத்து மதுரைக் காஞ்சி பாடினார். நற்றமிழ் வல்ல நக்கீரர் அவன்மீது நெடுநல்வாடை பாடினார். இங்ஙனம் தலையாலங்கானத்துச்

செருவென்ற நெடுஞ்செழியன் தமிழ் இலக்கிய உலகத்தில் அழியாப் புகழ் பெற்றான்.

இமய மலையில் புலிக்கொடி யேற்றிய கரிகாலன் வழி வந்த சோழர்கள் பல்லவ மன்னர்க்கு ஆறு நூற்றாண்டுகளாக அடங்கி யிருந்தார்கள். அந்த நிலையில் பல்லவ மன்னன் அபராசிதன் என்பவன் கங்கவாணனைத் துணைக் கொண்டு பாண்டி நாட்டின் மீது படையெடுத்தான். கும்பகோணத்திற்கு வடமேற்கு ஐந்து மைல் தூரத்தில் மண்ணியாற்றங் கரையிலுள்ள திருப்புறம்பயம் என்னும் இடத்தில் பல்லவன் படைக்கும், பாண்டியன் சேனைக் கும் பெரும் போர் நிகழ்ந்தது. கங்க அரசன் வரகுண பாண்டி யனாற் கொல்லப்பட்டான். இங்ஙனம் வீரப் போர் புரிந்து வீழ்ந்த கங்க வாணனுக்குத் தமிழ் நாட்டார் நாட்டிய வீரக்கல், இன்று திருப்புறம்பயத்தில் ஒரு கோவிலாக விளங்குகின்றது. அப் போரில் பல்லவன் வெற்றி பெற்றான். ஆயினும் அது பெயரளவில் அமைந் ததே யன்றிப் பயன் அளித்ததாகத் தோன்றவில்லை. பல்லவர் ஆட்சி நிலை குலைவதற்கும், சோழரது ஆட்சி மீண்டும் சோழ மண்டலத்தில் நிலை பெறுவதற்கும், காரணமாயிருந்த திருப் புறம்பயப் போர் தமிழ் நாட்டு வரலாற்றில் ஒரு பெரிய நிகழ்ச்சி யாகும். அப் போரின் விளைவாகத் தஞ்சைமா நகரில் ஆதித்த சோழன் மணி முடி சூடி அரசாளும் பெருமை எய்தினான். அவன் வழி வந்த பெரு மன்னர் தஞ்சைச் சோழர் என்று பெயர் பெற்றுத் தமிழ் நாட்டுக்கு ஏற்றமும் தோற்றமும் அளிப்பாராயினார்.

அடிக் குறிப்பு

1. "படைகுடி கூழ் அமைச்சு நட்பு அரண் ஆறும்
   உடையான் அரசருள் ஏறு" - திருக்குறள் " இறை மாட்சி, 1.

2. "அன்பிலானை அம்மானை அள்ளூறிய
   அன்பினால் நினைத்தார் அறிந்தார்களே"

   - திருநாவுக்கரசர், அன்பில் ஆலந்துறைப் பதிகம், 3.

3. சாசனங்களில் மயிலார்ப்பில் எனவும், மயிலாப்பில் எனவும் இவ்வூர்ப் பெயர் காணப்படுகின்றது. 333 of 1911; 355 of 1911.

4. புதுக்கோட்டை நாட்டிலுள்ள அழும்பில் என்னும் ஊர் அம்புக் கோயி லெனவும், சோழ நாட்டிலுள்ள வெண்ணில், கோயில் வெண்ணி யென வும் இக்காலத்தில் வழங்கும். 223 of 1914; L.M.P. p. 1294.

5. சிலப்பதிகாரம், 1. அடியார்க்கு நல்லார் உரை.

6. 363 of 1908.

7. குறிஞ்சி நிலத்தூருக்கும் சிறுகுடி யென்ற பெயர் உண்டு. ''குறும்பொறை, சீறூர், சிறுகுடி குறிஞ்சியூர்'' - பிங்கல நிகண்டு.

8. 17 of 1893.

9. 547 of 1920.

10. இந்திர விழவூரெடுத்த காதை : 16 - 17.

11. History of Madras - C.S. Srinivasachariar, p. 149.

12. பதினெட்டாம் நூற்றாண்டின் பிற்பகுதியில் கர்நாடகத்தின் நவாபாக இருந்த முகமது அலி, வாலாஜா என்றும் வழங்கப் பெற்றார். 180.

13. 165 of 1903.

14. *''குணகடல் குமரி குடகம் வேங்கடம்*
எனுநான் கெல்லையுள் இருந்தமிழ்''
- நன்னூல்.

15. சிறுகாக்கை பாடினியார் ; பெருந்தொகை - 1997.

16. மணற்பாங்கான இடத்தி லமைந்த ஊர் மணலி எனப்படும்.

17. மேலப்பெரும் பள்ளம் என்பது பாடல்பெற்ற திருவலம்புரத்துக்கு இப்பொழுது வழங்கும் பெயர். M.E.R. 1924 - 25.

18. தூங்கு எயில் = Flying Fortress. தூங்கெயிலை அழித்த சோழன் 'தூங்கெயில் எறிந்த தொடித்தோட் செம்பியன்' என்று பெயர் பெற்றான்; புறநானூறு. 39. சிலப்பதிகாரம். 27, 164.

19. திருக்குறிப்புத் தொண்டர் புராணம். 5.

20. பெருஞ்சித்திரனார் பாட்டு - பெருந்தொகை; 2129.

21. புறநானூறு. 71.

22. 'செம்பியர் வாழ்பதி' திருவாரூர் என்றார் சேக்கிழார் திருநகரச் சிறப்பு, 12.

23. ஓகைப் பேரையூர் எனவும் வழங்கும். இது பாடல்பெற்ற சிவஸ்தலம்.

24. அக்கோட்டையின் ஆழ்ந்த அகழியும், உயர்ந்த மதிலும், அதன் மீதமைந்த ஞாயிலும், காவற்காடும் ஐயூர் மூலங்கிழார் பாடிய செய்யுளில் குறிக்கப் பட்டுள்ள : புறநானூறு, 21.

25. *''தென்திருப்பேரெயில் மாநகரே''* - திருவாய் மொழி : 7, 3, 9.

26. 415 of 1919; 418 of 1913.

27. 5 of 1906.

28. திருமுருகாற்றுப் படையில் திருப்பரங்குன்றம் முதலாகக் குன்று தோறாமல் ஈறாகக் கூறப்படும் தலங்கள் முருகன் படை வீடுகள் எனப்படும்.

29. இப்பொழுது அது மணப்படை யென்று வழங்கும். அதனருகேயுள்ள கொட்டாரம், செப்பறை என்னும் ஊர்கள் அரசனுக்குரிய சிறந்த படை வீடாக அஃது இருந்ததற்கு அறிகுறியாகும். சாசனங்களில் அம்பலத் தாடி நல்லூர் என்ற மறுபெயரும் அதற்குரியதாகக் கூறப்படுகின்றது. 442 of 1909.

30. Padavedu - 18 miles south of Vellore; a deserted and ruined city of great size; it was 16 miles in circumference and full of temples, choultries and fine private residences - Sewell's Antiquities, p. 169.

31. I.M.P. pp. 72-76.

32. 7 of 1896.

33. வெண்ணிக் குயத்தியார் கரிகாற்சோழனது வெற்றியை வியந்து பாடிய செய்யுளைப் புறநானூறு, 66 -ல் காண்க.

34. புறநானூறு, 72.

* * *

4. குலமும் கோவும்

பழந்தமிழ் நாட்டில் பல வகுப்பார் வாழ்ந்திருந்தார்கள்; பல குல மன்னர் ஆட்சி புரிந்தார்கள். அன்னார் வரலாறு இன்னும் முறையாக எழுதப்படவில்லை. ஆயினும் அவர் பெயரும் பெருமையும் ஊர்ப் பெயர்களால் விளங்குகின்றன.

நாகர் : நாகர் என்பார் ஓர் இனத்தார். தமிழ் இலக்கியங் களில் நாகநாடு செல்வமும் அழகும் வாய்ந்த சிறந்த நாடாகக் குறிக்கப்பட்டுள்ளது.[1] சோழ மன்னன் ஒருவன் நாகமங்கையை மணந்து பெற்ற மைந்தனே தொண்டைமான் என்னும் பெயரோடு காஞ்சிமா நகரில் அரசாண்டான் என்று பண்டைக் கதை கூறும்.[2] அன்றியும், தமிழ்நாட்டில் நிறுவப்பெற்ற தலைச் சங்கத்தில் முரஞ்சியூர் முடிநாகராயர் என்பார் சங்கப் புலவருடன் வீற்றிருந்து முத்தமிழை வளர்த்தார் என்று தெரிகின்றது. இன்னும், கடைச் சங்கப் புலவர்களில் நாகன் என்னும் பெயருடையார் சிலர் இருந் தனர். நன்னாகன், இளநாகன், வெண்ணாகன் என்னும் மூவரும் பாடிய பாடல்கள் பழந்தொகை நூல்களிற் சேர்க்கப்பட்டுள்ளன. தமிழ் நாட்டிலுள்ள நாகப்பட்டினம், நாகர்கோவில் முதலிய ஊர் களின் பெயர்களில் நாகர் நாமம் விளங்குகின்றது.

அருவர் : அருவர் என்பார் மற்றொரு குலத்தார். அவர் வாழ்ந்த நாடு அருவர் நாடு என்று பெயர் பெற்றது. அந்நாடு ஆந்திர நாட்டுக்கும் தமிழ் நாட்டுக்கும் இடை நடுவே அமைந் திருந்தது. அன்னாருடன் பழகிய ஆந்திர நாட்டார் தமிழர் எல்லோரையும் அருவர் என்றே குறித்தார்கள். இதற்குச் சான்று கலிங்கத்துப் பரணியில் உண்டு. குலோத்துங்க மன்னன் ஆணைப் படி ஆந்திர தேசத்திலுள்ள கலிங்க நாட்டின் மீது படையெடுத்த தமிழ்ச் சேனையைக் கண்டபோது,

"ஒருவர் ஒருவர்மேல் வீழ்ந்து வடநாடர்
அருவர் அருவரென அஞ்சி"

ஓடினர் எனப் பரணி கவிஞர் பாடியுள்ளார். அருவம் பேசிய தமிழ் மொழியைத் தெலுங்கர் அருவர் என்றார்கள். அதுவே பிற்காலத் தில் அரவம் என்றாயிற்று.[3] அருவர் நாட்டைக் கொடுந் தமிழ்நாடு களில் ஒன்றாகத் தமிழ் இலக்கண நூலோர் கூறினர். இக் காலத்தில் அருவர் தமிழ் நாட்டிற் காணப்படவில்லை. ஆயினும், திருச்சி

நாட்டிலுள்ள அரவக் குறிச்சி என்ற ஊரும், நீலகிரியிலுள்ள அரவங்காடு என்னும் இடமும் அருவரோடு தொடர்புடையன வாகத் தோற்றுகின்றன.

மழவர் : மழவர் என்பார் மற்றொரு பழைய குலத்தார் ஆவர். அன்னார் சிறந்த படைவீரர்.[4] முடிவேந்தர்களும் அவர் உதவியை நாடினர். அக்குலத்தார்க்கும், தமிழ் அரச குலத்தார்க்கும் உறவு முறையும் இருந்ததாகத் தெரிகின்றது. தஞ்சை நாட்டிலுள்ள பாடல் பெற்ற பதிகளுள் ஒன்று அக் குலத்தார் பெயரைத் தாங்கி நிற்கின்றது.

''மின்னார் செஞ்சடைமேல் மிளிர்கொன்றை யணிந்தவனே
மன்னே மாமணியே மழபாடியுள் மாணிக்கமே''

என்று தேவராத்திற் பாடப்பெற்ற மழபாடி என்னும் ஊர் மழவரால் உண்டாக்கப்பட்டதாகும். மழவர் பாடி என்பது மழபாடியாயிற்று.[5]

திரையர் : திரையர் என்பார் இன்னொரு பழந் தமிழ் வகுப்பார். திரைகடலில் வழியாக வந்தவ ராதலின் அவர் அப் பெயர் பெற்றார் என்பர். தொண்டை நாட்டை யாண்ட பண்டை யரசன் ஒருவன் இளந்திரையன் என்று பெயர் பெற்றான். காஞ்சி மாநகரத்தில் தொண்டைமான் என்னும் பட்டமெய்தி அரசாண்ட இளந்திரையனைத் தலைவனாக வைத்து உருத்திரங் கண்ணனார் பெரும்பாணாற்றுப்படையினைப் பாடியுள்ளார்.[6]

இன்னும், தொண்டை நாட்டில் திரையர் குலத்தைச் சேர்ந்த ஒருவன் பெயரால் திரையனேரி என்னும் ஊர் உண்டாயிற்று. அதுவே இப்பொழுது செங்கற்பட்டு நாட்டில் தென்னேரியாக விளங்குகின்றது.[7]

முத்தரையர் : முத்தரையர் என்னும் பெயர் வாய்ந்த பண்டைக்குலம் ஒன்று பழந்தமிழ் நூல்களிலே பேசப்படுகின்றது. அவரும் சிறந்த படைவீரராக விளங்கினார். அக் குலத்தைச் சேர்ந்த வள்ளல்களின் பெருமையை நாலடியார் என்னும் பழைய நீதிநூல் பாராட்டுகின்றது. அன்னார் குண நலன்களை வியந்து, ''முத்தரையர் கோவை'' என்ற நூலும் இயற்றப்பட்டதாகத் தெரிகின்றது.[8] சாசனங்களில் சத்துரு பயங்கர முத்தரையன், பெரும் பிடுகு முத்தரையன் முதலியோரின் வீரச் செயல்கள் குறிக்கப் படுகின்றன. இராமநாத புரத்திலுள்ள முத்தரசன் என்னும் ஊரும், தஞ்சை நாட்டிலுள்ள முத்தரச புரமும், திருச்சி நாட்டிலுள்ள முத்தரச நல்லூரும் அக் குலத்தாரது பெருமையைக் காட்டுவனவாகும்.

முனையர் : முனையர் என்ற குலத்தாரும் பழந் தமிழ் நாட்டில் வாழ்ந்தார்கள். அவர் சிறந்து வாழ்ந்த இடம் முனைப்பாடி என்று பெயர் பெற்றது.[9] அவ்வூரைத் தன்னகத்தே கொண்ட நாடு திருமுனைப்பாடி நாடு. தேவாரம் பாடிய மூவரில் இருவரை ஈந்தது அந்நாடே. சுந்தரர் வாழ்ந்த காலத்தில் நரசிங்க முனையர் என்னும் சிற்றரசன் திருமுனைப் பாடி நாட்டை ஆண்டு வந்த தாகத் திருத்தொண்டர் புராணம் தெரிவிக்கின்றது.[10]

பாணர் : பாணர் என்றும், வாணரென்றும் பெயர் பெற்ற குடியினர் பெரும்பாணப்பாடி என்னும் நாட்டை நெடுங்காலம் ஆண்டு வந்தனர். முனையர் பெயரால் முனைப்பாடி எழுந்தாற் போன்று, பாணர் பெயரால் பெரும்பாணப்பாடி உண்டாயிற்று. அதன் தலை நகரம் நிவா நதிக் கரையிலுள்ள திருவல்லம் என்னும் தீக்காலி வல்லம் ஆகும். வாணபுரம் என்ற மறு பெயரும் அதற்கு உண்டு. அந் நகரின் அருகே பாண மன்னர் வெட்டிய ஏரியும். அதைச் சார்ந்த ஊரும் வாண சமுத்திரம் என்று பெயர் பெற்றன. இன்னும், வட ஆர்க்காட்டில் சோழிங்கருக்கு அண்மையிலுள்ள பாணவரம் என்ற ஊரும் பாணர் குடியை நினைவூட்டுகின்றது.[11]

அதியர் : தமிழ் நாட்டில் வாழ்ந்த மற்றொரு குலத்தோர் அதியர் எனப்படுவார்.[12] அன்னார் தலைவன் அதியன் என்றும், அதியமான் என்றும், அதியர் கோமான் என்றும் வழங்கப் பெற்றான். ஒரு காலத்தில் அதியமான் ஆட்சி தமிழ் நாட்டில் பெரும் பகுதியில் நிலவியிருந்ததாகத் தெரிகின்றது. அக் குலத் தைச் சார்ந்த தலைவருள் சிறந்தவன் அதியமான் நெடுமான் அஞ்சியாவான்.[13] அவனது நாட்டின் தலைநகர் தகடூர் என்று தமிழ் இலக்கியம் கூறும். அவ் வூருக்கும் ஐந்து மைல் தூரத்தில் அதமன் கோட்டை என்னும் பெயருடைய ஊர் அமைந்திருக் கின்றது. முன்னாளில் அங்கிருந்த கோட்டையின் அடையாளங்கள் இன்றும் காணப்படும்.[14] அக் கோட்டை அதிகமானால் கட்டப்பட் டது. போலும்! அதிகமான் கோட்டை என்பது அதமன் கோட்டை யென மருவியிருத்தல் கூடும். இன்னும் சேலம் நாட்டிலுள்ள அதிகப் பாடியும், செங்கற்பட்டிலுள்ள அதியமான் நல்லூரும் அவ் வரசனோடு தொடர்புடையவாகத் தோன்றுகின்றன.

ஆவியர் : ஆவியர் குலம் மற்றொரு தமிழ்க் குலம். அக் குலத்தார் பழனி மலைப் பகுதிகளில் வாழ்ந்து வந்தார்கள். அவர் தலைவன் ஆவியர் கோமான் என்று பெயர் பெற்றான். கடையெழு

வள்ளல்களில் ஒருவனாகிய பேகன் என்பவன் அக்குலத் தலை வருள் ஒருவன். அவனை வையாவிக் கோப்பெரும் பேகன் என்று சங்க இலக்கியம் குறிக்கின்றது.[15] அம் மன்னன் அரசாண்ட ஊர் வைகாவூர் என்றும், வையாபுரி என்றும் வழங்கிற்று. முருகனுக் குரிய படைவீடுகளுள் ஒன்றாகிய ஆவி நன்குடி என்னும் பதி ஆவியர் குடியிருப்பேயாகும். திரு ஆவிநன் குடி என்பது பழனி யின் பெயர்.

ஓவியர் : ஆவியரைப் போலவே ஓவியர் என்னும் வகுப் பாரும் இந் நாட்டில் இருந்தனர். சிறுபாணாற்றுப் படையின் பாட்டு டைத் தலைவனாகிய நல்லியக் கோடன் என்னும் சிற்றரசன் அவ் வகுப்பைச் சேர்ந்தவன். அவன் ஆட்சி புரிந்த நாடு ஓய்மா நாடு என்று சாசனங்களில் குறிக்கப்படுகின்றது. ஓவியர் பெருமானாகிய குறுநில மன்னனால் நெடுங்காலம் ஆளப்பட்ட நாடு ஓவியர்மான் நாடு என்று பெயர் பெற்றுப் பின்னர் ஓய்மா நாடென்று சிதைந் திருத்தல் கூடும். திண்டிவனம், கிடங்கில், வயிரபுரம் முதலிய ஊர்கள் அந்நாட்டைச் சேர்ந்தனவாகும்.[16]

வேளிர் : இன்னும், வேளிர் என்னும் பெயருடைய ஒரு வகுப்பார் முன்னாளில் சிறந்து விளங்கினர். அக் குலத் தலைவர் கள் சோழகுல மன்னரோடு உறவு கொண்டிருந்ததாகத் தெரி கின்றது. அக்குலத்தாரில் ஒரு வகையார் இருக்குவேளிர் எனப் பெயர் பெற்று. புதுக்கோட்டை நாட்டிலுள்ள கொடும் பாளூர் முதலிய இடங்களில் வாழ்ந்து வந்தனர். அறுபத்து மூன்று சிவனடி யார்களில் ஒருவராகிய கணம்புல்லர் என்பவர் இருக்கு வேளூரிற் பிறந்தவர் என்று திருத்தொண்டர் புராணம் குறிக்கின்றது. இன்னும் சோழ நாட்டிலுள்ள பாடல் பெற்ற பதியொன்று புள்ளி ருக்கு வேளூர் என்று பெயர் பெற்றிருந்தது.[17] இவ்வூர்ப் பெயர்கள் இருக்கு வேளிரொடு தொடர்புடையவன வாகத் தோற்றுகின்றன.

குறுக்கைகள் : வேளாளர் குலத்தைச் சேர்ந்த பழங்குடி களுள் ஒன்று குறுக்கையர் குடியாகும். திருநாவுக்கரசர் அக் குடி யைச் சேர்ந்தவர் என்பது சேக்கிழார் பாட்டால் விளங்குகின்றது.[18] இக்குடியினர் பெயரால் அமைந்த ஊர்கள் சோழநாட்டிற் பல வாகும். அவற்றுள் மாயவர வட்டத்தில் அமைந்த குறுக்கை பாடல் பெற்றுள்ளது. அங்குள்ள வீரட்டானத்திறைவனை,

''சாற்றுநாள் அற்ற தென்று தருமரா சற்காய் வந்த
கூற்றிணைக் குமைப்பர்போலும் குறுக்கைவீ ரட்டனாரே''

என்று போற்றினார் திருநாவுக்கரசர். இன்னும் சில குறுக்கைகள் சாசனத்தில் குறிக்கப்பட்டுள்ளன. திருப்பிவூர் நாட்டுக் குறுக்கை இப்பொழுது பெரிய குறுக்கை யென்னும் பெயரோடு திருச்சி நாட்டு லால்குடி வட்டத்திலுள்ளது. திரு நரையூர் நாட்டு குறுக்கை என்று சாசனத்திற் கூறப்படுவது கொறுக்கை என்னும் பெயர் கொண்டு கும்பகோண வட்டத்தில் காணப்படுகின்றது.[19]

முடி மன்னர் குடி

சோழர் : முடியுடை மன்னராய்த் தமிழ் நாட்டில் அரசு புரிந்தவர் சேர சோழ பாண்டியர் ஆவர். அன்னார் நினைப்புக்கு எட்டாத பழங்காலந் தொட்டுத் தமிழ் நாட்டை ஆண்டு வந்தார்கள். சோழர் குடி பல சிறப்புப் பெயர்களைப் பெற்றிருந்தது. செம்பியன், வளவன், சென்னி முதலிய பெயர்கள் அவற்றுள் சிறந்தனவாம்.[20] செங்கற்பட்டிலுள்ள செம்பியன், வட ஆர்க்காட்டிலுள்ள செம்பிய மங்கலம், தஞ்சை நாட்டிலுள்ள செம்பிய நல்லூர், பாண்டி நாட்டிலுள்ள செம்பிய னேந்தல் முதலிய ஊர்கள் செம்பியன் பெயரைத் தாங்கி நிற்கின்றன. தஞ்சை நாட்டிலுள்ள செம்பங்குடி என்பது செம்பியன் குடியாக இருத்தல் கூடும். இனி, தென்ஆர்க்காட்டு வளவனூர், வட ஆர்க்காட்டு வளையாத்தூர் என்னும் வளவன் ஆற்றூர்,[21] தஞ்சை நாட்டிலுள்ள வளவநல்லூர், செங்கற்பட்டிலுள்ள வளவன் தாங்கல் முதலிய ஊர்களின் பெயரில் வளவன் என்னும் சொல் காணப்படுகின்றது. இன்னும், தஞ்சை நாட்டில் சென்னிவனம், சென்னிய நல்லூர், சென்னிய விடுதி என்னும் ஊர்கள் உள்ளன.

பாண்டியர் : தமிழகத்திலுள்ள தென்னாட்டை யாண்ட பாண்டி மன்னர்க்குத் தென்னவன், மாறன், செழியன் முதலிய சிறப்புப் பெயர்கள் உண்டு.[22] அவை யாவும் ஊர்ப் பெயர்களில் அமைந்துள்ளன. தென்னாட்டிலுள்ள தென்னக்குடி, தென்னன் பட்டி, தென்னவ னல்லூர், தென்னவ னாடு முதலிய ஊர்கள் தென்னவனோடு தொடர்புடையன என்பது தேற்றம். மாறன் என்னும் பெயரை மாறனேரி, மாறமங்கலம், மாறனூத்து முதலிய ஊர்ப் பெயர்களிலே காணலாம். நெல்லை நாட்டிலுள்ள செழியனல்லூர் முதலிய ஊர்களின் பெயர்களில் செழியன் என்னும் சிறப்புப் பெயர்கள் விளங்குகின்றது.

பாண்டி நாட்டு மன்னர்

பூதப் பாண்டியன் : பழந்தமிழ் நூல்களில் பூதப்பாண்டியன் என்ற பெயருடைய மன்னன் பெருமை பேசப்பட்டுள்ளது.

ஒல்லையூரில் மாற்றாரை வென்று புகழ் பெற்ற அம்மன்னனை 'ஒல்லையூர் தந்த பூதப் பாண்டியன்' என்று நல்லிசைப் புலவர்கள் பாராட்டினார்கள்.[23] நாஞ்சில் நாடு என்னும் தென் திருவாங்கூர் தேசத்திலுள்ள பூதப்பாண்டி என்ற ஊர் அவன் பெயரால் அமைந்த தென்று கருதலாகும்.

அழகிய பாண்டியன் : பூதப் பாண்டியனுக்குப் பின்னே வந்த அழகிய பாண்டியன் பண்டைக் காலத்துப் பாண்டிய மன்னருள் மிகச் சிறந்தவன். பொதியமலைச் சிற்றரசனாகிய ஆய் என்பவனை வென்று மேம்பட்ட அப் பாண்டியன் தன் வெற்றிச் சிறப்பு விளங்குதற்பொருட்டு அம் மலையடிவாரத்திலுள்ள ஓர் ஊருக்கு அழகிய பாண்டியபுரம் என்று பெயரிட்டான் என்பர்.[24]

சேந்தன் : ஏழாம் நூற்றாண்டின் முற் பகுதியில் மதுரை மாநகரில் அரசாண்டவன் சேந்தன் என்னும் செழியன். அவன் சிறந்த வீரனாகவும், செங்கோல் வேந்தனாகவும் விளங்கினான் என்பது 'சிலைத் தடக்கைச் செழியன்' என்றும், 'செங்கோல் வேந்தன்' என்றும் வேள்விக் குடிச் செப்பேடுகள் கூறுதலால் அறியப்படும். சேந்தமங்கலம் என்ற ஊர் பாண்டி நாட்டில் உண்டு.

கோச்சடையன் : திருஞானசம்பந்தர் காலத்தில் வாழ்ந் திருந்த பாண்டியன் அரிகேரி மாறவர்மன்.[25] அவனுக்குப் பின், அவன் மகனாகிய கோச்சடையன் அரசனாயினான். நாற்ப தாண்டுகள் அரசுவீற்றிருந்த அம் மன்னன் பல்லவனோடு போர் புரிந்து பல நாடுகளை வென்று புகழ் பெற்றான். இராமநாதபுர நாட்டிலுள்ள கோச்சடை என்னும் ஊர் அவன் பெயரைத் தாங்கி நிற்கின்றது.

வரகுணன் : கோச்சடைக் கோமானுக்குப் பின்பு பட்டமெய் திய பாண்டிய மன்னருள் வீரமும் சீலமும் ஒருங்கே வாய்ந் தவன் வரகுணபாண்டியன்.[26] அவன் ஒன்பதாம் நூற்றாண்டின் தொடக்கத்தில் அரசு புரிந்தவன். பல்லவ மன்னர் வீறு குறைந் திருந்த அக் காலத்தில் தந்திவர்மன் என்னும் பல்லவனிடமிருந்து சோழ நாட்டை அவன் கைப்பற்றி ஆண்டான் என்பது நன்கு விளங்குகின்றது. திருச்சிராப்பள்ளிக்கு அருகே வரகனேரி என்னும் ஊரொன்று உண்டு. வரகுணன் ஏரி என்ற பெயரே வரகனேரி யென மருவிற்றென்பர். இவ் வூர் வரகுண பாண்டியன் பெயரைத் தாங்கி நிலவுகின்றது போலும்!

சேரவன் மாதேவி : வரகுண வர்மனுக்குப் பின்னே அவன் தம்பியாகிய பராந்தக பாண்டியன் பட்டம் எய்தினான். வீர நாரா யணன் என்னும் விருதுப் பெயர் கொண்ட அம் மன்னன் இயற்றிய

ரா.பி. சேதுப்பிள்ளை | 73

அறங்களும், நிகழ்த்திய போர்களும், பிறவும் சின்னமனூர்ச் செப்பேடுகளில் விரித்துரைக்கப்படுகின்றன. வானவன் மாதேவி என்னும் சேரகுல மங்கை அவன் தேவியாய்த் திகழ்ந்தாள். நெல்லை நாட்டிலுள்ள சேரமாதேவி என்னும் சேரவன் மா தேவி அம்மங்கையின் பெயரால் அமைந்த ஊர் என்று கருதலாகும்.[27]

வீரபாண்டியன் : தஞ்சைச் சோழர் தலையெடுத்தபோது பாண்டியர் பணியத் தொடங்கினர். பத்தாம் நூற்றாண்டின் தொடக்கத்தில் அரசாண்ட பராந்தக சோழன், பாண்டி மன்னனை இரு முறை வென்று, அவன் தலைநகராகிய மதுரையையும் கைப்பற்றிக் கொண்டான். இங்ஙனம் பதங் குலைந்த பாண்டியன் மூன்றாம் இராஜ சிம்மன் என்பர். ஆயினும் அவன் மைந்தனாகிய வீரபாண்டியன் சோழரை வென்று வசைதீர்ப்பதற்குக் காலம் பார்த்திருந்தான். அதற்கேற்ற வாய்ப்பும் வந்துற்றது. வடபுலத்து வேந்தன் ஒருவன் சோழ நாட்டின் மீது படையெடுத்துக் குழப்பம் விளைவித்தான்.[28] அக்காலத்துச் சாசனங்கள் வீரபாண்டியனைச் 'சோழன் தலைகொண்ட கோவீர பாண்டியன்' என்று பாராட்டுதலால், அவன் போர்க்களத்தில் சோழன் ஒருவனைக் கொன்று புகழ் பெற்றிருத்தல் வேண்டும் என்று தெரிகின்றது. அவ் வெற்றியின் காரணமாக அவன் சோழாந்தகன் என்னும் விருதுப் பெயர் பூண்டான்.[29] மதுரை நகரின் அருகேயுள்ள சோழாந்தக சதுர்வேதி மங்கலம் என்னும் ஊர் அவன் பெயர் தாங்கி நிலவுகின்றது. சோழாந்தகன் என்பது சோழவந்தான் என மருவியுள்ளது.[30]

வீர பாண்டியன் பெயரால் அமைந்த ஊர்கள் இன்னும் சில உண்டு. நெல்லை நாட்டு நாங்குனேரி வட்டத்தில் வீரபாண்டியன் நல்லூர் என்று முன்னாளிற் பெயர் பெற்றிருந்த ஊர் வீரபாண்டியன் என இன்று வழங்குகின்றது.[31] மதுரை நாட்டுப் பெரிய குளம் வட்டத்தில் மற்றொரு வீரபாண்டியன் நல்லூர் உண்டு. புல்லை நல்லூர் என்னும் பழம் பெயர் வாய்ந்த அவ் வூர் வீர பாண்டியன் பெயரைப் பிற்காலத்தில் பெற்றதென்பது கல்வெட்டுக்களால் விளங்கும்.[32] அவ்வீரபாண்டிய நல்லூர் வீரபாண்டி எனக் குறுகியுள்ளது.

மூன்று பாண்டியர் : பாண்டி நாட்டைச் சோழர் ஆட்சியின்றும் விடுவிப்பதற்குப் பன்முறை முயன்றனர் பாண்டியர். இராஜாதி ராஜசோழன் காலத்தில் மூன்று பாண்டியர் ஒன்று சேர்ந்து உள்நாட்டுக்கலகம் விளைத்தார்கள். சோழன் படை

யெடுத்தான். பாண்டியர் மூவரும் எதிர்த்தனர். அவர்களில் மானாபரணனும், வீர கேரளனும் போர்க்களத்தில் இறந்தார்கள். அன்னார் பெயர் கொண்டு நிலவும் ஊர்கள் நெல்லை நாட்டிற் சில உண்டு. அம்பா சமுத்திர வட்டத்திலுள்ள மானாபரண நல்லூரும், தென்காசி வட்டத்திலுள்ள வீரகேரளன் புத்தூரும் அவரது சுதந்திர ஆர்வத்திற்குச் சான்றாக நிற்கின்றன.

சுந்தர பாண்டியன் : பாண்டி நாட்டிலுள்ள ஊர்களில் ஒன்று மாறனேரி.[33] முற்காலத்தில் அது மாறமங்கலம் என்னும் பெயரால் வழங்கிற்றென்பது சாசனத்தால் விளங்குகின்றது. அவ் வூர் சுந்தர பாண்டிய நல்லூர் என்ற மறு பெயர் பெற்றிருந்த தென்பதும், சுந்தர பாண்டீச்சரம் என்னும் சிவாலயம் அங்கு அமைந்திருந்ததென்பதும் கல்வெட்டால் அறியப்படுவனவாகும்.[34] இத் தகைய மாறமங்கலம் அங்கெழுந்த ஏரியின் சிறப்பினால் மாறனேரி யாயிற்றென்று கொள்ளலாம்.

குலசேகரன் : பன்னிரண்டாம் நூற்றாண்டின் இறுதியில் மதுரையில் அரசு புரிந்த மன்னன் குலசேகர பாண்டியன். அவன் ஆட்சியின் இருப்பத்தைந்தாம் ஆண்டில் சில சிற்றூர்களைச் சேர்த்து, இராஜ கம்பீர சதுர்வேதிமங்கலம் என்னும் பெயரால் ஓர் ஊரை உண்டாக்கினான் என்று திருப்பூவணத்துச் செப்பேடு கூறுகின்றது. இராஜ கம்பீரன் என்பது குலசேகர பாண்டியனது விருதுப் பெயர் என்று தெரிகின்றது. இக் காலத்தில் இராமநாத புரத்துச் சிவகங்கை வட்டத்திலுள்ள இராஜ கம்பீரமே அவ்வூராகும்.

ஸ்ரீ வல்லபன் : தென்பாண்டி நாட்டுக்குப் பெருந்தொண்டு செய்த பாண்டியன் ஸ்ரீவல்லபன் என்று கர்ணபரம்பரைக் கதை கூறுகின்றது. தாமிரவருணி யாற்றங் கரையில் உள்ள மணப்படை வீடு அம் மன்னனுக்குரிய படைவீடுகளில் ஒன்றாக விளங்கிற் றென்று தெரிகின்றது. அப் படைவீடு, ஸ்ரீ வல்லபன் மங்கலம் என்ற ஊரின் ஓர் அங்கமாக அமைந்திருந்ததென்று சாசனம் கூறும்.[35] அவ் வூரின் அருகே கொட்டாரம் என்னும் பெயருடைய சிற்றூர் காணப்படுகின்றது. கொட்டாரம் என்பது அரண்மனை யைக் குறிக்கும். இவ் வூர்களுக்கு எதிர்க்கரையில் செப்பறை என்ற சிற்றூர் அமைந்துள்ளது. செப்பறை என்னும் சொல் செம்பினால் ஆகிய அறை என்று பொருள்படும். செப்புத் தகடுகள் பொதிந்து கோட்டையின் மதில்களை வலுப்படுத்தும் முறை முன்னாளில் கையாளப்பட்டதாகத் தெரிகின்றது.[36] எனவே, செப்பறை

என்பது ஒரு சிறந்த கோட்டையாக இருந்திருத்தல் கூடும். இடிந்த மதிற்சுவர்களும், உயர்ந்த மேடுகளும் இன்றும் அங்கே காணப் படுகின்றன. அதற்கு அண்மையில் இராஜவல்லிபுரம் என்னும் பெயருடைய சிற்றூர் ஒன்று அமைந்திருக்கின்றது. சாசனத்தில் இராஜவல்லிபுரம் என்று அவ் வூர் வழங்கும். இவைகளில் எல்லாம் ஸ்ரீவல்லபன் என்னும் பாண்டியனது கைவண்ணம் விளங்கக் காணலாம்.[37]

பராக்கிரம பாண்டியன்: பாரத நாட்டில் இந்துக்கள் போற்றும் புண்ணியத் தலங்களுள் தலைமை சான்றது காசியாகும். இத்தகைய காசியைத் திசை நோக்கித் தொழுத பழந் தமிழர் தமது நாட்டிலும் அப்பதியின் பெயரைச் சில ஊர்களுக்கு அமைத் துள்ளார்கள். சிவகாசி, தென்காசி முதலிய ஊர்கள் வட காசியை நினைவூட்டுவனவாகும். தென் பாண்டி நாட்டில் தென் காசியைச் சிறக்கச் செய்தவன் பதினைந்தாம் நூற்றாண்டில் அரசு செலுத்திய பராக்கிரம பாண்டியன். சிவநேயச் செல்வனாகிய அம் மன்னன் கங்கைக் கரையில் உள்ள காசி விசுவநாதரின் கோலத்தைச் சித்திரா நதிக்கரையிற் கண்டு வணங்க ஆசைப்பட்டு, அங்கு விசுவநாதர் கோயிலைக் கட்டினான். திருப்பணி முற்றுப் பெறுவதற்குப் பதினெழு ஆண்டுகள் ஆயின என்று சாசனம் கூறுகின்றது. தென் காசியில் கோயில் கொண்ட விசுவநாதர் பெயரால் அம் மன்னன் பெரியதோர் ஏரியும் வெட்டுவித்தான். விசுவநாதப்பேரேரி என்று பெயர் பெற்ற அவ் வேரி, விசுவநாதப்பேரேரி என இன்றும் வழங்கக் காணலாம். இன்னும் விந்தனூர் முதலாய ஐந்து ஊர்களில் அவ் வரசன் அகரங்கம் அமைத்து அந்தணரைப் பேணிய செய்தி கல்வெட்டுக்களால் அறியப்படும். அவ் வகரங்களுள் ஒன்று மேலகரம் என்றும் பெயரோடு இன்னும் தென் காசிக்கு அருகே நின்று நிலவுகின்றது. சிவபக்திச் செல்வமும், செந்தமிழ்ப் புலமை யும் வாய்ந்த அம்மன்னன் தென்காசித் திருப்பணியைக் குறித்துப் பரிவுடன் பாடிய பாட்டு அன்பர் உள்ளத்தை உருக்குவதாகும்.[38]

கிருஷ்ணப்ப நாயக்கன் : பதினாறாம் நூற்றாண்டின் பிற் பகுதியில் பாண்டிய நாடு நாயக்கரது ஆட்சியில் அமைவதாயிற்று. விஜய நகரப் பேரரசர்களின் சார்பாக, கர்த்தாக்கள் என்னும் பெய ரோடு, நாயக்கர், மதுரையில் ஆட்சி புரிவாராயினர். அவர்களுள் ஒருவன் கிருஷ்ணப்ப நாயக்கன். பாளையங்கோட்டையின் அருகே யுள்ள கிருஷ்ணாபுரம் அவன் பெயரைத் தாங்கி நிற்கின்றது. அங்குள்ள திருமால் கோவிலில் அமைந்துள்ள சிற்பத்தின் சீர்மை இன்றும் கலைவாணர்களால் வியந்து பாராட்டப்படுவதாகும்.

திருமலை நாயக்கன் : நாயக்கர் மரபைச் சேர்ந்த திருமலை நாயக்கன் பெயரைத் தென்னாடு நன்கு அறியும். மதுரைமா நகரை அலங்கரிக்கின்ற கட்டிடங்களில் மிகச் சிறந்தது திருமலை நாயக்கன் மாளிகையேயாகும். அவ்வரசன் ஸ்ரீவில்லிபுத்தூரிலும் ஒரு சிறந்த அரண்மனை அமைத்தான். அந்நாயக்கன் பெயரால் அமைந்த ஊர்கள் திருச்சி நாட்டிலுள்ள திருமலை சமுத்திரமும், நெல்லை நாட்டிலுள்ள திருமலை நாயக்கன் படுகையும் ஆகும்.

அரியநாத முதலியார் : நாயக்கர்கள் மதுரையில் அரசு புரிந்தபோது அவர்க்குப் பெருந்துணை புரிந்தவர் அரியநாத முதலியார் ஆவர். குழப்பம் நிறைந்திருந்த பாண்டி நாட்டில் நேர்மையும் ஒழுங்கும் நிலைபெறச் செய்தவர் அவரே. அவர் நெல்லை நாட்டில் நீர்ப்பாசன வசதிகளைப் பெருக்கிப் பயிர்த் தொழிலைப் பண்புற வளர்த்தனர். பொருநை யாற்றிலுள்ள நான்காம் அணைக்கட்டு இன்றும் அரியநாத முதலியார் அணை யென்றே அழைக்கப்படுகின்றது. திருநெல்வேலி நகருக்குத் தென் மேற்கே பத்து மைல் தூரத்திலுள்ள அரியநாயகபுரம் என்னும் ஊரின் பெயரிலும் அவர் பெருமை விளங்கக் காணலாம். பொருநை யாற்றின் வடகரையிற் பொருந்தியுள்ள அவ்வூர் வளங் கள் பலவும் நிறைந்த சிற்றூராக விளங்குகின்றது. நாயக்கர் ஆட்சியில் அவர் பெற்ற தளவாய் என்ற பட்டம் இன்றும் நெல்லை நாட்டிலுள்ள தளவாய் முதலியார் குடும்பத்தில் நிலவுகின்றது.

வீரராகவ முதலியார் : திருநெல்வேலி நகரத்தில் ஆற்றங் கரையில் அமைந்துள்ளது வீர ராகவபுரம். அது வீர ராகவ முதலி யார் பெயரால் அமைந்த ஊராகும். கிருஷ்ணப்ப நாயக்கர் மதுரையில் ஆட்சி புரிந்த போது வீர ராகவர் அவருடைய பிரதிநிதி யாகத் தென்னாட்டில் விளங்கினார் என்பது சாசனத்தால் அறியப் படும்.[39]

திருவேங்கடநாதன் : பதினேழாம் நூற்றாண்டின் பிற் பகுதியில் மாதைத் திரு வேங்கடநாதன் என்பவர் நாயக்கரது பிரதி நிதியாக நெல்லை நாட்டின் நிர்வாகத்தை நடத்தி வந்தார். அவர் கலைவாணரைப் பெரிதும் ஆதரித்தவர். இலக்கண விளக்கம் என்னும் நூலின் ஆசிரியர் அவரது கொடைத் திறத்தினை நாவாரப் புகழ்ந்துள்ளார். குடிகளின் நன்மையைக் கண்ணும் கருத்துமாய்ப் பேணிய அந் நல்லார் பெயர் திருநெல்வேலிக்குத் தென் மேற்கி லுள்ள திருவேங்கடநாதபுரம் என்னும் ஊரால் விளங்குகின்றது.

நாயக்கர் : விஜயநகரப் பெரு மன்னரது ஆட்சி நிலை குலைந்த பின்பு ஆந்திர நாட்டில் அச்சமும் குழப்பமும் ஏற்பட்டன. ஆந்திரத்தலைவர் பலர் தம் பரிவாரங்களோடு தமிழ்நாட்டிலே குடியேறி வாழத் தலைப்பட்டார்கள். இங்ஙனம் தென்னாட்டிற் போந்த வடுகத்தலைவர்களில் ஒருவர் எட்டப்ப நாயக்கர். அவர் பெயரால் அமைந்த ஊர் எட்டயபுரம் ஆகும்.[40] இவ் வண்ணமே கொடைக்கானல் மலைக்குப் போகும் வழியிலுள்ள அம்மை நாயக்கனூர் ஒரு நாயக்கன் பெயரைக் கொண்டுள்ளது. இன்னும், போடி நாயக்கனூர் முதலிய ஊர்களின் பெயரிலும் தென்னாட்டில் வந்து சேர்ந்த வடுகத்தலைவரின் பெயர் விளங்கக் காணலாம்.

பல்லவர் குடி மன்னர்

பல்லவர் ஆட்சி : பல்லவர் குடியைச் சேர்ந்த அரசர்கள் காஞ்சியைத் தலைநகராகக் கொண்டு மூன்றாம் நூற்றாண்டிலே தமிழ்நாட்டையாளத் தலைப்பட்டார்கள். ஏறக்குறைய அறுநூறு ஆண்டுகள் அன்னார் அரசு புரிந்தனர் என்னலாம். சுந்தரர் தேவாரத்திலும், திருமங்கையாழ்வார் திருப்பாசுரங்களிலும் பல்லவர் பீடும் பெயரும் குறிக்கப்படுகின்றன.[41] பத்தாம் நூற்றாண்டின் தொடக்கத்தில் அவர் அரசாட்சி நிலைகுலைந்து அழிந்தது. ஆயினும் அக் குல மன்னர் பெயர் சில ஊர்ப் பெயர்களில் இன்றும் விளங்குகின்றது.

சிம்ம விஷ்ணு : ஆறாம் நூற்றாண்டில் பிற் பகுதியில் அரசு புரிந்த பல்லவன் சிம்ம விஷ்ணு வர்மன் என்னும் பெயரினன். அவன் சோழ மன்னனை வென்று, காவிரி நாட்டிலும் ஆணை செலுத்தினான் என்று சாசனம் அறிவிக்கின்றது. அவன் காலத்தில் காவிரிக் கரையில் கும்பகோண வட்டத்திலுள்ள கஞ்சனூர், சிம்ம விஷ்ணு சதுர்வேதி மங்கலம் என்னும் மறு பெயர் பெற்றது.[42] வட ஆர்க்காட்டிலுள்ள சீயமங்கலமும் அவன் பெயரால் அமைந்த தென்பர்.[43]

மகேந்திரன் : ஏழாம் நூற்றாண்டின் தொடக்கத்தில் அரசு புரிந்தவன் மகேந்திரப் பல்லவன். அவன் பெயர் வட ஆர்க்காட்டிலுள்ள மகேந்திரவாடி என்னும் ஊரால் விளங்குவதாகும். அவ்வூரில் திருமாலுக்குக் கோயில் கட்டியும், குளம் வெட்டியும் பணி செய்தான் மகேந்திரன். அவ்வூர் முன்னாளில் பெரிய தொரு நகரமாக இருந்திருத்தல் வேண்டும் என்று தோன்றுகிறது. அந் நாளில்

மகேந்திரவாடியின் கீழ வீதியாயிருந்த இடம், இப்பொழுது தனி யூராகக் கீழ்வீதி என்னும் பெயரோடு அதற்குக் கிழக்கே மூன்று மைல் தூரத்திற் காணப்படுகின்றது.[44] குன்றுகளைக் குடைந்து குகைக் கோயில் ஆக்கும் வழக்கம் தமிழ் நாட்டில் மகேந்திரன் காலத்தில் எழுந்தது என்பர். தேவார வைப்புத் தலங்களுள் ஒன்றாகிய அண்ணல் வாயில் என்னும் சித்தன்ன வாசற் குகைக் கோவிலில் அவன் காலத்துச் சிற்பமும் ஓவியமும் சிறந்து விளங்குகின்றன.

இன்னும், பல்லவ மன்னர் பெயர் தாங்கி நிற்கும் ஊர்களில் ஒன்று சென்னைக்கு அண்மையிலுள்ள பல்லாவரம் ஆகும். பல்லவபுரமே பல்லாவரம் என மருவியுள்ளது. அங்குள்ள குகைக் கோயிலில் மகேந்திர வர்மன் விருதுப் பெயர்கள் பொறிக்கப்பட்டிருத்தலால் அஃது அப் பல்லவன் காலத்தே எழுந்த ஊர் என்று கருதலாம்.[45]

நரசிங்கன் : மகேந்திர வர்மனுக்குப் பின்னர் அரசாண்டவன் நரசிங்கவர்மன். வாதாபி கொண்ட நரசிங்கள் என்று சாசனங்களில் புகழப்படுபவன் அவனே.[46] திருத்தொண்டர் புராணத்திற் குறிக்கப்படுகின்ற சிறுத் தொண்டர் புராணத்திற் குறிக்கப்படுகின்ற சிறுத் தொண்டரைத் தலைவராகக் கொண்ட பெருமை வாய்ந்தவனும் அவனே என்பது நன்கு விளங்குகின்றது. பரஞ்சோதி என்னும் இயற்பெயருடைய சிறுத்தொண்டர்,

> ''*மன்னவர்க்குத் தண்டுபோய் வடபுலத்து வாதாவித்*
> *தொன்னகரம் துகளாக*'' ச்

செய்தார் என்னும் சேக்கிழார் பாட்டால் அவர் பெற்ற வெற்றியின் சிறப்பு விளங்குவதாகும்.

மாமல்லன் என்னும் மறுபெயருடைய நரசிங்கவர்மன் தொண்டை நாட்டின் பண்டைத் துறைமுகமாகிய கடல் மல்லையைத் திருத்தினான்; கடற்கரையில் கற்கோயில்களை ஆக்கினான். அவன் காலத்தில் மல்லை நகரம் மாமல்லபுரம் என்று பெயர் பெற்றது போலும்.[47] அது பிற் காலத்தில் மகாபலிபுரமென மருவிற்று.

பரமேஸ்பரன் : ஏழாம் நூற்றாண்டின் பிற்பகுதியில் அரசு புரிந்த பரமேஸ்வரன் ஒரு சிறந்த பல்லவன். இவனே விக்ரமாதித்தவன் என்னும் சாளுக்கிய வேந்தனைத் திருச்சி நாட்டுப் பல்லவ புரத்திற்கருகேயுள்ள பெருவள நல்லூர்ப் போரில் வென்று புகழ்

பெற்ற வீரன். இவன் சைவ சமய சீலன் என்பதைப் பரமேஸ்வரன் என்ற பெயரே உணர்த்துவதாகும். காஞ்சிபுரத்திற்கு அண்மை யிலுள்ள பரமேஸ்வர மங்கலம் என்னும் ஊர் இவன் பெயரால் விளங்குகின்றது. இம் மன்னன் கூரம் என்ற ஊரில் ஒரு சிவாலயம் எடுத்து அதற்குப் பரமேஸ்வர மங்கலத்தை நன்கொடையாகக் கொடுத்த செய்தி கூரத்துச் செப்பேடுகளிற் கூறப்பட்டுள்ளது.

நந்தி வர்மன் : கும்பகோணத்துக்கு அண்மையில் நந்திபுரம் என்னும் பெயருடைய நகரம் ஒன்று பல்லவர் காலத்திற் சிறந் திருந்தது. திருமங்கை ஆழ்வார் அந் நகரில் அமைந்த விண் ணகரத்தைப் பாடியுள்ளார். 'நந்தி பணி செய்த நகர் நந்திபுர விண் ணகரம் நண்ணுமனமே' என்பது அவர் திருவாக்கு. அவ்வூர் இன்று நாதன் கோயில் என் வழங்கும். எட்டாம் நூற்றாண்டின் தொடக் கத்தில் அரசுரிமை பெற்ற நந்தி வர்மனின் பெயர்தாங்கி நிற்பது அந் நகரம் என்பர்.

உதய சந்திரன் : அந் நந்திபுர நகரத்தில் வைகிய நந்தி வர்மனைத் தாக்கினர் பகைவேந்தர். அப்போது பல்லவ சேனாபதி யாகிய உதயசந்திரன் உருத்தெழுந்து, மாற்றார் சேனையைச் சின்ன பின்னமாக்கித் தன் மன்னனை விடுவித்தான் என்று உதயேந்திரச் செப்பேடுகள் உணர்த்துகின்றன. இவ்வாறு, காலத்தில் உதவி செய்து காவலன் நன்றிக்குரியனாய உதய சந்திரன் மாற்றாரைப் பின்னும் பல போர்க்களங்களில் வென்று பல்லவர் பெருமை யைப் பாதுகாத்தான். அவ் வீரன், வேகவதி யாற்றங்கரையிலுள்ள வில்லிவலம் என்னும் ஊரிற் பிறந்தவன். அவன் பெயரால் விளங்குவது உதயேந்திர மங்கலம் என்னும் ஊர். இப்பொழுது வட ஆர்க்காட்டுக் குடியாத்தம் வட்டத்திலுள்ள உதயேந்திரமே அவ்வூராகும்.[48]

வயிரமேகன் : தென்னாட்டின் நில வளத்தைப் பேணி வளர்த்த பல்லவ மன்னருள் ஒருவன் வயிரமேக வர்மன். பயிர்த் தொழில் சிறக்கும் வண்ணம் அவன் தொட்ட குளமும், வெட்டிய வாய்க்காலும் சாசங்களில் குறிக்கபபட்டுள்ளன. தந்திவர்ம பல்ல வனே வயிரமேகன் என்னும் விருதுப் பெயர் தாங்கி விளங் கினான் என்று சரித்திர நூலோர் கருதுவர்.[49] தென்னார்க்காட்டுத் திண்டிவன வட்டத்திலுள்ள வயிர மேகபுரம் என்னும் ஊர் அவன் பெயரை விளக்குகின்றது. அவ் வூர் வயிர மேக நகரம் என்று ஒரு சாசனத்திற் குறிக்கப்படுதலால் அவன் பண்டைச் சிறப்பினை

ஒருவாறு அறியலாகும்.⁵⁰ இடைக் காலத்தில் ஜனநாதபுரம் என்ற பெயரும் அதற்கு வழங்கலாயிற்று.⁵¹ இக் காலத்தில் வயிரபுரம் என்பது அதன் பெயர்.

சோழ நாட்டு மன்னர்

விசயாலயன் : பல்லவர் ஆட்சி நிலை குலைந்தபோது தஞ்சைச் சோழர் குலம் தலையெடுத்தது. வடக்கே சாளுக்கிய மன்னரும், தெற்கே பாண்டியன் பல்லவ வேந்தனை நெருக்கிக் குழப்பம் விளைத்த காலம் பார்த்து, விசயாலயன் என்னும் சோழன் முத்தரையரிடமிருந்து தஞ்சை நகரைக் கைப்பற்றினான். அது முதல் அவன் மரபில் வந்த தஞ்சைச் சோழர்கள் படிப்படியாக வளர்ந்தோங்கிப் பேரரசர் ஆயினர். விசயாலயன் பெயர் தாங்கிய ஊர் ஒன்றும் இல்லை யென்றாலும் புதுக்கோட்டையைச் சார்ந்த நாரத்தா மலை மீதுள்ள விசயாலய சோழீச்சுரம் என்னும் கற்கோயில் அவன் பெயரால் அமைந்ததென்பர்.⁵²

ஆதித்தன்: விசயாலயனுக்குப் பின்பு அவன் மகன் ஆதித்தன் அரசுரிமை பெற்றான். ஐந்நூறு ஆண்டுகளுக்கு மேலாகப் பல்லவர் பெருமைக்கு உறைவிடமாயிருந்த தொண்டை நாடு இவன் காலமுதல் சோழர் ஆட்சியில் அமைவதாயிற்று. இராஜ கேசரி என்ற பட்டப்பெயரும் இவற்கு உண்டு. தஞ்சை நாட்டுப் பண்டார வாடைக்கு அண்மையில் இராஜகிரி என்ற சிற்றூர் உள்ளது. காவிரியின் தென்கரையில் உள்ள அவ்வூர் முன்னாளில் இராஜகேசரி சதுர்வேதி மங்கலம் என்று பெயர் பெற்றிருந்தது. இராஜகேசரிப் பெயரே இராஜகிரி என்று மருவிற்றென்பர்.⁵³ இப்போது இராஜகிரி மகமதியர் வாழும் ஊராக இருப்பினும், பழைய கோவில்களின் குறிகளும் அடையாளங்களும் அங்குக் காணப் படுகின்றன.

பராந்தகன் : தஞ்சைச் சோழர் குடியின் ஆதிக்கத்திற்கு அடிப்படை கோலியவன் பராந்தக மன்னன். பத்தாம் நூற்றாண் டின் தொடக்கத்தில் அரியணை யேறிய இம் மன்னன் நாற்பத் தைந்து ஆண்டுகளுக்கு மேலாக அரசு புரிந்தான்; பாண்டிய மன்னனை இருமுறை வென்று, மதுரையைக் கைப்பற்றினான்; மாற்றானுக்கு உதவி செய்த இலங்கை மன்னன்மீது படை யெடுத்து வெற்றி பெற்று ஈழநாட்டையும் கைக்கொண்டான்.⁵⁴

இவ்வரசனது விருதுப் பெயர்களில் ஒன்று வீர நாராயணன் என்பதாகும். ஆர்க்காட்டு நாட்டில் வீர நாராயணபுரம் என்னும்

ரா.பி. சேதுப்பிள்ளை | 81

பெயர் கொண்ட ஊர்கள் சில உண்டு. அவை வீராணம் என வழங்கும். தென்னார்காட்டிலுள்ள வீராணத்தேரியும் இவன் பெருமையை விளக்குவதாகும்.[55]

மதுரையை வென்று கைப்பற்றிய இம் மன்னனுக்கு மதுராந்தகன் என்ற பட்டப் பெயரும் உண்டு.[56] இக் காலத்தில் செங்கற்பட்டு நாட்டில் சிறந்து விளங்கும் மதுராந்தகம் என்ற ஊர் இவனால் உண்டாக்கப்பட்ட சதுர்வேதி மங்கலம் போலும்! கடப் பேரி என்னும் பழமையான ஊரின் அருகே எழுந்தது மதுராந்தகம்.

வளவன் மாதேவி : வளவன் மாதேவி என்பாள் பராந்தக சோழனுடைய தேவி.[57] அவள் பெயரால் நிலைபெற்ற சதுர்வேதி மங்கலம் வளவன் மாதேவி என வழங்குவதாயிற்று. தென்னார்க் காட்டு எரும்பூர் என்னும் உருமூர்க் கோயிற் சாசனத்தால் வளவன் மாதேவி என்ற ஊர் மேற்கா நாட்டைச் சேர்ந்த பிரமதேயம் என்பது விளங்கும்.[58] அவ்வூர் இப்பொழுது வளைய மாதேவி என்னும் பெயரோடு சிதம்பர வட்டத்தில் உள்ளது.

உத்தம சீலி : உத்தமசீலி என்பான் பராந்தகன் மைந்தருள் ஒருவனாகக் கருதப்படுகின்றான். அவன் பெயரால் அமைந்த உத்தமசீலி சதுர்வேதி மங்கலம் என்னும் ஊர் இப்பொழுது உத்தம சேரி என வழங்குகின்றது.[59]

கண்டராதித்தன் : பராந்தக சோழனுக்குப் பின்னே அரசு புரிந்தவன் அவன் மைந்தனாகிய கண்டராதித்தன். 'ஈசன் கழல் ஏத்தும் செல்வமே செல்வம்' என்று கருதி வாழ்ந்த இக் காவ லனைச் 'சிவஞான கண்டராதித்தன்' என்று சாசனம் சிறப்பிக் கின்றது.[60] தில்லைச்சிற்றம்பலத்து இறைவன் மீது இம் மன்னன் பாடிய திரு விசைப்பா ஒன்பதாம் திருமுறையில் சேர்த்துப் போற்றப் படுவதாகும். அவ் விசைப்பாட்டில்,

"காரார் சோலைக் கோழிவேந்தன் தஞ்சையர்கோன் கலந்த
ஆரா இன்சொற் கண்டராதித்தன்"

என்று வருதலால், அரசாளும் பெருங்குலத்திற் பிறந்தும் அரனடியே தஞ்சமெனக் கருதிய சீலன் இவன் என்பது நன்கு விளங்குகின்றது. திருச்சி நாட்டில் கொள்ளிட நதியின் வடகரை யில் உள்ள கண்டராதித்தம் என்னும் ஊர் இவன் உண்டாக்கிய சதுர்வேதி மங்கலம். இம் மன்னனது மறுமை நலங்கருதி அம் மங்கலம் நிறுவப்பட்டதாகத் தெரிகின்றது.[61] இன்னும், கண்டரா

தித்தர் பெயரால் நிலவும் ஊர் ஒன்று தென்னார்க்காட்டுத் திருக் கோயிலூர் வட்டத்தில் உண்டு. கண்டராதித்தபுரம் என்று பெயர் பெற்ற அவ்வூர் இந்நாளில் கண்டாச்சிபுரம் என்று வழங்கும்.[62] தென்னார்க்காட்டிலுள்ள கண்டமங்கலமும் கண்டராதித்த மங்கலமாய் இருத்தல் கூடும்.[63] இங்ஙனம் இம்மையிலும் மறுமை யிலும் செம்மையே நாடிய இம் மன்னரின் திருவுருவம் கோனேரி ராஜபுரம் என்னும் திருநல்லத்துக் கோயிலில் இன்றும் காணப்படு கின்றது.[64]

செம்பியன் மாதேவி : சோழர் குடியில் சீலத்தாற் சிறந்தவள் செம்பியன் மாதேவி. சிவநேசச் செல்வராகிய கண்டராதித்தரின் முதற்பெருந்தேவி என்னும் உரிமைக்குத் தக்க முறையில் அம் மாதேவி செய்த திருப்பணிகள் பலவாகும்.[65] தஞ்சை நாட்டில் செம்பியன் மாதேவி என்ற ஊர் இன்றும் அவள் பெருமைக்கு அறிகுறியாக நின்று விளங்குகின்றது.[66] அங்குள்ள கைலாச நாதர் கோவில் இவளாலே கட்டப்பட்டதாகும். செம்பியன் மாதேவி யர்கள் மைந்தனாகிய உத்தம சோழன் அரசு புரிந்த காலத்தில் அவன் தேவியர்கள் அக் கோயிலுக்குப் பல சிறப்புக்கள் செய் தார்கள்.[67] இராஜேந்திரன் என்னும் கங்கை கொண்ட சோழன் செம்பியன் மாதேவியின் படிவத்தை அக்கோவிலில் நிறுவி, அதன் பூசைக்கு வேண்டிய நிவந்தமும் அளித்தான்.[68]

அரிஞ்சயன் : கண்டராதித்தன் காலம் சென்ற பின்பு, அவன் தம்பியாகிய அரிஞ்சயன் பட்டம் எய்திச் சில காலம் அரசாண்டான். பாண்டியனோடு நிகழ்த்திய போரில் அவன் உயிர் இழந்தான் என்பர்.[69] இவ்வாறு அகாலமரணமுற்ற அரிஞ்சயன் உயிர் சாந்தி பெறுமாறு பள்ளிப் படையாக இராஜராஜன் அமைத்த ஆலயம் அரிஞ்சயேச்சுரம் என்று பெயர் பெற்றது.[70]

சுந்தர சோழன் : அரிஞ்சயனுக்குப் பின் அரசுரிமை ஏற்றான் அவன் மைந்தனாகிய சுந்தர சோழன். இவன் செங்கோல் மன்னன் என்று திருவாலங்காட்டுச் சாசனம் கூறுகின்றது. தென்னார்க் காட்டிலுள்ள சௌந்தரிய சோழபுரம் என்னும் ஊரும், செங்கற் பட்டைச் சேர்ந்த சுந்தர சோழ வரமும் இவன் பெயர் கொண்டு விளங்குகின்றன. இம் மன்னனைப் 'பொன்மாளிகைத் துஞ்சிய தேவன்' எனக் கல்வெட்டுக் கூறும். இவ்வாறு துஞ்சிய நிலையில் வானவன் மாதேவி என்னும் இவன் மனையாள் உடன்கட்டை ஏறி உயிர் துறந்தாள். தஞ்சையில் எழுந்த இராசராசேச்சுரம் என்னும்

பெருங் கோயிலுள் இவ் விருவர் படிமங்களையும் நிறுவினார் குந்தவைப் பிராட்டியார்.

உத்தம சோழன் : கண்டராதித்தருடைய திருமகனாய்த் தோன்றிய உத்தம சோழன் பதினைந்து ஆண்டுகள் ஆட்சி புரிந்தான். இவன் பெயரால் எழுந்த ஊர்கள் சோழ நாட்டிலும், தொண்டைநாட்டிலும், கொங்கு நாட்டிலும் உண்டு. தஞ்சை நாட்டில் நன்னில வட்டத்தில் உள்ள உத்தம சோழபுரம் என்னும் ஊரும், தென்னார்க்காட்டுச் சிதம்பர வட்டத்திற் காணப்படும் உத்தம சோழ மங்கலமும், செங்கற்பட்டு மதுராந்தக வட்டத்தி லுள்ள உத்தம நல்லூரும், சேலம் நாட்டிலுள்ள உத்தம சோழ புரமும் இவன் ஆண்ட நாட்டின் பரப்பை ஒருவாறு காட்டுகின்றன. மதுரையை ஆண்ட வீர பாண்டியனோடு இவன் போர் புரிந்து அவன் தலை கொண்டான் என்று சாசனம் அறிவிக்கின்றது.[71] அவ்வெற்றியின் அடையாளமாக இவனும் மதுராந்தகன் என்னும் வி ருதுப்பெயர் கொண்டான் என்பர்.

இராஜ ராஜன் : உறந்தையைத் தலைநகராகக் கொண்ட சோழ மன்னருள் சிறந்தவன் திருமாவளவன் என்று தமிழ் இலக் கியம் கூறுவது போலவே, தஞ்சையைத் தலைநகராகக் கொண்ட சோழர் குலத்தைத் தலையெடுக்கச் செய்தவன் இராஜராஜன் என்று சாசனம் அறிவிக்கின்றது. பத்தாம் நூற்றாண்டின் இறுதி யில் அரசாளத் தொடங்கிய இம்மன்னன் இருபத்தைந்து ஆண்டு களுக்கு மேலாக வாழ்ந்து தமிழ்நாட்டின் பெருமையைப் படிப்படி யாக உயர்த்தினான்.

விருதுப் பெயர்கள் : இம் மன்னனது இயற்பெயர் அருண் மொழித் தேவன் என்பதாகும். இவன் சேர மன்னனையும், பாண்டி யனையும் வென்று அடக்கி, மூன்று தமிழ் நாட்டையும் ஒரு குடைக்கீழ் அமைத்தபோது, மும்முடிச் சோழன் என்னும் பெய ருக்கு உரியனாயினான்.[72] பின்னர்த் தென்பாலுள்ள இலங்கை என்னும் ஈழநாட்டையும், வட பாலுள்ள வேங்கை நாடு, கங்கபாடி முதலிய நாடுகளையும், குடபாலுள்ள கொல்லம், குடகம் ஆகிய நாடுகளையும் வென்று, மன்னர் மன்னனாக விளங்கியபோது இராஜ ராஜன் என்ற விருதுப்பெயர் பூண்டான்; அப்பால் கப்பற் படை கொண்டு பன்னீராயிரம் தீவங்களைக் கைப்பற்றி, நிலத் திலும் நீரிலும் வெற்றி பெற்று வீறுற்று நிலையில் ஜயங் கொண் டான் என்னும் பெயரைத்தனக்கே உரிமையாக்கிக் கொண்டான்.

இவன் வீரத்தாற் பெற்ற விருதுகளோடு சீலத்தாற் பெற்ற பெயர் களும் சேர்ந்து அழகுக்கு அழகு செய்தன. ''சிவனடி பணியும் செல்வமே செல்வம்'' எனக் கொண்ட இராஜ ராஜன் சிவபாத சேகரன் என்னும் செம்மை சான்ற பெயர் தாங்கினான். ஈசனார்க் குக் கோயில் எடுத்துப் பணி செய்தபான்மையில் கோச்செங்கட் சோழன் வரிசையில் வைத்து எண்ணத்தக்கவன் இராஜ ராஜன்.

தில்லைச் சிற்றம்பலத்தின் ஒருசார் அடைபட்டு மறைந் திருந்த தேவாரத் திருப்பாசுரங்களைத் திருவருளாற் கண்டு வெளியிட்டு இராஜ ராஜன் சைவத்திற்குப் பெருநலம் புரிந்தான். உலகம் ஈடேறும் வண்ணம் எழுந்த தேவாரத்தை எடுத்து வெளி யிட்ட வேந்தனை உய்யக் கொண்டான் என்று உயர்ந்தோர் பாராட் டினார்.[73]

இராஜராஜன் விருதுப் பெயர்களை அவன் ஆட்சியில் அமைந்த மண்டலங்கள் தாங்கி நின்றன. ஈழ மண்டலம் (இலங்கை) மும்முடிச் சோழ மண்டலம் என்னும் பெயர் பெற்றது. தொண்டை மண்டலம் ஜயங்கொண்ட சோழ மண்டல மாயிற்று. பாண்டி மண்டலம் இராஜ ராஜப் பாண்டி மண்டலம் எனப்பட்டது.

இனி, இவ் வரசன் பெயர் கொண்டு எழுந்த ஊர்களை முறையாக் காண்போம். திருவாலங்காட்டுச் செப்பேடுகளில் இராஜராஜன் அருண்மொழிவர்மன் என்று குறிக்கப்படுகின்றான். அருண் மொழி என்பது அருமொழி என மருவி வழங்குவதாயிற்று. பாண்டிமண்டலத்தைச் சேர்ந்த கான நாட்டில் அருமொழித் தேவபுரம் என்னும் பெயருடைய ஊர் இருந்ததாகச் சாசனம் அறிவிக்கின்றது.[74] இன்னும், தஞ்சை நாட்டிலும், தென்னார்க் காட்டலும் அருமொழித்தேவர் என்னும் பெயருடைய ஊர்கள் பலவுண்டு.[75]

மும்முடிச் சோழன் : தஞ்சை நாட்டுப் பட்டுக்கோட்டை வட்டத்தில் சோழபுரம் என்னும் பெயருடைய ஊர் ஒன்று உள்ளது. அதன் முழுப் பெயர் மும்முடிச் சோழபுரம் என்பதாகும்.[76] நாஞ்சில் நாட்டில் நாகர் கோயிலுக்கருகே யுள்ள கோட்டாறு, மும்முடிச்சோழ நல்லூர் என முன்னாளில் வழங்கிற்று.[77] தொண்டை நாட்டிலுள்ள திருக்காளத்தி, மும்முடிச் சோழபுரம் என்னும் மறுபெயர் பெற்றது. இராஜராஜன் காலமுதல் பதினாறாம் நூற்றாண்டுவரை அவ் வூர் மும்முடிச் சோழபுரம் என வழங்கிற்று.[78] இன்னும், மும்முடிச் சோழமங்கலம் (திருச்சி), மும்முடிக்குப்பம்

(செங்கற்பட்டு), மும்முடிச்சோழகன் (தென்னார்க்காடு) முதலிய ஊர்ப் பெயர்களில் இராஜராஜனது விருதுப் பெயர் விளங்கக் காணலாம்.

இராஜராஜன் : தென்னார்க்காட்டுத் திண்டிவன வட்டத்தில் உள்ள தாதாபுரம் என்னும் ஊர் இராஜராஜபுரமே யாகும்.[79] நெல்லை நாட்டிலுள்ள இராதாபுரமும் இராயராயபுரமே என்று சாசனம் கூறுகின்றது.[80] ஈழநாட்டுப் பாலாவி நதிக்கரையில் திருக்கேதீச்சுரம் என்னும் பாடல் பெற்ற திருக்கோவிலைத் தன்னகத் தேயுடையமாதோட்டம் இராஜராஜபுரமென்னும் பெயர் பெற்றது.[81]

ஐயங்கொண்டான் : ஐயங்கொண்டான் என்ற விருதுப் பெயரைத் தாங்கி நின்ற நகரங்களுள் தலை சிறந்தது ஐயங் கொண்ட சோழபுரமாகும். அஃது இராஜராஜன் காலமுதல் சில நூற்றாண்டுகள் சோழ ராஜ்யத்தின் சிறந்த நகரமாக விளங்கிற்று. இப்பொழுது திருச்சி நாட்டு உடையார் பாளைய வட்டத்தில் அஃது ஒரு சிற்றூராக இருக்கிறது.

ஐயங் கொண்ட பட்டணம் என்னும் ஊர் சிதம்பர வட்டத்தில் உள்ளது. ஐயங்கொண்டான் என்ற பெயருடைய ஊர்கள் பாண்டி நாட்டிலும் சோழ நாட்டிலும் சில உண்டு.[82] திருச்சி நாட்டைச் சேர்ந்த குழித்தலை வட்டத்திலுள்ள மகாதான புரத்தின் உட்கிடையாகிய சிற்றூர் பழைய சங்கடம் என்னும் விந்தையான பெயரைக் கொண்டுள்ளது. பழைய ஐயங்கொண்ட சோழபுரம் என்பதே நாளடைவில் பழைய சங்கடமாய் முடிந்தது என்பர்.[83]

ஜனநாத சோழன் : இராஜராஜனுக்கு அமைந்த விருதுப் பெயர்களில் ஒன்றாகிய ஜனநாதன் என்பது அவனது அரசியற் கொள்கையைக் காட்டுகின்றது.

''குடிதழீஇக் கோலோச்சும் மாநில மன்னன்
அடிதழீஇ நிற்கும் உலகு''

என்னும் திருவள்ளுவர் கருத்துப்படி ஜனநாயகத்தின் உரிமையும், பெருமையும் இராஜராஜன் நன்றாக உணர்ந்திருந்தான் என்பது இவ்விருதுப் பெயரால் விளங்குவதாகும். தென்னார்க்காட்டிலுள்ள அகரம் என்னும் ஊர் ஜனநாத சதுர்வேதிமங்கலம் எனச் சாசனத்திற் குறிக்கப்படுகின்றது.[84] ஜனநாதநல்லூர் என்னும் மறு பெயர். சிதம்பரத்துக்கு அண்மையிலுள்ள ஆடூருக்கும், தென் ஆர்க் காட்டைச் சேர்ந்த வயிரபுரம் என்னும் வயிரமேகபுரத்துக்கும்,

செங்கற்பட்டு நாட்டைச் சேர்ந்த வாயலூர் என்னும் திருப்பில வாயிலுக்கும் வழங்குவதாயிற்று.[85] பட்டுக் கோட்டையிலுள்ள சோழபுரம் என்னும் மும்முடிச் சோழபுரத்தின் வழியாகச் சென்ற சாலை ஜனநாதன் பாதை என்று பெயர் பெற்றது.[86] மதுரையின் மருங்கிலுள்ள தேனூர் ஜனநாத சதுர்வேதி மங்கலமாயிற்று.[87] மகாபலிபுரம் என்னும் மாமல்லபுரம் ஜனநாத புரம் என்ற மறு பெயர் பெற்றது.

சிவபாத சேகரன் : திருச்சி நாட்டைச் சேர்ந்த குழித்தலைக்குத் தெற்கே ஐந்து மைல் அளவில் சிவாயம் என்னும் பெயருடைய ஊர் ஒன்று உள்ளது. சிவாயம் என்பது சிவபாத சேகரபுரம் என்ற பெயரின் சிதைவாகும். அங்குள்ள கோவில் திருவாலீச்சுரம் என்ற பெயருடைய தென்பது சாசனத்தால் விளங்கும்.[89]

உய்யக் கொண்டான் : உய்யக் கொண்டான் என்பது இராஜ ராஜனின் சிறப்புப் பெயர்களின் ஒன்று. இப் பெயர் தமிழ் நாட்டு மலைகளோடும், வாய்கால்களோடும் மருவி நிற்கக் காணலாம். சோழநாட்டில் பாடல் பெற்ற பதிகளுள் ஒன்றாகிய கற்குடி என்பது உய்யக்கொண்டான் திருமலை என்று பெயர் பெற்றது. இன்னும் திருச்சிராப்பள்ளிக்கு அண்மையில் காவிரியாற்றினின்றும் கிளைத்துச் செல்லும் உய்யக்கொண்டான் வாய்க்கால் இம் மன்னன் பெயரையே தாங்கி நிலவுகின்றது.

சோழபுரம் என்னும் பெயருடைய ஊர்களில் ஒன்று வட ஆர்க்காடு வேலூருக்குத் தெற்கே எட்டு தூரத்தில் உள்ளது. அதன் பழம் பெயர் காட்டுத்தும்பூர் என்பதாகும்.[90] இராஜராஜ சோழன் அவ் வூரில் இராஜராஜேச்சரம் என்னும் சிவாலயம் கட்டியதோடு, ஊரின் பெயரையும் உய்யக் கொண்டான் சோழபுரம் என மாற்றி விட்டதாகச் தெரிகின்றது.[91] இப்பொழுது ஆலயம் பழுதுற்றிருக்கின்றது. ஊர்ப் பெயரும் சோழபுரம் எனக் குறுகிவிட்டது.

இராமநாதபுரத்துத் திருப்பத்தூர் வட்டத்தில் உய்யக்கொண்டான் என்ற ஊர் உள்ளது. தென் ஆர்க்காட்டு விருத்தாசல வட்டத்தில் உய்யக்கொண்ட ராவி என்பது ஓர் ஊரின் பெயர்.[92]

உலகமாதேவி : இராஜராஜன் தேவியருள் சிறப்புற்று விளங்கியவள் உலகமா தேவி. அவள் பெயரால் அமைந்த நகரம் தென் ஆர்க்காட்டிலுள்ள உலகமா தேவி புரம். அவ் வூர்ப் பெயர் ஒலகபுரம் எனவும், ஒலகா புரம் எனவும் மருவி வழங்குகின்றது.[93]

செங்கற் பட்டு நாட்டிலுள்ள மணிமங்கலம் என்னும் ஊர் உலக மாதேவி சதுர்வேதி மங்கலம் என்று சாசனங்கள் கூறும்.[94] திருவா யாற்றுக் கோயிலில் உள்ள உத்தர கைலாசம் என்னும் உலோகா மா தேவீச்சரம் இம்மாதேவியாற் கட்டப்பட்டதாகும்.[95]

திரிபுவன மாதேவி: திரிபுவன மாதேவி என்பது மற்றொரு தேவியின் பெயர். இவளே இராஜேந்திரனைப் பெற்ற தாய், புதுவை நாட்டில் உள்ள திரிபுவனி என்னும் ஊர் இவள் பெயர் தாங்கி நிற்ப தாகும். அவ்வூரின் பெயர் திரிபுவன மாதேவி சதுர்வேதி மங்கலம் என்பதன் சிதைவாகத் தெரிகின்றது.[96]

சோழமாதேவி : இன்னொரு தேவியாகிய சோழமா தேவி யின் பெயர் தாங்கி நிலவும் ஊர்கள் பலவாகும். கோவை நாட்டு உடுமலைப் பேட்டை வட்டத்தில் சோழமாதேவி என்னும் ஊர் ஒன்று உண்டு. அது முற்காலத்தில் சோழமாதேவி நல்லூர் என வழங்கிற்றென்பது சாசனங்களால் அறியப்படும்.[97] அங்குள்ள குலசேகர ஈச்சுரம் என்னும் சிவலாயத்திற்கும், அதன் அருகே அமைந்த திருமடத்திற்கும் சோழ மன்னர் அளித்த நன்கொடை கல்வெட்டுக்களால் விளங்குகின்றது.

திருச்சி நாட்டில் உத்தம சேரிக்கு அண்மையில் சோழ மாதேவியின் பெயரால் அமைந்த சதுர்வேதி மங்கலம் ஒன்றுள் ளது. அது முன்னாளில் விளா நாட்டைச் சேர்ந்த பிரமதேயமாக விளங்கிற்றென்று சாசனம் கூறும். இப்பொழுது அவ்வூர் சோழ மாதேவி என்றே வழங்குகின்றது.[98]

இராஜேந்திர சோழன் : இராஜ ராஜனுக்குப் பின்பு அரசுரிமை பெற்றான் அவன் மைந்தனாகிய இராஜேந்திரன். தஞ்சைச் சோழர் என்று சொல்லப்படும் இடைக்காலத்துப் பெருஞ் சோழ மன்னர் பெருமையெல்லாம் தன் பெருமையாக்கிக் கொண்டு தலைசிறந்து விளங்கியவன் இவனே. இவன் காலத்தில் சோழர் பேரரசு உச்சநிலை அடைந்திருந்தது. இவன் புகழ், பாரத நாட்டில் எல்லை கடந்து, சிங்களம், கடாரம், மாநக்கவாரம் முதலிய பன் னாடுகளிலும் பரவிநின்றது.

விருதுப் பெயர்கள் : இம் மன்னன் தான்பெற்ற வெற்றி யின் அறிகுறியாகச் சில பட்டப் பெயர்களை மேற்கொண்டான். அவற்றுள் மிகச் சிறந்தவையான முடி கொண்டான், கங்கை கொண்டான், கடாரம் கொண்டான் என்னும் விருதுப் பெயர் மூன்றும் ஊர்ப்பெயர்களிலே விளங்குகின்றன.

முடிகொண்ட சோழன் : சோழன் ஆட்சியில் அமைந்த கங்கபாடி என்னும் நாடு இவ்வரசன் காலத்தில் முடிகொண்ட சோழ மண்டலம் என்று பெயர் பெற்றது.[99] பழம் பெருமை வாய்ந்ததும், பாடல் பெற்றதுமாகிய பழயாறை என்ற நகரம் முடிகொண்ட சோழபுரம் என வழங்கலாயிற்று.[100] இந் நகரம் காவிரியினின்று பிரிந்துசெல்லும் முடிகொண்டான் என்னும் கிளையாற்றின் கரையில் அமைந்துள்ளது. நெல்லை நாட்டின் வழியாகச் செல்லும் பொருநையாறு முடிகொண்ட சோழப் பேராறு என்று அக்காலத்துச் சாசனங்களில் குறிக்கப்பட்டது.[101]

இன்னும், சிதம்பர வட்டத்திலுள்ள முடிகண்ட நல்லூரும், மாயவர வட்டத்திலுள்ள முடிகொண்ட நல்லூரும், பாண்டி நாட்டுச் சிவகங்கை வட்டத்திலுள்ள முடிகுண்டம் என்னும் ஊரும் இம்மன்னனது விருதுப் பெயரை பெற்று விளங்குவனவாகும். கோவை நாட்டிலே கொள்ளகால் வட்டத்தில் முடிகுண்டம் என்ற ஊரொன்று உண்டு. சாசனங்களில் முடிகொண்ட சோழபுரம் என்று குறிக்கப்படும் ஊர்ப் பெயரே இப்போது முடிகுண்டமெனக் குறுகியுள்ளது. முடிகொண்ட சோழீச்சுரம் என்னும் சிவாலயம் அவ்வூரிற் காணப்படுகின்றது. அஃது இராஜேந்திர சோழன் காலத்தில் எழுந்த திருக்கோயில் என்று கொள்ளலாகும். அவ் வூரில் கோயில் கொண்ட தேசிப் பெருமாள் என்னும் திருமாலுக்குக் காவிரியாற்றின் வடகரையிலுள்ள பதினெட்டு ஊர் வணிகரும் அளித்த நிவந்தங்கள் சாசனத்தால் அறியப்படுகின்றன. இன்னும் அவ்வூரில் நகரஜினாலயம் என்று பெயர் பெற்ற சமணக் கோயிலும் இருந்தது. சந்திர பிரப தீர்த்தங்கரர் அவ்வாலயத்தில் எழுந்தருளியிருந்ததாகச் சாசனம் கூறும்.[102] எனவே, முடிகொண்ட சோழபுரம் சைவம், வைணவம், சமணம் என்னும் மும்மதங்களும் சிறந்து விளங்கிய நகரமாகத் தோன்றுகின்றது.

கங்கை கொண்ட சோழன் : இராஜேந்திரன் தாங்கி நின்ற விருதுப் பெயர்களுள் நாடறிந்தது கங்கை கொண்டான் என்பதாகும். அப்பெயரால் எழுந்த கங்கை கொண்டான் என்னும் ஊர்கள் தமிழ் நாட்டிற் பல பாகங்களில் உண்டு.[103]

கடாரம் கொண்டான் : கடாரங்கொண்டான் என்ற விருதுப் பெயரும் தாங்கி நின்றான் இராஜேந்திரன். கப்பற் படை கொண்டு காழகம் என்னும் கடார நாட்டை இம் மன்னன் வென்று இவ் விருதுப் பெயர் பூண்டான். தஞ்சை நாட்டு மாயவர வட்டத்தில் கடாரம் கொண்டான் என்பது ஓர் ஊர்ப் பெயராக வழங்குகின்றது. தொண்டை நாட்டு மணவிற் கோட்டத்தில் கடாரங் கொண்ட சோழபுரம் இருந்த தென்று சாசனம் கூறும்.[104]

குலோத்துங்க சோழன் : இராஜேந்திர சோழனுக்குப் பின் அரசாண்ட மன்னரில் பெருமை சான்றவன் முதற் குலோத்துங்க சோழன். கலிங்கத்துப் பரணியிற் பாராட்டப்படுகின்ற சிறந்த அரசன் இவனே. கருணாகரத் தொண்டைமான் என்னும் படைத் தலைவன் இச் சோழ மன்னனது ஆணையால் கலிங்க நாட்டின் மீது படையெடுத்து வெற்றியும் புகழும் பெற்ற செய்தியைக் கலிங்கத்துப் பரணி எடுத்துரைக்கின்றது. குலோத்துங்கன் திரிபுவன சக்ரவர்த்தி முதலாய பட்டங்களைத் தாங்கி நின்றான். சுங்கந் தவிர்த்த சோழன் என்னும் விருதுப் பெயரும் அவனுக் குரிய தாகும். தஞ்சாவூரின் அருகேயுள்ள கருந்திட்டைக்குடி அம் மன்னன் காலத்தில் சுங்கத் தவிர்த்த சோழநல்லூர் என வழங்கிற்று.

முதற் குலோத்துங்க சோழன் தன் தேவியாகிய கம்பதேவி யின் விருப்பத்திற் கிணங்கித் தொண்டை நாட்டுச் சிற்றீசம் பாக்கம் என்ற ஊருக்குக் கம்பதேவி நல்லூர் எனப் பெயரிட்டுக் காஞ்சிபுரம் கோவிலுக்கு நிவந்தமாக அளித்தான் என்னும் செய்தி ஒரு சாசனத்தால் விளங்குகின்றது.[105]

தீன சிந்தாமணி : இன்னும், குலோத்துங்கன் தேவியாகிய தீனசிந்தாமணியின் பெயரால் அமைந்த ஊர்கள் சில உண்டு. தென் ஆர்க்காட்டிலுள்ள சிந்தாமணி என்னும் ஊர் முன்னாளில் தீனசிந்தாமணி நல்லூர் என வழங்கிற்று.[106] எனவே, சிந்தாமணி என்பது அதன் குறுக்கமாகத் தோன்றுகின்றது. இன்னும், வட ஆர்க்காட்டிலுள்ள கடைக்கோட்டுப் பிரம தேசம், தீன சிந்தாமணி சதுர்வேதி மங்கலம் என்று சாசனங்களிற் குறிக்கப்படுதலால் அவ் வூரும் இத்தேவியின் பெயர் தாங்கி நிற்பதாகத் தெரிகின்றது.[107]

அநபாய சோழன் : இரண்டாம் குலோத்துங்க சோழனுக்கு அநபாயன் என்ற சிறப்புப் பெயர் உண்டு. அப் பெயர் சில ஊர் களுக்கு அமைந்தது. சோழமண்டலத்தில் ஜயங்கொண்ட சோழ வளநாட்டுத் திருவழுந்தூர் நாட்டில் அநபாயபுரம் என்னும் பெயருடைய ஊர் ஒன்று இருந்ததாகச் சாசனம் கூறுகின்றது.[108] தொண்டை நாட்டில் அரும்பாக்கம் என்னும் ஊரில் இருந்த சில நிலங்களை ஓர் எடுப்பாகச் சேர்த்து, அநபாய நல்லூர் என்று பெயரிட்டுத் திரு ஆலக்கோயிலுடையார்க்கு அளித்தான் அநபாய சோழன்.[109]

மூன்றாம் குலோத்துங்கன் : மூன்றாம் குலோத்துங்கன் காலத்துச் சாசனத்தால் தென் ஆர்க்காட்டு வேலூரில் குலோத்துங்க சோழ விண்ணகரம் விளங்கிற்றென்பது தெரிகின்றது. இம் மன்னன்

பெயரால் உண்டாகிய குலோத்துங்க சோழ நல்லூர் அத்திருக் கோயிலுக்குத் தேவதானமாக வழங்கப்பட்டது.[110]

திரிபுவன வீரன் : தஞ்சை நாட்டில் கும்பகோணத்துக்கும், திருவிடை மருதூருக்கும் இடையே திரிபுவனம் என்ற ஊர் உள்ளது. மூன்றாம் குலோத்துங்கன் சிறப்புப் பெயர்களில் ஒன்று திரிபுவனவீரன் என்பதாகும். அப் பெயரால் அமைந்த ஊர் திரிபுவன வீரபுரம் என்று பெயர் பெற்றுத் திரிபுவனமாயிற்று. அவ்வூரில் சிறந்து விளங்கும் சிவாலயம் குலோத்துங்கனாற் கட்டப் பட்ட தென்று சாசனம் கூறும்.[111] கட்டுமான முறையில் அது தஞ்சைப் பெரிய கோயிலை ஒத்திருப்பதாக அறிந்தோர் கருது கின்றார்கள். இன்னும் சீகாழி வட்டத்திலுள்ள திரிபுவன வீர மங்கலம் என்ற ஊரும் இக் குலோத்துங்கன் பெயர் பெற்றதாகத் தோன்றுகின்றது.

பல்லவராயன் : இரண்டாம் இராஜராஜன் காலத்தில் பெருமான் நம்பிப் பல்லவராயர் என்பவர் தலைமை அமைச்சராக விளங்கினார். அம் மன்னன் முதுமையுற்றபோது தனக்குப் பின் பட்டமெய்தி அரசாளுதற்குரிய மைந்தன் இல்லாமையால் மனம் வருந்தினான். அந்நிலையில் கங்கை கொண்ட சோழபுரத் திலிருந்து அவன் மரபைச் சேர்ந்த இளம் பிள்ளையைப் பல்லவ ராயர் அழைத்து வந்து முடி சூட்டி அரசியற் பொறுப்பனைத் தையும் வகித்து முறையாகவும் திறமையாகவும் நடத்தினார். இவ்வாறு நாட்டுக்கும் அரசுக்கும் நலம் புரிந்த பல்லவராயர் காலஞ்சென்ற பொழுது அவர் குடும்பத்தைப் பாதுகாக்கும் பொருட்டு அம் மன்னனால் இறையிலியாக அளிக்கப்பட்ட ஊர் பல்லவராயன் பேட்டை என்று பெயர் பெற்றது.[112]

பரகேசரி : சிதம்பரத்துக்கு அண்மையில் பரகேசரி நல்லூர் என்னும் ஊர் உள்ளது. பரகேசரிப் பட்டம் உடைய மன்னன் காலத் தில் அஃது உண்டாயிருத்தல் வேண்டும் என்று தோன்றுகின்றது. அங்கு இருங்கோளன் என்னும் குறுநில மன்னன் கட்டிய கோவில் விக்கிரம சோழேச்சுரம் என்று பெயர் பெற்றது.[113] இப்பொழுது அவ்வூர் பரமேஸ்வர நல்லூர் என்று அழைக்கப்படுகின்றது.

வானவன் மாதேவி : இன்னும், வானவன் மாதேவியின் பெயரால் எழுந்த நகரம் வானவன் மாதேவிபுரம் ஆகும். இந்நாளில் தென் ஆர்க்காட்டுக் கடலூர் வட்டத்தில் வானமாதேவி என அவ்வூர் வழங்குகின்றது.[114] செங்கற்பட்டு காஞ்சிபுர வட்டத்தில் வானவன் மாதேவி என்பது ஓர் ஊர். அங்கு எழுந்த சிவாலயம் வானவன் மாதேவீச்சுரம் என்று பெயர் பெற்றது. பழைய வெண்

குறைக்கோட்டத்துப் பெருநகர் நாட்டில் அவ் வானவன் மாதேவி இருந்ததென்று சாசனம் கூறும். அவ் வூர் இப்பொழுது மானாம் பதியென வழங்குகின்றது.[115]

இன்னும், செங்கற்பட்டு நாட்டுச் செங்கற்பட்டு வட்டத்தில் மானாமதி என்னும் பெயருடைய ஊர் ஒன்று உள்ளது. அங்குள்ள பழமையான கோவில் திருக்கரபுரம் என முற்காலத்தில் வழங்கி யதாகத் தெரிகின்றது. இப்பொழுது ஊர்ப் பெயராக வழங்கும் மானாமதி என்பது வானவன் மாதேவியின் சிதைவாகும். இராஜேந் திர சோழன் காலத்தில், அவ்வூரில், திருக்கயிலாயநாதர் கோயில் எழுந்தது. அதன் அருகே காணப்படுகின்ற அகரம் என்னும் ஊரும் அம் மன்னனால் உண்டாக்கப்பட்டதே யாகும்.[116]

சாமந்தர் : தஞ்சைச் சோழமன்னர் ஆட்சியில் அவர்க்குக் கீழ்ப்பட்ட சிற்றரசர் பலர் இருந்தனர். கொங்குராயன், சேதிராயன், மழவராயன், பல்லவராயன் முதலியோர் சாமந்தராய்ச் சோழ நாட்டின் பல பாகங்களைக் கண்காணித்து வந்ததாகத் தெரி கின்றது. தென் ஆர்க்காட்டிலுள்ள கொங்குராய பாளையம், கொங்குராயனூர் முதலிய ஊர்களும், நெல்லை நாட்டிலுள்ள கொங்குராய குறிச்சியும் அக்காலத்திய கொங்குராயர் பெயரை நினைவூட்டுகின்றன.

சேதிராயர் பெயர் தென் ஆர்க்காட்டிலுள்ள சேதிராய நல்லூர், சேதிராயன் குப்பம் முதலிய ஊர்களிலும், நெல்லை நாட்டிலுள்ள சேதிராய புத்தூரிலும் விளங்குகின்றது. இன்னும் தென் ஆர்க்காட்டிலுள்ள மழவராய நல்லூர் முதலிய ஊர்களும், இராமநாதபுரத்திலுள்ள மழவராயனேந்தல் என்னும் இடமும் மழவராயரோடு தொடர்புடையன. இனி, பல்லவராயன் பெயர் பல ஊர்களில் காணப்படுகின்றது. பல்லவராயன் பாளையம், பல்லவராய நத்தம், பல்லவராய னேந்தல், பல்லராயன் மடை முதலிய ஊர்கள் தமிழ் நாட்டில் பல பாகங்களிற் காணப்படும்.

மராட்டிய மன்னர் : சோழ மன்னரது ஆதிக்கம் நிலை குலைந்த பின்பு, பதினேழாம் நூற்றாண்டின் இறுதியில் தஞ்சை நாட்டில் மராட்டிய மன்னரது ஆட்சி நிலை பெறுவதாயிற்று. இந்திய சரித்திரத்தில் புகழ் பெற்று விளங்கும் வீர சிவாஜி மன்னனது தம்பியாகிய எக்கோசி என்பவன் தஞ்சையில் மராட்டியர் ஆட்சியை நிலை பெறுத்தினான். தஞ்சை நாட்டிலுள்ள எக்கோசி மகாராசபுரம் என்னும் ஊர் அவன் பெயரால் இன்றும் நிலவுகிறது. எக்கோசி யின் சரபோசி. அவன் பெயர் தஞ்சையிலுள்ள சரபோசிராசபுரம் என்னும் ஊர்ப் பெயரில் விளங்குகின்றது. பதினெட்டாம் நூற் றாண்டின் இறுதியில் பட்டம் எய்திய துளசி மன்னன் பெயரும்

சில ஊர்ப் பெயர்களில் அமைந்துள்ளது. துளசாபுரம், துளசேந்தி புரம், துளசேந்திரபுரம் என்ற மூன்று ஊர்கள் தஞ்சை நாட்டிலே காணப்படுகின்றன.

தஞ்சையில் மராட்டிய மன்னருக்குக் கண்போல் விளங்கிய அமைச்சர் பெயரும் ஊர்ப் பெயராக வழங்குகின்றது. பாவாசி என்பவன் அத் தகைய அமைச்சர்களில் ஒருவன். தஞ்சை நாட்டில் பட்டுக்கோட்டை வட்டத்திலுள்ள வாவாசிக் கோட்டை என்னும் ஊரின் பெயர் அவன் பெயரே ஆகும். மானோசி என்பவன் மற்றோர் அமைச்சன். மானோசிப்பச் சாவடி என்னும் இடம் அவன் பெயரால் நிலவுகின்றது.

விஜயநகர மன்னன் : விஜய நகர மன்னருள் பல்லாற் றானும் தலை சிறந்தவன் கிருஷ்ண தேவராயன். இம் மன்னன் பெருமையை,

''படைமயக் குற்றபோதும் படைமடம் ஒன்றி லாதான்
மடைசெறி கடகத்தோளான் மதிக்குடை மன்னர் மன்னன்''

என்று ஒரு தமிழ்க் கவிஞர் பாடிப் போந்தார்.[117] மாற்றாரை வென்று மாபெரும் புகழ்பெற்று வாழ்ந்த கிருஷ்ணதேவன் கும்பகோணத் தில் நிகழ்ந்த மகாமக விழாவிற்குச் செல்லும் வழியில் பொன்னேரி வட்டத்திலுள்ள அரகண்டபுரம் என்னும் ஊரிலே தங்கினான். அங்கு அரிசாசர் என்று பெயர் பெற்ற பரம வைணவர் ஒருவர் இருந்தார். அவர் கனவிலே பெருமாள் அறிவித்த வண்ணம் கிருஷ்ண தேவராயன் அவ்வூரிலே திருமால் கோயில் ஒன்று கட்டு வித்தான். அது வேத நாராயணன் கோயிலென இன்றும் விளங்கு கின்றது. அக் கோயிலுக்கு வேந்தன் அளித்த நிவந்தங்கள் கோபுரத்திற் குறிக்கப்பட்டுள்ளன. அவற்றுள் ஒன்று ஆரிய வேதமும், திராவிட வேதமும் ஓதுவார்க்கு ஏற்படுத்திய நன்கொடை யாகும். கோயிற் காரியங்களை எல்லாம் மன்னவன் அரிதாசிடம் ஒப்புவித்தான்; பெருமான் அருளைப் பெறுவதற்குக் காரணமாக இருந்த அரகண்ட புரத்தை என்றும் நினைந்து இன்புறும் வண்ணம் நாகலாம்மாள் என்னும் தன் தாயின் பெயரை அவ் வூருக்கு இட் டான். அன்றுதொட்டு அரகண்டபுரம் என்னும் பழம்பெயர் மாறி நாகலாபுரம் என்ற புதுப்பெயர் வழங்கலாயிற்று.[118]

பொன்னேரி வட்டத்தில் உள்ள நரசிங்கபுரம் என்னும் ஊரின் வரலாறும் உணரத்தக்க தாகும். ஆதியில் கூவம் என்பது அதன் பெயர். குன்றூர் நாட்டுக் கூவம் என்பது சாசன வாசகம். விஜய நகர மன்னனாகிய அச்சுதாராயன் அங்கு நரசிங்கப் பெருமாளுக்கு ஒரு கோயில் கட்டுவித்தான்; அவ்வளவில் அமையாது நரச

நாயக்கன் என்னும் தன் தந்தையின் பெயர் விளங்குமாறு நரச நாயகபுரம் என்று அவ் வூருக்குப் பெயரிட்டான். ஆயினும் பெருமாள் நாமத்தையே பெரிதும் பேசக்கருதிய பொது மக்கள் நரச நாயகபுரத்தை நரசிங்க புரமாக்கி விட்டனர்.[119]

குறுநில மன்னர்

பாரி : தமிழ் நாட்டில் ஈகையாலே புகழ்பெற்ற வள்ளல்கள் பலர் இருந்தனர். பாண்டி நாட்டிற்குறுநில மன்னனாக விளங்கிய பாரி வள்ளலின் பெருமை தமிழகம் முழுவதும் பரந்திருந்தது. கொடைத்திறத்திற்கு அவனையே ஒரு வரம்பாக எடுத்துக்காட்டினர் கவிஞர். ''கொடுக்கிலாதானைப் பாரியே என்று கூறினும் கொடுப்பாரிலை'' என்று பாடினார் சுந்தர மூர்த்தி. இங்ஙனம் ஆன்றோர் புகழும் பேறு பெற்ற பாரி வள்ளல் சைவ சீலனாக விளங்கினான். அவ்வள்ளலுக்குரிய பறம்பு நாட்டிற் காணப்படும் பாரீச்சுரம் என்னும் சிவாலயம் அவன் எடுத்த திருக்கோயிலாக கருதப்படுகின்றது.[120] பாரீச்சுரம் என்பது பாரியால் வழிபடப்பெற்ற சிவபிரான் கோயில் கொண்டதலம் என்ற பொருளைத் தரும். அப் பாரீச்சுரம் தேவாரப் பாடல் பெற்ற கொடுங்குன்றத்திற்கு அருகேயுள்ளது. எனவே, இக் காலத்திற் பிரான்மலையெனப்படும் கொடுங்குன்றத்தைத் தன்னகத்தேயுடைய பறம்பு நாடே பாரியின் நாடென்பதும், அங்குள்ள பாரீச்சுரம் அவன் எடுத்த திருக்கோயில் என்பது இனிது விளங்கும்.

ஆய் : பொதியமலைக்கு அண்மையிலிருந்த நாட்டை ஆய் என்ற குலத்தார் நெடுங்காலம் ஆண்டு வந்தனர். அக் குலத்தில் வந்த ஆய் அண்டிரன் என்னும் வள்ளல் புலவர் பாடும் புகழுடையவனாய் விளங்கினான். அவன் காலத்தில் ஆய்குடி என்ற ஊர் சிறந்திருந்தது.

''தென்திசை ஆஅய் குடியின் றாயின்
*பிறழ்வது மன்னோஇம் மலர்தலை உலகே''**[121]

என்று மோசியார் அதன் பெருமையைப் புனைந்துரைத்தார். இவ்வூர் இன்றும் பொதியமலைச் சாரலில் உள்ளது.

காரி : கடைவள்ளல் எழுவரில் காரி என்பவன் ஒருவன். அவன் சிறந்த குதிரை வீரன். சங்க இலக்கியத்தில் மலையமான் திருமுடிக்காரி என்று அவன் குறிக்கப்படுகின்றான். சேலம் நாட்டைச் சேர்ந்த நாமக்கல் வட்டத்திலுள்ள கார்குடி என்னும் ஊர் அச் சிற்றரசனோடு தொடர்புடையதாகத் தெரிகின்றது. சாசனங்களில்

அவ்வூர் திருக்காரிகுடி என்று வழங்குகின்றது.[122] சேலம் நாட்டில் காரி மங்கலம் என்னும் ஊரும் உண்டு.

ஓரி : திருமுடிக் காரியின் பெரும் பகைவன் ஓரி என்பவன். அவன் வில்லாளரிற் சிறந்த வீரன்; சிறந்த கொடையாளன். வல்வில் ஓரி என்று பண்டைப் புலவர்கள் அவனைப் பாராட்டினார்கள். கோவை நாட்டுப் பவானி வட்டத்தில் ஓரிசேரி என்னும் ஊர் உள்ளது.

குமணன் : கடையெழு வள்ளல்களின் காலம் கழிந்த பின்பு கொங்கு நாட்டுக் குறுநில மன்னனாகிய குமணன் சிறந்த கொடையாளனாக விளங்கினான். முதிரம் என்னும் மலையும், அதைச் சேர்ந்த நாடும் அவன் ஆட்சியில் அமைந்திருந்தன. குமணன் வாழ்ந்த ஊர் குமணம் என்று பெயர் பெற்றுப் பிற்காலத்தில் கொழுமம் எனத்திரிந்த தென்று அறிந்தோர் கூறுவர். கோவை நாட்டைச் சேர்ந்த உடுமலைப் பேட்டை வட்டத்தில் கொழுமம் ஒரு சிற்றூராக இன்று காணப்படுகின்றது. சோழீச் சுரம் என்னும் பழைமையான சிவாலயம் இவ் வூரில் உண்டு. பன்னிரண்டாம் நூற்றாண்டின் தொடக்கத்தில் கொங்கு நாட்டை யாண்ட வீர சோழன் அங்கே கட்டிய கோயில் வீரசோழீச்சுரம் என்னும் பெயர் பெற்றுப் பின்னர் சோழீச்சுரம் எனக் குறுகி வழங்கலாயிற்று என்பது சாசனங்களால் விளங்குகின்றது. கொழுமத்திற்குத் தெற்கே காதவழி தூரத்திற் காணப்படும குதிரை மலையே பழைய முதிரமலை என்பர். முதுகிற் சேணமிட்டு நிற்கும் குதிரை போன்று அம் மலை காட்சியளித்தலால் பிற் காலத்தார் அதனைக் குதிரை மலை என்று அழைத்தனர் போலும்![123]

வள்ளலூர் : கோயம்புத்தூருக்கு அண்மையில் வள்ளலூர் என்னும் அழகிய பெயருடைய ஊர் ஒன்று உள்ளது. அங்குள்ள சிவன் கோயிலுக்குத் தேனீச்சுரம் என்பது பெயர். உலகளந்த பெருமாள் கோயிலும் அங்குண்டு. பழைய பேரூர் நாட்டைச் சேர்ந்த இவ்வள்ளலூர் அன்னதான சிவபுரி எனவும் வழங்கிற்று.[124] எனவே, அன்னதானத்தால் அழியாப் புகழ் பெற்ற வள்ளல் ஒருவரது ஞாபகச் சின்னமாக இவ்வூர் விளங்குகின்றது என்று கூறலாகும். இந் நாளில் இவ் வூரின் பெயர் வெள்ளலூர் என மருவியுள்ளது.

பூதன் : பெண்ணையாற்றின் அருகேயுள்ளது புல்வேளூர் என்ற ஊர். இவ் வூர் தொண்டை நாட்டு எயிற் கோட்டத்தைச் சேர்ந்ததென்று சாசனம் கூறும்.[125] தமிழ் இலக்கியத்திலும் இவ்வூர் இடம் பெற்றுள்ளது. நல்லிசைப் புலவராகிய ஔவையாரை ஆதரித்த பூதன் என்னும் புரவலன் இவ் வூரில் விளங்கினான் என்பது,

“பூங்கமல வாவிசூழ் புல்வேளூர்ப் பூதனையும்
ஆங்குவரு பாற்பெண்ணை யாற்றினையும்”

நினைந்து பாடும் ஔவை வாக்கால் அறியப்படும்.[126] புல் வேளூர் என்பது இப்போது புல்லலூர் எனத் திரிந்துள்ளது.

மகமதியரும் கிருஸ்தவரும்

வாலாஜா : தமிழ்நாட்டிலுள்ள வட ஆர்க்காட்டு வட்டத்தில் மகமதியத் தலைவர்கள் பெயரால் அமைந்த ஊர்கள் சில உண்டு. கருநாடக நவாபுகளில் ஒருவன் முகம்மது அலி என்பவன். அவனுக்கு வாலாஜா என்னும் பெயரும் உண்டு. அப் பெயர் ஆர்க்காட்டிலுள்ள வாலாஜா பேட்டைக்கு அமைந்துள்ளது. பதினெட்டாம் நூற்றாண்டின் இறுதியில் வாலாஜாவின் அமைச்சனால் அந் நகரம் உண்டாக்கப்பட்ட தென்று சரித்திரம் கூறும். பதினெட்டுப்பேட்டைகளை உடையதாக அமைந்த அந் நகரம் சிலகாலம் சிறந்து விளங்குவதாயிற்று.

இன்னும், உடையார் பாளையத்திலுள்ள வாலாஜா நகரமும், பாலாற்றங் கரையிலுள்ள வாலாஜாபாத் என்னும் ஊரும் முகம்மது அலியின் பெயரைத் தாங்கி நிற்கின்றன.

வாலாஜா பேட்டைக்கு அருகேயுள்ள இராணிப் பேட்டையின் வரலாறும் அறியத் தக்கதாகும். செஞ்சிக் கோட்டையில் தேசிங்கராஜன் என்னும் வீரன் சிறந்து விளங்கினான். மகமதிய நவாபாகிய சாதுல்லாகான் என்பவன் அக் கோட்டையின் மீது படையெடுத்தான். இருவருக்கும் கடும் போர் மூண்டது. தேசிங்கராஜன் மாற்றார் வியப்புற வீரப் போர்புரிந்து மாண்டான். அந் நிலையில் அவன் தேவியாகிய இராணி, கணவன் உயிரோடு தன் உயிரை இசைவிக்கக் கருதி, உடன்கட்டை ஏறி உயிர் துறந்தாள். அப்பெண்மணியின் பெருமையை அறிந்தான் மகமதியத் தலைவன். அவள் காதலும் கற்பும் என்றும் விளங்கும் வண்ணம் இராணிப்பேட்டை என்னும் பெயரால் புதியதோர் ஊரை உண்டாக்கினான். அது நெடுங்காலமாக ஒரு சிறந்த படைவீடாக விளங்கிற்று.

கான்சாகிப் : பதினெட்டாம் நூற்றாண்டில் பிற்பகுதியில் ஆங்கிலப் படைக்குத் துணை புரிந்த மகமது யூசப்கான் என்பவன் தமிழ் நாட்டில் கான்சாகிப் என்று வழங்கப்பெற்றான். அவன் செய்த உதவிக்குக் கைம்மாறாகப் பாண்டி நாட்டின் கவர்னராக ஆங்கிலேயர் அவனை நியமித்தனர். மதுரையைச் சேர்ந்த கான்சாபுரமும், இராமநாதபுரத்தைச் சேர்ந்த கான் சாகிபு புரமும் அவன் பெயரால் அமைந்துள்ளன.

இன்னும் பல ஊர்கள் மகமதியப் பெயர்களைக் கொண்டு வழங்கக் காணலாம். அவை பெரும் பாலும் பட்டடை முதலிய வற்றொடு இணைந்துள்ளன. சென்னையின் அருகே அமைந் துள்ள சைதாப்பேட்டையும், வட ஆர்க்காட்டிலுள்ள ஜாவ்வர் பேட்டை, மூர்தானா பட்டடை முதலிய ஊர்களும் மகமதிய சம்பந்தமுடையன என்பது வெளிப்படை.

அபாத் : இன்னும், மகமதியரோடு தொடர்புடைய ஊர்கள், அபாத் என்னும் முடிவுடைய பெயர் கொண்டு வழங்கக் காண லாம். பாரசீக மொழியில் அபாத் என்னும் நகரத்தைக் குறிக்கும். ஆர்க்காட்டு வட்டத்தில் மன்சர பாத், அனவர பாத், முரார் பாத் முதலிய ஊர்கள் காணப்படுகின்றன.

தமிழ் நாட்டில் மகமதிய வகுப்பாரைக் குறிக்கும் ராவுத்தர், மரக்காயர் முதலிய பெயர்களும் ஊர்ப் பெயர்களில் புகுந்துள்ளன. தென் ஆர்க்காட்டிலுள்ள ராவுத்த நல்லூரும், இராமநாத புரத்தி லுள்ள மரக்காயர் பட்டினமும் இவ் வுண்மைக்குச் சான்றாகும்.

உசேன் : வட ஆர்க்காட்டு வேலூருக்கு அருகே ஊசூர் என்னும் ஊர் உள்ளது. அஃது உசேன் என்ற மகமதியர் பெயரால் அமைந்த ஊராகும். உசேனூர் என்பது ஊசூர் என மருவிற்று. உசேனபாத் என்னும் பெயரும் அதற்குண்டு. இன்னும் வடஆர்க் காட்டுப் போளூர் வட்டத்தில் அலியாபாத் என்னும் ஊரும், மன்சாரபாத் என்னும் துருக்கமும் உள்ளன. அவை முறையே அலி, மன்சூர் என்ற இரு மகமதியர் பெயரைக் கொண்டுள்ளன.

திருச்சி நாட்டிலுள்ள லால்குடி என்னும் ஊருக்கு அப்பெய ரிட்டவர் மகமதியரே. முன்னாளில் தவத்துறை என்பது அதன் பெயர். அங்குள்ள திருக்கோயிலின் செங்கோபுரத்தைக் கண்டு லால் குடி என்று அவ்வூரை மகமதியர் குறித்தார்கள். பாரசீக மொழியில் லால்குடி என்பதற்குச் செம்பதுமை என்பது பொருளாம்.

சென்ற சில நூற்றாண்டுகளாகத் தமிழ் நாட்டில் பரவி வரும் கிருஸ்தவ சமயத்தின் சார்பாக எழுந்த ஊர்களும் உண்டு. நெல்லை நாட்டில் கிருஸ்தவர்கள் மிகுதியாக வசிக்கும் பாகங் களில் நாசரேத்து, கவிசேஷபுரம், மெய்ஞ்ஞானபுரம் முதலிய ஊர்கள் காணப்படுகின்றன. இன்னும் ஆரோக்கியபுரம், சாந்தபுரம், சௌக்யபுரம், சந்தோஷபுரம், நீதிபுரம் முதலிய புத்தூர்களும் சென்ற நூற்றாண்டில் எழுந்துள்ளன. இரு நூறாண்டுகளுக்கு முன்னே தமிழ் நாட்டில் கிருஸ்தவப் பெருந் தொண்டராக விளங்கிய வீரமா முனிவர் கொள்ளிட நதியின் வடகரையில் உள்ள ஏலாக்குறிச்சி

என்னும் பழைய ஊரின் ஒரு பாகத்தில் அடைக்கல மாதா ஆகிய தேவ மாதாவுக்கு ஒரு கோவில் கட்டினார்; அம் மாதாவின் அருட்காவலில் அமைந்த ஊருக்குத் திருக்காவலூர் என்று பெயரிட்டார்; அவ்வூரில் கோவில் கொண்ட மாதாவின்மீது ஒரு கலம் பகம் பாடினார். அதன் பெயர் திருக்காவலூர்க் கலம்பகம் என்பது.

வீரமா முனிவர் கால முதல், வேதியர் என்னும் சொல் கிருஸ்தவ சமுதாயத்தில் உபதேசியார்களைக் குறிப்பதாயிற்று. அன்னார்க் குரிய ஒழுக்க முறைகளையெல்லாம் தொகுத்து, 'வேதியர் ஒழுக்கம்' என்னும் பெயரால் ஓர் உரைநடை நூலும் எழுதினார் முனிவர். வேதியர்புரம் என்ற ஊர் தஞ்சாவூருக்குத் தென் கிழக்கே எட்டு மைல் தூரத்தில் உள்ளது. கிருஸ்தவர்கள் வாழும் ஊராகவே அஃது இன்றும் விளங்குகின்றது.

சான்றோரும் ஊர்ப் பெயரும்

தெய்வ மணங்கமழும் தமிழகத்தில் ஆன்றோர் பலர் தோன்றினர்; ஆண்டவனை அடைதற்குரிய நெறி காட்டினர்; அருட் பாடல்களால் அன்பை வளர்த்தனர். இத் தகைய தெய்வப் பணி செய்த பெரியாரை நாயனார் என்றும், ஆழ்வார் என்றும் தமிழகம் போற்றி வருகின்றது. அவர் பிறந்த ஊர்களும், பாடிய பதிகளும் தனிப் பெருமையுற்று விளங்குகின்றன.

நாவீறுடையார் : நெல்லை நாட்டில் நாவீறுடையபுரம் என்ற சிற்றூர் ஒன்று உள்ளது. நாவீறு என்பது சொல்லின் செல்வம். அச் செல்வத்தைச் சிறப்பாகப் பெற்ற நம்மாழ்வாரை நாவீறுடையார் என்று வைணவ உலகம் போற்றுகின்றது. அவர் பெயர் கொண்டு விளங்குவது நாவீறுடையபுரம்.

சிறுத்தொண்டர் : திருத்தொண்டர் புராணத்தில் பாராட்டப் பெறுகின்ற சிவனடியாருள் ஒருவர் சிறுத்தொண்டர் என்னும் பெயருடையார். அவர் பல்லவ மன்னரிடம் படைத் தலைவராய்ப் பணி செய்தவர். பகைவரை முருக்கி வெல்லும் வீரம் வாய்ந்த அப்பெரியார் பரமனடியாரைக் கண்டபொழுது பணிந்து தாழ்ந்து துவண்டு நின்ற காரணத்தால் சிறுத்தொண்டர் என்று சைவ உலகம் அவரைப் போற்றுவதாயிற்று. நெல்லை நாட்டிலுள்ள சிறுத்தொண்ட நல்லூர் என்னும் சிற்றூர் அவர் பெருமையை நினைவூட்டுகின்றது.

சண்டேச்சுரர் : சண்டேச்சுர நாயனார், சிவாலயத்திற் சிறப்பாகப் போற்றப்படும் சிவனடியார்களுள் ஒருவர். சிவ வழிபாட்டிற்கு

இடையூறு செய்த தந்தையை மழுவால் எறிந்து, ''அரனார் மகனார்'' ஆகிய அப் பெருமானைச் சண்டேச்சுரர் என்றும், தண் டேச்சுரர் என்றும் சைவ உலகம் வணங்குகின்றது.[127] அவர் பெயரால் அமைந்த ஊர் தண்டேச்சுர நல்லூர். அது சிதம்பர வட்டத்தி லுள்ளது.

சோமாசிமாறன் : இன்னும், திருத்தொண்டர் புராணத்தில் பேசப்படுகின்ற சிவனடியார்களில் ஒருவர் சோமாசி மாறநாயனார். அவர் திரு அம்பர் நகரத்து மறையவர் குலத்தைச் சேர்ந்தவர் என்பது சேக்கிழார் வாக்கால் தெரிகின்றது.[128] அன்னார் பெயரைக் கொண்ட சோமாசி என்ற ஊர் இராமநாதபுரத்துப் பரமக்குடி வட்டத்தில் உள்ளது.

தமிழ் நாட்டில் ஆன்றோர் பிறந்த ஊர்கள் சிறந்த தலங் களாக மதிக்கப்பெற்றன. பாடல் பெற்ற தலங்களைப் போலவே அவ்வூர்ப் பெயர்களிலும் திரு என்னும் அடை விளங்கக் காணலாம்.

திருவாதவூரர் திருநாவுக்கரசர் : சைவர்கள் தலைக் கொண்டு போற்றும் பெருமை சான்றது திருவாசகம். அதனை அருளிச் செய்தவர் மாணிக்கவாசகர். மணி மொழிகளால் அமைந்த திரு வாசகத்தைப் பாடிய பின்னரே மாணிக்க வாசகர் என்னும் பெயர் அவர்க்கு அமைவதாயிற்று. அதற்கு முன் திருவாதவூரர் என்றே அவர் குறிக்கப்பெற்றார். அவர் பிறந்தமையால் பாண்டி நாட்டிலுள்ள வாதவூர், திருவாதவூர் ஆயிற்று. அவ்வாறே திருநாவுக் கரசர் பிறந்தமையால் பெருமையுற்ற ஊர் ஆமூர் ஆகும். ''தெய்வ நெறிச் சிவம் பெருக்கும் திருவாமூர்'' என்று திருத்தொண்டர் புராணத்திற் சிறப்பிக்கப்பட்ட ஊர் இப்பொழுது தென் ஆர்க் காட்டுக் கூடலூர் வட்டத்தில் உள்ளது. ஆமூர் என்னும் மூதூர் திருநாவுக்கரசர் பிறந்த ஊராதலால் திருவாமூர் ஆயிற்று.

திருமழிசையாழ்வார் : சென்னைக்கு மேற்கேயுள்ள பூந்த மல்லி என்னும் பூவிருந்த வல்லிக்கு அண்மையில் அமைந்தது திரு மழிசை. இவ் வூரிற் பிறந்து இளமையிலேயே பரஞானம் பெற்று, திருவல்லிக்கேணியில் நெடுங்காலம் யோகத்தில் எழுந் தருளியிருந்து, கும்பகோணம் எனப்படும் திருக்குடந்தையில் பரமபதம் அடைந்தார் ஓர் ஆழ்வார். அவர் பிறந்தமையால் மழிசை திருமழிசை ஆயிற்று. அவ்வாழ்வாரும் திருமழிசை ஆழ்வார் என்றே வழங்கப் பெறுகின்றார்.

செயின்ட் தாமஸ் : கிருஸ்தவ சமய சீலராகிய செயின்ட் தாமஸ் என்பவர், கி.பி. முதல் நூற்றாண்டில் தமிழ்நாட்டிற் போந்து,

மயிலாப்பூரில் சிலகாலம் தங்கியிருந்து சமய போதகம் செய்தார் என்றும், அதனால் விளைந்த குரோதத்தால் கொலையுண்டு இறந்தார் என்றும் கர்ண பரம்பரைக் கதையொன்று உண்டு. அவர் வசித்த இடம் மயிலாப்பூரை அடுத்த சாந்தோம் என்பர். அவர் கொலையுண்ட இடம் சென்னைக்கு ஆறு மைல் தூரத்தில் அவர் பெயரால் வழங்கும். செயின்ட் தாமஸ் மலையென்றும் கூறுவர். பதினாறாம் நூற்றாண்டில் பரங்கியர் என்று தமிழ்நாட்டில் அழைக்கப்பட்ட போர்ச்சுகீசியர் அம்மலையில் வசித்தமையால் பரங்கிமலை யென்னும் பெயரும் அதற்கு அமைவதாயிற்று. நானூறு ஆண்டுகளுக்கு முன்னே அன்னார் கட்டிய தேவமாதாவின் கோவில் இன்றும் பரங்கிமலையின் உச்சியிற் காணப்படுகின்றது என்பர்.[129]

புலவரும் ஊர்ப் பெயரும்

சங்க இலக்கியம் என்று சொல்லப்படுகின்ற எட்டுத் தொகை, பத்துப் பாட்டு என்னும் நூல்களில் பல புலவர்கள் இயற்றிய பாடல்கள் தொகுக்கப்பட்டுள்ளன. அன்னவருள் ஊர்ப் பெயராற் குறிக்கப் பெற்றவர் சிலர். ஊர்ப் பெயரோடு தொடர்ந்து இயற் பெயர்களாற் குறிக்கப் பெற்றவர் சிலர். அப் பெயர்கள் தமிழ் இலக்கிய வரலாற்றில் சிறந்த இடம் பெறுவனவாகும்.

பொதும்பில் புலவர் : பொதும்பில் கிழார் என்பது ஒரு பழம் புலவர் பெயர். அவரும், அவர் மைந்தராகிய புலவரும் இயற்றிய செய்யுட்கள் நற்றிணையிற் காணப்படும். பொதும்பில் புல்லாளங் கண்ணியார் என்னும் மற்றொரு புலவரும் முன்னாளில் வாழ்ந்தார். இம் மூவரும் பொதும்பில் என்ற ஊரைச் சேர்ந்தவர் என்பது புலனாகின்றது. பாண்டி நாட்டு மதுரை வட்டத்திலுள்ள பொதும்பு என்னும் ஊரே பழைய பொதும்பில் என்பர்.[130]

கிடங்கிற் புலவர் : முற்காலத்தில் சிறப்புற்றிருந்த கிடங்கில் என்ற ஊரில் காவிதிப் பட்டமும் குலபதிப் பட்டமும் பெற்ற புலவர்கள் வாழ்ந்திருந்தனர். காவிதிக் கீரங்கண்ணனார், காவிதிப் பெருங்கொற்றனார். குலபதி நக்கண்ணனார் என்னும் மூவரும் கிடங்கிற் பதியைச் சேர்ந்தவர்கள். இவர்கள் பாடிய பாட்டு நற்றிணையிலும், குறுந்தொகையிலும் காணப்படும். இப்பொழுது திண்டிவனம் என வழங்கும் ஊரின் ஒரு பாகத்தில் கிடங்கால் என்னும் பெயரோடு அமர்ந்துள்ள இடமே அவ் வூர்.

நொச்சி நியமத்தூர் : நொச்சி நியமங் கிழார் என்னும் புலவர் பாடிய நயஞ்சான்ற பாடல்கள் நற்றிணையிற் காணப்படுகின்றன.

நியமம் என்பது கோவிலைக் குறித்தலால் முன்னாளில் நொச்சி நியமம் தெய்வ நலம் பெற்ற ஊர்களில் ஒன்றென்று கொள்ள லாகும். இப்பொழுது அவ் வூர்ப் பெயர் நொச்சியம் என மருவி வழங்குகின்றது.

கிள்ளிமங்கலத்தார் : கிள்ளி மங்கலங்கிழார் என்னும் புலவர் இயற்றிய பாடல்கள் குறுந்தொகையிற் காணப்படும். சோழ மரபினர்க்குரிய கிள்ளி யென்ற பெயர் தாங்கி நிலவும் பதியில் வேளாளர் குலத்திற் பிறந்த புலவர் கிள்ளி மங்கலங் கிழார் என்று குறிக்கப்பெற்றார். அவ்வூரின் பெயர் இப்பொழுது கிண்ணி மங்க லம் என மருவி வழங்குகின்றது.[131]

பிசிர் ஆந்தையார் : தமிழகத்தில் தலை சிறந்த நட்புக்கு எடுத்துக்காட்டாக அமைந்தவர்கள் கோப்பெருஞ் சோழனும் பிசிராந்தையாரும். அவ் விருவரும் வேறு வேறு நாட்டினராயினும், வேறு வேறு நிலையினராயினும், ஒத்த உணர்ச்சியுடையராய் இருந்தமையால் உயரிய நண்பர் ஆயினர் என்று பரிமேலழகர் கூறிப் போந்தார். பிசிர் என்ற ஊரைச் சேர்ந்த ஆந்தையார் பிசிராந் தையார் என்று பெயர் பெற்றார். அவ் வூர் பாண்டி நாட்டிலுள்ள தென்பது,

''தென்னம் பொருப்பன் நன்னாட் டுள்ளும்
பிசிரோன் என்ப''

என்று கோப்பெருஞ் சோழன் கூறுதலால் அறியப்படும். இப் பொழுது அவ்வூர் இராமநாதபுரம் நாட்டில் பிசிர்க்குடியென்று வழங்குகின்றதென்பர்.

மோசியார் : மோசியென்னும் சொல்லாலும், அதோடு தொடர்ந்த பெயராலும் குறிக்கப்படும் புலவர்கள் பழந்தொகை நூல்களிற் சிலர் உண்டு. புறநானூற்றில் ஆய் அண்டிரன் என்ற வள்ளலைப் பன்னிரு பாட்டால் புகழ்ந்து பாடியவர் முடமோசியார் ஆவர். இவரை மோசி என்றும் அக் காலத்தறிஞர் அழைத்ததாகத் தெரிகின்றது. இன்னும், மோசி கீரனார் இயற்றிய பாடல்கள் அகப் பாட்டிலும், புறப்பாட்டிலும் காணப்படும். தகடூர் எறிந்த பெருஞ் சேரமானின் முரசு கட்டிலில் அறியாது படுத்துறங்கி, அவனால் கவரி வீசப்பெற்ற புலவர் இவரே. இன்னும், மோசி கொற்றனார். மோசி சாத்தனார், மோசி கண்ணத்தனார் என்னும் புலவர்களும் முற்காலத்தில் இருந்தனர். அன்னார் பெயர்களில் அமைந்த மோசி என்னும் சொல் மோசு குடி என்ற ஊர்ப் பெயரில் விளங்குகின்றது. இப் பெயர் ஊர் இராமநாதபுரத்துச் சிவகங்கை வட்டத்தில் உள்ளது.

அழிசியார் : அழிசி என்னும் பெயருடையார் மூவர் சங்க காலத்தில் இருந்தனர். அன்னவருள் ஒருவர் நல்லழிசியார். பரிபாட லில் இரு பாடல்கள் அவருடையன. கொல்லன் அழிசி என்பவர் இயற்றிய செய்யுட்கள் நான்கு குறுந்தொகையிற் சேர்ந்துள்ளன. அழிசி நச்சாத்தனார் என்பது இன்னொரு புலவர் பெயர். ஆதன் அழிசி என்னும் தலைவன் பூதப் பாண்டியனுடைய நண்பர்களுள் ஒருவன் என்பது புறப்பாட்டால். விளங்குகின்றது. இவர்தம் பெயரை நினைவூட்டும் அழிசிகுடி என்னும் ஊர் தென்ஆர்க் காட்டுச் சிதம்பர வட்டத்தில் உண்டு.

மிளையார் : முன்னாளில் மிளை யென்ற ஊரில் வாழ்ந்த ஒரு தலைவன் பெயரும், இரு புலவர் பெயரும் குறுந்தொகை யால் விளங்கும். மிளை வேள் தித்தன் என்று அந் நூல் கூறுத லால், அத்தலைவனுடைய ஊரும், குலமும், பெயரும் அறியப் படுகின்றன. இன்னும் மிளைக்கந்தன், மிளைப்பெருங் கந்தன் என்னும் புலவர்கள் இயற்றிய செய்யுளும் கிடைத்துள்ளன. தென் ஆர்க்காட்டு விருத்தாசல வட்டத்தில் பெரு முளை, சிறு முளை என்ற இரண்டு ஊர்கள் உண்டு. மிளையென்பது முளையென மருவி வழங்குதல் இயல்பாதலால் அன்னார் அவ்வூர்களில் ஒன்றைச் சேர்ந்தவராக இருத்தல் கூடும்.

குறுங்கோழி யூரார் : பழந்தொகை நூல்களில் குறுங் கோழியூர்கிழார் என்னும் சொல் வேளாளரைக் குறிக்கும். ஆதலால், அப் புலவர் குறுங்கோழியூரைச் சேர்ந்த வேளாளர் என்பது விளங் கும். முன்னாளில் குறுங்கோழி என்று தொண்டை நாட்டிற் பெயர் பெற்றிருந்த ஊர் இப்போது கருங்குழி எனச் செங்கற்பட்டிலுள்ள மதுராந்தக வட்டத்தில் உள்ளது.

பெருந்தலைச் சாத்தனார் : முற்காலத்தில் இருந்த மற்றொரு புலவர் பெருந்தலைச் சாத்தனார் என்று குறிக்கப்படுகின்றனர். குமணன் என்று சிறந்த வள்ளலைக் காட்டிலே தேடிக் கண்டு சோகம் நிறைந்த சொற்களால் அவன் உள்ளத்தை உருக்கி அவன் பால் தலைக்கொடை பெற்ற புலவர் இவரே. பெருந்தலை என்னும் ஊரிற் பிறந்த சாத்தனார், பெருந்தலைச் சாத்தனார் என்று அழைக்கப் பெற்றார். அவ்வூர், பெருந்தலையூர் என்னும் பெய ரோடு கொங்கு நாட்டில் இன்றும் காணப்படுகின்றது. குமண வள்ளலுக்குரிய நாடும் கொங்கு நாட்டின் ஒரு பாகமே யாகும். கொங்கு நாட்டைச் சேர்ந்த புலவர் ஒருவர் கொடிய வறுமையால் துன்புற்ற நிலையில் கொங்கு நாட்டு வள்ளலை நாடிச் சென்று அவனிடம் தன் குறையை முறையிட்டார் என்பது மிகப் பொருத்த

மாகவே தோற்றுகின்றது. இவ்வாறே சீத்தலைச் சாத்தனார் என்னும் புலவரையும் சீத்தலை என்னும் ஊரிற் பிறந்தவர் என்று கொள்ளு தலே பொருத்தமுடையதாகும்.

ஒட்டக் கூத்தர் : தமிழ்ப் புலவர்தம் பெயர்களும் அருமை யாக ஊர்ப் பெயர்களிலே காணப்படுகின்றன. சோழ மன்னர் அவைக்களத்திற் கவிச் சக்கரவர்த்திப் பட்டம் பெற்று விளங்கிய கவிஞருள் ஒருவர் ஒட்டக் கூத்தர். அவர் மலரி என்ற சிற்றூரிலே பிறந்தவர். மூன்று சோழ மன்னர்கள் அவரை ஆதரித்தார்கள். அன்னாருள் ஒருவன் தன்னை அவர் மாணவன் எனப் பேசிப் பெருமை கொண்டான். பேரளத்துக்கு அருகேயுள்ள ஒரு சிற்றூர் அக்கவிஞருக்குப் புலமைக் காணியாக அளிக்கப்பட்டது. அதன் பெயராகிய கூத்தனூர் என்பது, ஒட்டக் கூத்தர் பெயரால் வந்த தென்று தெரிகின்றது. கலைமகள் அருளால் சீரும் சிறப்பும் பெற்று ஒட்டக்கூத்தரது மரபில் தோன்றிய வரதக் கூத்தன் அங்கு அத் தெய்வத்திற்கு ஓர் ஆலயம் அமைத்துப் போற்றினான் என்பர்.

பொய்யா மொழியார் : பதினாறாம் நூற்றாண்டில் விளங் கியவர் பொய்யா மொழிப் புலவர். அவர் தஞ்சாவூரையாண்ட சந்திரவாணன் மீது பாடிய கோவை ''தஞ்சை வாணன் கோவை'' என்று வழங்குகின்றது. அவர் வாக்கு அருள் வாக்கென்றும், பொய்யா மொழியென்றும் கொண்டாடப்பட்டது. தொண்டை நாட்டுச் செங்கற்பட்டு வட்டத்தில் பொய்யாமொழி மங்கலம் என்னும் பெயருடைய ஊர் ஒன்று உள்ளது. அங்குக் கடிகை என்ற தமிழ்ச் சங்கம் இருந்ததென்று திருக்கச்சூர்ச் சாசனம் தெரிவிக்கின்றது. அவ்வூருக்கும் பொய்யாமொழிப் புலவர்க்கும் ஒரு தொடர்பு இருப் பதாகத் தோன்றுகின்றது.

காரிகைக் குளத்தூரார் : சோழ மண்டலத்திலுள்ள மிழலை நாட்டில் தமிழ் வளர்த்த தலைவர் பலர் தழைத்து வாழ்ந்தார்கள். அன்னவருள் ஒருவனாகிய கண்டன் மாதவன் முதற் குலோத்துங்க சோழன் காலத்தினன்; மிழலை நாட்டைச் சேர்ந்த நீடூர்க்கோவி லிற் கண்ட சாசனப் பாட்டால் அவன் செய்த திருப்பணிகள் அறியப்படுகின்றன. ''புராணநூல் விரிக்கும் புரிசை மாளிகையும் விருப்புறச்செய்தோன்'' என்று புகழப்படுதலால் பட்டி மண்டபம் ஒன்று அவன் கட்டினான் என்பது விளங்கும். இத்தகைய மிழலை நாட்டுக் குறு நில மன்னனைக் ''காரிகைக் குளத்தூர் மன்னவன்'' என்று அச் சாசனம் கூறுதல் கருதத் தக்கதாகும். தமிழில் யாப்பருங் கலக் காரிகை என்னும் செய்யுளிலக்கணம் செய்தவர் அமிதசாகரர் என்ற சமண முனிவர் என்பர் அந் நூற் பாயிரத்தால் அறியப்படு

கின்றது. அவ் வாசிரியர்பால் அன்பு கூர்ந்து, அவரை அழைத்து வந்து, குளத்தூரில் வைத்து ஆதரித்துக்காரிகை நூல், இயற்று வித்தவன் மாதவன் குலத்துதித்த மிழலை நாட்டுத் தலைவன். காரிகையின் மணம் கமழ்ந்த குளத்தூர், காரிகைக் குளத்தூர் என வழங்கலாயிற்று.[133]

ஆட்பெயரும் ஊர்ப் பெயரும்

கீரன் : பழந் தமிழ் நூல்களில் பேசப்படுகின்ற கீரன், ஆதன் முதலிய பெயர்கள் தமிழ் நாட்டு ஊர்ப்பெயர்களிற் கலந்துள்ளன. கீரன் என்னும் பழம் பெயருக்குப் பெரும் புகழ் அளித்த புலவர் நக்கீரர் என்பது நாடறிந்தது. கீரனூர் என்னும் பெயருடைய ஊர்கள் தமிழ் நாட்டின் பல பாகங்களில் உண்டு.

ஆதன் : ஆதன் என்னும் சொல் சேர குல மன்னர் பெயரோடு சேர்த்துப் பேசப்படுகின்றது. இளங்கோ வடிகளின் தந்தை சேரலாதன் என்று குறிக்கப்படுகின்றான். ஆதன் பெயரைத் தாங்கிய ஆதனூர்களும் தமிழ் நாட்டிற் காணப்படும்.

கோடன் : கோடன் என்னும் பெயரும் ஊர்ப்பெயராக வழங்குவதுண்டு. சென்னைக்கு அணித்தாக உள்ள கோடம்பாக்கம் கோடன் பாக்கமே. நெல்லை நாட்டில் முன்னாளில் கோடனூர் என்று வழங்கிய ஊர் இந் நாளில் கோடக நல்லூர் எனப்படுகின்றது.

டோனா : இன்னும் பிற நாட்டுப் பெருமக்கள் பெயரும் தமிழ் நாட்டில் சில ஊர்களுக்கு அமைந்துள்ளன. நெல்லை நாட்டில் டோனாவூர் என்னும் சிற்றூர் இந்நாளிற் சிறந்து விளங்குகின்றது. அவ்வூரின் பழம் பெயர் புலியூர்க் குறிச்சி என்பதாகும். கிருஸ்தவ சமயம் நெல்லை நாட்டிற் பரவத் தலைப்பட்டபோது கிருஸ்தவ ரானவர்கள் குடியிருந்து வாழ்வதற்காக அக் குறிச்சியிலுள்ள மனை களையும் நிலங்களையும் விலை கொடுத்து வாங்கினர் கிருஸ்தவ சங்கத்தார். அக்கிரயத் தொகையை ஜெர்மானிய தேசத்தைச் சேர்ந்த டோனா என்னும் பெருஞ் செல்வர் நன்கொடையாக அளித்தார். நன்றி மறவாத நெல்லை நாட்டுக் கிருஸ்தவர் அவர் பெயரை அவ் வூருக்கு அமைத்து டோனாவூர் என வழங்கலாயினார்.[134]

சாயர் : நெல்லை நாட்டிள்ள மற்றொரு சிற்றூர் சாயர்புரம் என்று பெயர் பெற்றுள்ளது. அங்கும் கிருஸ்தவர்களே பெருந் தொகையினராக வசிக்கின்றார்கள். அவ்வூரில் குடியிருப்புக் கேற்ற மனையிடங்களை விலை கொடுத்து வாங்கியவர் சாயர்

என்னும் போர்ச்சுகீசிய வணிகர். கிருஸ்தவ சங்கத்தார் நெல்லை நாட்டிற் செய்த பெரும் பணிகளை அவர் மனமுவந்து ஆதரித்தார். அவர் வழங்கிய பொருளால் எழுந்த ஊர் சாயர்புரம் என்று பெயர் பெறுவதாயிற்று.

காசாமேசர் : திருக்குற்றல மலைக்கு அருகே காசிமேசபுரம் என்னும் சிற்றூர் உள்ளது. அவ் வூர்ப் பெயரில் ஆங்கில நாட்டார் ஒருவர் பெயரைக் காணலாம். கம்பெனியார் காலத்தில் காசாமேஜர் என்ற ஆங்கில நாட்டு வர்த்தகர் குற்றால மலையின் அடிவாரத்தில் சில ஆண்டுகள் தங்கியிருந்தார். தெற்கு மலை முதலிய இடங் களில் தோட்டப் பயிரிடும் பணியை அவர் மேற்கொண்டார். அவர் வாசம் செய்த இடம் காசாமேஜர்புரம் என்று பெயர் பெற்றது. அதுவே பிற்காலத்தில் காசிமேசபுரமாயிற்று.

மாக்டானல் : சேலம் நாட்டில் மகுடஞ் சாவடி என்பது ஓர் ஊரின் பெயர். மாக்டானல் என்ற பெயருடைய படைத்தலைவன் சில காலம் பாசறை கொண்டிருந்த இடம் மாக்டானல் சாவடி என்று பெயர் பெற்றது. அதுவே மகுடம் சாவடி எனத் தமிழில் மருவி வழங்குகின்றது.

அடிக் குறிப்பு

1. சிலப்பதிகாரம், மங்கல வாழ்த்து, 19 - 20.
2. மணிமேகலை, 24, 30 - 61.
3. அரவம் என்பதைக் குறித்து வழங்கும் பல கொள்கைகளைக் கால்டு வெல் ஒப்பிலக்கணத்தின் முடிவுரையில் காண்க.
4. புறநானூறு, 88, 90.
5. பாடல் பெற்ற திருமழபாடியை மழுவாடி என்று சில சாசனங்கள் குறிக் கின்றன. ''மழபாடிமேய மழுவாளனார்'' எனத் திருநாவுக்கரசர் பாடுத லால் மழபாடிக் கோயிலில் மழுவாடி என்பது ஊர்ப் பெயர்; மழுவாடி என்பது அங்குள்ள நாதன் நாமம். கொள்ளிட நதி வளைந்து செல்லும் இடத்தில் அழகுற அமைந்துள்ள மழபாடி கோயிலைப் ''புனல்வாயிற் கோயில்'' என்று சாசனம் குறிக்கின்றது. 98 of 1920.
6. தொண்டைமான் இளந்திரையன் பாடிய பாடடொன்று புறநானூற்றில் உண்டு. புறம், 185.
7. திரைய மங்கலம் என்ற ஊர், செங்கற்பட்டுக் காஞ்சிபுர வட்டத்தில் உள்ளது.
8. தஞ்சை நாட்டு முத்தரையரைப்பற்றி நீலகண்ட சாஸ்திரயார் எழுதிய 'சோழர்' முதற்பாகம், 133, 134 - ஆம் பக்கங்களிற் காண்க.

9. மழவர்பாடி, மழபாடி என்று பெயர் பெற்றாற் போன்று, முனையர்பாடி, முனைப்பாடியாயிற்று.

10. ''நரசிங்க முனையர் என்னும் நாடுவாழ் அரசர்'' - தடுத்தாட் கொண்ட புராணம், 5.

11. S.I.I. Vol. III, Part I, p. 99.

12. அதியர் மழவர் இனத்தினர் என்பர்.

13. இவன் கடையெழு வள்ளல்களில் ஒருவன்.

14. இப்பொழுது தர்மபுரி என வழங்கும் தகடூருக்குத் தென்கிழக்கேயுள்ள அதமன் கோட்டையின் தற்கால நிலைமையை Sewell's Antiquities என்ற நூலிற் காண்க.

15. பேகனை ஆவியர்கோ என்று புறநானூறு - 147, ஆவியர் பெருமகன் என்று சிறுபாணாற்றுப் படையும் - 86 குறிக்கும்.

16. I.M.P., p. 183.

17. புள்ளிருக்கு வேளூர் இப்பொழுது வைத்தீஸ்வரன் கோயில் என வழங்கும். சாடயு என்ற புள்ளும் (பறவை), இருக்கு வேதமும், முருக வேளும் வழிபட்ட காரணத்தால் அப்பெயர் வந்ததென்று புராணம் கூறும்.

18. *''வேளாண் குலத்தின்கண் வரும் பெருமைக் குறுக்கையர் தம் குடி விளங்கும்''* - திருநாவுக்கரசர் புராணம், 15.

19. M.E.R. 1926, 265; 927, 316.

20. *''சென்னி வளவன் செம்பியன் கிள்ளி............................ சோழன் பெயரே''* - பிங்கல நிகண்டு.

21. வட ஆர்க்காட்டு வாலாஜா வட்டத்திலுள்ள வளையாத்தூர் வளவன் ஆற்றூரே என்பது சாசனத்தால் விளங்கும். 1933 - 34.

22. *''செழியன் கூடற் கோமான் தென்னவன்*
வழுதி மீனவன் பஞ்சவன் மாறன்
....
குமரிச் சேர்ப்பன் கோப் பாண்டியனே''

- பிங்கல நிகண்டு.

23. மாற்றாரை வென்று வருவதால் இவன் கூறிய வஞ்சினம் புறநானூறு 71 - ஆம் பாட்டில் காணப்படும்.

24. The chronology of the Early Tamils, p. 122, F.N.

25. இவனைச் சுந்தர பாண்டியன் என்றும், நெடுமாறன் என்னும் புராணங்கள் கூறும். நெல்லை நாட்டிலுள்ள அரிகேசரி நல்லூர் இவன் பெயரால் அமைந்தது போலும். இப்பொழுது அஃது அரிகேச நல்லூர் என வழங்கும்.

26. சின்னமனூர் செப்பேடுகளில் இம் மன்னர், ''*கொற்றவர்கள் தொழு கழற்கால் கோ வரகுண மகாராசன்*'' என்று புகழப்பட்டுள்ளார். பட்டினத்தடிகள் திருவிடை மருதூர் மும்மணிக் கோவையில் இவருடைய சிவ பக்தியின் பெருமையைப் பாராட்டியுள்ளார். ''*பெரிய அன்பின் வரகுண தேவர்*'' என்று அவர் வாக்கு.

27. The Pandyan Kingdom, p. 79.

28. இராஷ்டிர கூட மன்னன் மூன்றாம கிருஷ்ண தேவன்.

29. I.M.P. 1175; 474 of 1909.

30. The Pandyan Kingdom p. 120. அதன் பழம் பெயர் குருவித்துறை.

31. T.A.S., Vol. I, p. 90.

32. 426 of 1907. The அங்குள்ள பழமையான சிவாலயம் கண்ணுடை ஈச்சரம் என்று கல்வெட்டிற் குறிக்கப்பட்டுள்ளது. அஃது இப்பொழுது கண்ணீஸ்வரர் கோயில் எனப்படும்.

33. இஃது இராமநாதபுரம் நாட்டுச் சாத்தூர் வட்டத்தில் உள்ளது.

34. 481 of 1909.

35. 442 of 1909.

36. ''செம்பிட்டுச் செய்த இஞ்சித் திருநகர்'' - கம்பராமாயணம், கும்பகருணன் வதை, 159.

37. சீவலப்பேரி, வல்லநாடு என்னும் ஊர்கள் ஸ்ரீ வல்லபப்பேரேரி, வல்லவன் நாடு என்பர்.

38. தென்காசிக் கோயிற் சாசனம் :-

    ''சேலேறிய வயல் தென்காசி ஆலயம், தெய்வச் செயலாலே சமைந்தது. இங்கென் செயல் அல்ல, அதனையின்னம் மேலே விரிவு செய்தே புரப்பார் அடி வீழ்ந்து, அவர் தம்பால் ஏவல் செய்து, பணிவன் பராக்கிரம பாண்டியனே'' - T.A.S. Vol. I, pp. 96-97.

39. 478 of 1916.

40. Tinnevelly Gazetteer, pp.376.

41. ''*பல்லவர்க்குத் திறைகொடா மன்னவரை மறுக்கம் செய்யும்*'' - தேவாரம்.

42. 265 of 1907. திருவொற்றியூருக்கு அண்மையிலுள்ள மணலி என்ற ஊரும், சிம்மவிஷ்ணு சதுர்வேதி மங்கலம் எனப்பட்டது. - Pallavas, p. 87.

43. ஒரு பாறையில் குடைந்தெடுத்த கோயில் அங்குள்ளது. அது தூணாண்டார் கோயில் என்ற பெயர் பெற்றிருந்தது. (61 of 1900), சிங்க மங்கலத்துத் திருக்கற்றளியென்று அக் கோயில் கல்வெட்டிற் குறிக்கப்படுகின்றது (69 of 1900). குலோத்துங்க சோழன் காலத்தில் சாம்புவராயன் என்ற சாமந்தன் அக் கோயிலில் ஒரு மண்டபம் கட்டினான். சாம்புவராயனைச் செம்புராஜன் என்று கர்ண பரம்பரைக் கூறும். சீயமங்கலக்

கோயில் செம்புராஜாவால் குடைந்துதெடுக்கப்பட்டதென்று அவ்வூரார் கூறுவர். 448.

44. North Arcot Mannual, Vol., II, p. 438.

45. திருச்சி நாட்டு லால்குடிக்கருகே மற்றொரு பல்லாவரம் உண்டு. அவ் வூரில் முதல் நரசிங்கவர்மன் காலத்திற் கட்டிய கோட்டையின் அடையாளங்கள் இன்றும் காணப்படும். (பல்லவர் சரித்திரம், Vol. II, p.44). வடஆர்க்காட்டுச் செய்யாற்று வட்டத்தில் மற்றொரு பல்லாவரம் உள்ளது. இவ் வூரில் குரங்கணின் முட்டம் என்னும் பாடல் பெற்ற சிவாலயம் அமைந்ததாகச் சாசனம் கூறும். 290 of 1912.

46. வாதாபி என்ற பாதாமி, பீஜப்பூர் தேசத்தில் உள்ளது.

47. Pallavas, p. 102.

48. இவ் வூர் உதயேந்திர மங்கலம் என்றும் சாசனத்தில் வழங்கும். உதயேந்தி ரச் செப்பேடுகள் எனப்படும். அச் சாசனத்தில் நந்திவர்மப் பல்லவனுக்கு உதயேந்திரன் செய்த அருஞ்சேவையும், பகைவரைப் பல போர்க் களங் களிற் புறங்கண்ட - செய்தியும் விரித்துரைக்கப்படுகின்றன.

49. Pallavas, p. 144.

50. 254 of 1913.

51. 253 of 1913.

52. முதல் இராசராச சோழன் (உலகநாத பிள்ளை) ப. 11.

53. 239 of 1923. Cholas, Vol. I, p. 542.

54. இவன் ''மதுரையும் ஈழமும் கொண்ட பரகேசரி'' என்று பாராட்டப் பெற்றான்.

55. வட ஆர்க்காட்டுத் திருவண்ணாமலை வட்டத்தில் வீரணம் என்ற ஊரும், வாலாஜா வட்டத்தில் மேல் வீராணமும், தென் ஆர்க்காட்டுச் சிதம்பர வட்டத்தில் வீராண நல்லூரும், விழுப்புர வட்டத்தில் வீராண மும் உள்ளன. இன்னும் தென் ஆர்க்காட்டிலுள்ள உடையார் குடி, வீர நாராயண சதுர்வேதி மங்கலம் எனவும், சித்தூர் நாட்டைச் சேர்ந்த மேல்பாடி, வீரநாராயணபுரம் எனவும் வழங்கிய செய்தி சாசனத்தால் விளங்கும். 562 of 1920. 101 of 1921.

56. Cholas, Vol. I, 145; 735 of 1905.

57. 248 of 1894.

58. 398 of 1913.

59. அது திருச்சி நாட்டு திருச்சி வட்டத்தில் திருப்பாற்றுறையை அடுத்து உள்ளது : I.M.P., p. 1580.

60. சாசனத் தமிழ்க் கவி சரிதம், ப. 37.

61. S.I.I., Vol. II, p. 374.

62. M.E.R., 1934-35.

63. 356 of 1917.

64. ''கண்டராதித்தர் திருநாமத்தால் திருநல்ல முடையார்க்குத் திருக்கற்றளி எழுந்தருளுவித்து'' என்பது சாசன வாசகம், 450 of 1908.

65. இம் மாதேவி இப்போது கோனேரி ராஜபுரம் என வழங்கும் திருநல்லத்தில் கற்கோயில் கட்டினார்; தென் குரங்காடுதுறை, திருமணஞ்சேரி முதலிய தலங்களிலும் கற்றளிகள் அமைத்தார்; உய்யக் கொண்டான் திருமலையென்று பிற்காலத்தில் பெயர் பெற்ற திருக்கற்குடியில் அமைந்த விழுமியார்க்குப் பொன்னாலும் மணியானும் இழைத்த திருமுடி யணிந்து மகிழ்ந்தார்; 85 of 1892.

66. 490 of 1925.

67. 480 of 1925; 494 of 1925.

68. 481 of 1925.

69. பாண்டியர் வரலாறு (சதாசிவ பண்டாரத்தார்) ப. 39.

70. S.I.I., Vol. III, Nos. 15, 16 , 17.

71. The Leyden grant.

72. மும்மடிச் சோழன் என்றும் சாசனங்களில் வழங்கக் காணலாம். மும்மடி என்பதற்கு மற்றையோரினும் மும்மடங்கு வலிமை யுற்றவன் என்று பொருள் காண்பர் சிலர்.

- முதல் இராசராச சோழன் (உலகநாத பிள்ளை) ப. 41.

73. உய்யக் கொண்டார் என்ற தொடர் திருநாவுக்கரசரது வாக்கிலே பிறந்ததாகும். ''மாதுயரம் தீர்த்தென்னை உய்யக் கொண்டார், மழபாடி மேய மழுவாளனார்'' என்று ஈசனைப் போற்றினார் திருநாவுக்கரசர்.

74. 255 of 1914.

75. தஞ்சை நாட்டு மாயவர வட்டத்தில் அருமொழித் தேவன் என்ற பெயருடைய இரண்டு ஊர்களும், நாகப்பட்டினம் வட்டத்தில் ஓர் அருமொழித் தேவனும் உள்ளன. தென் ஆர்க்காட்டுச் சிதம்பர வட்டத்திலும் அருமொழித் தேவன் என்னும் ஊர் உண்டு.

76. 216 of 1908.

77. அங்கு இராஜேந்திர சோழன் பெயரால் மதுராந்தகன் என்பான்' கட்டிய சிவாலயம் இராஜேந்திர சோழேச்சரம் என்று பெயர் பெற்றது. (31 of 1896) சுந்தர பாண்டியன் அக்கோயிலுக்கு நிவந்தம் அளித்தான்.

78. I.M.P., p. 480.

79. அங்குச் சுந்தர சோழன் திருமகளாய குந்தலைப் பிராட்டியார் இரவிகுல மாணிக்க ஈச்சரம் என்ற சிவாலயமும், குந்தவை விண்ணகர் என்ற திருமால் கோவிலும், குந்தவை ஜினாலயம் என்னும் ஜைனக் கோயிலும் கட்டினாள். (8 of 1919) இரவிகுல மாணிக்கம் என்பது இராஜ ராஜனது விருதுப் பெயர்.

80. M.E.R.

81. 616 of 1912.

82. ஜெயங்கொண்டான் - காஞ்சி வட்டம் - தென் ஆர்க்காடு. ஜெயங் கொண்டான் - சிதம்பரம் வட்டம் - தென் ஆர்க்காடு, ஜெயங் கொண்டான் - திருப்பத்தூர் வட்டம் - இராமநாதபுரம்.
83. Trichinopoly Gazetteer, Vol. I, p. 282.
84. 386 of 1922.
85. 278 of 1913; 256 of 1913; 364 of 1908.
86. 204 of 1908.
87. 132 of 1910.
88. 171 of 1894.
89. 47 of 1913.
90. 346 of 1901.
91. 421 of 1902.
92. ஆவி என்பது குளம். இராஜராஜன் வெட்டிய குளத்தின் பெயர் ஊருக்கு அமைந்தது போலும்.
93. 127 of 1919.
94. 7 of 1892.
95. S.I.I., Vol. II, p. 7.
96. 196 of 1919.
97. 222 of 1909.
98. 578 of 1908.
99. 490 of 1911.
100. 271 of 1927.
101. 642 of 1916.
102. I.M.P., pp. 554-556.
103. கங்கை கொண்டான் - திருநெல்வேலி வட்டம், திருநெல்வேலி நாடு.

கங்கை கொண்டான் - முதுகுளத்தூர் வட்டம், இராமநாதபுரம், இராமநாதபுரம்.

கங்கைகொண்டான் - பரமக்குடி வட்டம், இராமநாதபுரம்.

கங்கை கொண்டான் - விருத்தாசலம் வட்டம், தென் ஆர்க்காடு.
104. 244 of 1910.
105. 45 of 1921.
106. 389 of 1922.
107. 271 of 1915.
108. 484 of 1907.
109. 359 of 1911.
110. 114 of 1919.

111. 190 of 1907.

112. 433 of 1924.

113. 309 of 1913.

114. வானவன் மாதேவி என்ற பெயருடைய அரசமாதேவியர் பலர் : (1) சுந்தர சோழன் தேவியும், முதல் இராஜராஜ சோழன் தாயும் ஆகிய வானவன் மகாதேவி, (2) உத்தம சோழன் தேவியாகிய வானவன் மகாதேவி. (3) இராஜராஜன் தேவியும், இராஜேந்திரன் தாயும் ஆகிய வானவன் மகாதேவி, (4) இராஜேந்திரன் தேவியாகிய வானவன் மகாதேவி.

115. 160 of 1902.

116. 380 of 1923. M.E.R., 1923, p. 30.

117. பெருந்தொகை, 1243.

118. 628 of 1904.

119. I.M.P., pp. 400-401.

120. சாசனத் தமிழ்க்கவி சரிதம், ப. 7.

121. புறநானூறு, 99.

122. 38 of 1913. காரிக்குடிக் கயிலாசமுடைய நாயனார்க்கு வடகரைக் கரிகால சோழவள நாட்டைச் சேர்ந்த ஊற்றக்கரையென்னும் அழகிய கூத்தனல்லூரைச் சித்திரைத் திருநாட் சிறப்புக்காக வழங்கிய செய்தி கயைக் கூறுவது இச்சாசனம்.

123. சோழீச்சுரதேவர் திருத்தல வரலாறு, ப. 29.

124. 141 of 1910.

125. 46 of 1923.

126. பெருந்தொகை, 983.

127. சண்டேசுர நாயனார் புராணம், 59.

128. சோமாசி மாற நாயனார் புராணம், 1.

129. M.M., Vol. III, p. 778.

130. பொதும்பு என்பது சோலை. சோலையினிடையே எழுந்த ஊர் பொதும்பில் என்று பெயர் பெற்றது போலும்.

131. கிண்ணிமங்கலம், மதுரைத் திருமங்கல வட்டத்தில் உள்ளது.

132. 109 of 1928.

133. 535 of 1921.

134. The C.M.S., Tinnevelly, p. 46.

* * *

5. தேவும் தலமும்

தமிழ் நாடு, என்றும் தெய்வ மணங் கமழும் திருநாடு. பல பழமையான ஊர்களில் இன்றும் ஆண்டவன் கோயிலே நடுநாயக மாக அமைந்திருக்கின்றது. அப் பெருமானது தேர் ஓடும் திருவீதி களே சிறந்த தெருக்களாகத் திகழ்கின்றன. இத் தகைய பண்பு வாய்ந்த நாட்டில் பல ஊர்கள் இறைவனோடு தொடர்புற்று விளங்குதல் இயல்பேயன்றோ?

பழங்காலத்தில் ஆண்டவனை மரங்களிலும் சோலைகளி லும் தமிழ் நாட்டார் வழிபட்டார்கள். ஈசன் கல்லாலின் கீழிலிருந்து நல்லார் நால்வர்க்கு உறுதிப் பொருளை உணர்த்திய காரணத்தால் ஆலமர் கடவுள் ஆயினார்.[1] முருகவேள் கடம்ப மரத்தில் விரும்பி உறைதலால் கடம்பன் என்று பெயர் பெற்றார்.[2] பிள்ளையார் அரச மரத்தடியில் அமர்ந்திருக்கின்றார்.

காவிரிக் கரையில் அமைந்த நெடுஞ்சோலையில் ஒரு வெண்ணாவல் மரத்திலே ஈசன் வெளிப்பட்டார்.[3] இன்னும், காஞ்சிமா நகரத்தில் இறைவன் மாமரத்தின் அடியிற் காட்சியளித் தார். அம் மாமரமே கோயிலாய் ஏகாம்பரம் என்றும், ஏகம்பம் என்றும் பெயர் பெற்றது.[4]

இன்னும், தமிழ் நாட்டில் வாழ்ந்த ஆன்றோர் பலர், மரங் களின் கீழிருந்து மெய்யுணர்வு பெற்றுள்ளார்கள். திருவாசகம் பாடிய மணிவாசகர் குருந்த மரத்தடியில் ஈசன் திருவருளைப் பெற்றார். திருமால் அடியார்களிற் சிறந்த நம்மாழ்வார் புளிமரத்தின் கீழ் அமர்ந்து புனிதராயினார்.[5]

இங்ஙனம் சிறந்து விளங்கிய மரங்களும் சோலைகளும் இறைவனை வழிபடுதற்குரிய கோயில்களாயின. திருக்குற்றாலத் தில் உள்ள குறும்பலா மரத்தைத் திருஞான சம்பந்தர் நறுந்தமிழாற் பாடியுள்ளார்.[6]

நறுமணம் கமழும் செடி கொடிகள் செழித்தோங்கி வளர்ந்த சூழல்களிலும் பண்டைத் தமிழர் ஆண்டவன் அருள் விளங்கக் கண்டார்கள். தேவாரத்தில் கொகுடிக் கோயில் என்னும் பெய ருடைய ஆலயமொன்று பாடல் பெற்றுள்ளது.[7] கொகுடி என்பது ஒரு வகை முல்லைக்கொடி. எனவே, நல்மணம் கமழும் முல்லையின் அடியில் அமைந்த திருக்கோயில் கொகுடிக் கோயில் ஆயிற்று.

இன்னும், தேவார வைப்புத் தலங்களுள் ஒன்று ஞாழற் கோயில் என்று குறிக்கப்படுகின்றது.[8] ஞாழல் என்பது கொன்றையின் ஒரு வகை. கொன்றையங் கோயிலே ஞாழற் கோயில் என்று பெயர் பெற்றது.

காவும் காடும் : நிழல் அமைந்த சோலைகளும், நெடிய காடுகளும், இனிய பொழில்களும் வனங்களும் பாடல் பெற்ற பழம் பதிகளாகத் தமிழ் நாட்டில் விளங்கக் காணலாம். அவற்றுள் சில காவும் காடும் தேவாரப் பாட்டிலே காணப்படுகின்றன.

திருவானைக்கா : காவிரிக் கரையில் உள்ளதொரு பெருஞ் சோலையிற் காட்சியளித்த ஈசனை ஒரு வெள்ளானை நாள்தோறும் நன்னீராட்டி, நறுமலர் அணிந்து வழிபட்டமையால் திரு ஆனைக்கா என்று அத் தலத்திற்குப் பெயர் வந்த தென்பர். அக் கோவிலுள்ள திருக்கோவில் ஜம்புகேச்சுரம் எனப்படும்.

திருக்கோலக்கா : சீகாழிக்கு அருகே திருக் கோலக்கா என்னும் சோலைப்பதி உள்ளது. அப் பதியில் இளங்கையால் தாளமிட்டு இனிய தமிழ்ப் பாட்டிசைத்தார் திருஞான சம்பந்தர். இப் பாடலுக்கு இரங்கிய ஈசன் பிள்ளைப் பெருமானுக்குப் பொற் றாளம் பரிசாக அளித்தார் என்றும், அன்று முதல் கோலக்காவில் உள்ள கோயில் திருத்தாள முடையார் கோயில் எனப் பெயர் பெற்றதென்றும் கூறுவர்.[10]

இன்னும், ஒரு நெல்லி வனத்தில் ஈசன் காட்சியளித்தமை யால் திருநெல்லிக்கா என்னும் பெயர் அதற்கமைந்தது. திருவிடை மருதூரின் அருகேயுள்ள திருக்கோடிகா என்பது மற்றொரு சோலைக் கோவில்.[11] வைத்தீஸ்வரன் கோவிலுக்கு ஐந்து மைல் தூரத்திலுள்ள குரக்குக்கா என்பது மந்திச்சோலை. பாலைவனத் திலும் கொற்றவை என்னும் வீரத் தெய்வத்தைச் சோலையில் வைத்து மறவர்கள் வழிபட்ட முறை பழைய நூல்களிற் குறிக்கப் படுகின்றது.*[12]

காடுகள் : ஈசன் உறையும் காடுகளும் தேவாரப் பாடல் களால் இனிது விளங்கும். திருமறைக்காடு முதலிய காட்டுத் திருப்பதிகளை ஒரு பாசுரத்திலே தொகுத்துப் பாடினார் திருநாவுக் கரசர். *[13] திருமறைக்காடு முதலாகத் திருவெண்காடு ஈறாக எட்டுப் பதிகள் அப்பாட்டிலே குறிக்கப்படுகின்றன.

திருமறைக்காடு: இக்காலத்தில் வேதாரண்யம் என வழங்கும் திருமறைக்காடு மூவர் தேவராப் பாடலும் பெற்ற மூதூ ராகும். மறைவனம் என்றும், வேதவனம் என்றும் திருஞான சம்பந்தர்

அப்பதியைக் குறித்தருளினார்.[14] நான்மறைகளும் ஈசனை வழி பட்ட இடம் திருமறைக்காடு என்பர்.

"சதுரம் மறைதான் துதிசெய்த வணங்கும்
மதுரம் பொழில்சூழ் மறைக்காடு"

என்னும் தேவாரத்தால் அவ்வூர்ப் பெயரின் வரலாறு விளங்குகின்றது.

தலைச்சங்காடு : காவிரி யாற்றின் மருங்கே அமைந்த தலைச்சங்காடு திருஞான சம்பந்தரால் பாடப்பெற்றது. அப் பதியில் கட்டுமலை மேலுள்ள திருக்கோயிலில் அமர்ந்த இறைவனை,

'கூடஞ்சூழ் மண்டபமும் குலாய வாசற் கொடித் தோன்றும்
மாடஞ்சூழ் கோயிலே கோயிலாக மகிழ்ந்தீரே"

என்று அவர் பாடியுள்ளார். இப்பொழுது தலையுடையவர் கோயிற் பத்து என்னும் பெயரால் அப் பதி வழங்கும்.[15]

தலையாலங்காடு : தேவாரப் பாமாலை பெற்ற தலையா லங்காடு தென்னிந்திய வரலாற்றிலும் பெயர் பெற்ற ஊராகும். அது சங்க இலக்கியங்களில் தலையாலங்கானம் என்று குறிக்கப் படுகின்றது. அப்பதியில் பாண்டியன் நெடுஞ் செழியனுக்கும், ஏனைய தமிழ் வேந்தர் இருவருக்கும் கடும்போர் நிகழ்ந்ததென் றும், அப் போரில் பாண்டியன் பெற்ற வெற்றியின் காரணமாகத் தலையாலங்கானத்துச் செரு வென்ற பாண்டியன் என்னும் பட்டம் பெற்றான் என்றும் பண்டைய இலக்கியம் கூறும். இத்தகைய ஆலங்காட்டைத் திருநாவுக்கரசர் பாடியருளினார்.

சாயக்காடு : புலவர் புகழுடைய பூம்புகார் நகரத்தைச் சார்ந்தது திருச்சாய்க் காடாகும். தேவாரத்தில் பூம்புகார்ச் சாய்க்காடு என்றும், காவிரிப் பூம் பட்டினத்துச் சாய்க்காடு என்றும், அப் பதி குறிக்கப்படுகின்றது.[17] இக் காலத்தில் சாயா வனம் என்பது அதன் பெயர்.[18]

திருக்கொள்ளிக் காடு : திருநெல்லிக்காவுக்குத் தென் மேற்கே யுள்ளது. கொள்ளிக்காடு. அப் பதியைப் பாடி யருளிய திருஞான சம் பந்தர்,

"வெஞ்சின மருப்பொடு விரைய வந்தடை
குஞ்சரம் உரித்தனர் கொள்ளிக் காடரே"

என்று ஒரு பாசுரத்திற் குறித்தமையால் 'கரியுரித்த நாயனார் கோயில்' என்னும் பெயர் அதற்கு அமைவதாயிற்று. இப்பொழுது அவ்வூர் தெற்குக் காடு என வழங்கும்.[19]

திருவாலங்காடு : தொண்டை நாட்டுப் பழம் பதிகளுள் ஒன்று திரு ஆலங்காடு. அது பழையனூரை அடுத்திருத்தலால் பழையனூர் ஆலங்காடு என்று தேவாரத்திற் குறிக்கப் பெற்றுள் ளது.[20] அது தொண்டை நாட்டு மணவிற் கோட்டத்தில் அமைந்த ஊர் என்று சாசனம் கூறும். மூவர் பாமாலையும் பெற்ற அம் மூதூர் காரைக்கால் அம்மையார் சிவப்பேறு பெற்ற பெருமையும் உடைய தாகும்.

பனங்காடு : பழங்காலத்தில் தொண்டை மண்டலத்துக் கலியூர்க்கோட்டத்தைச் சேர்ந்த கழுமல நாட்டில் பனங்காடு என்னும் பதி அமைந்திருந்த தென்று சாசனம் கூறும்.[21] பனங் காட்டின் இடையே பரமன் கோயில் கொண்டையால் பனங்காட்டூர் என்பது அவ் வூரின் பெயராயிற்று.[22] அப் பதியில் அமர்ந்த பெருமாளை,

''பாட்டூர் பலரும் பரவப் படுவாய்
பனங்காட் டூரானே
மாட்டூர் அறவா மறவா துன்னைப்
பாடப் பணியாயே''

என்று சுந்தரர் பாடியுள்ளார். இக் காலத்தில் வட ஆர்க்காட்டுச் செய்யார் வட்டத்தில் உள்ளது திருப்பனங்காடு.

மற்றொரு பனங்காட்டூரும் தேவாரப் பாடல் பெற்றதாகும். விழுப்புரத்திற்கு வடக்கே ஐந்து மைல் அளவிலுள்ள பனையபுரம் என்னும் ஊரும் பனங்காட்டூர் என்பர். இப் பதியைப் பாடியருளிய திருஞான சம்பந்தர், '' புறவார் பனங்காட்டூர்'' என்று பாசுரந்தொறும் குறித்தலால், அதுவே அதன் முழுப் பெயர் என்று கொள்ளலாகும்.[23]

திருவெண்காடு : மூவர் தேவாரமும் பெற்றுள்ள மூதூர் களில் ஒன்று திருவெண்காடு. வடமொழியில் அது சுவேதனம் எனப்படும். 'வேலைசூழ் வெண்காடு' என்று தேவாரம் பாடுதலால் அத் தலம் கடலருகே யமைந்த காடு என்பது இனிது விளங்கும்.[24] சுவேதகேது என்னும் மறையவன் ஈசனை வழிபட்டுக் காலனைக் கடந்த இடம் திருவெண்காடு என்பர்.✸25 அங்குள்ள முக்குளம் என்னும் தடாகமும் தேவாரத்தில் போற்றப்படுகின்றது.

திருவேற்காடு : சென்னைக்கு அணித்ததாகவுள்ள காடு வெட்டியாற்றின் கரையில் அமைந்துள்ளது திருவேற்காடு. அறுபத்து மூன்று திருத்தொண்டர்களுள் ஒருவராகிய மூர்க்க நாயனார் பிறந்தருளிய அப் பதி திருஞான சம்பந்தரால் பாடப் பெற்றுள்ளது.

திருக்காரைக்காடு : இன்னும், காஞ்சிமா நகரின் ஒருசார், காரைச்செடிகள் நிறைந்த கானகத்தில் ஒரு நறுமலர்ப் பொய்கையின் அருகே ஈசன் திருக்கோயில் எழுந்தது.

''தேர்ஊரும் நெடுவீதிச் செழுங்கச்சி மாநகர்வாய்
நீர்ஊரும் மலர்ப்பொய்கை நெறிக்காரைக் காட்டாரே''

என்ற தேவாரத் திருப்பாட்டில், அந் நகர வீதியின் அழகும், நன்னீர்ப் பொய்கையின் நீர்மையும் நன்கு காட்டப்பட்டுள்ளன. அப் பொய்கை இப்பொழுது வேப்பங்குளம் என்னும் பெயரோடு திருக் கோயிலுக்குத் தெற்கே நின்று நிலவுகின்றது.[26]

ஆலம் பொழில் : ஆல மரங்கள் நிறைந்த சோலையும் அரனார்க்கு உடைவிடமாயிற்று. தென்பரம்பைக்குடி என்னும் ஊரின் அருகே நின்ற ஆலம் பொழிலில் அமர்ந்தருளிய ஈசனைப் பாடினார் திருநாவுக்கரசர்.

''திருவானைத் தென்பரம்பைக் குடியின்மேய
திருவாலம் பொழிலானைச் சிந்தி நெஞ்சே''

என்பது அவர் திருவாக்கு. ஆலமர் கடவுளாகிய ஈசன் அமர்ந் தருளும் ஆலந்துறைகளும், ஆலங்கோயில்களும் பிறவும் பின்னர்க் கூறப்படும்.

முல்லை வனம் : முல்லைக் கொடிகள் செழித்துத் தழைத்து நறுமலர் ஈன்ற பதிகளுள் ஒன்று திருக்கருகாவூர். செம்பொருளாகிய சிவபெருமான் அம்முல்லை வனத்தில் எழுந்தருளிய கோலத்தை,

''கடிகொள் முல்லை கமழும் கருகாவூர் எம்
அடிகள் வண்ணம் அழலும் அழல் வண்ணமே''

என்று பாடினார் திருஞான சம்பந்தர். இன்றும் அவர் முல்லை வன நாதர் என்றே அழைக்கப்படுகின்றார்.

அடிக் குறிப்பு

1. ''அன்றால் நிழற்கீழ் அருமறைகள் தானருளி'' - திருவாசகம், திருப்பூவல்லி, 13.

   முருகனை ''ஆலமர் கடவுட் புதல்வ'' என்று திருமுருகாற்றுப்படை அழைக்கின்றது.

2. ''நன் கடம்பனைப் பெற்றவள் பங்கினன்'' - திருநாவுரக்கரசர் தேவாரம், திருக்கடம்பூர்ப் பதிகள், 9.

3. ''திரையாரும் புனற்பொன்னித் தீர்த்தம் மல்கு
திருவானைக் காவில் உறை தேனே'' - திருநாவுக்கரசர் திருவானைக்காத் திருத்தாண்டகம், 6.

''வெண்ணாவல் அமர்துறை வேதியனை'' - திருஞான சம்பந்தர், திரு வானைக்காப் பதிகம், 11.

'ஜம்புகேசுரம்' என்ற வடசொல்லுக்கு, ''நாவற் கோயில்' என்பது பொருள்.

4. ஆமிரம் என்ற வடசொல் மாமரத்தைக் குறிக்கும். ஏக ஆமிரம் என்பது ஏகாமிரமாகி, பின்னர் ஏகாம்பரம் எனத் திரிந்ததென்பர். கச்சி ஏகம்பம் என்று தேவாரத்திற் பாடப்பெற்ற திருக்கோயிலில் பழமையான மாமர மொன்று இன்றும் காணப்படும். கம்பை யென்னும் வேகவதி யாற்றை யடுத்துள்ளமையால் ஏகம்பம் என்ற பெயர் அமைந்த தென்பாரும் உளர். See "South India Shrines" - P.V. Jagadisa Ayyar, p. 80.

''கம்பக்கரை ஏகம்பம் உடையானை'' என்னும் திருஞான சம்பந்தர் வாக்கு இதற்கு ஆதாரமாகக் கொள்ளப்படுகின்றது. - திருக்கச்சி யேகம்பத் திருப்பதிகம், 50.

5. திருப்பருத்திக் குன்றத்தில் குரா மரத்தடியில் அமர்ந்து ஞானம் பெற்றார் சமண அடிகளாகிய வாமன முனிவர்.

6. *''பூந்தண்நறு வேங்கைக் கொத்திறுத்து*
மதத்தகத்திற் பொலிய ஏந்திக்
கூந்தற் பிடியும் களிறும்
உடன் வணங்கும் குறும்பலாவே''
- திருஞான சம்பந்தர், குறும்பலாப் பதிகம், 8.

7. ''கருப்பறியல் பொருப்பனைய கொகுடிக் கோயில்'' - திருநாவுக்கரசர் அடைவு திருத்தொண்டகம், 5.

8. ''கரக்கோயில் கடிபொழில்சூழ் ஞாழற்கோயில்'' - திருநாவுக்கரசர் அடைவு திருத்தாண்டகம், 5.

9. சேக்கிழார், கோச்செங்கட் சோழர் புராணம், 2, 3.

10. கோலம் என்பது இலந்தை மரத்தின் பெயர் : எனவே கோலக்கா இலந்தை வனம் ஆகும்.

திருஞான சம்பந்தர் பொற்றாளம் பெற்றதை வியந்து பாடியுள்ளார் சுந்தரர்.

''நாளும் இன்னிசையால் தமிழ்ப்பரப்பும்
ஞானசம்பந்தனுக்கும் உலகவர் முன்
தாளம் ஈந்து அவன் பாடலுக்கு
இரங்கும் தன்மையாளனை'' - திருக்கோலக்காப்பதிகம், 8.

11. திருநெல்லிக்கா இப்பொழுது திருநெல்லிக்காவல் எனவும், திருக்கோடிகா, திருக்கோடிகாவல் எனவும் வழங்கும். மலையாள தேசத்தில் இன்றும் ஐயனாரும், நாகமும் வழிபாடு செய்யப்படும் இடங்கள் காவு என்று அழைக்கப்படுகின்றன. நாயர் இல்லந்தோறும் பாம்புக்காவு உண்டு என்பர்.

12. ஐயை என்னும் கொற்றவையின் கோட்டம் ''குரவமும் மரவமும் கோங் கமும் வேங்கையும், விரவிய பூம்பொழில் விளங்கிய இருக்கை'' என்று சிலப்பதிகாரம் கூறும். காடுகாண் காதை, 207 - 208.

13. *''மலையார்தம் மகளோடும் மாதேவன் சேரும்*
மறைக்காடு வண்பொழில்சூழ் தலைச்சங்காடு
தலையாலங்காடு தடங்கடல்சூழ் அந்தண்
சாய்க்காடு தள்ளுபுனற் கொள்ளிக்காடு
பலர்பாடும் பழையனூர் ஆலங்காடு
பனங்காடு பாவையர்கள் பாவம்நீங்க
விலையாடும் வளைதிளைக்கக் குடையும் பொய்கை
வெண்காடும் அடையவினை வேறாமன்றே''

- அடைவு திருத்தாண்டகம்.

14. திருஞான சம்பந்தரும் திருநாவுக்கரசரும் அப் பதியை வணங்கச் சென்றபோது, திருக்கோயிலின் கதவு அடைக்கப்பட்டிருந்த தென்றும்.

''கண்ணினால் உமைக் காணக் கதவினைத்
திண்ணமாகத் திறந்தருள் செய்ம்மினே''

என்று திருநாவுக்கரசர் பாடிய நிலையில் கதவு திறந்தமையால் இருவரும் மறைக்காட்டு இறைவனைக் கண்டு பாமலை பாடிப் போற்றினர் என்றும், மீண்டும் திருக்காப்புச் செய்வதற்குத் திருஞான சம்பந்தர் ஒரு பதிகம் பாடினார் என்றும் திருத்தொண்டர் புராணம் கூறும்.

15. இவ் வூர் தலைச் செங்காடு எனவும் வழங்கும். தஞ்சை நாட்டு, மாயவர வட்டத்தில் உள்ள தலையுடையவர் கோயிற் பத்து என்ற ஊரே பழைய தலைச்சங்கா டென்பது சாசனத்தால் விளங்கும். 1925, 37.

16. *''தடங்கடலைத் தலையாலங் காடன்தன்னைச்*
சாராதே சாலநாள் போக்கினேனே''

என்பது அவர் பாட்டு - தலையானங்காட்டுத் திருத்தாண்டகம், 6.

''மொட்டலர்த்த தடந்தாழை முருகுயிர்க்கும் காவிரிப்பூம்
பட்டினத்துச் சாய்க்காட்டெம் பரமேட்டி பாதமே.''

- திருச்சாய்க்காட்டுப் பதிகம், 1, 4.

18. சாயாவனம் பூம்புகார் நகரைச் சேர்ந்த தென்று சாசனமும் கூறும். 269 of 1911.

19. தஞ்சை நாட்டுத் திருத்துறைப் பூண்டி வட்டத்தில் உள்ளது. M.E.R., 1935-36 .

20. 'பழையனூர் ஆலங்காட்டெம் அடிகளே' - திருஞான சம்பந்தர் தேவாரம்.

இப்பொழுது காணப்படுவதுபோலவே முன்னாளிலும் பழையனூரும் ஆலங்காடும் தனித்தனித் தலங்களாக விளங்கினபோலும். அதனா லேயே சுந்தரர். ''பழையனூர் மேய அத்தன் ஆலங்காடன்'' எனப் பிரித்துரைத்துப் போந்தார். திருநாவுக்கரசர் வாக்கும் இக் கருத்தை வலியுறுத்துகின்றது.

''பழனைப் பதியா வுடையார் தாமே
செல்லு நெறிகாட்ட வல்லார்தாமே
திருவாலங்காடுறையும் செல்வர்தாமே''

என்பது அவர் தேவாரம். இந் நாளில் பழையனூர் திரு வாலங்காட்டுக் குத் தென்கிழக்கே முக்கால் மைல் தூரத்தில் உள்ளது.

22. அங்கமைந்த பனைமரங்கள் சோழ மன்னர்களால் நன்கு பாதுகாக்கப் பட்டன என்பது கல்வெட்டுகளால் தெரிகின்றது. பச்சைப் பனை களை வெட்டுவோர் தண்டனைக்கு ஆளாவர் என்ற அரசன் ஆணை திருப்பனங்காடுடையார் ஆலயத்திற்கு முன்னுள்ள மண்டபத்தில் எழுதப்பட்டுள்ளது. 246 of 1906.

23. 'பங்கயம் மலரும் புறவார் காட்டூர்','பைந் தண்ணாழல்கள் சூழ் புறவார் பனங்காட்டூர்' முதலிய தொடர்கள் பதினொரு பாட்டிலும் வருதல் காண்க - திருப்புறவார் பனங்காட்டூர்ப் பதிகம்.

ஒவ்வொரு சித்திரைத் திங்களிலும், முதல் வார முழுமையும் காலைக் கதிரவன் ஒளி அக் கோயிலில் உள்ள மூர்த்தியின்மீது வீசும் என்பர்.

24. சுந்தரர் - திருவெண்காட்டுப் பதிகம்.

25. *''வேலைமலி தண்கானல் வெண்காட்டில் திருவடிக்கீழ்*
மாலைமலி வண்சாந்தால் வழிபடுநன் மறையவன்தன்
மேலடர்வெங் காலனுயிர் விண்டபினை நமன் தூதர்
ஆலமிடற் றான்அடியார் என்றடர அஞ்சுவரே''
- திருஞானசம்பந்தர், திருவெண்காட்டுப் பதிகம், 7 .

26. திருக்காரை யீசுரன் கோயில் என்பது திருக்காலீசுரன் கோயில் என மருவியுள்ளது. காரைக்காடு திருக்காலிக்காடு என வழங்கும்.

* * *

மலையும் குன்றும்

திருவண்ணாமலை : ஈசனார் கோயில் கொண்டு விளங்கும் திருமலைகளைத் தொகுத்துரைத்தார் திருஞான சம்பந்தர்.

''அண்ணாமலை ஈங்கோயும் அத்தி முத்தாறகலா
முதுகுன்றம் கொடுங்குன்றமும்''

என்றெடுத்த தேவாரத்தில் அமைந்த அண்ணாமலை வட ஆர்க் காட்டிற் சிறந்து திகழும் திருவண்ணாமலையாகும். ஆதியும் அந்தமும் இல்லாத அரும் பெருஞ் சோதியாகக் காட்சி தரும் திருமலை அண்ணாமலை என்பர்.[1]

திருஈங்கோய்மலை : திருச்சி நாட்டைச் சேர்ந்தது ஈங்கோய் மலை. அங்கு எழுந்தருளிய இறைவனை ஈங்கோய் நாதர் என்று தமிழ் மக்கள் போற்றினார்கள். அது பாடல் பெற்ற மலைப்பதி

யாதலால், திருவீங்கோய் நாதர் மலையாயிற்று. இப்பொழுது அப் பெயர் திருவிங்க நாதர் மலையென மருவி வழங்குகின்றது.

அத்தி : தொண்டை நாட்டு வெண்குன்றக் கோட்டத்தைச் சேர்ந்த அத்தி யென்னும் தலம், பழம் பெருமை வாய்ந்த தென்பது சாசனத்தால் விளங்கும். அங்கமைந்த பழைய ஆலயம் அகத்தீச்சுர மாகும். பண்டைத் தமிழரசர் பலர் அதனை ஆதரித்துள்ளார்கள். இராஜ ராஜ சோழன் காலத்தில் கேரளாந்தக நல்லூர் என்னும் பெயரும் அதற்கு அமைந்தது. கேரளாந்தகன் என்பது அம் மன்ன னுக்குரிய விருதுப் பெயராதலால் அவன் ஆதரவு பெற்ற பதிகளுள் அத்தியும் ஒன்றென்று தோற்றுகின்றது. அப் பெயர் அதன் மறு பெயராய் ஏறக்குறைய ஐந்நூறு ஆண்டுகளுக்கு மேலாக வழங்கிய தன்மை சாசனங்களால் விளங்கும்.[2] பின்பு விஜயநகரப் பெரு வேந்தனாகிய கிருஷ்ண ராயபுரம் என்னும் பெயர் அத்திக்கு அமைந்தது.[3] இங்ஙனம் பல படியாகப் பெரு மன்னர் ஆதரவுக் குரியதாக விளங்கிய அத்தியே திருஞான சம்பந்தர் குறித்த ஊராக இருத்தல் கூடும்.

திருமுதுகுன்றம் : இன்னும், ஈசன் வீற்றிருக்கும் மலை களுள் ஒன்றாகப் பேசப் பெற்றுள்ள முதுகுன்றம், மணிமுத்தாற் றின் மருங்கே அமைந்துள்ளது. ''முத்தாறு வலஞ் செய்யும் முதுகுன்றம்'' என்று திருஞான சம்பந்தர் புகழ்துரைத்த தலம் அதுவே. பண்டைக் காலத்தில் அவ் வூரில் இருந்ததாகக் கூறப் படுகின்ற பழமலை இன்று காணப்படவில்லை. எனினும், அப் பதியைக் குறிக்கும் முதுகுன்றம், பழமலை முதலிய தமிழ்ப் பெயர் களும், விருத்தாசலம் என்னும் வடமொழிப் பெயரும் முன்னாளில் இருந்து மறைந்த குன்றத்தைக் குறிக்கும் போலும்!

கொடுங்குன்றம் : பாண்டி நாட்டைச் சேர்ந்தது கொடுங் குன்றம். அதனைப் பெருநகர் என்றும், திருநகர் என்றும் திருஞான சம்பந்தர் பாடியிருத்தலால், அந் நாளில் அது சாலப் பெருமை பெற்றிருந்ததாகத் தோற்றுகின்றது. தமிழ் நாட்டில் அழியாப் புகழ் பெற்று விளங்கும் பாரியின் பறம்பு நாட்டை செய்தது அக் குன்றம். இன்று பிரான்மலை என்பது அதன் பெயர்.[4]

திருக்குழுக்குன்றம் : ஈசன் கோயில் கொண்ட ஏனைய மலைப்பதிகளும் திருஞான சம்பந்தர் தேவாரத்தால் விளங்குவன வாகும்.

''கண்ணார் கழுக்குன்றம் கயிலை கோணம்
பயில் கற்குடி காளத்தி வாட்போக்கியும்
பண்ணார் மொழி மங்கையோர் பங்குடையான்
பரங்குன்றம் பருப்பதம்''

என்றெழுந்த திருவாக்கிலுள்ள கழுக்குன்றம் திருக்கழுக்குன்றம் என்னும் சிறந்த பதியாகும். பண்டை நாளில் தொண்டை நாட்டைச் சேர்ந்தது திருக்கழுக்குன்றம்.[5] தேவாரம், திருவாசகம் ஆகிய இருபாமாலையும் பெற்ற அக் குன்றம்[6] வேதாசலம் என்றும், வேதகிரியென்றும் வடமொழியில் வழங்கும். நினைப்பிற்கு எட்டாத நெடுங்காலமாக அம் மலையில் நாள்தோறும் உச்சிப்பொழுதில் இருகழுகுகள் வந்து காட்சி யளித்தலால் பட்சி தீர்த்தம் என்னும் பெயரும் அதற்கு அமைந்தது. 'கழுகு தொழு வேதகிரி' என்று அருணகிரிநாதர், திருப்புகழில் இந் நிகழ்ச்சியை அறிவித்தருளினார்.[7]

திருக்கயிலாயமலை : விண்ணளாவி நிற்கும் இமயமலையில் வெள்ளியங் கிரியாக விளங்குவது திருக்கயிலாயம். ஈசனார் வீற்றிருக்கும் மலைகளுள் ஒரு மாமலையாய் இலங்கும் திரு மாமலை அதுவே. கயிலாயம் இருக்கும் திசை நோக்கிப் பாடப் பட்ட தேவாரப்பதிகங்கள் பலவாகும். ''கங்கையொடு பொங்கு சடை எங்கள் இறைதங்கு கயிலாயமலையே'' என்று ஆனந்தக் களிப்பிலே பாடினார் திருஞானசம்பந்தர். ''கண்ணின் மணியாகி நின்றாய் போற்றி, கயிலை மலையானே போற்றி போற்றி'' என்று உளங் கனிந்து பாடினார் திருநாவுக்கரசர். ''ஊழிதோ றூழி முற்றும் உயர் பொன்மலை'' என்று அதன் அழியாத் தன்மையை அறிவித்தார் சுந்தரர். இத் தகைய செம்மைசான்ற கயிலாத மலையின் இயற்கைக் கோலத்தையே தென்னாட்டுத் திருக்கோயில்கள் சுருக்கிக் காட்டும் என்பர்.

திருக்கோணமலை : இலங்கை யென்னும் ஈழ நாட்டிலுள்ள திருக்கோணமலையும் தேவாரப் பாமாலை பெற்றதாகும். தெக்கணகயிலாயம் என்று போற்றப்படும் தென்னாட்டு மலைகளுள் ஒன்று திருக்கோணமலை என்பர்.[8] 'குதிரை கடல் சூழ்ந்த கோணமாமலை' என்று தேவாரத்திற் புகழப் பெற்ற அம் மலை இன்று திருக்கணாமலை என வழங்கும்.[9]

திருக்கற்குடி : இன்னும், ''கற்குடியார் விற்குடியார் கயிலாயத்தார்'' என்று தேவாரத்திற் போற்றப்படும் கற்குடி இக் காலத்தில் உய்யக் கொண்டான் திருமலை என வழங்குகின்றது.[10] அம் மலையிற்கோயில் கொண்ட இறைவனை 'விழுமியார்' என்று திருநாவுக்கரசர் போற்றியுள்ளார்.

''கண்ணவனைக் கற்குடியில் விழுமியானைக்
கற்பகத்தைக் கண்ணாரக் கண்டேன் நானே''

என்பது அவர் திருவாக்கு. அஃது உய்யக் கொண்டான் திருமலை

யென்னும் பெயர் பெற்ற பொழுது, ஈசனும் உஜ்ஜீவநாதர் என்னும் திருநாமம் பெற்றார். அப் பெயர் இன்று உச்சி நாதர் என மருவி வழங்குகின்றது.[11]

காளத்தி மலை : தென் கயிலாயம் என்று கருதப்படும் திருக்காளத்தி மலை அன்புருவாய் கண்ணப்பர் வழிபட்டுப் பேறு பெற்ற அரும் பெரும் பதியாகும்.[12] கன்றினொடு சென்று பிடி நின்று விளையாடும்'' காளத்தி மலையைக் கண்களிப்பக் கண்ட திருஞானசம்பந்தர், அங்குக் கண்ணப்பர் திருவுருவைத் தரிசித்து ஆனந்தக் கண்ணீச் சொரிந்து, அவரடியில் விழுந்தது போற்றிய பான்மையைத் திருத்தொண்டர் புராணம் விரித்துரைக் கின்றது.[13]

திருவாட் போக்கி மலை : திருச்சி நாட்டுக் குழித்தலை வட்டத்தில் உள்ளது வாட்போக்கி மலை.[14] அதனை மாணிக்க மலை என்று சாசனம் கூறும்.[15] இக் காலத்தில் அஃது இரத்தின கிரியென வழங்குகின்றது. இன்னும், அரதனாசலம், சிவாயம், காகம் அணுகாமலை என்னும் பெயர்களும் அதற்குண்டு. அம் மலைக் கோயில் பண்டைத் தமிழ் வேந்தரால் பெரிதும் ஆதரிக்கப் பட்டதென்பது அங்குள்ள கல்வெட்டுக்களால் விளங்கும்.

திருப்பரங்குன்றம் : முருகனுக்குரிய படை வீடுகளுள் முதலாக வைத்துப் போற்றப்படுவதும், தேவாரப் பாமாலை பெற்றதுமாகிய திருப்பரங்குன்றம், மதுரை யம்பதிக்கு அருகே யுள்ளது. அப் பரங்குன்றத்து மேவிய பரமனைத் தமிழ் நாட்டு மூவேந்தருடன் சென்று வழிபட்டுத் திருப்பதிகம் பாடினார் சுந்தரர். ''முடியால் உலகாண்ட மூவேந்தர் முன்னே மொழிந்த பாடல்'' என்று அவர்தாமே கூறுதலால் இவ் வுண்மை அறியப்படும். பரம் பொருளாகிய ஈசன் கோயில் கொண்டமையால் அது பரங்குன் றென்னும் பெயர் பெற்றதென்று தோன்றுகின்றது.

பருப்பதம் : இந் நாளில் ஆந்திர தேசத்துக் கர்னூல் நாட்டில் சிறந்து விளங்கும் ஸ்ரீசைலம் என்னும் பதியே பருப்பதம் ஆகும். கல்லாந்த வழி நடந்து, அரிதிற்காண்டற் குரியது அப்பதி. ''செல்லல் உற அரிய சிவன் சீபர்ப்பத மலை'' சுந்தரர் பாடியதன் கருத்து இதுவே போலும்! கிருஷ்ண நதிக்கரையிலுள்ள குன்று களிடையே நிவந்தோங்கி நிற்கும் பருப்பதத்தின் நடுநாயகமாக மல்லிகார்ச்சுனம் என்னும் திருக்கோயில் விளங்குவதாகும். அதைச் சார்ந்த அளகேச்சுரம் முதலான பல ஆலயங்களும் மண்ட பங்களுள் ஆற்றின் இரு மருங்கும் உள்ளன.

செங்குன்றம் : கொங்கு நாட்டுத் திரு மலைகளுள் ஒன்று திருச்செங்குன்றம். அம் மலையைச் சார்ந்த தலத்தைக் கொடி

மாடச்செங்குன்றூர் என்று தேவாரம் போற்றுகின்றது. செந்நிற முடையதாயிருத்தலால் செங்குன்றம் என்னும் பெயர் அதற்கு வந்தது போலும்! இந் நாளில் சேலம் நாட்டில் திருச் செங்கோடு என வழங்கும் ஊரே பழைய செங்குன்றூர் ஆகும்.

நெற்குன்றம் : நெற்குன்றமும், நற்குன்றமும் இறைவன் கோயில் கொண்ட மலைப் பதிகள் என்று திருஞான சம்பந்தர் கூறியருளினார்.[16] நெற்குன்றம் என்னும் பெயர் வாய்ந்த ஊர்கள் தமிழ் நாட்டிற்பலவாகும். ஆயினும் அவற்றுள் ஒன்று திருநெற் குன்றம் என்று சாசனத்திற் குறிக்கப்படுவதால் அதனையே வைப்புத் தலமாகக் கொள்ளலாம். திருச்சிராப்பள்ளியைச் சேர்ந்த முசிரி வட்டத்தில் இப்பொழுது தின்னகோணம் என வழங்கும் ஊரே திருநெற்குன்றம் எனத் தோன்றுகின்றது.[17]

கந்தமாதனம் : இன்னும்,

''கயிலாய மலையுளார் காரோணத்தார்
கந்தமா தனத்துளார் காளத்தியார்''

என்று திருவீழி மிழலைப் பதிகத்தில் திருநாவுக்கரசர் கூறிய கந்தமாதனம் என்பது திருச்செந்தூர்க் கோவிலின் வடபால் உள்ளது. கந்தவேள் விடுத்த தூதராகிய வீரவாகு தேவர் கந்த மாதனக் குன்றினின்றும் எழுந்து விண்ணாறாக வீர மகேந்திரத்தை நோக்கிச் சென்றார் என்று கந்த புராணம் கூறும்.[18]

பொதிய மலை : தமிழ் நாட்டு மலைகளுள் மிகப் பெருமை யுடையது பொதியமா மலை.[19] மலையம் என்னும் பொதுப் பெயரைத் தனக்கே உரிமையாக்கிக் கொண்ட பொதிய மலையை இமய மலைக்கு இணையாகக் கண்டனர் தமிழ்ப் புலவர். ''பொற்கோட்டு இமயமும் பொதியமும் போன்று'' என்று வாழ்த் தினார் ஒரு புலவர்.[20] தமிழ் முனிவர் என்று புகழப்படுகின்ற அகத்தியர் வாழும் அம் மலையைத் தமிழகம் முழுவதும் தொழுவ தாயிற்று.

''திங்கள் முடி சூடும் மலை தென்றல் விளையாடுமலை
தங்கு புயல் சூழ மலை தமிழ் முனிவன் வாழுமலை''

என்று புகழ்ந்து மகிழ்ந்தாள் அம் மலைக் குறவஞ்சி.[21] இத் தகைய மலையைத் திருநாவுக்கரசரும் தேவராத்திற் குறித்துள்ளார்.

''பொய்த்தார் புர மூன்றெரித்தானைப்
பொதியில் மேய புராணனை''

என்னும் திருவாக்கால் திரபுர மெரித்த பழம் பொருளாகிய பரம

சிவன் பொதிய மலையையும் கோயிலாக் கொண்டவன் என்பது விளங்கும். இப்பொதிய மலையின் அடிவாரத்தில், பொருநையாறு சவியுறத்தெளிந்து செல்லும் துறையில், பாபநாசம் என்னும் தலம் அமைந்திருக்கின்றது.[22]

குடுமியான் மலை : புதுக்கோட்டை நாட்டில் குடுமியா மலை என்னும் மலை யொன்று உண்டு. அம் மலை திருநலக் குன்று[23] என்று சாசனங்களிற் குறிக்கப்பட்டுள்ளது. அங்குத் திருமேற்றளி முதலாய சிவாலயங்கள் உள்ளன. குன்றின் சிகரத் தைக் குடுமி என்னும் சொல் உணர்த்துவதாகும். எனவே, குடுமி யான் என்று அக் குன்றுடைய பெருமான் குறிக்கப் பெற்றார்.[24] நாளடைவில் பழம் பெயர் மறைந்து குடுமியான் மலை என்ற பெயர் வழங்கலாயிற்று. மலைக் குடுமியைத்தலைக் குடுமி யெனப் பிறழ வுணர்ந்த பிற்காலத்தார் சிகாநாதர் என்று அங்குள்ள ஈசனை அழைக்கலாயினர்.

குன்றக்குடி : பாண்டி நாட்டில் ஒரு குன்றின் அடிவாரத் தில் அமைந்த ஊர் குன்றக்குடி என்று பெயர் பெற்றது. அங்கு எழுந்தருளியுள்ள ஈசன் திருமலையுடையார் எனவும், தேனாற்று நாயகர் எனவும் சாசனங்களிற் குறிக்கப்படுகின்றார்.*[25] தேனாற்று நீர்பாயும் ஊர்களில் குன்றக் குடியும் ஒன்றாதலால் அங்குள்ள இறைவன் அப் பெயர் பெற்றார் போலும்! பழங்காலத்துப் பாண்டியர் கள் அக் கோயிலுக்கு விட்ட நிவந்தங்கள் பலவாகும். இப்பொழுது அவ்வூரின் பெயர் குன்னக்குடி யென மருவி வழங்குகின்றது; அக் குன்றப் பகுதியில் அமர்ந்த குமரவேளை அருணகிரிநாதர் பாடி யுள்ளார்.

அடிக் குறிப்பு

1. 'ஆதியும் அந்தமும் இல்லா அரும்பெருஞ் சோதியை' - என்று திருவெம்பாவையிற் பாடினார் மாணிக்க வாசகர். திருவெம்பாவை திருவண்ணாமலையில் அருளிச் செய்யப்பட்டது. அம் மலை, அருணா சலம், அருணகிரி, சோணாசலம், சோணகிரி, சோணசைலம் என்னும் பெயர்களும் உடையது. திருப்புகழ் பாடிய அருணகிரிநாதர் திருவண்ணாமலையிலே பிறந்தவர்.

2. அங்கு ஈசன் கோவிலும், திருமால் கோவிலும் எழுந்தன. அவை முறையே எதிரிலி சோழேச்சரம் எனவும், எதிரிலி சோழ விண்ணகரம் எனவும் பெயர் பெற்ற பான்மையைக் கருதும்பொழுது எதிரிலி என்பதும் இராசராசனது விருதுப்பெயர் என்று தெரிகின்றது. 301, 302, 1912.

3. 299 of 1912.

4. கொடுங் குன்றமாகிய பறமலை (பிரான்மலை)ப் பக்கத்தில் பாரீச்சுரம் என்ற ஊர் இருந்ததென்பது கல்வெட்டால் அறியப்படும். சாசனத் தமிழ்க் கவி சரிதம். ப. 7.

5. பெரிய புராணம் - திருக்குறிப்புத் தொண்டர் புராணம்.

6. *'கன்றினொடு பிடிசூழ்தண் கழுக்குன்றமே'* - தேவாரம்.

'எனையாண்டு கொண்டு, நின்தூய் மலர்க்கழல்
தந்து... காட்டினாய் கழுக்குன்றிலே' - திருவாசகம்,

திருக்கழுக்குன்றப் பதிகம்.

7. திருப்புகழ், 325.

8. *''முன்னர் வீழ்ந்திடு சிகரிகா ளத்தியா மொழிவர்*
பின்னர் வீழ்ந்தது திரிசிரா மலையெனும் பிறங்கல்
அன்ன தின்பிற கமைந்தது கோணமா வசலம்
இன்ன மூன்றையும் தக்கிண கயிலையென் றிசைப்பார்''
- செவ்வந்திப் புராணம், திருமலைச் சுருக்கம்.

9. திருக்கணாமலை என்பது ஆங்கிலத்தில் Trincomalee ஆகும்.

10. உய்யக் கொண்டான் என்பது இராஜராஜனுடைய விருதுப் பெயர்களில் ஒன்று.

11. தேவாரத் திருமுறை : சுவாமிநாத பண்டிதர் பதிப்பு, ப. 365.

12. திருக்காளத்தி, தெக்கண கயிலாயம் என்று சைவ உலகத்தில் வழங்கப் பெறும். ''தென்திசையிற் யெனும் திருக்காளத்தி'' என்று திருத்தொண் டர் புராணம் குறிக்கின்றது. திருஞான சம்பந்தர் புராணம், 1028

13. *''சூழ்ந்துவலங் கொண்டிறைவர் திருமுன் பெய்தித்*
தொழுதுதலை மேற்கண்ட செங்கை போற்றி
வீழ்ந்தெழுவார் கும்பிட்ட பயன்காண் பார்போல்
மெய்வேடர் பெருமானைக் கண்டுவீழ்ந்தார்''

என்றார் சேக்கிழார். திருஞான சம்பந்தர் புராணம், 1022.

14. இத் தலத்திற் கோயில் கொண்டருளும் முடித்தழும்பர் என்னும் இறை வனுக்குத் தம் வருவாயுள் பன்னிரண்டில் ஒருபங்கை அளித்துவரும் செட்டியார் குலம் பன்னிரண்டாம் செட்டிமார் என்று வழங்குப் பெறும். அவர்கள் விரும்பியபடி வாட்போக்கிக் கலம்பகம் என்னும் பிரபந்தம் மீனாட்சிசுந்தரம் பிள்ளையால் இயற்றப்பட்டது. மீ. ச. முதற் பாகம், 130.

15. 186 of 1914. இம் மலைக் கோயிலை அடைவதற்குச் சாதனமாகவுள்ள படிக்கட்டு கி.பி. 1783 - இல் அமைக்கப்பட்டது. 952 படிகள் உள்ளன. I.M.P., p. 1517.

16. திருஞான சம்பந்தர் திருக்ஷேத்திரக் கோவை, 9.
17. M.E.R., 1932-33. தென் ஆர்க்காட்டுத் திருகோயிலூர் வட்டத்தில் ஒரு நெற்குன்றம் உண்டு. அது நெற்குணம் என வழங்கும். M.E.R., 1934-35.
18. "அலங்கலந் திரைகொள்நேமி
    அகன்கரை மருங்கின்மேரு
    விலங்கலின் உயர்ந்த கந்த
    மாதன வெற்புத் தன்னில்
    பொலங்குவ டுச்சிமீது
    பொள்ளென இவர்த லுற்றான்
    கலன்கலன் கலனென்று அம்பொன்
    கழலமர் கழல்கள் ஆர்ப்ப"

    - கந்தபுராணம்
      மகேந்திரகாண்டம்

19. புலவர் புராணம், பொதிகாசலப் படலம், 44.
20. புறநானூறு, 2.
21. மீனாட்சியம்மை குறம், 13.
22. பாபநாசம் ஒரு வைப்புத் தலம், தஞ்சை நாட்டிலும் ஒரு பாபநாசம் உள்ளது.
23. திருநீலக்குன்று எனவும் குறிக்கப்படும்.
24. திருக்காளத்திமலை மீதிருக்க இறைவனைக் குடுமித்தேவர் என்று கண்ணப்பர் புராணம் கூறும்.
25. 25 of 1909.

* * *

ஆறும் குளமும்

ஆண்டவன் கோயில் கொண்டுள்ள ஆற்றுப் பதிகளை ஒரு பாட்டிலே அடுக்கிக் கூறினார் திருநாவுக்கரசர்.

"நள்ளாறும் பழையாறும் கோட்டாற்றோடு
நலந்திகழும் நாலாறும் திருவையாறும் தெள்ளாறும்"

என்று அப் பெரியார் எடுத்த திருப்பாசுரத்தில் ஆறு பதிகள் குறிக்கப்படுகின்றன. அவற்றின் தன்மையை முறையாகக் காண் போம்.

திருநள்ளாறு : காரைக்காலுக்கு அண்மையில் உள்ளது திருநள்ளாறு. நளன் என்னும் மன்னவன் ஈசனை வழிபட்டுக் கலி நீங் கப்பெற்ற இடம் நள்ளாறென்பர்.

"வளங்கெழுவு தீபமொடு தூபமலர் தூவி
நளன் கெழுவி நாளும் வழி பாடுசெய் நள்ளாறே"

என்பது தேவாரம். அதனால் சனி வழிபாடு அங்கு சிறப்புற நடை பெறுகின்றது.

பழையாறு : முன்னாளில் பல்லாற்றானும் சிறப்புற்று விளங்கிய பதிகளுள் ஒன்று பழையாறாகும். சோழநாட்டு அரசுரிமை யேற்கும் மன்னர், மகுடாபிஷேகம் செய்து கொள்ளு தற்குரிய சிறந்த நகங்களுள் பழையாறும் ஒன்றென்று சேக்கிழார் கூறுதலால் அதன் சீர்மை விளங்கும்.[1] பிற்காலத்தில் முடி கொண்ட சோழபுரம் என்னும் பெயர் அதற்கு அமைந்தது.[2] முடிகொண்டான் என்ற ஆற்றின் கரையில் கும்பகோணத்திற்கு அருகேயுள்ளது அப் பதி.[3]

கோட்டாறு : திருநள்ளாற்றுக்கு அணித்தாக உள்ளது கோட் டாறு. "தேனமரும் மலர்ச் சோலைத் திருக்கோட்டாறு" என்று திருஞான சம்பந்தர் பாடியிருத்தலால் அப் பதியின் செழுமை இனிது விளங்கும்.[4]

திருவையாறு : தஞ்சாவூருக்கு வடக்கே ஏழு மைல் அளவில் உள்ள பழம்பதி திருவையாறாகும். பஞ்சநதம் என்னும் வடமொழிப்பெயரும் அதற்குண்டு.[5] தேவாரம் பாடிய மூவரும் திருவையாற்றைப் போற்றியுள்ளார்கள். சஞ்சலம் வந்தடைந்த பொழுது, "அஞ்சேல் என்று அருள் செய்வான் அமரும் கோயில்"

திரு ஐயாறு என்றார் திருஞான சம்பந்தர். ''செல்வாய செல்வம் தருவாய் நீயே, திருவையாறகலாத செம்பொற் சோதீ'' என்று போற்றினார் திருநாவுக்கரசர்.

''அழகார் திரைக் காவிரிக் கோட்டத்து ஐயாறுடைய அடிகளோ'' என்றழைத்துத் தொழுதார் சுந்தரர். காவிரிக் கோட்டம் என்று விதந்துரைக்கப் பெற்றதனாலும் ஐயாற்றின் பெருமை விளங்குவதாகும்.[6]

தெள்ளாறு : வடஆர்க்காட்டு வந்தவாசி வட்டத்தில் தெள் ளாறு என்னும் ஊர் உள்ளது. பல்லவ மன்னனாகிய நந்திவர்மன் காலத்தில் தெள்ளாற்றில் நிகழ்ந்த பெரும் நந்திக் கலம்பகத்தில் பாராட்டப்பட்டுள்ளது. பாண்டியனது பெருஞ் சேனையைத் தெள்ளாற்றில் வென்றுயர்ந்த நந்தி என்று புகழப்பெற்றான். இங்ஙனம் பல்லவ சரித்திரத்திலும், நந்திக் கலம்பகத்திலும் குறிக்கப்படும் ஊர், பழைய வெண்குன்றக் கோட்டைத்தைச் சேர்ந்த தென்றும், அங்குள்ள ஈசன்கோயில் திருமூலக் தானம் என்னும் பெயருடையதென்றும் கல்வெட்டுக்கள் கூறும்.

கடிக்குளம் : பழைய வாய்ந்த சிவப்பதிகளுள் மூன்று குளப்பதிகள் சிறந்திருந்தன என்பது திருஞானசம்பந்தர் பாட்டால் விளங்குகின்றது. அவற்றுள் ஒன்று பாடல் பெற்றுள்ள கடிக்குளம் என்ற ஊராகும். குளிர்ந்த பூஞ்சோலையினிடையே அமைந்த கடிக்குளப்பதியில் கோயில் கொண்டிலங்கும் ஈசனை,

''கடிகொள் பூம்பொழில் சூழ்தரு
கடிக்குளத் துறையும் கற்பகம்''

என்று போற்றினார் திருஞான சம்பந்தர். அவர் திருவாக்கின் சிறப் பினால் இப்பொழுது கற்பகனார் கோயில் என்பது கடிக்குளத்தின் பெயராக வழங்குகின்றது. ஏனைய குளங்களின் வகை, திருநாவுக் கரசரது பாட்டால் தெரிகின்றது. ''வளைக்குளமும் தளிக்குளமும் நல்இடைக்குளமும் திருக்குளமும்'' இறைவன் கோயில் கொண்ட குளங்கள் என அவர் கூறிப் போந்தார்.

வளைகுளம் : இவற்றுள் வளைகுளம் என்று முன்னாளில் வழங்கிய ஊர் இந் நாளில் வளர்புரம் என்னும் பெயர் பெற்றுள்ளது. வட ஆர்க்காட்டு ஆர்க்கோண வட்டத்திலுள்ள வளர்புரத்தில் பழமையான சிவலாயம் ஒன்று உண்டு. தொண்டீச்சரம் என்பது அதன் பெயர். சுந்தர பாண்டியன் முதலாய பண்டைத் தமிழரசர் அதற்கு நிவந்தம் விட்டுள்ளார்கள்.[8] எனவே, வட ஆர்க்காட்டிலுள்ள வளர்புரமே பழைய வளைகுளம் என்பது தெளிவாகும்.

இடைக்குளம் : முதற்காலத்தில் இடைக்குளம் என வழங்கிய ஊர் இப்பொழுது மருத்துவக்குடி என்னும் பெயர் பெற்றுள்ளது. தஞ்சை நாட்டுக் கும்பகோண வட்டத்திலுள்ள மருத்துவக்குடிச் சிவன் கோயிலிற் கண்ட சாசனம் திரு இடைக்குள முடையார் என்று அங்கு எழுந்தருளிய ஈசனைக் குறித்தலால், பழைய இடைக்குளமே மருத்துவக்குடியாயிற்று என்பது இனிது விளங்கும்.[9]

திருமுக்குளம் : இன்னும், ஈசனார் அருள் பெற்ற திருக்குளங்களில் ஒன்று திருவெண்காட்டிலுள்ள முக்குளம் ஆகும். திருஞான சம்பந்தர் அங்கு எழுந்தருளியபோது,

''முப்புரம் செற்றார் பாதம்சேருமுக் குளமும்பாடி
உளமகிழ்ந் தேத்தி வாழ்ந்தார்''

என்று சேக்கிழார் கூறிப் போந்தார். அவர் கூறுமாறே திருவெண் காட்டு முக்குளம் தேவாரப் பாட்டில் அமையும் பெருமை பெற்று உள்ளது.[10]

திருவரங்குளம் : புதுக்கோட்டை நாட்டில் திருவரங்குளம் என்னும் பதியொன்றுண்டு. பழங்காலத்துப் பாண்டியர் பலர் திருவரங்குளநாதர் கோவிலுக்குப் பல வகையான நிவந்தங்கள் வழங்கியுள்ளார்கள்.[11]

பெருங்குளம் : தென்பாண்டி நாட்டிலுள்ள திருமால் திருப் பதிகளுள் ஒன்றாகிய குளந்தை யென்னும் பெருங்குளத்தில் பழமையான சிவன் கோயிலும் உண்டென்பது சாசனத்தால் விளங் கும். பண்டைப்பாண்டியன் ஒருவனால் அமைக்கப்பட்ட அக் கோவில் திருவழுதீச்சுரம் என வழங்கலாயிற்று.[12]

அடிக் குறிப்பு

1. அங்கிருந்த சோழ மாளிகையில் இராஜராஜனுடன் பிறந்த குந்தவை வசித்து வந்ததாகச் சாசனம் கூறும். 350 1907.
2. 271 of 1927.
3. அவ் வூரில் எழுந்த அருமொழித் தேவீச்சுரம் என்ற சிவாலயம் இராஜ ராஜன் பெயர்தாங்கி நிலவுகின்றது. 157 of 1908. அப்பெருவேந்தன் இறந்த பின்னர் அவன் தேவியாகிய பஞ்சவன் மாதேவி பள்ளிப்படை யாக அங்கு எடுத்த கோயில் பஞ்சவன் மாதேவீச்சுரம் என்று பெயர் பெற்றது. 271 of 1927.
4. இப்பொழுது கோட்டாறு திருச்கொட்டாரம் என வழங்குகின்றது.
5. பஞ்சநதிகள் பாயும் பிரதேசத்தைப் பஞ்சாப் என்றழைப்பர் வடநாட்டார். ஐயாறு என்ற தமிழ்ப் பெயரும் அப் பொருளையேதரும்.

6. இவ் வூர்ப் பெயர் ஆங்கிலத்தில் திருவாதி எனச் சிதைந்து வழங்கும். தமிழின் சிறப்பெழுத்தாகிய வல்லின றகரம் அயல்நாட்டார் நாவில் சிதைவதற்கு இஃதொரு சான்று.

7. M.E.R., 1934 - 35.

8. 26 of 1911.

9. *''உய்யக்கொண்டார் வளநாட்டுத் திறைமூர் நாட்டு..... திருவிடைக் குளமுடையார்''* - 387 1907.

10. *''வேயனதோள் உமைபங்கள் வெண்காட்டு முக்குளநீர்*
தோய்வினையார் அவர்தம்மைத் தோயாவாம் தீவினையே''

என்பது திருஞான சம்பந்தர் தேவாரம். சைவ சித்தாந்தத்தைத் தமிழ் நாட்டில் நிலைநிறுத்திய மெய்கண்ட தேவரின் தாய்தந்தையர் இம் முக்குளத்தில் நீராடி அப் பெருமானைப் பெற்றனர் என்ற வரலாறும் இதன் சீர்மையை உணர்த்துவதாகும். திருப்பெண்ணாகடத்தில் வாழ்ந்த வேளாளராய அச்சுத களப்பாளர் நெடுங்காலம் பிள்ளையின்றிக் கவலையுற்றார் என்றும், அதுபற்றி இறைவன் திருக்குறிப்பைத் தெரிந்து கொள்ளக் கருதித் தேவாரத்தில் முறைப்படி கயிறு சார்த்திப் பார்த்தபோது திருமுக்குளத்தின் பெருமையையுணர்ந்தும் திருஞான சம்பந்தர் பாட்டுக் கிடைத்ததென்றும், அவர் உடனே தம் மனைவியாரோடு திருவெண் காட்டை அடைந்து, முக்குளத்தில் நாள்தோறும் நீராடி ஆண்டவனைத் தொழுது வந்தார் என்றும், அந் நோன்பின் பயனாக மெய்கண்டதேவர் அவர் பிள்ளையாகத் தோன்றினார் என்றும் வரலாறு கூறுகின்றது.

11. M.E.R. 1914 -15. Pudukkottah Inscriptions.

12. M.E.R. 1932 - 33.

* * *

துறையும் நெறியும்

இறைவன் உறையும் துறைகள் பலவும் ஒரு திருப்பாட்டிலே தொகுக்கப் பெற்றுள்ளன.

''கயிலாய மலையெடுத்தான் கரங்களோடு
சிரங்கள் உரம் நெரியக்கால் விரலாற் செற்றோன்
பயில்வாய பாரய்த்துறைதென் பாலைத்துறை
பண்டெழுவர் தவத்துறை வெண்துறை''

என்று பாடினார் திருநாவுக்கரசர்.

திருப்பராய்த் துறை : காவிரியாற்றில் அமைந்த அழகிய துறைகளுள் ஒன்று திருப்பராய்த்துறை. அது பராய்மரச் சோலை யின் இடையே அமைந்திருந்தமையால் அப் பெயர் பெற்றது போலும்![1] காவிரிக்கரையில் கண்ணுக்கினிய காட்சி பராய்த் துறை யிற் கோயில் கொண்ட பரமனை,

''பரப்பு நீர்வரு காவிரித் தென்கரைத்
திருப்பராய்த்துறை மேவிய செல்வரே''

என்று ஆதரித்தழைத்தார் திருநாவுக்கரசர். இந் நாளில் இத் துறை திருப்பலாத்துறை என்று வழங்கும்.

திருப்பாலைத்துறை : காவிரியாற்றங் கரையில் உள்ள மற்றொருதுறை பாலைத் துறையாகும். அத் துறையில் காட்சி யளிக்கும் இறைவனை,

திருப்பாலைத்துறை : காவிரியாற்றங் கரையில் உள்ள மற்றொரு துறை பாலைத்துறையாகும். அத் துறையில் காட்சி யளிக்கும் இறைவனை,

''மருவு நாண்மலர் மல்லிகை செண்பகம்
பரவு நீர்ப்பொன்னிப் பாலைத் துறையரே''

என்று பாடியருளினார் திருநாவுக்கரசர். பாலைத் துறையுடைய பரமனைப் பாலைவன நாதர் என்று இன்றளவும் வழங்குதலால், பாலை மரங்கள் நிறைந்த துறையாக அது முற்காலத்தில் இருந்த தாகத் தோன்றுகின்றது.

திருத்தவத்துறை : இறைவன் அருள் விளங்கும் துறை களுள் ஒன்று திருவத்தவத்துறை. ''பண்டு எழுவர் தவத்துறை''

என்று இப் பதியைத் திருநாவுக்கரசர் குறித்தருளினார். முன்னாளில் முனிவர் எழுவர் தவம் புரிந்த பெருமை அதற்குரியதென்பது அவர் திருவாக்கால் விளங்கும். இத்தகைய பெருமை சான்ற தவத் துறைக்குரிய தேவாரப் பாடல் கிடைத்திலதேனும் திருஞான சம்பந்தர் அப் பதியை வணங்கிப்பாடினார் என்று திருந்தொண்டர் புராணம் கூறும். திருச்சிராப்பள்ளியையும் திருவானைக்காவை யும் வழிபட்ட பின்பு ''மன்னும் தவத்துறை வானவர் தாள் எய்தி இறைஞ்சி எழுந்து நின்றே இன்தமிழ் மாலை கொண்டேத்தினார்'' என்று சேக்கிழார் கூறுதலால், திருஞான சம்பந்தர் தவத்துறைப் பெருமானைப் பாமாலை பாடித் தொழுதார் என்பது தெளிவாகத் தெரிகின்றது.[2] ஆயினும் அப் பாடல் கிடைக்கப் பெறாமையால் தவத்துறை வைப்புத் தலங்களுள் ஒன்றாக வைத்தெண்ணப் படும்.[3] இப்பொழுது லால்குடி என வழங்கும் ஊரே பண்டைத் தவத்துறை என்பது சாசனங்களால் விளங்குகின்றது.

திருவெண்துறை : தஞ்சை நாட்டு மன்னார்குடிக்கு அணித் தாக உள்ளது திருவெண்துறை. தேவாரப் பாடல் பெற்ற அத் தலம் இப்பொழுது திருவண் துறையாகி, பிருங்கி முனிவர் வண்டு வடிவத்தில் ஈசனை வழிப்பட்ட இடமாகக் கருதப்படுகின்றது. இன்னும்,

''குயில் ஆலந்துறை சோற்றுத்துறை பூந்துறை
பெருந்துறையும் குரங்காடுதுறை யினோடு
மயில் ஆடுதுறை கடம்பந்துறை ஆவடுதுறை
மற்றும் துறை யனைத்தும் வணங்குவோமே''

என்று பாடினார் நாவரசர்.

குயில் ஆலந்துறை : குயில்கள் இனிதமர்ந்து கூவும் செழுஞ்சோலையினிடையே நின்ற ஆலந்துறையைக் 'குயிலாலந் துறை' என்று அவர் குறித்தார். மாயூரம் என்னும் மயிலாடு துறைக்கு அருகேயுள்ள நல்லக் குடியிலே கொண்ட நாதன் பெயர் ஆலந்துறை யப்பர் என்றும், நாயகியின் பெயர் குயிலாண்ட நாயகி என்றும் வழங்குதலால், திருநாவுக்கரசர் குறித்த குயிலாலந்துறை அதுவே எனக்கொள்ளப்படுகின்றது. இந் நல்லக்குடி ஈசனருள் விளங்கும் இடங்களுள் ஒன்றென்பது, ''நற்கொடி மேல் விடை யுயர்த்த நம்பன் செம்பங்குடி நல்லக்குடி''[4] என்னும் நாவுக்கரசர் திருவாக்கால் அறியப்படும்.

திருச்சோற்றுத் துறை : 'சோழவள நாடு சோறுடைத்து' என்னும் புகழுரைக்கு சான்றாக நிற்பது சோற்றுத்துறையாகும்.

தேவாரப்பாமாலை பெற்ற இப் பழந்துறையைப் ''பொன்னித் திரை வலங்கொள் சோற்றுத்துறை'' என்று பாராட்டினார் சேக்கிழார். பழங் காலத்தில் இருவகை வழக்கிலும் ஏற்றமுற்று விளங்கிய சோறு என்னும் சொல் பிற்காலத்தில் எளிமை யுற்றது.[5] சாதம் என்பது அதனினும் சிறப்புடைய பதமாகக் கொள்ளப்பட்டது. இதனால் சோற்றுத்துறை சாதத்துறையாயிற்று. சாதத்துறை சாத்துறையென மருவிற்று. எனவே, இன்று திருச்சாத்துறை என்று அது வழங்கப்படுகின்றது.

திருப்பெருந்துறை : அரிசிலாற்றங் கரையில், பாடல் பெற்ற பெருந்துறை ஒன்று அமர்ந்துள்ளது.

"தழையார் மாவின் தாழ்கனி யுந்தித்
தண் அரிசில் புடை சூழ்ந்து
குழையார் சோலை மென்னடை யன்னம்
கூடுபெருந் துறை யாரே"

என்று அதன் இயற்கை யழகினை எடுத்துரைத்தார் திருஞான சம்பந்தர். இன்னும், தஞ்சை நாட்டுக் கும்பகோண வட்டத்தில் இப்பொழுது திருப்பந்துறை யென வழங்கும் பதி திருப்பெருந் துறையேயாகும். ஆதியில் செங்கற் கோயிலாயிருந்த திருப்பெருந் துறை, கரிகாற் சோழன் காலத்தில் கற் கோயிலாயிற்று என்று சாசனம் தெரிவிக்கின்றது. இராஜராஜ சோழன், வீர பாண்டியன முதலிய பெருமன்னர் காலத்துச் சாசனம் அக் கோயிலிற் காணப் படுதல் அதன் பழமைக்கு ஒரு சான்றாகும்.[6]

இனி, பாண்டி நாட்டில் மாணிக்க வாசகர்க்கு ஈசன் அருள் புரிந்த இடமும் திருப்பெருந்துறையாகும். சிவ பெருமானைத் 'திருவார் பெருந்துறைச் செல்வன்' என்று கீர்த்தித் திரு அகவல் கூறும். திருப்பெருந் துறையில் இருந்தருளும் இறைவனை,

"தில்லைவாழ் கூத்தா சிவபுரத் தரசே
திருப்பெருந் துறையுறை சிவனே"

என்றழைக்கின்றார் மாணிக்கவாசகர். இப் பதி ஆவுடையார் கோயில் என்னும் பெயரோடு தஞ்சை நாட்டு அறந்தாங்கி வட்டத் தில் உள்ளது.[7]

குரங்காடுதுறை : காவிரியாற்றின் கரையின் குரங்காடு துறையென்னும் பெயருடைய தலங்கள் இரண்டு உண்டு. அவற் றுள் வடகரையிலே அமைந்த குரங்காடு துறையில் வாலியென்னும்

வாரை மன்னன் இறைவனை வணங்கினான் என்பர்.[8] ''கோலமா மலரொடு தூபமும் சாந்தமும் கொண்டு போற்றி வாலியார் வழிபட'' நின்றகோயில் வட குரங்காடு துறை என்பது திருஞான சம்பந்தர் தேவாரத்தால் விளங்கும். இனி, காவிரியாற்றின் தென் கரையிலுள்ள குரங்காடு துறை இப்பொழுது ஆடுதுறை என்றே வழங்குகின்றது. தேவாரப் பாமலை பெற்ற அப்பதியில் வாலியின் தம்பியாகிய சுக்கீரீவன் ஈசனை வழிபட்டான் என்னும் ஐதிகம் உண்டு.

இன்னும், திருச்சி நாட்டுப் பெரம்பலூர் வட்டத்தில் வட வெள்ளாற்றுங் கரையில் மற்றொரு குரங்காடு துறையுள்ளது. ஆடுதுறை யென வழங்கும் அப்பதியின் பழமை சாசனத்தால் விளங்குவதாகும். குலோத்துங்க சோழன், பராக்கிரம பாண்டியன் முதலிய பெரு மன்னரால் ஆதரிக்கப்பெற்ற அக் கோயிலில் அமர்ந்த இறைவன் திருநாமம் குற்றம் பொறுத்த நாயனார் என்று கல்வெட்டிற் குறிக்கப்பட்டுள்ளது.[9]

மயிலாடுதுறை : காவிரி யாற்றின் கரையின் சிறந்திலங்கும் சிவப்பதிகளுள் ஒன்று மயிலாடு துறை. அத் துறையைக் கண்டு ஆனந்தமாகப் பாடினார் திருஞானசம்பந்தர்.

''சுந்தமலி சந்தினொடு காரகிலும்
வாரிவரு காவிரியுளால்
வந்ததிரை உந்தியெதிர் மந்திமலர்
சிந்துமயில் ஆடுதுறையே''

என்று அவர் பாடிய மயிலாடுதுறை இந் நாளில் மாயவரம் என வழங்குகின்றது.[10]

கடம்பந்துறை : 'காவிரிசூழ் கடம்பந்துறை'யென்று தேவாரத்திற் போற்றப்பட்டது துறை இக் காலத்தில் குழித்தலை யென வழங்கும் ஊரைச் சார்ந்த கடம்பர் கோவில் ஆகும்.[11] காவிரி யாற்றின் தென்கரையிலுள்ள கடம்பவனத்தில் ஈசன் காட்சி யளித்தமையால் அப்பெயர் அமைந்த தென்பர்.[12] திருக்கோவை யாரில் 'தண்கடம்பைத் தடம்' என்று சொல்லப்படும் தலம் கடம்பந் துறையாக இருத்தல் கூடுமென்று தோற்றுகின்றது.

திரு ஆவடுதுறை : சைவ உலகத்தில் ஆன்ற பெருமை யுடையது ஆவடுதுறை. தேவாரப் பாமாலை பெற்றதோடு திரு மந்திரம் அருளிய திருமூலர் வாழ்ந்ததும் அப் பதியே. இன்னும், திருவிசைப்பா பாடிய திருமாளிகைத் தேவர் சிவகதி யடைந்ததும்

அப் பதியே இத் தகயை ஆவடுதுறை, பேராவூர் நாட்டைச் சேர்ந்தது என்று சாசனம் கூறுகின்றது. பசுவளம் பெற்ற நாட்டில் விளங்கிய அப் பதியினை ''ஆவின் அருங் கன்றுறையும் ஆவடுதண்துறை'' என்று போற்றினார் சேக்கிழார். அத் தலம், வட மொழியில் கோமுத்தீச்சுரம் என்று வழங்கும் பான்மையைக் கருதும் பொழுது ஆவடுதுறை யென்பது ஆலயப் பெயராக ஆதியில் அமைந்திருத்தல் கூடும் என்று தோன்றுகின்றது. அக் கோயிலிற் கண்ட சாசனம் ஒன்று 'சாத்தனூரில்.[13] சாத்தனூர் என்பது இப்பொழுது திருவாவடுதுறைக் கருகே ஒரு சிற்றூராக உள்ளது. அவ்வூரில் எழுந்த ஆவடுதுறை என்னும் சிவாலயம் பல்லாற்றானும் பெருமையுற்றமையால், கோயிற் பெயரே ஊர்ப்பெயராயிற்றென்று கொள்ளலாகும்.

மேலே குறித்த திருநாவுக்கரசர் திருப்பாசுரத்தில் ''மற்றும் துறையனைத்தும் வணங்குவோமே'' என்றமையால், இன்னும் சில துறைகளும் உண்டு என்பது பெறப்படும். அவற்றுள் திருமாந்துறையும், திருச்செந்தறையும், திருப்பாற்றுறையும் சிறந்தனவாகும்.

திருமாந்துறை : திருமாந்துறை என்ற பெயருடைய பதிகள் இரண்டு உண்டு. அவற்றுள் ஒன்று திருஞானசம்பந்தரால் பாடப் பெற்றது. மற்றொன்று வைப்புத் தலமாகக் கருதப்படுகின்றது. இவ்விருதுறைகளும் ஒரு பெயருடையனவாயிருத்தலின், இவற்றுள் வேற்றுமை தெரிதற் பொருட்டு முன்னதை வடகரை மாந்தறை என்றார் திருத்தொண்டர் புராணமுடையார். காவிரி யாற்றின் வட கரையில் அமைந்த மாந்துறையை,

''அம்பொனேர் வரு காவிரி வடகரை மாந்துறை''

என்று பாடினார் திருஞான சம்பந்தர்.[14]

இனி, வைப்புத் தலமாகிய திருமாந்துறை, கும்பகோண வட்டத்தில் திருமங்கைக் குடிக்கு அணித்தாக உள்ளது. அத் தலத்தையும் திருஞான சம்பந்தர் பாடினார் என்பது சேக்கிழார் வாக்கால் புலனாகின்றது.

''கஞ்சனூர் ஆண்டதம் கோவைக்
கண்ணுூரற் றிறைஞ்சி முன்போந்து
மஞ்சணி மாமதில் சூழல்
மாந்துறை வந்து வணங்கி
அஞ்சொல் தமிழ்மாலை சாத்தி''

என்னும் பாட்டால், திருமாந்துறை இறைவற்குத் திருஞான

சம்பந்தர் தமிழ்மாலை சாத்தினார் என்று தெரிகின்றது. எனினும், அப் பாடல் கிடைக்கவில்லை.

திருச்செந்துறை : ஆலந்துறையை வணங்கிய பின்னர்த் திருஞானசம்பந்தர் திருச்செந்துறை முதலாய பல கோயில்களையும் வழிபட்டுக் கற்குடிமலையை அடைந்தார் என்று சேக்கிழார் கூறுதலால், இறைவன் கோயில் கொண்டுள்ள இடங்களில் திருச்செந்துறையும் ஒன்றென்று தெரிகின்றது. திருச்சி நாட்டிலே திருச்சி வட்டத்தில் உள்ளது திருச்செந்துறை. ஈசான மங்கலத்திற்கு அருகேயுள்ள அச் செந்துறையில் சந்திரசேகரப் பெருமானுக்கு தென்னவன் இளங்கோ வேளாரின் திருமகள் கற்கோயில் கட்டிய செய்தி சாசனங்களிற் காணப்படுகின்றது.[15]

திருப்பாற்றுறை : காவிரியின் வடகரையிலுள்ள திருப்பாற்றுறை திருஞான சம்பந்தரால் பாடப் பெற்றுள்ளது. அங்கு உள்ள ஆதிமூலநாதர் ஆலயத்திற் கண்ட சாசனங்களால் திருப்பாற்றுறை, உத்தம சீலி சதுர்வேதி மங்கலத்தைச் சேர்ந்திருந்த தென்பது விளங்கும்.[16] இப்பொழுது உத்தமசேரி என வழங்கும் ஊரே உத்தம சீலி என்பர்.

இறைவனது அளப்பருங் கருணையைப் பேரின்ப வெள்ளமாகக் கண்டனர் ஆன்றோர். ''சிவபோகம் என்னும் பேரின்ப வெள்ளம் பொங்கித் ததும்பிப் பூரணமாய், ஏகவுருவாய்க் கிடக்குதையோ'' என்று பரிந்து பாடினார் தவ நெறியில் தலைநின்ற தாயுமானவர். வெள்ளம் பொங்கிப் பொழிந்து செல்லும் கங்கை, காவிரி முதலிய ஆறுகளில் துறையறிந்து இறங்கி நீரைத் துய்த்தல் போன்று, சான்றோர் கண்ட துறைகளின் வாயிலாக ஆண்டவன் அருளைப் பெறலாகும். என்னும் கருத்தால் ஆலயங்களைத் துறைகள் என்று மேலோர் குறித்தனர் போலும்! அவற்றுள் சில துறைகள் பாடல் பெற்றனவாகும். பண்டு எழுவர் தவத்துறையாய் விளங்கிய லால்குடியின் தன்மையையும், மாணிக்க வாசகர்க்கு ஈசன் இன்னருள் சுரந்த திருப்பெருந் துறையின் செம்மையையும், இன்னோரன்ன பிற துறைகளையும் முன்னரே கண்டோம். இனிச் சாசனங்களிலும் திருப்பாசுரங்களிலும் தலப்பெயரோடு இணைத்துக் கூறப்படும் துறைகளைப் காண்போம்.

திருவெண்ணெய் நல்லூர் - அருட்டுறை : பெண்ணையாற்றின் கரையில் உள்ள திருவெண்ணெய் நல்லூரில் ஈசன் கோவில் கொண்டருளும் இடம் அருட்டுறை எனப்படும். தேவாரம்

பாடிய மூவருள் ஒருவராகிய சுந்தர மூர்த்தியை ஆட்கொண்ட துறை அவ்வருட்டுறையே யாகும். இதனை அவர் தேவாரத்தால் அறியலாம். ''பித்தா பிறைசூடி'' என்று அவர் எடுத்த திருப்பதிகத்தில் ''பெண்ணைத் தென்பால் வெண்ணெய் நல்லூர் அருட்டுறையுள் அத்தா'' என்று பாடும் பான்மையால் ஆண்டவன் உறைவிடம் அருட்டுறை என்பது அறியப்படும். இங்ஙனம் சுந்தரரை ஆட்கொண்டருளிய துறை பெண்ணை அருட்டுறை என்றும் போற்றப்படுகின்றது.[17]

திருநெல்வாயில் அரத்துறை : திருப்பெண்ணாகடத்துக்கு அண்மையில் நிவா நதியின் கரையின் உள்ளது நெல்வாயில் என்னும் பதி. அது மூவர் தேவாரமும் பெற்றது. அரத்துறையென்பது அங்கமைந்த திருக் கோயிலின் பெயர்.

''கந்த மாமலர் உந்திக்
கடும்புனல் நிவாமல்கு கரைமேல்
அந்தண் சோலை நெல்வாயில்
அரத்துறை அடிகள்தம் அருளே''

என்னும் தேவாரத்தால் அரத்துறையின் செம்மை விளங்கும். இப்பொழுது நெல்வாயிலும் அரத்துறையும் தனித்தனி ஊர்களாகக் காணப்படுகின்றன. நெல்வாயில் என்ற பழம் பெயர் நெய்வாசல் எனவும், திரு அரத்துறை என்பது திருவடத்துறை எனவும் மருவி வழங்கும்.[18]

அன்பில் ஆலந்துறை : ஈசனருளைப் பெறுதற்குரிய துறைகளுள் ஆலந்துறை சாலச் சிறந்ததென்று தெரிகின்றது. ஆலமர் கடவுளாகிய சிவபெருமானைப் பல ஆலந்துறையில் வழிபட்ட முறை, திருப்பாசுரங்களாலும் சாசனங்களாலும் விளங்கும். ஓர் ஆலந்துறை அன்பில் என்ற ஊரில் அமைந்திருந்தது. அதனை அன்பிலாலந்துறை என்றே தேவாரம் பாடிற்று.

புள்ளமங்கை ஆலந்துறை : இன்னும், காவிரிக் கரையில் புள்ளமங்கை என்னும் பதியில் ஈசன் கோயில் கொண்ட இடமும் ஓர் ஆலந்துறையாகும்.

''புலன்கள் தமை வென்றார்புகழ்
அவர்வாழ் புளமங்கை
அலங்கல் மலி சடையானிடம்
ஆலந்துறை யதுவே''

என்னும் தேவாரப் பாசுரம் இதனைத் தெரிவிக்கின்றது.

அந்துவ நல்லூர் ஆலந்துறை: காவிரியின் வடகரையில் அமைந்தது புள்ள மங்கை ஆலந்துறை. அந் நதியில் தென்கரை யிலும் ஓர் ஆலந்துறை உண்டென்பது திருத்தொண்டர் புராணத் தால் அறியப்படும். காவிரியாற்றின் தென்கரையில் அமைந்த திருக்கோயில்களை வழிபடப் போந்த திருஞான சம்பந்தர் திரு வாலந்துறை முதலாய தலங்களை வணங்கினார் என்று சேக்கிழார் கூறுகின்றார்.[19] எனவே அவர் குறித்த ஆலந்துறை திருச்சிராப் பள்ளிக்கு மேற்கே ஏழு மைல் அளவில் காவிரியின் தென் கரை யில் அமைந்த அந்துவநல்லூர் என்ற ஊரில் உள்ள ஆலயமே ஆதல் வேண்டும். இக் காலத்தில் அந்த நல்லூர் என வழங்குகின்ற அந்துவநல்லூரில் ஆலந்துறையென்னும் பழமையான ஆலயம் உண்டென்று சாசனம் கூறும்.[20] அக்கோயிலில் எழுந்தருளியுள்ள ஈசன் வடதீர்த்த நாதர் என்று பிற்காலக் கல்வெட்டுக்களிற் குறிக்கப் படுதலும் இதனை வலியுறுத்துவதாகும். வடதீர்த்தம் என்பது ஆலந்துறையைக் குறிக்கும் வடசொல்.

திருப்பழுவூர் ஆலந்துறை : திருவையாற்றுக்கு வடக்கே பத்துமைல் தூரத்தில் உடையார் பாளைய வட்டத்தில் திருப்பழு வூர் என்னும் பழம்பதி யொன்று உள்ளது. அது திருஞான சம்பந்த ரால் பாடப் பெற்றதாகும். அங்கு ஆலமரச் சோலையில் ஆண்ட வன் கோயில் கொண்டமையால் ஆலந்துறை யென்பது அதன் பெயராயிற்று.[21] ஆலந்துறையில் அமர்ந்தருளும் ஈசனை இந் நாளில் வடமூலநாதர் என்பர். பிற்காலத்தில் பழுவூர், கீழப்பழுவூர் எனவும், மேலப் பழுவூர் எனவும் இரண்டாகப் பிரிந்தது. பாடல் பெற்ற பழுவூர் கீழப்பழுவூர் ஆகும்.

ஏமப்பேரூர் ஆலந்துறை : தென்னார்க்காட்டிலுள்ள ஏமப்பேரூர் என்னும் வைப்புத் தலத்தில் விளங்கும் ஆலயத்தின் பெயரும் ஆலந்துறை என்பதாகும்.[22] திருவாலந்துறையுடைய பெருமானுக்கு மூன்று கால வழிபாடு நாள்தோறும் முறையாக நடைபெறும் வண்ணம் நலவூர் வாசிகள் நல்கிய நிவந்தம் கல் வெட்டிற் காணப்படுகின்றது.[23] அநபாயன் என்னும் விருதுப் பெயர் தங்கிய இரண்டாம் குலோத்துங்க சோழன் அநபாய நல்லூர் என்ற ஊரை உண்டாக்கி அதனை ஆலந்துறை யுடையாருக்கு அளித் தான்.

இடையாறு மருதந்துறை : பெண்ணையாற்றின் அருகே யுள்ள பதிகளுள் ஒன்று இடையாறு. அங்கு ஈசன் கோயில் கொண்ட இடம் மருதந்துறை என்று சாசனம் அறிவிக்கின்றது. ‘பெண்ணைத் தெண்ணீர், எற்றுமூர் எய்த மானிடையா றிடை

மருதே''என்று சுந்தரர் தேவாரத்தில் அமைந்ததும் இத் துறையே. தென்னார்காட்டுத் திருக்கோயிலூர் வட்டத்தில் இப்பொழுது இடையார் என வழங்கும் ஊரே மருதந்துறையையுடைய இடை யாறாகும்.[24]

குரக்குத்துறை: திருச்சி நாட்டைச் சேர்ந்த முசிரிக்கு மேற்கே ஆறு மைல் தூரத்தில் குரங்குநாதன் கோவில் ஒன்று உண்டு. அக்கோவிலையுடைய ஊர் மகேந்திர மங்கலம் என்றும், அது வடகரை மழநாட்டுப் பிரமதேயம் என்றும் கல்வெட்டுக் கூறு கின்றது.[25] பழமையான குரங்குநாதன் கோயில் குரக்குத் துறை யென்று பெயர் பெற்றிருந்தது. கட்டுமானத்தில் அது காஞ்சிக் கயிலாச நாதர் கோயிலை ஒத்திருக்கின்றது.[26] இப்பொழுது அக் கோயிலுள்ள ஊர் ஸ்ரீநிவாச நல்லூர் என வழங்கும்.[27]

திருச்சாலைத்துறை : இந் நாளில் நெல்லை நாட்டில் அம்பா சமுத்திரம் என்று வழங்கப்படுகின்ற ஊர் ஆதியில் இளங் கோக்குடி என்னும் பெயர் வாய்ந்து விளங்கிற்று. சாலைத்துறை என்பது அங்குள்ள திருக்கோயிலின் பெயர். அவ் வூரில் அமைந்த சிவாலயம் திருப்போத்துடையார் கோவில் என்று பெயர் பெற்றி ருந்தது. அஃது இன்று எரிச்சாவுடையார் கோவில் என வழங்கு வதாகும்.[28]

செந்நெறி : துறையென்பது கோவிற் பெயராக வழங்குதல் போன்று நெறியென்று பெயர் பெற்ற சிவாலயங்களும் சில உண்டு. திருச்சேறைப் பதியில் அமைந்த கோயில் செந்நெறி யென்று பெயர் பெற்றது.[29] அதனைச் செந்நெறியுடையார் கோயில் என வழங்கலாயினர். அது நாளடைவில் உடையார் கோயில் ஆயிற்று.

நீள்நெறி : தண்டலை யென்பது ஒரு பாடல் பெற்ற தலம். அங்குள்ள ஆலயம் நீணெறி என்று தேவாரத்திற் போற்றப்படு கின்றது. மீளா நெறியாகிய நெடு நெறி காட்டும் இறைவன் அமர்ந்தருளும் ஆலயம் (நீணெறி) நீள்நெறி என்று பெயர் பெற்றது போலும்!

அரநெறி : திருவாரூரில் அமைந்த திருக்கோயில்களுள் ஒன்று அரநெறி யென்னும் பெயர் பெற்று விளங்கிற்று.

''அருந்தவனை அரநெறியில் அப்பன்தன்னை
அடைந்தடியேன் அருவினை நோய் அறுத்தவாறே''

என்று பாடினார் திருநாவுக்கரசர்.

தவநெறி : தென்னார்க்காட்டுக் கூடலூர் வட்டத்தில் திருத் தளூர் என வழங்கும் திருத்துறையூரில் உள்ள சிவாலயத்தின் பெயர் தவநெறி என்பது சாசனத்தால் அறியப்படுகின்றது.[30]

அடிக் குறிப்பு

1. பராய் என்பது Paper tree என்று ஆங்கிலத்தில் வழங்கப்பெறும்.
2. திருஞான சம்பந்தர் புராணம், 347.
3. இராகவய்யங்கார் ஆராய்ச்சித் தொகுதி, ப. 287.
4. நல்லக்குடி யென்பது இந் நாளில் நல்லத்துக்குடி என மருவி வழங்கு கின்றது.
5. *''இம்மையே தரும் சோறும் கூறையும்*
   ஏத்தலாம் இடர் களையலாம்
   அம்மையே சிவலோக மாள்வதற்கு
   யாதும் ஐயுறு வில்லையே'' - என்ற சுந்தரர் தேவாரத்தில் சோறு என்னும் சொல் ஆளப்பட்டுள்ளது.
6. M.E.R., 1931-32.
7. புதுக்கோட்டை நாட்டில் பெருந்துறை என்னும் பெயருடைய ஊர் ஒன்றுண்டு. அங்குள்ள பழுதுற்ற சிவலாயத்திற்கண்ட சாசனங்களால் அவ் வூர் பழைய கான நாட்டைச் சேர்ந்ததென்பது புலனாகின்றது. பெருந்துறை என்ற பெயர் ஆதியில் அத்திருக்கோயிலுக்கு அமைந்து, பிறகு ஊரின் பெயரா யிருத்தல் கூடும். 404 of 1906.
8. இத் தலத்தை வணங்கிய வாலி, அரக்கர் வேந்தனாகிய இராவணனை வென்றுயர்ந்த கிஷ்கிந்தை யரசனே என்பது,

   ''நீலமாமணி நிறத்தரக்கனை இருபது கரத்தோடொல்க
   வாலினாற் கட்டிய வாலியார் வழிபட மன்னுகோயில்''

   என்னும் திருஞானசம்பந்தர் வாக்கால் தெளிவாகும் - வடகுரங்காடு துறைப்பதிகம்.
9. 32 of 1913.
10. மயிலாடுதுறை, மயூரபுரமாகி, மயூரவரமாகி, மாயவரமாகிய செய்தி பின்னர் கூறப்படும்.
11. காடவர்கோன் திருவெண்பாவில், ''கழுகு கழித்துண்டலை யாமுன் கா விரியின் தென்பால், குழித்தண்டலை யானைக் கூறு'' என்று கடம்பந்து றையைப் பாடியுள்ளார்.
12. இத் தலத்தைக் குறித்துக் 'கடம்பர் கோயில் உலா' என்னும் பிரபந்தம் ஒன்று உண்டு.
13. M.E.R., 1925.

14. இது திருச்சி நாட்டுப் பெரம்பலூர் (பெரும்புலியூர்) வட்டத்தில் உள்ளது.

15. 316 of 1903. ஈசான மங்கலத்துத் திருச்செந்துறையில் முதற் பராந்தகச் சோழன் மகனாகிய அரிகுல கேசரியின் மலையாள், தென்னவன் இளங்கோ வேளாரின் திருமகள் எடுப்பித்த கற்றளியைக் குறிப்பது இச் சாசனம். S.I.I., Vol. III, p. 228.

16. 568 of 1908; 575 of 1908.

17. தஞ்சை நாட்டுத் திருத்துறைப் பூண்டியம் கோயிலடியாகப் பிறந்த ஊர்ப்பெயராகத் தெரிகின்றது. திருத்துறையென்ற ஆலயத்தை யுடைய பூண்டி திருத்துறைப் பூண்டி யாயிற்றுப் போலும்! 477 of 1912. இவ்வாறன்றித் திருத்தருப்பூண்டி யென்னும் பெயரே திருத்துறைப் பூண்டியெனத் திரிந்தது என்று கொள்வாரும் உளர்.

18. 210 of 1929.

19. திருஞான சம்பந்தர் புராணம், 342,

20. I.M.P., Trichinopoly, 371, 374.

21. பழுமரம் என்னும் சொல் ஆலமரம் என்று பொருள் படுதலால், பழுவூர் என்பது ஆலமரமுடைய ஊரைக் குறித்தது போலும்! வடமூலநாதன் என்னும் சொல் ஆலந்துறை இறைவன் என்று பொருள்படும்.

22. 533 of 1921.

23. 513 of 1921.

24. 276 of 1928.

25. 594 of 1904.

26. Trichinopoly Gazetteer, Vol., I. p. 289.

27. திருச்சி நாட்டு முசிரி வட்டத்தில் உள்ளது.

28. போத்து என்பது எருது. எனவே, போத்துடையார் எருது வாகனமுடைய ஈசன். எருத்தாவுடையார் என்று அப்பெயர் மொழி பெயர்க்கப்பட்டு. எரிச்சாவுடையாராகச் சிதைந்ததென்று தோன்றுகின்றது.

29. காஞ்சிபுரத்தில் அமைந்த பாடல்பெற்ற கோவில் ஒன்று ‘கச்சி நெறிக் காரைக்காடு’ என்னும் பெயருடையது. அதனைப் பாடிய திருஞான சம்பந்தர் பாசுரந்தோறும் ‘நெறிக்காரைக் காட்டாரே’ என்று போற்றும் பான்மையைக் கருதும்பொழுது நெறியென்பது ஆலயத்தின் பெயராக இருத்தல் கூடும் எனத் தோன்றுகின்றது. காஞ்சியில் அமைந்த நெறி யாதலின் கச்சி நெறி எனப்பட்டது போலும்! இப்பொழுது காரைக்காடு திருக்காலிக்காடு என்றும், திருக்கோவில் திருக்காலீஸ்வரன் கோயில் என்றும் வழங்கும்.

30. M.E.R.1924-25.

* * *

அட்டானமும் அம்பலமும்

துறையும் நெறியும் கோயிற் பெயர்களாக அமைந்தவாறே அட்டானம், அம்பலம் என்னும் ஆலயப் பெயர்களும் உண்டு.

வீரட்டானம் : தமிழ் நாட்டில் வீரட்டானம் என்று விதந் துரைக்கப்படும் சிவப் பதிகள் எட்டு என்பர். ''அட்டானம் என்றோ திய நாலிரண்டும்'' என்று திருஞான சம்பந்தர் அவற்றைக் குறித்துப் போந்தார். கெடில நதியின் கரையில் அமைந்த அதிகை வீரட்டானம் முதலாக விற்குடி வீரட்டானம் ஈறாக உள்ள எட்டுத் தலங்களின் சீர்மை, திருப்பாசுரங்களாலும் சிலா சாசனங்களாலும் இனிது விளங்கும். சிவபெருமானது வீரம் விளங்கிய தலம் வீரட் டானமாகும்.[1]

திரு அதிகை வீரட்டம் : தென் ஆர்க்காட்டுப் பதிகளுள் சாலச்சிறந்த பெருமை வாய்ந்தது திருவதிகை என்பர். சூலை நோயுற்ற திருநாவுக்கரசர் அப்பிணி தீருமாறு உருக்கமாகப் பாட் டிசைத்த பெருமையும் அப்பதிக்கே உரியது.

''ஆற்றேன் அடியேன் அதிகைக் கெடில
வீரட்டானத் துறைய ம் மானே''

என்பது அவர் பாட்டு. கெடில நதிக் கரையில் அதிகை யென்னும் ஊரில் வீரட்டானக் கோயிலுள் அமர்ந்த இறைவனை இவ் வண்ணம் உள்ள முருகிப் பாடினார் திருநாவுக்கரசர். திரிபுரங் களில் அமைந்து தீங்கிழைத்த தீயோரை இறைவன் சுட்டெரித் தமையால் அவ்விடம் வீரட்டானம் என்று பெயர் பெற்றதென்பர். ''ஒன்னார் புரங்கள் செற்றவர் வாழும் திருவதிகைப்பதி'' என்று சேக்கிழார் கூறுமாற்றால் இவ் வைதிகம் விளங்குவதாகும்.

கெடில நதித் துறையில் அமைந்த அவ் வீரட்டானத் திறை வனைக் கெடிவாணர் என்றும், கெடிலப் புனலுடையார் என்றும் திருநாவுக்கரசர் பாடி யருளினார். இங்ஙனம் கெடில நதியுடைய பெருமானாய் விளங்கிய ஈசனை,

''அறிதற்கரிய சீர் அம்மான் தன்னை
அதியரைய மங்கை அமர்ந்தான் தன்னை
எறிகெடிலத் தானை இறைவன் தன்னை
ஏழையேன் நான்பண் டிகழ்ந்த வாறே''

என்று அவர் இரங்கிப் பாடினார். இப் பாட்டில் காணும் அதியரைய மங்கையே அதிகையெனக் குறுகி வழங்கலாயிற்று.

திருக்கோவலூர் - வீரட்டம் : மற்றொரு வீரட்டானம் திருக்கோவலூர் ஆகும். அது பெண்ணை யாற்றின் தென்கரையில் உள்ளது. முன்னாளில் சேதி நாடென்றும், மலாடென்றும் பெயர் பெற்றிருந்த நாட்டின் தலைநகரமாகத் திருக்கோவலூர் விளங்கிற்று.[2] பின்னாளில் அவ்வூர் மேலூர் என்றும், கீழூர் என்றும் பிரிவுற்றது. மேலூரே திருக்கோயிலூர் என இன்று வழங்கி வருகின்றது.[3] தேவாரப் பாமாலை பெற்ற வீரட்டானம் கீழூரில் உள்ளது.

குறுக்கை - வீரட்டம் : மாயவரத்திற்கு வடமேற்கே ஐந்து மைல் அளவில் உள்ள குறுக்கையிலுள்ள திருக்கோயிலும் வீரட்டானம் என்று திருநாவுக்கரசர் தேவாரம் குறிக்கின்றது. கண்ணப்பர் முதலிய அடியார்க்கு அருள் புரிந்த ஆண்டவனது பெருங்கருணையைக் குறுக்கையில் நினைந்து போற்றுகின்றார் நாவரசர்.

''நிறைகடல் மண்ணும் விண்ணும்
நீண்ட வானுலகும் எல்லாம்
குறைவறக் கொடுப்பர் போலும்
குறுக்கை வீரட்டனாரே''

என்னும் திருப்பாசுரத்தால் அரந்தை கெடுத்து வரந்தரும் இறைவன் பெருமை இனிது விளங்குவதாகும். ஈசன் மீது மலர்க்கணை தொடுத்த மன்மதன் அவர் கண்ணழலாற் காய்ந்திடக் கண்டது குறுக்கை வீரட்டம் என்பர்.

திருக்கடவூர் - வீரட்டம் : மாசற்ற பூசை புரிந்த மார்க்கண்டனுக்காகக் காலனைக் காலால் உதைத்த ஈசனது பெருங்கருணைத் திறம் தேவாரத்தில் பல பாசுரங்களிற் பாராட்டப்படுகின்றது. திருக்கடவூரில் அமைந்த வீரட்டானம் அவ் வைதிகத்தைக் காட்டுவதாகும்.

''மாவினைத் தவிரீ நின்ற
மார்க்கண்டர்க் காக அன்று
காலனை உதைப்பர் போலும்
கடவூர் வீரட்ட னாரே''

என்று திருநாவுக்கரசர் அவ்வூரைப் பாடியுள்ளார். கடவூர் வீரட்டானத்து இறைவனைக் காலகால தேவர் என்று கல்வெட்டுக் குறிக்கின்றது.[4]

திருக்கண்டியூர் - வீரட்டம் : திருவையாற்றுக்குத்தென்பால் உள்ள திருக்கண்டியூரில் அமைந்த கோயிலும் வீரட்டானமாகும்.

பிரமதேவனது செருக்கை அழிக்கக் கருதிய சிவபெருமான் அவன் சிரங்களில் ஒன்றை யறுத்திட்ட செய்தியை இப் பதியோடு பொருத்தித் தேவாரம் போற்றுகின்றது. அச்செயலை ''ஊரொடு நாடறியும்'' என்று அருளினார் திருநாவுக்கரசர்.[5]

திருப்பறியலூர் - வீரட்டம் : இந் நாளில் பரசலூர் என வழங்கும் திருப்பறியலூரில் அமைந்த வீரட்டானத்தைத் திருஞான சம்பந்தர் பாடியுள்ளார்.

''திரையார் புனல் சூழ் திருப்பறிய லூரில்
விரையார் மலர்ச்சோலை வீரட்டத்தானே''

என்பது அவர் தேவாரம். தருக்குற்ற தக்கன் தலையறுப்பட்ட இடம் திருப்பறியலூர் என்பர்.

வழுவூர் - வீரட்டம் : மாயவரத்துக்குத் தெற்கே நான்கு மைல் அளவில் உள்ளது வழுவூர் வீரட்டானம். அது சயங்கொண்ட சோழ வளநாட்டில் திருவழுந்தூர் நாட்டைச் சேர்ந்ததென்று சாசனம் கூறும்.[6] இரண்டாம் இராசராசன் முதலாய இடைக்காலச் சோழ மன்னர் அவ்வீரட்டானத்தை ஆதரித்த பான்மை கல்வெட்டுக்களால் விளங்குகின்றது.[7]

விற்குடி - வீரட்டம் : தஞ்சை நாட்டு நன்னில வட்டத்தி லுள்ள விற்குடியில் அமைந்த கோயிலும் வீரட்டானம் என்று தேவாரம் கூறுகின்றது.[8] ''விடையதேறும் எம்மான் அமர்ந்து இனிதுறை விற்குடி வீரட்டம்'' என்று திருஞான சம்பந்தர் அதனைப் போற்றினார். சலந்தரன் என்னும் அசுரனை ஈசன் சங்காரம் செய்த இடம் அவ்வீரட்டம் என்பர்.

ஆரூர் - மூலட்டானம் : திருவாரூர் பழமையும் பெருமையும் வாய்ந்த பல திருக்கோயில்களை யுடையது. அவற்றுள்ளே தலை சிறந்தது பூங்கோயில் என்னும் புகழ்பெற்ற மூலட்டானமாகும். அங்குப் பழங்காலத்தில் புற்றிலே ஈசன் வெளிப்பட்டமையால் புற்றிடங் கொண்டார் என்றும், வன்மீக நாதர் என்றும் அவர் வழங்கப் பெறுவர்.

''இருங்கனக மதிலாரூர் மூலட்டானத்
தெழுந்தருளி யிருந்தானை''

என்ற திருநாவுக்கரசர் பாசுரத்தில் மூலட்டானம் குறிக்கப்பட்டுள்ளது.

பொன்னம்பலம் : தமிழ் நாட்டுக் கோயில்களுள் தலை சிறந்து விளங்குவது தில்லைச் சிற்றம்பலம் ஆகும். ''அன்னம்

பாலிக்கும் தில்லைச் சிற்றம்பலம்'' என்று தேவாரம் பாடிற்று. அங்கு ஆனந்த நடம் புரியும் இறைவனை அம்பலவாணன் என்பர். சிற்றம்பலத்தின் சீர்மையறிந்த தமிழ் மன்னர் அதனைப் பொன்னம் பலம் ஆக்கினர். ஆகவே, கனகசபை என்ற வடமொழிப் பெயரும் அதற்கு அமைந்தது.[9]

வெள்ளியம்பலம் : மதுரை யம்பதியில் ஆலவாய் என்னும் திருக்கோயிலில் ஓர் அம்பலம் உண்டு. அது வெள்ளியம்பலம் எனப்படும். அம்பலவாணர்க்கு அவ் வம்பலமும் உரியதென்பர்.

''அதிராச் சிறப்பின் மதுரை மூதூர்க்
கொன்றையஞ் சடைமுடி மன்றப் பொதியிலில்
வெள்ளி யம்பலத்து நள்ளிருட் கிடந்தேன் ''

என்று சிலப்பதிகாரப் பதிகம் அதனைக் குறிக்கின்றது. பொன்னம் பலம், வெள்ளியம்பலம் ஆகிய இரண்டும் தமிழ் நாட்டுப் பஞ்ச சபைகளுள் சிறந்தனவாகப் பாராட்டப் பெறும்.[10]

அடிக்குறிப்பு

1. வீரஸ்தானமே வீரட்டானம் என்பர். அவற்றைத் தொகுத்துக் கூறுகின் றது ஒரு பாட்டு.

   ''பூமன் திருக்கண்டி அந்தகன் கோவல் புரல்அதிகை
   மாமன் பறியல் சயந்தரன் விற்குடி மாவழுவூர்
   காமன் குறுக்கை நமன்கடவூர் இந்தக் காசினிக்குள்
   தேமன்னு கொன்றைச் சடையான் பொருதிட்ட சேவகமே''

2. திருத்தொண்டர்களுள் ஒருவராகிய மெய்ப் பொருள் நாயனார் திருக் கோவிலூரில் இருந்து அரசாண்ட குறுநில மன்னர் என்பது திருத் தொண்டர் புராணத்தால் அறியப்படும்.

   ''சேதிநன் னாட்டின் நீடு திருக்கோவ லூரின் மன்னி
   மாதொரு பாகர் அன்பின் வழிவரும் மலாடர் கோமான்''

   என்று அவர் குறிக்கப் படுகின்றார். மலையமான் நாடு மலா டென்றும், அந் நாட்டினர் மலாடர் என்றும், அவர் தம் மன்னர் மெய்ப்பொருள் நாய னார் என்றும் கூறுவர். (திருத் தொண்டர் புராண வுரை, ப. 578).

3. இப் பாகத்தில் ஆழ்வார்கள் மூவரால் மங்களா சாசனம் செய்யப்பெற்ற இடைக்கழி என்னும் பெருமாள் கோயில் இருக்கின்றது.

4. 22 of 1906.

5. *''பண்டங் கறுத்ததொர் கையுடையான்*
   படைத்தான் தலையை
   உண்டங் கறுத்ததும் ஊரோடு
   நாடவை தானறியும்'' - திருக்கண்டியூர்ப் பதிகம், 3.

6. 418 of 1912.

7. 419 of 1912, 423 of 1912.

8. 'அட்டானம்' என்று ஓதிய எட்டுப் பதிகளையும் ஒரு திருப்பாசுரத்திலே குறித்தருளிய திருநாவுக்கரசர் விற்குடி வீரட்டத்தை விடுத்துச் கோத்திட்டைக்குடி வீரட்டத்தைக் கூறுகிறார். கோத்திட்டை பாடல் பெற்ற தலவரிசையிற் காணப்படாமையால் அது வைப்புத் தலமாகக் கருதப்படுகின்றது. அட்டானம் எட்டுக்குமேல் இல்லை என்பது ''அட்டானமென்றோதிய நாலிரண்டும்'' என்ற திருஞான சம்பந்தர் வாக்கால் தெளிவாகும். எனவே திருநாவுக்கரசர் அட்டானத் திருப் பாசுரத்திற் குறித்த கோத்திட்டைக்குடி விற்குடிதானோ என்பது ஆராய்தற்குரியது.

9. மலையாளத்திலும் அம்பலம் என்பது கோயிலைக் குறிக்கும். அம்பலப் புழை முதலிய ஊர்ப் பெயர்கள் இதற்குச் சான்றாகும்.

10. ஏனைய சபைகள் :- திருநெல்வேலியில் தாமிர சபை ; திருக்குற்றாலத்தில் சித்திரசபை; திருவாலங்காட்டில் இரத்தின சபை.

* * *

மாடமும் மயானமும்

தூங்கானைமாடம் ; தான்தோன்றி மாடம் : மாடம் என்னும் பெயர் அமைந்த இரண்டு திருக்கோயில்கள் தேவாரத்திற் குறிக்கப் பட்டுள்ளன. அவற்றுள் ஒன்று கடந்தையென்னும் பெண்ணாகடத்தில் உள்ள தூங்கானைமாடம்.

''கடந்தைத் தடங் கோயில் சேர்
தூங்கானை மாடம் தொழுமின்களே''

என்று தேவாரம் அம் மாடத்தைப் போற்றுகின்றது. இன்னும், ஆக்கூரில் உள்ள சுயம்பு வடிவான ஈசன் திருக்கோயில் தான் தோன்றிமாடம் என்னும் பெயர் பெற்றது. முன்னாளில் அறத்தால் மேம்பட்டிருந்த ஊர்களில் ஆக்கூரும் ஒன்றென்பர். அங்குச் சிறப்புற்று வாழ்ந்த வேளாளரின் வள்ளன்மையைத் தேவராத் திருப் பாட்டில் அமைத்துப் புகழ்ந்தார் திருஞான சம்பந்தர்.

''வேளாளர் என்றவர்கள் வள்ளன்மையால் மிக்கிருக்கும்
தாளாளர் ஆக்கூரில் தான்தோன்றி மாடமே''

என்பது அவர் வாக்கு. அங்குள்ள மாடக் கோயிலில், இயற்கை யுருவாக ஈசன் விளங்குதலால், தான் தோன்றி மாடம் என்பது திருக்கோயிலின் பெயராயிற்று.[1]

நாலூர் - மயானம் : மயானம் என்னும் சுடுகாயம் ஈசனது கோயிலாகும். "கோயில் சுடுகாடு, கொல் புலித்தோல் நல்லாடை" என்று பாடினார் மாணிக்கவாசகர். "காடுடைய சுடலைப் பொடி பூசி, என துள்ளங் கவர்கள்வன்" என்று ஈசன் மேனியில் விளங்கும் வெண்ணீற்றின் பெருமையை விளக்கினார் திருஞான சம்பந்தர். இத்தகைய சீர்மை வாய்ந்த மயானங்களில் மூன்று தேவாரத்திற் கூறப்பட்டுள்ளன. அவை நாலூர் மயானம், கடவூர் மயானம், கச்சி மயானம் என்பன.

"நல்லார் தொழுதேத்தும் நாலூர் மயானத்தைச்
சொல்லா தவரெல்லாம் செல்லாதார் தொன் னெறிக்கே"

என்று தேவாரம் கூறுமாற்றால் நாலூர் மயானத்தின் பெருமை நன்கு விளங்கும். அம் மயானம் இப்பொழுது திருநாலூர் என்னும் ஊருக்கு ஒரு மைல் தூரத்தில் உள்ளது; திருமெய்ஞ்ஞானம் என வழங்குகின்றது.

திருக்கடவூர் - மயானம் : திருக்கடவூர் மயானம் மூவர் தேவாரமும் பெற்றது. அங்கமர்ந்த இறைவன் திருநாமம்[2] 'பெருமா னடிகள்' என்று குறிக்கப்படுகின்றது.

"கரிய மிடறும் உடையார் கடவூர்
மயானம் அமர்ந்தார்
பெரிய விடைமேல் வருவார் அவர்எம்
பெருமான் அடிகளே"

என்று பாடினார் திருஞான சம்பந்தர்.[2] அம் மயானம் திருக்கடையூர் என வழங்கும் ஊருக்குக் கிழக்கே ஒரு மைல் தூரத்தில் உள்ளது. திருமயானம் என்பது அதன் பெயர்.

கச்சி - மயானம் : காஞ்சிமா நகரில் அமைந்த சிவாலயங் களுள் கச்சி மயானமும் ஒன்றென்பது, "மைப்படிந்த கண்ணாளும் தானும் கச்சி மயானத்தான்" என்னும் திருநாவுக்கரசர் திருப்பாசுரத் தால் விளங்கும். கொடுமை புரிந்த பண்டாசுரன் என்பவனைக் காஞ்சிபுரத்தில் வேள்வித் தீயில் இட்டு ஈசன் ஒழித்தார் என்றும், அன்று முதல் அவ்விடம் கச்சி மயானம் என்று பெயர் பெற்ற தென்றும் காஞ்சிப்புராணம் கூறுகின்றது.[3]

"அண்ணுதற் கரிய அத்தீ அன்றுதொட் டிலிங்க மாகிப்
புண்ணிய மயான லிங்கம் எனப்பெயர் பொலிவுற் றன்றே"

என்ற பாட்டுக் கச்சி மயானத்தின் வரலாற்றைக் காட்டுவதாகும்.

அடிக்குறிப்பு

1. தான்தோன்றி என்பது தமிழ்ச்சொல்; சுயம்பு என்பது வடசொல்.

2. *''திருமால் பிரமன் இந்திரற்கும்*
தேவர் நாகர் தானவர்க்கும்
பெருமான் கடவூர் மயானத்துப்
பெரிய பெருமான் அடிகளே'' - சுந்தரர் தேவாரம்.

3. காஞ்சிப் புராணம்; கச்சி மயானப் படலம், 19.

* * *

தலமும் கோவிலும்

கருவூர்-ஆனிலை : பழங்காலத்தில் தமிழ் நாட்டில் சிறந்து விளங்கிய நகரங்களுள் ஒன்று கருவூர் ஆகும். அதன் பெருமை யைச் சங்க நூல்களும் சமய நூல்களும் எடுத்துரைக்கின்றன. ''திருமாவியனகர்க் கருவூர்'' என்று அகநானூறும், ''தொன்னெடுங் கருவூர்''என்று திருத்தொண்டர் புராணமும் கூறுதலால் அதன் செழுமையும் பழமையும் நன்கு புலனாகும். ஆன்பொருநை என்னும் ஆம்பிராவதியாற்றின் வடகரையில் அமைந்த கருவூர் பண்டைச் சோழ மன்னர்முடி புனைந்து கொண்ட பஞ்ச நகரங்களுள் ஒன்று என்பர். அங்குள்ள சிவாலயம் ஆனிலை என்னும் பெயருடையது.[1] ''அரனார் வாழ்வது ஆனிலை யென்னும் கோயில்'' என்பது சேக்கிழார் திருவாக்கு. அக்கோயிலுக்குப் பசுபதீச்சரம் என்ற வடமொழிப் பெயரும் உண்டு.

கருவிலி - கொட்டிட்டை : பிறப்பும் இறப்பும் அற்றவன் ஈசன் என்று சைவ சமயம் கூறும். அந்த முறை பற்றியே இளங்கோ வடிகளும் ''பிறவா யாக்கைப் பெரியோன்'' என்று சிலப்பதிகாரத் தில் சிவபெருமானைக் குறித்துப் போந்தார். பிறப்பற்ற தன்மை யைக் கருவிலி என்னும் சொல் உணர்த்துவதாகும. அதுவே ஒரு பாடல் பெற்ற தலத்தின் பெயராகவும் வழங்குகின்றது. தஞ்சை நாட்டு நன்னில வட்டத்தில் கருவிலி என்னும் ஊர் உள்ளது. பரமன் பெயரே பதிக்கு அமைந்தது போலும்! அங்கு ஈசன் கோயில் கொண்ட இடம் கொட்டிட்டை என்று தேவாரம் கூறும்.[2] அக்கோயிற் பெயர் சாசனங்களிலும் வழங்குகின்றது.[3] இந் நாளில் அவ் வூர்ப் பெயர் கருவேலி என மருவியுள்ளது.

குருகாவூர் - வெள்ளடை : சோழ நாட்டில் சோலையும் வயலும் சூழ்ந்த குருகாவூரில் ஈசன் கோயில் கொண்ட இடம் வெள்ளடை என்று பெயர் பெற்றது.[4]

''வளங்கனி பொழில் மல்கு
வயலணிந் தழகாய்
விளங்கொளி குருகாவூர்
வெள்ளடை யுறைவானை''

என்று பாடினார் சுந்தார்.

திருஆனைக்கா - வெண்நாவல் : திருச்சிராப்பள்ளிக்கு அருகேயுள்ள திருஆனைக்கா என்னும் சிவஸ்தலம் பண்டைச் சோழ மன்னரால் பெரிதும் கொண்டாடப்பட்ட தென்பர். ஈசனார்க் குப் பல மாடக்கோயில் கட்டி மகிழ்ந்த கோச் செங்கட் சோழன் சிவனருள் பெற்ற இடம் திருஆனைக்காவேயாகும்.[5] காவிரிக் கரையில் அமைந்த ஆனைக்காவில் இறைவன் வெண்ணாவல் மரத்தில் விளங்கிய தன்மையையும், சோழ மன்னனுக்ககு அருள்புரிந்த செம்மையையும் திருஞான சம்பந்தர் பாடியுள்ளார்.

''செங்கட் பெயர் கொண்டவன் செம்பியர்கோன்
அங்கட் கருணை பெரிதா யவனே
வெங்கண்விடையாய்எம் வெணாவ லுளாய்''

என்ற தேவாரத்தால் வெண்ணாவலே ஈசன் கோயில் என்பது நன்கு விளங்குகின்றது. இக் கோயில் வடமொழியில் ஜம்புகேசுரம் எனப் படும்.

சாத்த மங்கை - அயவந்தி : இக் காலத்தில் செய்யாத்த மங்கையென வழங்கும் திருச்சாத்தமங்கை தேவாரப் பாடல் பெற்ற பழம்பதி. அழகிய சோலை சூழ்ந்த அப்பதியினை ''ஆர்தரு சோலை சூழ்தரு சாந்தை அயவந்தி'' என்று சேக்கிழார் குறித் தருளினார். சாந்தை என்பது சாத்த மங்கையின் குறுக்கம். அப்பதியில் அமைந்த திருக்கோயிலின் பெயர் அயவந்தியாகும். ''அந்தண் பொழில் புடைசூழ் அயோகந்தி'' என்று திருநாவுக்கரசர் குறித்துப் போந்த ஆலயம் இதுவே.

அயவந்தியில் அமர்ந்து அடியாரது அரந்தை கெடுத்தருளும் இறைவனை,

''கற்றவர் சாத்தமங்கை நகர் கைதொழுச் செய்த பாவம்
அற்றவர் நாளும் ஏத்த அயவந்தி அமர்ந்தவனே''

என்று திருஞான சம்பந்தர் பாடி யருளினார். எனவே, அயவந்தி என்பது சாத்தமங்கையில் உள்ள ஆண்டவன் கோயில் என்பது இனிது அறியப்படும்.

கறையூர் - பாண்டிக்கொடிமுடி : கொங்கு நாட்டைச் சேர்ந்த திருப்பாண்டிக் கொடிமுடி பாடல் பெற்றதொரு பழம்பதி. காவிரியாற்றின் கரையில் இனிதமைந்துள்ள இப் பதியை.

''பரந்திழி காவிரிப் பாங்கர்ப்
பாண்டிக் கொடிமுடி யாரே''

என்று பாடினார் திருஞான சம்பந்தர். இங்ஙனம் ஈசனார் அமர்ந் தருளும் பாண்டிக் கொடுமுடி என்னும் திருக்கோயில் கறையூர் என்ற ஊரைச் சேர்ந்த தென்பது தேவாரப் பாட்டால் விளங்குவ தாகும்.

''கற்றவர் தொழு தேத்தும் சீர்க்கறை
யூரில் பாண்டிக் கொடுமுடி
நற்றவா உனை நான் மறக்கினும்
சொல்லும் நா நமச்சிவாயவே''

என்பது சுந்தரர் தேவாரம். இக் காலத்தில் கறையூர் என்னும் பெயர் மறைந்து, கொடுமுடி என்ற கோயிற் பெயரே ஊருக்கு அமைந்து விட்டது. எனினும், இறைவன் கறையூரில் உறைகின்றான் என்பது

''கறையூர் கருப்பறியல் கன்றாப்பூரும்
கயிலாய நாதனையே காணலாமே''

என்ற திருநாவுக்கரசர் வாக்கால் தெளியப்படும்.

திருந்துதேவன்குடி - அருமருந்து : இந்நாளில் வேப்பத்தூர் என வழங்கும் திருந்து தேவன் குடியில் அமைந்த ஈசன் கோயில் அருமருந்து என்னும் பெயர் பெற்றிருந்ததாகத் தெரிகின்றது. அருமருந்துடைய ஆண்டவனைப் பாடினார் திருஞான சம்பந்தர்.

''திருமருவும் பொய்கை சூழ்ந்த தேவன்குடி
அருமருந்தாவன அடிகள் வேடங்களே''

என்று அவர் பாடியுள்ள பான்மையால் அருமருந்து என்பது முதலில் இறைவன் திருநாமமாக அமைந்து, பின்பு அவர் கோயில் கொண்ட தலத்தைக் குறிப்பதாயிற்றென்து தோற்றுகின்றது.

நல்லூர் - பெருமணம் : சைவ உலகம் தலைக்கொண்டு போற்றும் திருத் தொண்டராகிய திருஞான சம்பந்தர் இறைவனது சோதியிற் கலந்த இடம் நல்லூர்ப் பெருமணம் என்று அவர் வரலாறு கூறுகின்றது. நல்லூர் என்னும் ஊரில் அமைந்துள்ள சிவாலயத்தின் பெயர் பெருமணம் என்பதாகும்

''நாதனை நல்லூர்ப் பெருமணம் மேவிய
வேதன தாள்தொழு வீடெளி தாமே''

என்று திருஞான சம்பந்தர் பாடுதலால் இவ்வுண்மை விளங்கும். பெருமணம் என்னும் சிறந்த திருக்கோயிலைத் தன்னகத்தே யுடைய நல்லூர், பெருமண நல்லூர் என்றும் வழங்கலாயிற்று. இந் நாளில் அப்பழம் பெயர்கள் மறைந்து ஆச்சாபுரம் என்று அவ்வூர் அழைக்கப்படுகின்றது.

நாகை - காரோணம் : காரோணம் என்னும் பெயர் பூண்ட திருக்கோயில் தமிழ் நாட்டில் மூன்று உண்டு. அவற்றுள் ஒன்று, சோழ நாட்டுக் கடற்கரையில் அமைந்த நாகபட்டினத்தில் உள்ளது. தேவாரத்தில் அது 'கடல்நாகைக் காரோணம்' என்று போற்றப்படும்.

''கற்றவர் பயிலும் நாகைக் காரோணம் கருதியேத்தப்
பெற்றவர் பிறந்தார் மற்றுப்பிறந்தவர் பிறந்திலாரே''

என்று திருநாவுக்கரசர் அதன் பெருமையை எடுத்துரைத்தார். காயாரோகணம் என்னும் சொல் காரோணம் என மருவிற்றென்பர்.

குடந்தை - காரோணம் : கும்பகோணம் என்னும் குட மூக்கில் பாடல் பெற்ற கோயில்களுள் ஒன்று காரோணமாகும்.

''தெரியவரிய தேவர் செல்வம்
திகழும் குடமூக்கில்
கரிய கண்டர் காலகாலர்
காரோணத்தாரே''

என்று அத் திருக்கோயில் திருஞான சம்பந்தரால் பாடப்பெற்றது. கும்பகோணத்தில் மகாமகக் குளத்தின் வடகரையில் காசி விசுவ நாதர் கோயில் என்னும் பெயர் கொண்டு விளங்கும் ஆலயமே பழைய காரோணம் என்பர்.

காஞ்சி - காரோணம் : காஞ்சி மாநகரில் அமைந்த திருக் கோயில்களுள் ஒன்று காயாரோகணம். அயனும் மாலும் அந்தம் வந்துற்றபோது அங்குள்ள ஈசனிடம் ஒடுங்குதலால் காயா ரோகணப் பெயர் அதற்கு அமைந்ததென்று காஞ்சிப் புராணம் கூறும்.[6] ''காஞ்சிக்கு உயிரெனச் சிறந்த உத்தமத் திருக்காரோ ணம்'' என்று புராணம் கூறுமாற்றால் அதன் பெருமை இனிது விளங்குவதாகும்.

அடிக் குறிப்பு

1. *''கண்ணுளார் கருவூருள் ஆனிலை*
அண்ணலார் அடியார்க்கு நல்லரே''
- திருஞான சம்பந்தர் தேவாரம்.

2. *''கங்கை சேர்சடை யான்தன் கருவிலிக்*
கொங்கு வார்பொழில் கொட்டிட்டை சேர்மினே''

3. 224 of 1923.

4. வெள்ளடை யென்பது வெள்விடையின் திரி பென்று கொள்வாரும் உளர்.

5. மற்றொரு சோழமன்னன் காவிரியில் நீராடும்பொழுது கழன்று விழுந்த மணியாரத்தைச் சிவார்ப்பணம் செய்தலும், அது திருமஞ்சனக் குடத்திற் புகுந்து ஆனைக் காவுடையார்க்கு அணியாயிற்றென்பர். இதனை,

''தாரமாகிய பொன்னித் தண்துறை யாடிவிழுத்தும்
நீரின் நின்றடி போட்டி நின்மலா கொள்ளென
ஆரங் கொண்ட எம்மானைக் காவுடை ஆதியை''

என்ற சுந்தரர் தேவாரத்தால் அறியலாம்.

6. *''இருவரும் ஒருங்கே இறவருங்காலை*
எந்தையே ஒடுக்கி ஆங்கவர்தம்
உருவம் மீதேற்றிக் கோடலாஃல் காயா
ரோகணப் பெயர் அதற் குறுமால்''
- காஞ்சிப்புராணம், காயாரோகணப் படலம், 6.

* * *

கோயிலும் வாயிலும்

தமிழகத்தில் ஈசனார்க்குரிய கோயில்கள் எண்ணிறந்தன. அவற்றுள் மன்னரும் முனிவரும் எடுத்த கோயில்கள் பலவாகும். சோழநாட்டை யாண்ட செங்கணான் என்னும் கோமகன் ''எண் தோள் ஈசற்கு எழில்மாடம் எழுபது செய்தான்'' என்று திருமங்கை யாழ்வார் கூறிப் போந்தார். அம் மன்னன் எடுத்த திருக்கோயில் களைப் பற்றிய சில குறிப்புக்கள். தேவாரத்தில் உண்டு. தஞ்சை நாட்டைச் சேர்ந்த நன்னிலத்தில் உள்ள பெருங்கோயில் அவன் செய்ததென்று சுந்தரர் தெரிவிக்கின்றார்.[1]

இன்னும், வைகல் என்னும் பதியிலுள்ள மாடக் கோவில் கோச்செங்கணான் கட்டியதென்பது,

''வம்பியல் சோலைசூழ் வைகல் மேற்றிசைச்
செம்பியன் கோச்செங்க ணான்செய் கோயிலே''

என்ற திருஞான சம்பந்தர் வாக்கால் விளங்கும்.

அரிசிலாற்றங் கரையில் அமைந்த திரு அம்பர்மா நகரில், செங்கணான் கட்டிய கோயிலில் சிவபெருமான் வீற்றிருந்த செம்மை,

''அரிசிலம் பொருபுனல் அம்பர் மாநகர்க்
குரிசில் செங் கண்ணவன் கோயில் சேர்வரே''

என்னும் தேவாரத்தால் விளங்குகின்றது.

திரு ஆனைக்காவில் வெண்ணாவல் மரத்தில் வெளிப்பட்ட ஈசனுக்கு அவ் வேந்தன் திருக்கோயில் எடுத்தான் என்று சேக்கிழார் அருளிப் போந்தார்.[2]

பெருங்கோயில் : ஈசனார் வீற்றிருக்கும் பெருங்கோயில் எழுபத்தெட்டு என்று கணக்கிட்டார் திருநாவுக்கரசர்.

''பெருக்காறு சடைக்கணிந்த பெருமான் சேரும்
பெருங்கோயில் எழுபதினோடு எட்டும் மற்றும்
கரக்கோயில் கடிபொழில்சூழ் ஞாழற்கோயில்
கருப்பறியல் பொருப்பனைய கொகுடிக் கோயில்''

என்று அவர் பாடுகின்றார். இப் பாசுரத்திற் குறிக்கப்பட்ட பெருங் கோயில் அனைத்தும் இக் காலத்திற் காணப்படாவிடினும் தேவாரத்தில் அவற்றைப் பற்றிய சில குறிப்புண்டு.

இந் நாளில் கொடவாசல் என வழங்கும் குடவாயிற் பதியில் ஒரு பெருங்கோயில் இருந்தது.[3] நாகபட்டினத்திற்கு அண்மையிலுள்ள கீழ்வேளூரில் அமைந்த ஆலயமும் பெருங்கோயில் என்று பேசப்படுகின்றது.[4] அரிசிலாற்றின் தென்கரையில் உள்ள கலய நல்லூர் என்னும் பதியில் ஒரு பெருங் கோயில் உண்டு. பூங்கமலப் பொய்கைகளின் இடையே அழகுற இலங்கிய அவ் வாலயத்தைச் சுந்தரர் பாட்டில் எழுதிக் காட்டியுள்ளார்.

''தண்கமலப் பொய்கை புடை சூழ்ந்தழகார் தலத்தில்
தடங்கொள் பெருங் கோயில்தனில் தக்கவகை யாவே''

எழுந்தருளிய ஈசனை அவர் மகிழ்ந்து போற்றுகின்றார்.

தலைச்சங்காடு என்னும் பதியில் பிறிதொரு பெருங்கோயில் இருந்ததென்பது,

''தண்டலையார் தலையாலங் காட்டினுள்ளார்
தலைச்சங்கைப் பெருங்கோயில் தங்கினார்தாம்''

என்னும் திருநாவுக்கரசர் திருவாக்கால் அறியப்படுகின்றது.

பெருந்திருக்கோயில் : வட ஆர்க்காட்டு வந்தவாசி வட்டத்தில் மருதநாடு என்ற பழமையான ஊரொன்று உள்ளது. அங்கு அமைந்த ஆலயத்தின் பெயர் பெருந்திருக்கோயில் என்பது சாசனத்தால் விளங்குகின்றது. இராஜ ராஜன் முதலாய பெருஞ் சோழர் காலத்துக் கல்வெட்டுக்கள் அங்கே கண்டெடுக்கப்பட்டுள்ளன. சிலகாலம் விக்கிரம சோழ நல்லூர் என்ற மறுபெயரும் அதற்கு வழங்கியதாகத் தெரிகின்றது. பெருந்திருக்கோயில் என்பது இக் காலத்தில் புரந்தீஸ்வரர் கோயில் எனத் திரிந்து வழங்குகின்றது.[5]

சிறுதிருக்கோயில் : தென்னார்க்காட்டுச் சிதம்பர வட்டத்தில் கொள்ளிட நதியின் வடகரையில் உள்ள எரும்பூர் என்னும் உருமூர் ஒரு பழமையான ஊர். இடைக்காலத்தில் விக்கிரம சோழ சதுர்வேதி மங்கலம் எனவும் அவ்வூர் வழங்கிற்று. அங்குள்ள கோயிலிற் கண்ட சாசனங்கள் சிறு திருக்கோயில் என்று அதனைக் குறிக்கின்றன.[6] இப்பொழுது கடம்பவனேஸ்வரர் கோயில் என்று கூறப்படுவது அதுவே.

கரக்கோயில் : பாடல் பெற்ற கடம்பூரில் அமைந்துள்ள கோயில் கரக்கோயிலாகும்.

'நன் கடம்பனைப் பெற்றவள் பங்கினை
தென் கடம்பைத் திருக்கரக் கோயிலான்'

என்று தேவாரம் இக் கோயிலைப் போற்றுகின்றது.

ஞாழற்கோயில் : நறுஞ் சோலைகளின் நடுவேயமைந்தது ஞாழற்கோயில் என்று தேவாரம் பாடிற்று. தஞ்சை நாட்டில் விளநகர் என வழங்கும் விளைநகரில் அமைந்த கோவில் திரு ஞாழற்கோயிலாகும். ஞாழல் என்பது கொன்றை மரத்தின் ஒரு வகை. புலி நகக் கொன்றை என்றும் அதனை கூறுவர். கொன்றை மாலை சூடும் ஈசன் கொன்றையஞ் சோலையைக் கோயிலாக் கொண்டார் போலும். ஆற்றங் கரையில் அழகுற அமர்ந்த கட்டளைக்காக உத்தம சோழனுடைய முதற்பெருந் தேவியார் அளித்த நிவந்தம் சாசனத்திற் காணப்படுகின்றது.

கொகுடிக் கோயில் : முல்லைக் கொடிகள் தழைத்துப் படர்ந்து மணங்கமழ்ந்த சூழலிற் கோவில் கொண்டார் சிவபெருமான். அது கொகுடிக் கோயில் என்று பெயர் பெற்றது. கருப்பறியலூர் என்ற பழம் பதியிற் பொருந்திய அக் கோயில் தேவாரத்தில் இனிது எழுதிக் காட்டப்படுகின்றது.

''கடிநாறும் பூம்பொய்கைக் கயல்வாளை
குதிகொள்ளும் கருப்பறியலூர்க்
கொடியேறி வண்டினமும் தண்தேனும்
பண்செய்யும் கொகுடிக் கோயில்''

என்னும் சுந்தரர் திருப்பாட்டில் முல்லைக் கோயிலின் கோலம் மிளிர்வதாகும். இத் திருக் கோயிலில் அமர்ந்த ஈசனைப் பிழையெல்லாம் பொறுத்தருளும் பெருமானாகக் கண்டு போற்றினார் திருஞான சம்பந்தர்.

''குற்றமறி யாதபெரு மான் கொகுடிக் கோயில்
கற்றென இருப்பது கருப்பறிய லூரே''

என்றெழுந்த அவர் திருவாக்குக் கேற்ப அங்குள்ள இறைவன் திருநாமம் 'குற்றம் பொறுத்த நாதர்' என்றே இன்றும் வழங்கி வருகின்றது.

இன்னும், இறைவன் எழுந்தருளியுள்ள திருக்கோயில்களைத் தொகுத்துரைக்க விரும்பிய திருநாவுக்கரசர்,

''இருக்கோதி மறையவர்கள் வழிபட் டேத்தும்
இளங்கோயில் மணிக்கோயில் ஆலக்கோயில்
திருக்கோயில் சிவனுறையும் கோயில் வீழ்ந்து
தாழ்ந்திறைஞ்சத் தீவினைகள் தீருமன்றே''

என்று பாடிப் போந்தார். இப் பாசுரத்திற் குறிக்கப் பெற்ற கோயில் களைத் தேவாரத்தாலும் சாசனங்களாலும் ஒருவாறு அறியலாகும்.

இளங்கோயில் : மேலே குறித்த கடம்பூரில் ஈசனார்க்குத் திருக்கரக் கோயிலோடு இளங்கோயில் என்னும் மற்றோர் ஆலயமும் இருந்ததாகத் தெரிகின்றது.

''கடம்பை இளங்கோயில் தன்னின் உள்ளும்
கயிலாய நாதனையே காணலாமே''

என்றார் திருநாவுக்கரசர். கடம்பூரில் திருக்கரக் கோயிலுக்குக் கிழக்கே ஒரு மைல் தூரத்தில் இளங்கோயில் அமைந்துள்ளதென்பர்.[8]

தஞ்சை நாட்டுப் பேரளத்திற்கு அருகே மற்றோர் இளங் கோயில் உண்டு.

''நெஞ்சம்வாழி நினைந்திடு மீயச்சூர்
எந்தமை உடையார் இளங் கோயிலே''

என்னும் திருநாவுக்கரசர் திருவாக்கால் இவ் விளங்கோயில் திருமீயச்சூரைச் சேர்ந்ததென்பது விளங்கும்.

சித்தூர் நாட்டில் இக் காலத்தில் திருச்சானூர் என வழங்கும் ஊரில் ஈசனார் அமர்ந்தருளும் இடம் இளங்கோயில் என்பது சாச னங்களில் விளங்குகின்றது. திருவேங்கடக் கோட்டத்துக் கடவூர் நாட்டுத் திருச்சொகினூரில் உள்ள இளங்கோயிற் பெருமான் என்பது சாசன வாசகம்.[9] இவ் வூரின் பெயர் திருச்சுகனூர் என்றும், சித்திரதானூர் என்றும் சிதைந்து வழங்கும்.[10]

ஆலக்கோயில் : தொண்டை நாட்டில் ஆலக்கோயில் எனச் சிறந்து விளங்கும் ஆலயங்கள் இரண்டு உண்டு : பாடல் பெற்ற திருக்கச்சூரில் அமைந்த ஆலயக்கோயில் ஒன்று; மதுராந்தகத் திற்கு அண்மையில் உள்ள ஆலக்கோயில் மற்றொன்று. திருக் கச்சூர் ஆலக் கோயிலைப் பாடினார் சுந்தரர்.

''கோலக் கோயில் குறையாக் கோயில்
குளிர்பூங் கச்சூர் வடபாலை
ஆலக் கோயிற் கல்லால் நிழற்கீழ்
அறங் கட்டுரைத்த அம்மானே''

என்று கல்லாலின் கீழிருந்து அறமுரைத்த பெருமானை ஆலங் கோயிலிற் கண்டு அகமகிழ்ந்து போற்றினார் சுந்தரர்.

மதுராந்தகத்திற்கு அருகே குளத்தூர்க் கோட்டத்துக் குளத் தூரில் அமைந்த ஆலக்கோயில் பெருஞ்சோழ மன்னரால் பெரிதும் ஆதரிக்கப்பெற்றதாகத் தெரிகின்றது. அநபாயன் என்னும் இரண் டாம் குலோத்துங்க சோழன் அரும்பாக்கத்தைச் சேர்ந்த சில நிலங்களுக்கு அநாபய நல்லூர் என்று பெயரிட்டு, ஆலக் கோயி லுக்கு அளித்தான்.[11] மேலும், வல்ல நாட்டு நென்மலியைச் சர்ந்த சில நிலங்களுக்குக் குலோத்துங்க சோழன் திருநீற்றுச் சோழ நல்லூர் என்று பெயரிட்டு அக்கோயிலுக்கே வழங்கினான்.[12] நாளடைவில் அக் கோயிலையுடைய ஊர் திருவாலக் கோயில் என்று அழைக்கப்படுவதாயிற்று. இன்று திருவானக் கோயில் என வழங்குவது அதுவே யாகும்.[13]

பழைய ஊர்ப் பெயர்கள் மறைந்து கோயிற் பெயர்களால் இக்காலத்தில் வழங்கும் பதிகள் பலவாகும். பாண்டி நாட்டில் பாடல்பெற்ற கானப்பேர் என்னும் ஊர் காளையார் கோயில் ஆயிற்று. ஆப்பனூர், திருவாப்புடையார் கோயில் என அழைக்கப் படுகின்றது. மாணிக்கவாசகரை ஈசன் ஆட்கொண்டருளிய திருப் பெருந்துறை, ஆவுடையார் கோயிலாகத் திகழ்கின்றது. சோழ நாட்டுக் கடம்பந்துறை, கடம்பர் கோயில் எனவும், கடிக்குளம்,

கற்பகனார் கோயில் எனவும், கடுவாய் நதிக் கரையிலமைந்த புத்தூர், ஆண்டான் கோயில் எனவும் வழங்குகின்றன.

அம்புக்கோயில் : புதுக்கோட்டை நாட்டிலுள்ள அம்புக் கோயில் என்பது ஆதியில் அழும்பில் என்னும் பெயர் பெற்றிருந்தது. கல்வெட்டுக்களிலும் பழந்தொகை நூல்களிலும் குறிக்கப் பட்டுள்ள இவ் வூரில் மானவிறல்வேள் என்னும் குறுநில மன்னன் அரசாண்டான் என்று மதுரைக் காஞ்சி கூறும்.[14] இவ் வூரில் எழுந்த சிவன் கோயில் அழும்பிற் கோயில் என வழங்கலாயிற்று. அழும் பிற் கோயில் அம்புப்கோயில் என மருவிற்று. நாளடைவில் கோயிற் பெயரே ஊர்ப்பெயராயிற்று.

பெரிச்சி கோயில் : இராமநாதபுரம் நாட்டில் திருப்பத்தூர் வட்டத்தில் பெரிச்சி கோயில் என்னும் ஊர் ஒன்று உள்ளது. அங்கு அமைந்த பழமையான சிவாலயம் திருமட்டுக்கரை என்னும் பெயரால் சாசனத்திற் குறிக்கப்படுகின்றது. அவ் வாலயத்திலுள்ள பெரிய நாச்சியார் என்பது அம்பிகையின் பெயர். அந் நாச்சியார் வழிபாடு சிறப்புற நடை பெறுவதாயிற்று. சோணாடு வழங்கிய சுந்தரபாண்டியன் காலத்துச் சாசனம் ஒன்று பெரிய நாச்சியாருக்கு விதந்து அளித்த நிவந்தத்தை விளங்குகின்றது.[16] நாளடைவில் பெரிய நாச்சியார் கோயில் என்றே அக் கோயில் பெயர் பெற்றது. அதுவே பெரிச்சி கோயில் என மருவிற்று.

சங்கரநயினார் கோயில் : நெல்லை நாட்டுச் சிறந்த கோயில்களுள் ஒன்று சங்கர நயினார் கோயில். ஆதியில் அது புற்றுக்கோயிலாக இருந்திருக்க வேண்டும் என்று தோற்றுகின்றது. இன்றும் பாமர மக்கள் அதனைப் பாம்புக்கோயில் என்றே வழங் குவர். அங்குள்ள புற்றுமருந்து என்னும் திருமண் எவ்வகைப் பிணி யையும் தீர்க்க வல்லதென்று கருதப்படுகின்றது. அக் கோயிலை யுடைய ஊர் முன்னாளில் இராசபுரம் என வழங்கிற்று.[17] இதனா லேயே இராசை என்னும் பெயர் இலக்கியத்தில் அவ் வூரைக் குறிப்பதாயிற்று. பிற்காலத்தில் கோயிற் பெயரே ஊர்ப்பெய ராகக் கொள்ளப்பட்டது.

பூரத்துக்கோயில் : திருச்சி நாட்டைச் சேர்ந்த குழித்தலை வட்டத்தில் பூரத்துக் கோயில் என்னும் ஊர் ஒன்று உண்டு. ஊரின் பெயர் கோயிலடியாக வந்ததென்பது வெளிப்படை ஆதியில் பூலந்தூர் என்று அவ்வூர் பெயர் பெற்றிருந்தது. ''உரத்தூர்க் கூற்றுத்துக் கடுவங்குடிப் பற்றிலுள்ள பூலத்தூர்'' என்று சாசனம் கூறும்.[18] பூலத்தூரில் முத்தீச்சுரம் என்னும் சிவாலயம் எழுந்தது.

மாறவர்மன் முதலிய பாண்டி மன்னரும் பிறரும் அக் கோவிலுக்கு நிவந்தங்கள் அளித்துள்ளார்கள். நாளடைவில் முத்தீச்சுரம் பூலத் தூர்க் கோயில் என்றே வழங்கலாயிற்று. அப்பெயர் பூரத்துக் கோயி லெனத் திரிந்து ஊரின் பெயராயிற்று.

சிவபெருமான் வீற்றிருந்தருளும் வாயிற்பதிகளை வகுத் துரைக்கப் போந்த திருநாவுக்கரசர்,

''கடுவாயர் தமைநீக்கி என்னை யாட்கொள்
கண்ணுதலோன் நண்ணுமிடம் அண்ணல் வாயில்
நெடுவாயில் நிறைவயல்சூழ் நெய்தல் வாயில்
நிகழ்முல்லை வாயிலொடு ஞாழல் வாயில்''

என்று பாடிச் செல்கின்றார்.

அண்ணல் வாயில் : இத் திருப் பாசுரத்திற் குறிக்கப்பெற்ற அண்ணல் வாயில் இப்பொழுது சித்தன்ன வாசல் என்னும் பெய ரோடு புதுக்கோட்டை நாட்டில் உள்ளது. ''மலர்ந்தார் வாள்மாறன் மன் அண்ணல் வாயில்'' என்னும் பழம்பாட்டாலும், அப்பதியின் பெருமை அறியப்படும்.[19] அண்ணல் வாயிலில் அமைந்த குகைக் கோயில் மிகப் பழமை வாய்ந்தது; சிற்ப வேலைப்பாடு உடையது. பல்லவ மன்னனாகிய மகேந்திர வர்மன் காலத்திய வண்ண ஓவியங்கள் அக் கோயிலில் உண்டு.[20]

நெடுவாயில் : நெடு வாயில் என்னும் பெயருடைய பதிகள் தமிழ்நாட்டிற் பலவாகும். எனினும், அவற்றுள் சாலப் பழமை வாய்ந்ததும், சிவாலயச் சிறப்புடையதும் ஆகிய ஊர் தஞ்சை நாட்டில் பட்டுக்கோட்டை வட்டத்திலுள்ள நெடு வாசலே என்று சாசனம் கூறும்.[21] அச்சிவாலயம் பழுதுற்றிருப்பதாகத் தெரி கின்றது.

நெய்தல் வாயில் : காவிரிப்பூம் பட்டினத்தின் அருகே யுள்ள நெய்தல் வாயில் இக் காலத்தில் நெய் வாசல் என வழங்கும். திருவெண்காட்டுக்கும், பட்டினத்துப் பல்லவ னீச்சுரத்திற்கும் இடையே உள்ளது அப்பழம்பதி.

திருமுல்லைவாயில் : காவேரி யாற்றின் வடகரையில் கடலருகேயுள்ளது திருமுல்லைவாயில்.[22] அது திருஞான சம்பந் தரால் பாடப்பெற்றது.

''வரைவந்த சந்தொ டகிலுந்தி வந்து
மிளிர்கின்ற பொன்னி வடபால்
திரைவந்து வந்து செறிதேறல் ஆடு
திருமுல்லை வாயில் இதுவே''

என்னும் திருப் பாட்டில் கடற்கரையிலமைந்த முல்லை வாயிலின் கோலம் நன்கு விளங்குகின்றது. அங்குக் கோயில் கொண்டுள்ள ஈசன் முல்லைவன நாதர் என்று அழைக்கப் பெறுகின்றார்.

ஞாழல் வாயில் என்பதும் முன்னே சொல்லிய ஞாழற் கோயில் என்பதும் ஒன்றெனத் தோன்றுகின்றன.[23]

இன்னும், சிவபெருமான் கோயில் கொண்டருளும் வாயிற் பதிகளைக் குறித்து,

''மடுவார்தென் மதுரைநகர் ஆல வாயில்
மறிகடற்சூழ் புனல்வாயில் மாடநீடு
குடவாயில் குணவாயில் ஆன எல்லாம்
புகுவாரைக் கொடுவினைகள் கூடா வன்றே''

என்று கூறியருளினார் திருநாவுக்கரசர்.

திரு ஆலவாயில் : பாண்டி நாட்டுத் தலை நகராகி மதுரையில் அமைந்த ஆலயம் ஆல வாயில் என்று தேவாரத்திற் குறிக்கப் படுகின்றது.

''ஞாலம் நின் புகழே மிக வேண்டும் தென்
ஆலவாயில் உறையும் எம் ஆதியே''

என்று திருஞான சம்பந்தர் அதனைப் போற்றியருளினார். இவ் வண்ணமே வாயிற் பதிகளையெல்லாம் தொகுத்துரைத்த திருநாவுக் கரசரும், 'மதுரைநகர் ஆலவாயில்' ஈசனார் மருவும் இடங்களில் ஒன்றாகக் குறித்துப் போந்தார். ஆல வாயில் என்பது ஆலவாய் எனவும் வழங்கிற்று. ஆலவாயிற் கோயில் கொண்ட ஆண்டவனை ஆலவாயான் என்றார் திருஞான சம்பந்தர்.

இக் கருத்துக்களை ஆராயும் பொழுது மதுரையம் பதியில் அலகிலாத் திரு விளையாடல் புரிந்தருளிய ஈசன் ஆலந்தருவில் அமர்ந்திருந்தான் என்பது நன்கு விளங்குவதாகும்.

புனவாயில் : பாம்பாறு கடலிற் பாயும் இடத்திற்கு அருகே திருப்புன வாயில் என்ற தலம் அமர்ந்திருக்கின்றது. அவ்வூரின் தன்மையை,

''கற்குன்றும் தூறும் கடுவெளியும்
கடற்கானல் வாய்ப்
புற்கென்று தோன்றிடும் எம்பெருமான்
புன வாயிலே''

என்னும் சுந்தரர் தேவாரம் நன்குணர்த்துவதாகும். தஞ்சை நாட்டு அறந்தாங்கி வட்டத்தில் திருப்புன வாசல் என்ற பெயரோடு விளங்குகின்றது அப்பதி.

குடவாயில் : தஞ்சை நாட்டில் குட வாசல் என விளங்கும் ஊரே குடவாயில் என்னும் பழம்பதி யாகும். முற்காலத்தில் சிறந்து விளங்கிய ஒரு பெரு நகரின் மேல வாசலாக அமைந்த இடம் பிற் காலத்தில் ஓர் ஊராயிற் றென்று தோன்றுகின்றது. அங்கிருந்த பழைய கோட்டை மதில்கள் தேவாரத்திலும் குறிக்கப்படுகின்றன.

''வரையார் மதில்சூழ் குடவாயில் மன்னும்
வரையார் பெருங்கோயில் மகிழ்ந்தவனே''

என்பது திருஞான சம்பந்தர் பாட்டு. கோட்டை யூராகிய குடவாச லில் ஈசன் விளங்கு மிடம் பெருங் கோயில் என்று போற்றப் பட்டுள்ளது.

குணவாயில் : குணவாயில் என்னும் பெயருடைய ஊர்கள் பலவுண்டு.[24] சேர நாட்டின் தலை நகரமாகச் சிறந்திருந்த வஞ்சி யின் அருகே ஒரு குணவாயில் இருந்ததென்று சிலப்பதிகாரப் பதிகம் கூறுகின்றது. அந் நூலுக்கு உரைகண்ட ஆசிரியர் இரு வரும் குணவாயிலைத் திருக்குண வாயில் என்று குறிப்பிடும் பான்மையைக் கருதும் பொழுது அது தெய்வ நலம் பெற்ற ஊரென்று தோன்றுகிறது. திருக்குண வாயில் என்பது ஓர் ஊர் என்றும், அது வஞ்சியின் கீழ்த் திசைக்கண் உள்ள தென்றும் உரை ஆசிரியராகிய அடியார்க்கு நல்லார் கூறுகின்றார்.

திருவிடைவாயில் : இன்னும், சில வாயிற் பதிகளின் பெருமை சாசனங்களால் விளங்கும். நன்னில வட்டத்தில் உள்ள திருவிடை வாய்க்குடி நெடுங்காலமாக வைப்புத் தலங்களுள் ஒன்றாக வைத்தெண்ணப்பட்டது. அத்தலத்தைப் பற்றிய குறிப்புத் திருத்தொண்டர் புராணத்திலும் காணப்படவில்லை. எனினும், திருவிடை வாய் என்னும் தலம் திருஞான சம்பந்தரால் பாடப் பெற்ற தென்பது கல்வெட்டால் விளங்கிற்று.[25] தஞ்சை நாட்டு நன்னில வட்டத்தில் இப்போது திருவிட வாசல் என வழங்கும் ஊரே அத் தலம் என்பது தெளிவாயிற்று. ''மறியார் கரத்தெந்தை'' என்றெடுத்து, ''மாறில் பெருஞ் செல்வம் மலிவிடைவாயை, நாறும் பொழில் காழியார் ஞானசம்பந்தன், கூறும் தமிழ் வல்லவர் குற்றமற்றோரே'' என்று அழகுற முடித்த திருப் பதிகம் வடிவாகக் கல்வெட்டிலே காணப்படுகின்றது.[26]

திருவேங்கை வாயில் : திருவேங்கை வாசல் என்னும் ஊர் புதுக்கோட்டை நாட்டில் உள்ளது. திருமேற்றளி என்பது அங்குள்ள கோயிலின் பெயராகும். பெருவாயில் நாட்டுத் தேவதானமாகிய திருவேங்கை வாயிலிற் கோயில் கொண்ட திருமேற்றளி மகாதேவர் என்று இராஜராஜ சோழனது சாசனம் கூறுமாற்றால், அதன் பழமை விளங்குவதாகும்.[27] திருவேங்கை வாயிலுடையார் கோவிலில் நிகழும் சித்திரைத் திருவிழாவில் சந்திக் கூத்து என்னும் ஆடல் புரியும் நாட்டிய மாதுக்கு விக்கிரம சோழன் விட்ட மானியம் ஒரு சாசனத்தால் விளங்குகின்றது.[28]

திருவள்ளைவாயில் : செங்கற்பட்டைச் சேர்ந்த பொன்னேரி வட்டத்தில் திருவள்ளை வாயில் என்னும் பழம்பதியுண்டு. அவ்வூர்ப்பெயர் இப்பொழுது திருவேளவாயில் என மருவி வழங்குகின்றது. சுவாமீச்சுரம் என்று பெயர் பெற்ற ஆலயத்தில் அமர்ந்த ஈசனார்க்கு நான்கு ஊர் வாசிகள் நல்கிய நிவந்தம் அக் கோயிற் கல்வெட்டிற் காணப்படுகின்றது.[29] எனவே, வள்ளை வாயிலைப் பழைய வாயிற் பகுதிகளுள் ஒன்றாகக் கொள்ளலாகும்.

திருப்பிலவாயில் : தொண்டை நாட்டிலே திருப்பிலவாயில் என்னும் பதி யொன்று உண்டு. அங்குக் கோயில் கொண்ட ஈசன் திருப்பில வாயிலுடையார் என்று கல்வெட்டிற் குறிக்கப்படுகின்றார். அக் கோயிலின் பழமை அங்குள்ள பல்லவ சாசனத்தால் நன்கு விளங்குவதாகும்.[30] பிற்காலத்தில் பிலவாயில் என்பது பிலவாயலூர் என மருவி வழங்கலாயிற்று. இராஜராஜன் காலத்தில் ஜனநாத நல்லூர் என்னும் மறு பெயர் பெற்றது அவ்வூர்.[31] ஆயினும், பழம் பெயரே பெரும்பாலும் வழங்கி வந்ததாகத் தெரிகின்றது. கால கதியில் அப்பெயர் வாயலூர் எனக் குறுகிப் பின்பு வயலூர் எனத் திரிந்து வழங்குகின்றது.

அவ்வூர் வியாக்ரபுரி என்னும் வடமொழிப் பெயரும் பெற்றிருந்ததாகத் தெரிகின்றது.[32] பிலவாயிலூர் என்பதைப் புலிவாயிலூர் எனப்பிறழவுணர்ந்த காரணத்தால் அப் பெயர் அதற்கு அமைந்தது போலும்!

அடிக்குறிப்பு

1. *''கோடுயர் வெங்களிற்றுத் திகழ்*
   கோச் செங்கணான் செய் கோயில்
   நாடிய நன்னிலத்துப் பெருங் கோயில்''

   - சுந்தரர் தேவாரம்.

2. *''ஞானச் சார்வாம் வெண்ணாவம்*
உடனே கூட நலஞ் சிறக்கப்
பானற் களத்துத் தம் பெருமான்
அமருங் கோயிற் பணி சமைத்தார்''

- கோச் செங்கட் சோழர் புராணம், 13.

3. *''கொன்னற் படையாண் குடவாயில்தனில்*
மன்னும் பெருங் கோயில் மகிழ்ந்தவனே''

- திருஞான சம்பந்தர் தேவாரம்.

4. *''குருண்ட வார்குழல் சடையுடைக்*
குழகனை அழகமர் கீழ்வேளூர்த்
திரண்ட மாமறை யவர்தொழும்
பெருந்திருக் கோயிலெம் பெருமானை''

- திருஞான சம்பந்தர் தேவாரம்.

5. 407 of 1912.
6. 384 of 1913.
7. 165 of 1925.
8. சிவஸ்தல மஞ்சரி, ப. 91.
9. 262 of 1904.
10. I.M.P., p. 471.
11. 359 of 1911.
12. 363 of 1911.
13. 409 of 1912; 407 of 1912.
14. *''விளங்கு பெருந்திருவின் மான விறல்வேள்*
அழும்பில் அன்ன நாடு''

- மதுரைக் காஞ்சி, 344 - 45.

15. 64 of 1924.
16. 75 of 1924.
17. T.A.S., Vol.I, p. 90.
18. 740 of 1909.
19. பெருந்தொகை, 1019.
20. இந்தியர் வரலாறு (கோவிந்தசாமி) 329.
21. Sewell's Antiquities, Vol.I, p. 283.
22. தொண்டை நாட்டில் மற்றொரு முல்லைவாயில் உண்டு. அது வட முல்லை வாயில் எனப்படும். அப் பதியும் தேவாரப் பாடல் பெற்றுள்ளது.
23. கோயில் என்ற தலைப்பின் கீழ்க் கூறிய ஞாழற் கோயிலைக்காண்க.
24. குண வாயில் கொங்கு நாட்டில் உள்ள தென்பர் சிலர்; (ஆராய்ச்சித் தொகுதி ப. 247) திருவஞ்சிக் குளம் என வழங்கும் திருவஞ்சைக் களத்தின் அருகேயுள்ளதென்பர் சிலர். திருவஞ்சைக் களம் என்னும்

திருக்கோயிலையுடைய கொடுங் கோளூரில் (Cranganore) குணவாய் என்ற ஊர் உள்ளதென்று 'உண்ணியாடி சரிதம்' என்னும் மலையாள காவியம் கூறுகின்றது. இது பன்னிரண்டாம் நூற்றாண்டில் எழுதப்பட்ட தென்பர். வடமொழியில் இவ் வூர் குணகபுரம் எனவும், குணகா எனவும் வழங்கப்பெற்றுள்ளது. சில காலத்திற்கு முன்னர் வரைத் திருக்கணா மதிலகம் என்ற பெயர் இவ் வூர்க்கு வழங்கிற்றென்றும் அங்கிருந்த படிவத்தைப் போர்ச்சுகீசியர் அப்புறப் படுத்தினர் என்றும் சொல்லப் படுகின்றன. இப்பொழுது இவ்வூர் மதிலகம் எனக் குறுகி வழங்குகின் றது. (இச் செய்திகளை அறிவித்தவர் சென்னைப் பல்கலைக் கழகத்து மலையாளப் பேராசிரியர் டாக்டர் C.A. மேனன் ஆவர்.)

25. 180 of 1894. இது, முதற் குலோத்துங்க சோழன் காலத்துச் சாசனம்.
26. இப் பதிகம் இப்பொழுது திருஞான சம்பந்தர் அருளிய மூன்று திருமுறை களுக்கும் பின்னே இணைக்கப் பட்டிருக்கின்றது. (திருஞான சம்பந்த மூர்த்தி சுவாமிகள் தேவாரம் - சைவ சித்தாந்த மகா சமாசப் பதிப்பு. ப. 625.)
27. 240 of 1914.
28. 253 of 1914.
29. 248 of 1912.
30. 368 of 1908. இப் பல்லவ சாசனத்திற் கண்ட குடி வழி பல்லவர் சரித் திரத்தை ஒழுங்குப்படுத்துவதற்குப் பெரிதும் பயன்படுவதாயிற்று.
31. 364 of 1908.
32. I.M.P., 469.

* * *

தளியும் பள்ளியும்

திருவாரூர் - மண்தளி : குகைக் கோயில்களும் கற்கோயில் களும் தோன்று முன்னே, மண்ணாலயங்கள் பல இந் நாட்டில் இருந்திருத்தல் வேண்டும் என்பதற்குச் சான்றுகள் உள்ளன. பழமையான நகரமாகிய திருவாரூர் உள்ள பாடல் பெற்ற கோயில் களுள் ஒன்று மண்தளி என்று குறிக்கப்படுகின்றது. அம் மண்தளி யில் அமர்ந்த மகாதேவனை,

''தம்மானே தண்டமிழ் நூற்புல வாணர்க்கோர்
அம்மானே பரவையுள் மண்டளி யம்மானே''

என்று சுந்தரர் பாடும் பான்மையால், தமிழ்ப் புலமை வாய்ந்தோரைத் தலையளித் தாட்கொண்டருளும் ஈசன் கருணை இனிது விளங்கு வதாகும். அத் தளியில் அமர்ந்த ஈசனை மண் தளியுடைய மகாதேவர் என்று சாசனம் குறிக்கின்றது.[1]

கச்சிப் பலதளி : தொண்டை நாட்டின் தலை நகரமாகிய காஞ்சியில் திருக்கோயில்கள் பல வுண்டு. அவற்றைக் கண்டு விம்மிதமுற்ற திருநாவுக்கரசர்,

''கச்சிப் பலதளியும் ஏகம்பத்தும்
கயிலாய நாதனையே காணலாமே''

என்று பாடினார். அந் நகரிலுள்ள பழமையான தளிகளுள் ஒன்று திருமேற்றளி என்பதாகும்.

''பாரூர் பல்லவனூரர் மதிற்கச்சி மாநகர்வாய்ச்
சீரு ரும்புறவில் திருமேற் றளிச் சிவனை''

என்று பாடினார் சுந்தரர். அத் திருக்கோவில் இப்பொழுது காஞ்சிமா நகரின் ஒரு பாகமாகிய பிள்ளைப் பாளையத்தில் உள்ளது.

இன்னும், காஞ்சியில் உள்ள மற்றொரு கோயில் ஓணகாந்தன் தளி. அது கச்சி ஏகம்பத்திற்கு மேற்கே அரை மைல் தூரத்தில் அமைந்திருக்கின்றது. ''ஓணகாந்தன் தளியுளீரே'' என்று சுந்தரரால் பாடப்பட்ட ஆலயம் அதுவே.

பழையாறை - வடதளியும், மேற்றளியும் : ''பாரின் நீடிய பெருமை சேர்பதி பழையாறை'' என்று சேக்கிழாரால் புகழப்பட்ட பதியில் இரண்டு தளிகள் உள்ளன. அவற்றுள் வடதளி என்னும் திருக் கோயிலைச் சமணர் மறைத்து வைத்திருந்தனர் என்றும், திருநாவுக்கரசர் உண்ணா நோன்பிருந்து அதனை வெளிப்படுத்தினர் என்றும் தேவாரம் கூறும்.[2] இன்னும், பழையாறைப் பதியில் மேற்றளி என்ற திருக்கோயிலும் உண்டென்பது.

''திருவாறை மேற்றளியில்
திகழ்ந்திருந்த செந்தீயின்
உருவாளன்''

என்னும் சேக்கிழார் வாக்கால் விளங்கும்.

ஓமாம் புலியூர் - வடதளி : ஓமாம் புலியூர் என்னும் பாடல் பெற்ற பதியில் உள்ள ஈசன் கோயில் வடதளி யென்பது தேவாரத்தால் தெரிகின்றது.

''உலையாத அந்தணர்கள் வாழும் ஓமாம் புலியூரெம் உத்தமனைப் புரமூன் றெய்த சிலையானை வடதளியெம் செல்வன் தன்னை'' என்பது திருநாவுக்கரசர் வாக்கு.

திருப்புத்தூர் - திருத்தளி : பாண்டி நாட்டு பாடல் பெற்ற பதிகளுள் ஒன்று திருப்புத்தூர் ஆகும். அங்குள்ள சிவாலயம் திருத்தளி என்று பெயர் பெற்றது. சாசனங்களிலே குறிக்கப்படுகின்ற இக்கோயிற் பெயர் தேவாரத்திலும் காணப்படும்.

''தேராரும் நெடுவீதித் திருப்புத்தூரில்
திருத்தளியான் காண் அவனென் சிந்தையானே''

என்பது திருநாவுக்கரசர் பாட்டு. எனவே, திருப்புத்தூர்க் கோயிலின் பெயர் திருத்தளி என்பது தெளிவாகும்.

திருமேற்றளி : புதுக்கோட்டையைச் சேர்ந்த குடுமியான் மலையின் உள்ள கோயில் திருமேற்றளி என்னும் பெயருடைய தென்பது சாசனங்களால் தெரிகின்றது.

முடியூர்-ஆற்றுத்தளி : திருமுனைப்பாடி நாட்டுத் திருமுடியூர் என்ற ஊரில் அமைந்த சிவன் கோயில் ஆற்றுத்தளி என்னும் பெயர் பெற்றது.[3] பராந்தக சதுர்வேதி மங்கலம் என இடைக்காலத்தில் வழங்கிய அவ் வூர் இப்பொழுது கிராமம் என்னும் பெயரோடு தென்னார்க்காட்டுத் திருக்கோயிலூர் வட்டத்தில் உள்ளது.

குரக்குத்தளி: குரக்குத்தளி என்னும் கோவில் கொங்கு நாட்டு வைப்புத் தலம் என்பது ''கொங்கிற் குறும்பிற் குரக்குத் தளியாய்'' என்னும் தேவாரக் குறிப்பினால் தெரிகின்றது. கொங்கு மண்டலத்தைச் சேர்ந்த இருபத்து நான்கின் குறும்பு நாடும் ஒன்றென்பர்.[4] அந் நாட்டு முகுந்தனூரில் அமைந்த திருக் கோயிலிலே குரக்குத்தளி என்பது சாசனங்களால் விளங்கும்.[5] இக் காலத்தில் 'சர்க்கார் பெரிய பாளையம்' என்னும் பெயர் பெற்றுள்ள முகுந்தனூரில் காணப்படும் பழைய சிவாலயமே குரக்குத்தளி யாகும். அங்கு வானரத் தலைவனாகிய சுக்கிரீவன் ஈசனை வழி பட்டான் என்பது ஐதிகமாதலின், சுக்கிரீவேஸ்வரர் கோயில் என்ற பெயர் அதற்கு அமைந்துள்ளது.[6]

ஈசனார்க்குரிய பள்ளிகளுள் சிலவற்றைத் தொகுத்துரைத் தார் திருநாவுக்கரசர்.

''சிரப்பள்ளி சிவப்பள்ளி செம்பொன்பள்ளி
செழுநனி பள்ளி தவப்பள்ளி[7] *சீரார்*
பரப்பள்ளி யென்றென்று பகர்வோர் எல்லாம்
பரலோகத் தினிதாகப் பாலிப் பாரே''

என்னும் பாசுரத்திற் கண்ட பள்ளிகளைத் தமிழ்ப் பாடல்களாலும் சாசனங்களாலும் ஒருவாறு அறிந்து கொள்ளளலாகும்.

சிரப்பள்ளி : பண்டைச் சோழ நாட்டின் தலைநகராக விளங்கிய உறையூரின் அருகே நின்ற குன்றில் அமர்ந்த ஈசனைச் 'சிராப் பள்ளிக்குன்றுடையான்' என்று பாடினார் திருஞான சம்பந்தர். அக்குன்றம் சிரகிர எனவும் வழங்கப் பெற்றது.

''தாயும் தந்தையும் ஆனோய், சிரகிரித்
தாயுமான தயாபர மூர்த்தியே''

என்று தாயுமானவர் சிரகிரிப் பெருமானைப் பாடித் தொழுதார். எனவே, சிரகிரியில் அமைந்த பள்ளியைத் திருநாவுக்கரசர் சிரப் பள்ளி எனக் குறித்தார் என்று கொள்ளுதல் பொருந்தும். சிரகிரியை யுடைய ஊர் சிரபுரம் என்று பெயர் பெற்றுப் பின்பு திருசிரபுரம் ஆகச் சிறந்து, இறுதியில் திரிசிரபுரம் என்று ஆயிற்று.[8]

சிவப்பள்ளி : தஞ்சை நாட்டு மாயவர வட்டத்தில் உள்ள திருச்சம்பள்ளி என்ற ஊர் பழைய சிவப்பள்ளி என்று கொள்ளப் படுகின்றது. சிவன் பள்ளி என்னும் கோயிற் பெயர் சிவம் பள்ளி யெனமருவி, திரு என்ற அடைபெற்றுத் திருச்சிவம் பள்ளியாகிப் பின்பு திருச்சம்பள்ளி எனச் சிதைவுற்றிருக்கலாம் என்று தோன்று கின்றது.

செம்பொன் பள்ளி : இன்னும், மாயவர வட்டத்திலுள்ள மற்றொரு பள்ளி திருச் செம்பொன் பள்ளி. செம்பனார் கோவில் என்பது அதற்கு இப்பொழுது வழங்கும் பெயர். காவிரி யாற்றங் கரையில் களித்திலங்கும் அப்பள்ளியை,

''வரையார் சந்தோ டகிலும் வருபொன்னித்
திரையார் செம்பொன் பள்ளி''

என்று திருஞான சம்பந்தர் போற்றினார்.

நனிபள்ளி : மூவர் தேவாரமும் பெற்று விளங்கும் பதி களுள் ஒன்று திருநனிபள்ளி. தலைச் சங்காட்டின் அருகே யமைந் துள்ள இப்பதியை,

''பங்கய மாமுகத் தாளுமை பங்கன் உறைகோயில்
செங்கயல் பாயும் வயற்றிரு ஊர்நனி பள்ளியதே''

என்று பாடினார் சுந்தரர். இவ் வூர் புஞ்சை என்னும் பெயரோடு தஞ்சை நாட்டு மாயவர வட்டத்தில் உள்ளது.

பரன்சேர் பள்ளி : கோவை நாட்டுத் தாராபுர வட்டத்தில் பரன்சேர் பள்ளியென்னும் திருக்கோயில் உண்டென்பது கல்வெட் டுக்களால் தெரிகின்றது. அக் கோயில், நட்டூர் என்ற ஊரில் இருந்தமையால், மத்திய புரீஸ்வரர் என்னும் பெயர் அங்குக் கோயில் கொண்ட ஈசனுக்கு அமைந்தது. 'காங்கய நாட்டுப் பரன்சேர் பள்ளியிலுள்ள நட்டூர் அமர்ந்தார்' என்பது சாசன வாசகம்.[10] இப் பெயர் பரஞ்சேர்வலி யென மருவியுள்ளது. திருநாவுக்கரசர் குறித்தருளிய பரப்பள்ளி இப் பதியாயிருத்தல் கூடும் எனத் தோன்றுகிறது.

அறைப்பள்ளி : ''கொல்லிக் குளிர் அறைப்பள்ளி''யும் இறைவன் உறையும் பள்ளிகளுள் ஒன்றென்று அருளிப் போந்தார் திருநாவுக்கரசர். கொல்லி மலை கொங்கு நாட்டைச் சேர்ந்த தாகும்.[11] அம் மலையில் அமைந்த அறைப்பள்ளியைச் சாசனம் குறிக்கின்றது. சேலம் நாட்டு நாமக்கல் வட்டத்திலுள்ள வளப்பூர் நாடு என்ற ஊரிற் கண்ட சாசனத்தால் அப் பள்ளியின் தன்மையை அறியலாகும்.[12] கொல்லிப் பாவை என்று குறுந் தொகை முதலிய பழந்தமிழ் நூல்களிற் கூறப்படும் தெய்வப் பாவை அறைப் பள்ளிக்கு மேற்றிசையில் உள்ளதென்பர்.[13]

இன்னும், இறைவன் அமர்ந்தருளும் பள்ளிகளுள் சிலவற் றைத் தொகுத்துப் பாடியுள்ளார் திருஞானசம்பந்தர் :

''அறப்பள்ளி அகத்தியான் பள்ளி வெள்ளைப்
பொடிபூசி நீறணிவான் அமர் காட்டுப்பள்ளி''

என்பது அவர் திருவாக்கு.

அகத்தியான்பள்ளி : வேதாரண்யம் என்னும் திருமறைக் காட்டுக்குத் தென்பா லுள்ளது அகத்தியான் பள்ளி. அகத்திய முனிவர் ஈசனை வழிபட்டுப் பேறு பெற்ற இடம் அப்பள்ளி பெயர். அம்முனிவரது வடிவம் திருக்கோயிலிற் காணப்படுதல் அதற் கொரு சான்றாகும். ''மாமயில் ஆலும் சோலை சூழ் அகத்தியான் பள்ளி''யென்று தேவாரம் பாடுதலால், அழகிய பொழில் சூழ்ந்த தலத்தில் ஆண்டவனை கோயில் கொண்டிருந்தான் என்பது விளங்குகின்றது. இக்காலத்தில் கோயிற் பெயர் ஊர்ப் பெயராக வும் வழங்கும்.

கீழைத் திருக்காட்டுப்பள்ளி : காட்டுப் பள்ளியென்னும் பெயருடைய தலங்கள் இரண்டு உள்ளன. ஒன்று காவிரியாறு கடலிற்பாயும் இடத்திற்கு அணித்தாக உள்ளது.

''பலபல வாய்த்தலை யார்த்து மண்டிப்
பாய்ந்திழி காவிரிப் பாங்கரின் வாய்க்
கலகல நின்றி ருங்கழலான்
காதலிக் கப்படும் காட்டுப்பள்ளி''

என்று அதன் வளத்தைக் குறித்தருளினார் திருஞான சம்பந்தர். பாடல் பெற்ற திருவெண்காட்டுக்கு மேற்கே ஒருமைல் தூரத்தி லுள்ள இக்காட்டுப் பள்ளி இப்பொழுது ஆரணியேசுரர் கோயி லென வழங்குகின்றது.

மேலைத் திருக்காட்டுப்பள்ளி : காவிரி யாற்றினின்று குடமுருட்டியாறு பிரிந்து செல்லும் இடத்தில் உள்ள மற்றொரு திருக்காட்டுப் பள்ளியும் பாடல் பெற்றதாகும்.

''கூட்டை விட்டுயிர் போவதன் முன்னமே
காட்டுப் பள்ளியு ளான்கழல் சேர்மினே''

என்று பணித்தார் திருநாவுக்கரசர். இக்காலத்தில் திருக்காட்டுப் பள்ளியிலுள்ள ஆலயம் அக்கினீசுரர் கோயில் என்ற பெயர் கொண்டு நிலவுகின்றது.

மகேந்திரப்பள்ளி : இன்னும், சோழ நாட்டில் உள்ள மகேந் திரப்பள்ளியையும், சக்கரப் பள்ளியையும் குறித்தருளினார் திருஞான சம்பந்தர்.

''.................................. சீர்மகேந்திரத்துப்
பிறப்பில்லவன் பள்ளி வெள்ளச் சடையான்
விரும்பும் இடைப்பள்ளி வண்சக்கரமால்
உறைப்பால் அடிபோற்றிக் கொடுத்தபள்ளி
உணராய் மடநெஞ்சமே உன்னிநின்றே''

என்று எழுந்த திருப் பாசுரத்தில் அமைந்த மகேந்திரப்பள்ளி ஆச்சாபுரத்துக்கு அண்மையில் உள்ளது. இந்திரன் முதலிய இறை யவர் வழிபட அங்கிருந்த ஈசனை,

''சந்திரன் கதிரவன் தகுபுகழ் அயனொடும்
இந்திரன் வழிபட இருந்த நம் இறையவன்''

என்று சம்பந்தர் போற்றியுள்ளார்.

சக்கரப்பள்ளி : இந்நாளில் ஐயம்பேட்டையென வழங்கும் ஊருக்கு அண்மையில் உள்ளது சக்கரப்பள்ளி. அப் பதியில் ஈசன் கோவில் கொண்ட இடம் ஆலந்துறையாகும்.'' வண்சக்கரம் மால் உறைப்பால் அடி போற்றக் கொடுத்த பள்ளி'' என்று தேவாரம் கூறுதலால், அவ் வூர்ப் பெயரின் காரணம் விளங்கும் என்பர்.

அடிக்குறிப்பு

1. 577 of 1904. மண்தளி இப்பொழுது சத்திய வாகேஸ்வரர் கோயில் என வழங்கும்.

2. *''தலையெல்லாம் பறிக்கும் சமண் கையருள், நிலையியினால் மறைத்தால் மறைக்கொண்ணுமோ, அலையினார் பொழில் ஆறை வடதளி''* என்பது திருநாவுக்கரசர் பாசுரம். இப்பொழுது வடதளி, வள்ளலார்கோயில் என வழங்கும். பழையாறை என்ற நகரத்தினிடையே திருமலைராயன் என் னும் ஆறு செல்கின்றது. அது நானூறு ஆண்டுகளுக்கு முன்பு திருமலை ராயன் பட்டினத்திலிருந்து ஆட்சி செய்த மாலைப்பாடித் திருமலை ராயன் என்ற அரசனால் வெட்டுவிக்கப்பட்ட தென்பர்.
   - மீனாட்சி சுந்தரம் பிள்ளை சரித்திரம், 2-ஆம் பாகம், 41 - 42.

3. 739 of 1905.

4. கொங்கு மணடல சதகம்; ஊர்த்தொகை 1. அந்நாட்டிலுள்ள 32 ஊர்களில் முகுந்தை என்னும் முகுந்தனூரும் ஒன்று.

5. 305 of 1908.

6. I.M.P., 536.

7. தவப்பள்ளியும் தவத்துறையும் ஒன்றெனில் இப்போது லால்குடியென வழங்கும் ஊரிலுள்ள சிவாலயமே அதுவாகும்.

8. இலங்கை நாட்டிலுள்ள கோணமலை (Trincomalee) திரிகோணமலை யாகிய முறை இதற்கு ஓர் எடுத்துக் காட்டாகும். திரிசிரபுரம்,புராணத் தில் திரிசிரன் என்ற இலங்கை அரக்கனோடு தொடர்புறு வதாயிற்று.

9. ''செழுந்தரளப் பொன்னி சூழ் திருநன்னிபள்ளி'' என்றும் ''பானல் வாயல் திருநன்னிபள்ளி'' என்றும் சேக்கிழார் பெரிய புராணத்தில் இப் பதியின் செழுமையைப் பாராட்டியுள்ளார் (திருஞான சம்பந்தர் புராணம், 112,114).

10. 559 of 1908.

11. கொல்லி முதலிய பதினாறு மலைகள் கொங்கு நாட்டில் உண்டென்று கொங்கு மண்டல சதகம் கூறும். - கொங்கு மண்டல சதகம், 5, 26.

12. M.E.R., 1929-30.

13. ''கொல்லிக் கருங்கட்டெய்வம்'' என்பது குறுந்தொகை. அறப்பளீசுரர் ஆலயம் என வழங்கும் அறைப் பள்ளிக்கு அண்மையில் கொல்லிப் பாவை உறையுமிடம் உள்ளதென்பது கொல்லிமலை அகராதியில் சொல்லப்பட்டுள்ளதாம்.

- கொங்கு மண்டல சதகம், ப, 23.

* * *

ஈச்சுரம்

ஈசன் என்னும் பெயராற் குறிக்கப்படுகின்ற சிவபிரான் உறையும் கோயில் ஈச்சுரம் எனப்படும். தேவாரப் பாமாலை பெற்ற ஈச்சுரங்கள் பல உண்டு. அவற்றுள் சிலவற்றைத் தொகுத்துரைத் தார் திருநாவுக்கரசர் :

''நாடகமாடிடம் நந்திகேச்சுரம் மாகாளேச்சுரம்
நாகேச்சுரம் நாகளேச்சுரம் நன்கான
கோடீச்சுரம் கொண்டீச்சுரம் திண்டீச்சுரம்
குக்குடேச்சுரம் அக்கீச்சுரம்''

என்று கூறிச் செல்கின்றது அவர் திருப்பாசுரம்.

நந்தீச்சுரம் : இக் காலத்தில் மைசூர் என்று பெயர் பெற்றுள்ள எருமை நாட்டில் நந்தீச்சுரம் என்னும் சிவாலயம் முன்னாளிற் சிறந்த விளங்கிற்று. தமிழ் மன்னர் அக் கோயிலின் பெருமையை அறிந்து போற்றினார்கள் என்பது சாசனத்தால் புலனாகின்றது.[1] நந்தீச்சுர முடையார்க்கு முதற் குலோத்துங்க சோழன் பசும் பொன் னாற் செய்த பட்டம் சாத்தினான் என்று ஒரு சாசனம் கூறும்.[2] இக் கோவிலைத் தன்னகத்தேயுடைய ஊர் நந்தி என்று வழங்க லாயிற்று. எனவே, நந்தியில் உள்ள நந்தீச்சுரம் திருநாவுக்கரசரால் குறிக்கப்பட்ட வைப்புத்தலம் என்று கருதலாகும்.

மாகாளேச்சுரம் : மாகாளம் என்னும் பெயர் பெற்ற திருக் கோயில் மூன்றுண்டு. அரிசிலாற்றங் கரையில் உள்ள அம்பர் மாகாளம் ஒன்று.

''மல்குதண்துறை அரிசிலின் வடகரை
வருபுனல் மாகாளம்''

என்பது திருஞான சம்பந்தர் தேவாரம்.

தொண்டை நாட்டில் உள்ள இரும்பை மாகாளம் மற்றொன்று. அதன் சீர்மை,

''எண் திசையும் புகழ்போய் விளங்கும்
இரும்பை தன்னுள்
வண்டுகீதம் முரல்பொழில் கலாய்
நின்ற மாகாளமே''

என்னும் தேவாரத் திருப்பாட்டால் விளங்கும்.[3]

உஞ்சேனை மாகாளம் என்னும் பெயருடைய பிறிதொரு திருக்கோயில் வைப்புத் தலங்களுள் ஒன்றாக வைத்து எண்ணப் படுகின்றது.

நாகேச்சுரம் : கும்ப கோணத்துக்கு அண்மையில் உள்ள திருநாகேச்சுரம் தேவாரப் பாமாலை பெற்ற பழம்பதி யாகும். அது பழங்காவிரியாற்றின் தென் கரையில் உள்ளது என்பது,

''பாய்புனல் வந்தலைக்கும் பழங்காவிரித் தென்கரை
நாயிறும் திங்களும் கூடி வந்தாடும் நாகேச்சுரம்''

என்னும் திருப்பாட்டால் விளங்கும். நாளடைவில் கோயிற் பெயரே ஊர்ப் பெயரும் ஆயிற்று. திருத்தொண்டர் புராணமியற்றிய சேக்கிழாருடைய உள்ளங் கவர்ந்த கோயில் திருநாகேச்சுரம். நாகேச்சுர நாதனை நாள்தோறும் வழிபடக் கருதிய அப் பெரியார் தாம் வாழ்ந்த தொண்டை நாட்டுக் குன்றத்தூரில் ஒரு நாகேச்சுரம் கட்டுவித்தார் என்று அவர் வரலாறு கூறுகின்றது.[4]

நாகளேச்சுரம் : தஞ்சை நாட்டு நன்னில வட்டத்தில் குழிக் கரை என்னும் ஊரில் பழைய சிவாலயம் ஒன்று உண்டு. அதன் பெயர் திருநங்காளீச்சுரம் என்று சாசனம் கூறும்.[5] திருநாவுக் கரசர் குறித்த நாகளேச்சுரம் இத் திருக் கோயிலா யிருக்கலாம் என்று தோன்றுகின்றது.

கோடீச்சுரம் : தஞ்சை நாட்டில் கும்பகோணத்திற்கு அருகே காவிரியாற்றின் வடபால் கோடீச்சுரம் அமைந்துள்ளது. திருநாவுக் கரசர் தேவாரத்தில்,

''கொடியாடு நெடுமாடக் கொட்டையூரில்
கோடீச் சுரத்துறையும் கோமான் தானே''

என்று போற்றும் பெருமை சான்றது இப் பதியேயாகும். கொடி யாடும் மாடங்கள் நிறைந்த கொட்டையூரில் கோடீச்சுரம் என்னும் திருக்கோயிலில் இறைவன் வீற்றிருக்கும் பான்மை இப் பாசுரத்தால் இனிது விளங்கும். கொட்டைச் செடிகள் நிறைந்திருந்த காரணத் தால் கொட்டையூர் என்னும் பெயர் அவ்வூருக்கு அமைந்ததென்பர். அத்தலத்திற் கோயில் கொண்ட பெருமானது திருமேனி பல சிவ லிங்கங்களால் அமைந்த தென்பதும், அவரை வழிபட்டார் கோடி லிங்கங்களை வணங்கிய பயனைப் பெறுவர் என்பதும் புராணக் கொள்கை.

கொண்டீச்சுரம் : நன்னிலத்துக் கருகேயுள்ளது கொண்டீச் சுரம் என்னும் சிவாலயம். இது திருநாவுக்கரசரால் பாடப் பெற்றது; திருக்கண்டீச்சுரம் என இப்பொழுது வழங்குகின்றது. ஆலயத் தின் பெயரே ஊர்ப் பெயரும் ஆயிற்று.

திண்டீச்சுரம் : ஈசனார் கோயில் கொண்ட திண்டீச்சுரம் என்னும் திருக்கோயில் ஒய்மானாட்டுக் கிடங்கிற் பதியில் அமைந் திருந்ததாகச் சாசனங்கள் கூறும்.[7] முன்னாளில் சிறப்புற்று விளங் கிய கிடங்கில் என்னும் ஊர் இப்பொழுது திண்டிவனத்தின் உட் கிடையாக ஒடுங்கியிருக்கின்றது. எனவே, திண்டீச்சுரம் என்று தேவாரத்தில் குறிக்கப்பட்ட தலம் திண்டிவனத்தின்கண்ணுள்ள சிவன் கோயிலேயாகும். இக் கோயில் இராஜராஜன் முதலிய சிறந்த சோழ மன்னர்களால் ஆதரிக்கப்பட்ட தென்பது கல்வெட்டுக் களால் அறியப்படுவது. திண்டீச்சுரத்தில் தினந்தோறும் இன்னிசை நிகழ்தல் வேண்டும் என்று எண்ணிய இராஜராஜன், வீணை வாசிக்க வல்லார் ஒருவருக்கும், வாய்ப்பாட்டில் வல்லார் ஒருவருக் கும் நன்கொடையாக நிலங்கள் வழங்கிய சாசனம் அக்கோயிலின் தெற்குச் சுவரிற் காணப்படும்.[8]

கோழீச்சுரம்: இந்நாளில் சிற்றூர் (சித்தூர்) நாட்டைச் சேர்ந் துள்ள புங்கனூர் பெருஞ் சோழ மன்னரது ஆதரவு பெற்ற ஊராக விளங்கிற்று. அவ் வூர்க் கோயிலிற் கண்ட சாசனங்களால் அது பெரும் பாணப் பாடிப் புலி நாட்டில் உள்ளதென்பதும், திருக் கோழீச்சுரம் என்பது சிவாலயத்தின் பெயர் என்பதும் விளங்கு கின்றன.[9] கங்கை கொண்டான் என்னும் சிறப்புப் பெயர் பெருஞ் சோழன் அவ் வூரில் கட்டிய ஏரி, 'இராசேந்திர சோழப் பெரியேரி' என்று வழங்கிற்று. இங்ஙனம் பாண குல மன்னராலும், சோழ குல பெரு வேந்தராலும் தேவாரத்திற் குறித்த குக்குடேச்சுரமாயிருத் தல் கூடும்.

அக்கீச்சுரம் : தஞ்சை நாட்டில் காவிரியின் வடகரையில் உள்ள கஞ்சனூர் திருநாவுக்கரசது பாமாலை பெற்ற பதியாகும். அங்கித்தேவன் அங்கு ஈசனை வழிபட்டான் என்னும் ஐதிகம், ''அனலோன் போற்றும் காவலனை கஞ்சனூர் ஆண்டகோவை'' என்னும் தேவாரத்தால் அறியப்படும். அக் காரணத்தால் கஞ்ச னூர்ச் சிவாலயம் அக்கீரச்சுரம் என்று பெயர் பெற்றது. இப்பொழுது அக்கினீசுரர் கோயில் என வழங்கும் திருக்கோயிலிற் பொறிக்கப் பட்டுள்ள சாசனம் திருவக்கீச்சுரம் என்று அதனைக் குறிக்கின்றது. எனவே, திருநாவுக்கரசர் கூறி யருளிய அக்கீச்சுரம் கஞ்சனூரி லுள்ள ஆலயம் என்று கொள்ளலாகும்.

இன்னும், ஈசனார்க்குரிய கோயிங்களைக் கூறும் அத் திருப் பாசுரத்தில்,

''ஆடகேச்சுரம் அகத்தீச்சுரம் அயனீச்சுரம்
அத்தீச்சுரம் சித்தீச்சுரம் அந்தண்கானல்
ஈடுதிரை இராமேச்சுரம் என்றென் றேத்தி
இறைவன்உறை சுரம்பலவும் இயம்புவோமே''

என்று அருளிப் போந்தார் திருநாவுக்கரசர். இவ் வீச்சுரங்களை முறையாகக் காண்போம் :

ஆடகேச்சுரம் : திருவாரூரல் உள்ள திருமூலட்டானம் என்னும் பூங் கோயிலின் உட் கோயிலாக ஆடகேச்சுரம் அமைந் துள்ளது. புற்றிடங்கொண்டார் கோயிலுக்குத் தென் கிழக்கே நாக பிலம் என்று சொல்லப்படும் ஆலயமே ஆடகேச்சுரம் என்பர். அக் கோயில் ஒரு கல்லால் மூடப்பட்டிருக்கின்றது.

''இப்பெரும் பிலத்தில் அநாதியாய் உமையோடு
இலங்கொளி ஆடகேச் சுரப்பேர்
ஒப்பிலா மூர்த்தி உலகெலாம் உய்ய
ஊழிதோ றூழி வீற்றிருக்கும்.''

என்று திருவாரூர்ப் புராணம் கூறும்.[11] எனவே, ஆடகேச்சுரம் என்பது திருவாரூர்ப் பூங்கோயிலில் உள்ள நாகபிலமேயாகும்.

அகத்தீச்சுரம் : நாஞ்சில் நாட்டில் கன்னியா குமரிக்கு அண்மையில் அகத்தீச்சுரம் என்னும் ஊர் காணப்படுகின்றது. ஆலயத்தின் பெயரே ஊர்ப் பெயராயிற்றென்பது தேற்றம். அக் கோயிலில் உள்ள கல்வெட்டில் 'குமரி மங்கலத்துத் திரு அகத் தீஸ்வரமுடைய மாதேவன், என வரும் தொடரால் குமரி மங்கலம் என்பது ஊரின் பெயராகவும் அகஸ்தீசுரம் என்பது ஆலயத்தின் பெயராகவும் கொள்ளலாகும். குலோத்துங்க சோழன் அகத்தீச்சுர முடைய ஈசனார்க்கு வழங்கிய நிவந்தம் அச்சாசனத்திற் குறிக்கப் படுகின்றது.[12]

அயனீச்சுரம் : வட ஆர்க்காட்டு நாட்டிலே வழுவூர் என்னும் ஊர் உண்டு. அவ்வூரில் அமைந்த பழமையான கோயிலின் பெயர் அயனீச்சுரம் ஆகும். மூன்றாம் குலோத்துங்க சோழன் காலத் தில் திரு அயனீச்சுரக் கோயிலிற் பழுது பார்ப்பதற்காகவும், பூசனை நிகழ்வதற்காகவும் சாம்புவராயர் என்பார் தேவ தானமாக அளித்த நிவந்தம் கல் வெட்டிற் காணப்படுகின்றது.[13] எனவே, அயனீச்சுரம் என்பது வழுவூர்த் திருக்கோயில் ஆகும்.

சித்தீச்சுரம் : திரு நறையூர் என்னும் பாடல் பெற்ற பதியில் அமைந்த சிவாலயம் சித்தீச்சுரம். அதன் சிறப்பினைத் திருஞான சம்பந்தர் பாசுரம் தெரிவிக்கின்றது.

''ஈண்டு மாடம் எழிலார் சோலை இலங்கு கோபுரம்
தீண்டு மதியம் திகழும் நறையூர்ச் சித்தீச் சரத்தாரே''

என்னும் திருப் பாட்டால் நறையூரின் செல்வமும் அங்குள்ள சோலையின் செழுமையும் நன்கு விளங்குவனவாகும்.

இராமேச்சுரம் : இலங்கையில் வாழ்ந்த அரக்கரை வென் றழிந்த இராமன் திரும்பி வரும்பொழுது கடற்கரையில் அமைந்த திருக்கோயில் இராமேச்சுரம் ஆகும்.

''தேவியை வவ்விய தென்னிலங்கைத் தசமாமுகன்
பூவியலும் முடி பொன்றுவித்த பழிபோயற
ஏவியலும் சிலை அண்ணல் செய்த இராமேச்சுரம்''

என்பது திருஞான சம்பந்தர் தேவாரம். சேதுகாவலர் என்னும் சிறப்புப் பெயருடைய இராமநாதபுர மன்னரால் இப்பொழுதுள்ள கோயில் கட்டப்பட்ட தென்று அறிந்தோர் கூறுவர். இந்திய நாடு முழுவதும் புகழ்பெற்ற சிவாலயங்களில் ஒன்று இராமேச்சுரம்.

இங்ஙனம் ஈச்சுரப் பகுதிகளைத் தொகுத்துரைத்த திருநாவுக்கரசர், இறுதியில், ''இறைவனுறை சுரம் பலவும் இயம்பவோமே'' என்று கூறுதலால் இன்னும் பல ஈச்சுரங்கள் உண்டு என்பது இனிது விளங்கும். பாடல் பெற்ற பல பதிகளில் உள்ள திருக்கோயில்கள் ஈச்சுரம் என்னும் பெயரால் தேவாரத்திற் போற்றப்பட்டுள்ளன.

பசுபதீச்சுரம் : ''அங்கணர்க்கிடமாகிய பழம்பதி ஆவூர்'' என்று சேக்கிழாரால் சிறப்பிக்கப்பெற்ற ஆவூரில் அமைந்தது பசுபதீச்சுரம்.

''பத்திமைப் பாடல் அறாத அவ்வூர்ப்
பசுபதி ஈச்சுரம் பாடு நாவே''

என்று அத் திருக்கோயிலைத் திருஞான சம்பந்தர் பாடியருளினார். ஆன்ம கோடிகளாகிய பசுக்களுக் கெல்லாம் பதியாக விளங்கும் ஈசனைப் பசுபதி யென்று போற்றுதல் சைவ முறையாதலின் அவர் உறையும் கோயில் பசுபதீச்சுரம் என்னும் பெயர் பெற்றது.

பாதாளீச்சுரம் : தஞ்சை நாட்டு மன்னார் குடிக்கு வடபாலுள்ளது பாதாளீச்சுரம். திருஞான சம்பந்தரால் பாடப்பெற்றுள்ள அக்கோவில் அமைந்துள்ள இடம் பாம்புணி என்று முற்காலத்தில் பெயர் பெற்றிருந்ததென்பது சாசனத்தால் புலனாகின்றது. இப்பொழுது அப்பெயர் பாமணியென மருவி யுள்ளது. பாம்பு வடிவுடைய முனிவர் சிலையொன்று பாதாளீச்சுரத்திற் காணப்படுகிறது.

முண்டீச்சுரம் : பெண்ணை யாற்றங் கரையில் திரு வெண்ணெய் நல்லூருக்குக் கிழக்கே யுள்ளது திருமுண்டீச்சுரம். அச் சிவாலயத்தில் அமர்ந்த ஈசனைச் சிவலோகன் என்று போற்றினார் திருநாவுக்கரசர்.

''பரிந்தவன்காண் பனிவரைமீப் பண்டமெல்லாம்
பரித்துடனே நிரந்துவரு பாய்நீர்ப் பெண்ணை
திரிந்துலவு திருமுண்டீச் சுரத்துமேய
சிவலோகன் காண் அவன்என் சிந்தையானே''

என்னும் தேவாரத்தில் பெண்ணை யாற்றங் கரையிலமைந்த திருமுண்டீச் சுரத்தின் அழகும், அழகும், அங்குச் சிவலோகநாதன் காட்சி தரும் கோலமும் நன்கு விளங்குகின்றன. இந் நாளில் முண்டீச்சுரம் சிவலோகநாதர் கோவில் என்றே வழங்குகின்றது. அக் கோவிலைத் தன்னகத்தே யுடைய ஊர் முன்னாளில் முடியூர் என்று பெயர் பெற்றிருந்தது.[14] பராந்தக சோழன் காலத்தில் அது பராந்தக சதுர்வேதி மங்கலம் எனவும் வழங்கியதாகத் தெரிகின்றது.[15]

முடியூர் என்ற தமிழ்ப் பெயர் பிற் காலத்தில் மௌளி கிராமம் என வட மொழியில் வழங்கப் பெற்ற தென்பதும் அப் பெயர் கிராமம் எனக் குறுகிற் றென்பதும், சாசனங்களால் விளங்குவனவாகும்.[16] எனவே, பாடல் பெற்ற திருமுண்டீச்சுரம், கிராமம் என்ற ஊரிலுள்ள திருக் கோயில் என்பது தெளிவுறுகின்றது. தென்னார்க் காட்டுத் திருக்கோயிலூர் வட்டத்திலுள்ளது இப்பழம்பதி.

முக்கீச்சுரம் : சோழ நாட்டின் பழைய நகராகிய உறையூரில் முக்கீச்சுரம் என்னும் திருக்கோயில் விளங்கிற்று. தமிழ்நாட்டு மூவேந்தரும் சேர்ந்து வழிபடும் பெருமை சான்ற முக்கீச்சுரத்தைப் பாடியருளினார் திருஞான சம்பந்தர்.

''சீரினால் அங்கொளிர் தென்னவன்
செம்பியன் வில்லவன்
சேரும் முக்கீச்சுரத் தடிகள்
செய்கின்றதோர் செம்மையே''

என்பது அவர் திருப் பாசுரம். இப்பொழுது முக்கீச்சுரம் திருச்சிராப் பள்ளியின் ஒருசார் அமைந்த உறையூரிற் காணப்படுகின்றது.

கபாலீச்சுரம் : சென்னையைச் சார்ந்த மயிலாப்பூரில் உள்ள பாடல்பெற்ற பழங் கோயில் கபாலீச்சுரம் என்னும் பேருடையதாகும். இக் கோயிலின் முன்னே நின்று பூம்பாவை என்ற பெண்ணுக்கு உயிர்தருமாறு சம்பந்தர் பாடிய திருப் பதிகத்தில், ''கற்றார்கள் ஏத்தும் கபாலீச்சுரம்'' என்றும், ''கண்ணார் மயிலைக் கபாலீச்சுரம்'' என்றும் அத்திருக் கோவிலைப் போற்றியருளினார்.

கணபதீச்சுரம் : செயற்கரிய செயல் செய்து சிவனருள் பெற்ற சிறுத் தொண்டருடைய ஊர் திருச் செங்காட்டங் குடியாகும். அங்குள்ள திருக்கோயிலின் பெயர் கணபதீச்சுரம். விநாயகப்பெருமான் ஈசனை அங்கு வழிபட்டமையால் அப் பெயர் ஆலயத்திற்கு அமைந்ததென்று கந்த புராணம் கூறும்.[17] செங்காட்டங்குடி மேய சிறுத்தொண்டர்க்கு அருள் செய்யும் பொருட்டாகக் 'கடிநகராய் வீற்றிருந்தான் கணபதீச்சுரத்தானே' என்று திருஞான சம்பந்தர் மனமுருகிப் பாடியுள்ளார்.

சோழீச்சுரம் : கும்பகோணம் என வழங்கும் குடமூக்குப் பல்லாற்றானும் பெருமை சான்றது.

''குடமூக்கே குடமூக்கே என்பீ ராகில்
கொடுவினைகள் தீர்ந்து அரனைக் கூடலாமே''

என்பது தேவாரம். இத்தகைய பழம் பதியில் பாடல் பெற்ற

சிவாலயம் இரண்டு உண்டு; ஒன்று குடந்தைக் காரோணம்; மற்றொன்று குடந்தைக் கீழ்க் கோட்டம். இந் நாளில், முன்னது கும்பேசுரர்கோயில் எனவும், பின்னது நாகேஸ்வரர் கோவில் எனவும் வழங்கும். நாகேஸ்வரர் கோயில் என்னும் கீழ்க் கோட் டத்தில் சூரியன் வழிபட்டதாகச் சொல்லப்படுகின்றது. மூலத் தானத்து மூர்த்தியின்மீது இன்றும் சில நாட்களில் சூரியன் கதிர்கள் வீழ்வது அதற்குச் சான்றாகும் என்பர். சூரியன் வழிபட்டவாறே சந்திரனும் குடமூக்கில் ஈசனிடம் வரங்கிடந்தான். அவன் பேறு பெற்ற ஆலயம் சோமீச்சுரம் எனப்பட்டது. இப்பொழுது அது சோமநாதர் கோயில் என வழங்கும்.[18]

தேவீச்சுரம் : தேவீச்சுரம் என்னும் திருக் கோயில் தென் னாட்டில் உள்ளதென்பது ''திரிபுராந்தகம் தென்னார் தேவீச்சுரம்'' என்ற திருவாக்கால் விளங்கும். தென்னாடாகிய நாஞ்சில் நாட்டில் கன்னியாகுமரிக்கு அணித்தாகத் தேவி ஈசனை வழிபட்டுப் பேறு பெற்ற தலம் ஒன்றுண்டு. தேவீஸ்வரர் என்பது அங்குள்ள ஈசன் திருநாமமாக இன்றும் வழங்கி வருகின்றது. அழகிய நாயகி என்று பெயர் பெற்றுள்ள வடிவுடையம்மையின் பெருமையால் முன் னாளில் தேவீச்சுரம் என வழங்குகின்ற தென்பர். கோயிற் பெயர் ஊர்ப்பெயராயிற்று.

வீமீச்சுரம் : முன்னாளில் இடர்க் கரம்பை என்னும் பெயர் பெற் றிருந்த ஊரில் வீமீச்சுரம் என்ற சிவாலயம் விளங்கிற்றென்பது ஒரு சா சனப் பாட்டால் தெரிகின்றது. முதற் குலோத்துங்க சோழன் காலத்த தாகக் கருதப்படும் அச் சானத்தில்,

''இம்பர் நிகழவிளக் கிட்டான் இடர்க்கரம்பைச்
செம்பொனணி வீமீச் சுரந்தன்னில் - உம்பர்தொழ
விண்ணுய்ய நின்றாடு வானுக்கு வேலைசூழ்
மண்ணுய்ய நின்றாடு வான்''

என்ற பாட்டு உள்ளது. இடர்க் கரம்பையில் செம்பொற் கோயிலாய் இலங்கிய வீமீச்சுரத்தில் அழகிய நடம் புரியும் இறைவனுக்குக் குலோத்துங்கன் திரு விளக்கு வைத்த செய்தி இதனால் அறியப் படும்.[19] அம் மன்னன் ஆணை தாங்கி கலிங்க நாட்டின் மீது படை யெடுத்து, வெற்றிமாலை புனைந்த கருணாகரத் தொண்டை மான் இடர்க்கரம்பைத் திருக் கோயிலுக்கு நன்கொடை வழங் கினான் என்று மற்றொரு சாசனம் தெரிவிக்கின்றது.[20] இங்ஙனம் சோழ மன்னராலும், தண்டத் தலைவராலும் கொண்டாடப்பட்ட கோயில் இப்பொழுது கோதாவரி நாட்டில் திராக்ஷ ராமம் என்ற பெயர் கொண்டுள்ள ஊரில் பீமேச்சுரர் ஆலயமாக மிளிர்கின்றது.

கேதீச்சுரம் : ஈழ நாடு எனப்படும் இலங்கையில் சிறந்த சிவாலயங்கள் சில உண்டு. அவற்றுள் மாதோட்டம் என்னும் பதியில் அமைந்த திருக்கோயில் திருஞான சம்பந்தரால் பாடப் பெற்ற தாகும். ''இருங் கடற்கரையினில் எழில் திகழ் மாதோட்டம்'' என்று அவர் கூறுமாற்றால் அஃது ஓர் அழகிய கானலஞ்சோலை என்பது விளங்கும். அச் சோலையில் நின்ற கோவில் கேதீச்சுரம் என்று குறிக்கப்படுகின்றது.

''மாவும் பூகமும் கதலியும் நெருங்குமா
தோட்ட நன்னகர் மன்னித்
தேவி தன்னொடும் திருந்துகே தீச்சுரத்
திருந்த எம் பெருமானை''

என்பது திருஞான சம்பந்தர் திருவாக்கு. இராஜராஜ சோழன் ஈழ மண்டலத்தை வென்று அதற்கு மும்முடிச் சோழ மண்டலம் என்று பெயரிட்டபொழுது, மாதோட்டம் என்னும் ஊர் இராசராசபுரம் என்றும், திருக்கேதீச்சுரம் இராச ராசேச் சரம் என்றும் பெயர் பெற்றது.[21]

தாடகேச்சுரம் : திருப்பனந்தாள் என்னும் பதியிலுள்ள சிவாலயம் தாடேகேச்சுரம் ஆகும். ''தண்பொழில் சூழ் பனந்தாள் திருத்தாடகை யீச்சரமே'' என்று தேவாரம் அதனைப் போற்றுகின் றது. தாடகை யென்னும் மாது செய்த பூசைக் கிரங்கி ஈசன் தண் ணளி புரிந்தமையால் அத் திருக் கோயில் தாட கேச்சுரம் என்னும் பெயர் பெற்றதென்று புராணம் கூறும்.[22]

வர்த்தமானீச்சரம்: சோழ நாட்டுச் சிறந்த பதிகளுள் ஒன்றாகிய திருப்புகலூர் மூவர் தேவாரமும் பெற்றதோடு, திருநாவுக்கரசர் முத்தியடைந்த சீர்மையும் உடையதாகும். அவ்வூர் ஆலயத்தின் வடபால் உட்கோயிலாக விளங்குவது வர்த்தமானீச் சரம். முருகன் என்னும் சிவனடியார் நித்தலும் அன்போடு பூமாலை சாத்தி வர்த்தமானீச்சரப் பெருமானை வழிபட்ட செய்தி தேவாரத் தால் அறியப்படுவதாகும்.

''மூசுவண் டறைகொன்றை முருகன்
முப்போதும் செய்முடிமேல்
வாசமா மலருடையார் வர்த்தமானீச் சரத்தாரே''

என்று திருஞான சம்பந்தர் முருக நாயனாரது தொண்டின் திறத் தினைக் குறித்தருளினார்.

இன்னும், பழமையான சில ஈச்சுரங்களின் பெருமையைக் கல்வெட்டுக்களால் அறியலாகும். அவற்றுள் சில இப்பொழுது ஊர்ப்பெயர்களாகவும் வழங்கி வருகின்றன.

தொண்டீச்சுரம் : திருமுனைப்பாடி என முன்னாளில் பெயர் பெற்றிருந்த நன்னாட்டில் தேவாரம் பாடிய இருவர் பிறந்தருளினர்.

''அறந்தரு நாவுக்கரசும் ஆலால சுந்தரரும்
பிறந்தருள உளதானால் நம்மளவோ பேருலகில்
சிறந்த திரு முனைப்பாடித் திறம்பாடும் சீர்ப்பாடு''

என்னும் சேக்கிழார் திருவாக்கால் திருநாவுக்கரசரையும் சுந்தர மூர்த்தியையும் ஈன்ற பெருமை அந்நாட்டுக்குரியதென்பது இனிது விளங்கும். திருவெண்ணெய் நல்லூரில் தன்னை ஆட்கொண்ட இறைவனது கருணைத் திறத்தினை வியந்து திரு நாவலூரிலே பாடினார் சுந்தரர்.

''நாதனுக்கூர் நமக்கூர் நரசிங்க முனையரையன்
ஆதரித்து ஈசனுக்கு ஆட்செயும்ஊர் அணிநாவலூர்''

என்னும் ஆர்வமொழிகள் அவர் திருவாக்கிலே பிறந்தன. இத்தகைய பெருமை வாய்ந்த திரு நாவலூரில் ஈசனார் கோயில் கொண்ட ஈச்சுரங்கள் சாசனத்திற் குறிக்கப் பெற்றுள்ளன. தொண்டீச்சுரம் என்பது ஒரு திருக் கோயிலின் பெயர்.[23] அகத்தீச்சுரம் என்பது மற்றொரு திருக்கோயில்.

தண்டீச்சுரம்: தொண்டை மண்டலத்துப் புலியூர்க் கோட் டத்துக் கோட்டூர் நாட்டில் வெளிச்சேரி என்னும் பழமையான ஊர் உள்ளது. அவ்வூரில் உள்ள சிவாலயத்தின் பெயர் தண்டீச்சுரம் என்பது சாசனங்களால் அறியப்படுவதாகும். கண்டராதித்தன் முதலாய சோழமன்னர்கள் காலத்தில் தண்டீச்சுரம் சிறப்புற்று விளங்கிற்று.[24]

கண்டீச்சுரம் : தென்னார்க்காட்டு நெல்லிக் குப்பத்துக்கு வடமேற்கே திருக் கண்டீச்சுரம் என்னும் ஊர் உண்டு. அங்கமைந்த திருக்கோயில் மிகப் பழமையான தென்பது சாசனங்களால் விளங் கும். அக் கோயிலின் பெயரே ஊர்ப் பெயராயிற்றென்று தோன்று கின்றது.[25]

வாலீச்சுரம் : திருச்சி நாட்டில் பச்சை மலைக்கும் கொல்லி மலைக்கும் இடையே பாங்குற அமைந்த ஊர் வாலீச்சுரம் என வழங்குகின்றது.[26] பெரம்பலூர் என்னும் பெரும் புலியூர் வட்டத் திலுள்ள வாலி கண்ட புரத்திலும் வாலீச்சுரம் என்ற சிவாலயம் உண்டு.

அனந்தீச்சுரம் : தொண்டை நாட்டுத் தென்னேரி என்னும் திரையனேரியில் அமைந்த ஆலயத்தின் பெயர் அனந்தீச்சுரம்

என்பது.*[27] வட ஆர்க்காட்டில் உள்ள பாதூர் என்னும் வாதவூரில் மற்றொரு அனந்தீச்சுரம் விளங்கிற்று.[28]

மயிண்டீச்சுரம் : திருஞான சம்பந்தர் தேவாரத்தில் மயிண்டீச்சுரம் எனக் குறிக்கப்பெற்ற தலம் சேலம் நாட்டுத் தருமபுரி வட்டத்திலுள்ள அதமன் கோட்டைச் சிவாலயமாகும். அங்குள்ள சோமேசுரர் கோயிற் சாசனத்தில் மயிந்தீசுர முடையார் என்று அவ்விறைவன் குறிக்கப்படுதலால் இவ்வுண்மை விளங்குகின்றது.[29]

கார்க்கோடீச்சுரம் : காமரச வல்லி என்னும் ஊரில் அமைந்துள்ள பழமையான சிவாலயம் கார்க்கோடீச்சுரம் என்று பெயர் பெற்றிருந்தது. ஆதியில் அவ் வூர் திரு நல்லூர் என வழங்கிற்றென்பது கல்வெட்டால் அறியப்படும். பிற்காலத்தில் அது காமர வல்லி சதுர்வேதி மங்கலம் என்னும் பெயரை எய்திற்று. ''விறைக் கூற்றத்துப் பிரமதேயமாகிய காமரவல்லி சதுர்வேதி மங்கலத்தில் திரு நல்லூரிலுள்ள கார்க்கோடீச்சுரம்'' என்பது சாசன்.[30] நாளடைவில் நல்லூர் என்னும் பெயர் மறைந்து காமரவல்லி என்பதே ஊரின் பெயர் ஆயிற்று. பாடல் பெற்ற திருப்பழுவூருக்குப் பன்னிரண்டு மைல் தூரத்தில் இப்போது காமரசவல்லி யாக விளங்குவது இவ் வூர்.

அடிக் குறிப்பு

1. ''பகவனே ஈசன், மாயோன், பங்கயன், சினனே புத்தன்'' - சூடாமணி நிகண்டு.
2. 180 of 1911.
3. அம்பர் மாகாளம் தஞ்சை நாட்டு நன்னில வட்டத்திலும், இரும்பை மாகாளம் தென்னார்க்காட்டுத் திண்டிவன வட்டத்திலும் உள்ளன.
4. திருத் தொண்டர் புராண வரலாறு, 19.
5. 82 of 1911.
6. கோடீச்சுரக் கோவை நூன்முகம், சிவக்கொழுந்து தேசிகர் பிரபந்தங்கள், ப. 14.
7. 143 of 1900.
8. 141 of 1900.
9. திருக்கோழீச்சுரத்திற்கு ஒரு தலைவன் நித்திய பூசைச்செலவுக்காகத் திட்டம் வகுத்து, அதற்காக நாலாயிரத்து இருநூறு குழிநிலம் நன்கொடையாக விட்ட செய்தி இச் சானத்தில் விரித்துரைக்கப்பட்டுள்ளது. 541 1906.

10. M.E.R., 1930 - 31.
11. திருவாரூர்ப் புராணம் - ஆடகேச்சரச் சருக்கம், 7.
12. 243 - 44. தஞ்சை நாட்டில் பாடல் பெற்ற அகத்தியன் பள்ளியில் உள்ள திருக் கோயிலின் பெயரும் அகத்தீச்சுரம் ஆகும்.
13. 158 of 1908.
14. 189 of 1906.
15. 193 of 1906.
16. 735 of 1905.
17. கந்த புராணம், கயமுகன் உற்பத்திப் படலம், 264.
18. South Indian Shrines by P.V. Jagadisan, p. 321.
19. S.I.I., Vol. IV., p. 337.
20. 466 of 1911.
21. முதல் இராசராச சோழன் (உலகநாத பிள்ளை) 35.
22. திருவிளையாடல் - அருச்சனை, 20.
23. 335 of 1903; 325 of 1903.
24. 306 of 1911.
25. I.M.P., South Arcot, 242 - 65.
26. Trichinopoly Gazetteer, Vol. I, p. 291.
27. 224 of 1922.
28. 413 of 1922.
29. ஆராய்ச்சித் தொகுதி, மு. ரா. 296.
30. 64 of 1914.

* * *

அரசரும் ஈச்சுரமும்

தமிழ் அரசர் பலர் தம் பெயரை ஆலயங்களோடு இணைத்து அழியாப் பதம் பெற ஆசைப்பட்டார்கள். அன்னார் எடுத்த திருக் கோயில்கள் பெரும்பாலும் ஈச்சுரம் என்று பெயர் பெற்றன. தேவார காலத்திற்கு முன்னமே இப் பழக்கம் எழுந்ததாகத் தெரிகின்றது. எனினும், பிற்காலத்தில் எழுந்த ஈச்சுரங்கள் மிகப் பலவாகும்.

பல்லவனீச்சுரம் : பல்லவ குல மன்னர் சிவாலயங்கள் பல கட்டினர். சோழ நாட்டின் துறைமுக நகரமாகிய காவிரிப்பூம்பட்டினத்தில் பல்லவனீச்சுரம் என்னும் திருக் கோயில் விளங்கிற்று. அதனைத் திருஞான சம்பந்தர் பாடி யருளினார். பல்லவ மன்னன் ஒருவனால் அக் கோயில் எடுக்கப்பட்டதென்பது வெளிப்படை.

குணதரவீச்சுரம் : குணதரன் என்னும் விருதுப் பெயர் கொண்ட மகேந்திரவர்மன் திருநாவுக்கரசரால் சிவ நெறியிலே சேர்க்கப்பட்ட பல்லவ மன்னன். அக் காலத்தில் சமணர்கள் சிறந்து

வாழ்ந்த பாடலி புத்திரம் என்ற ஊரில் பாழிகளும் பள்ளிகளும் பல இருந்தன. சமணமதத்தை விட்டுச் சைவ மதத்தைச் சார்ந்த அம் மன்னன் அங்கிருந்தபாழிகளையும் பள்ளிகளையும் இடித்து, திருவதிகை நகரில் சிவபெருமானுக்கு ஒரு கோயில் எடுத்த அதற்குக் குணதர ஈச்சுரம் என்னும் பெயர் கொடுத்தான்.[1] இன்னும், வட ஆர்க்காட்டுச் சீயமங்கலத்தில் மகேந்திரவர்மன் குடைந் தெடுத்த குகைக் கோயில் பல்லவேச்சுரம் என்னும் பெயர் பெற்றது.[2]

ராஜசிம்மேச்சுரம் : இராஜ சிம்மன் என்ற பல்லவ மன்னன் சிவனடி போற்றிய சீலன். காஞ்சிபுரத்தில் கயிலாத நாதர் கோயில் கட்டியவன் இவனே. அக் கோயில் ராஜ சிம்மேச்சுரம் என்று சாசனத் திற் குறிக்கப்படுகின்றது.[3] தொண்டை நாட்டுத் திருத்தொண் டருள் ஒருவராகிய பூசலார் நாயனார் ஈசனார்க்கு மனக்கோயில் கட்டியபொழுது இராஜ சிம்மன் அவர்க்குக் கற்கோயில் கட்டினான் என்பர்.

"காடவர் கோன் கச்சிக் கற்றளி எடுத்து முற்ற
மாடெலாம் சிவனுக்காகப் பெருஞ் செல்வம் வகுத்தல் செய்வான்"

என்று திருத்தொண்டர் புராணம் கூறும் கற்றளி இதுவே போலும்!

பல்லவேச்சுரம் : மகாபலிபுரம் என்னும் மாமல்லபுரம் தேவாரத்திற் குறிக்கப்படவில்லை யெனினும் அங்கே சிவாலயங் கள் உண்டு என்பது திருமங்கை யாழ்வார் திருப் பாசுரத்தால் தெரி கின்றது.

"பிணங்களிடு காடதனுள் நடமாடு பிஞ்ஞகனோடு
இணங்குதிருச் சக்கரத் தெம் பெருமானார்க் கிடம் விசும்பில்
கணங்கள் இயங் கும்மல்லைக் கடல்மல்லைத் தல சயனம்"

என்னும் பாட்டால் தல சயனம் என்ற திருமால் கோயிலுக்கு அருகே சிவன் கோயில் உள்ள தென்பது தெள்ளிதின் விளங்கும். மாமல்லபுரத்தின் பல்லவ மன்னனால் கட்டப்பட்டிருந்த இரண்டு சிவாலயங்கள் சாசனத்திற் குறிக்கப்படுகின்றன. அவற்றுடன் பள்ளி கொண்டார் கோவிலையும் சேர்த்துச் சாசனம் கூறுதலால், மூன்று கோவில்களும் ஒன்றை யொன்று அடுத்திருந்த பான்மை அறியப்படும்.[4] அவற்றுள் இராஜசிம்ம பல்லவேச்சுரம் என்னும் சிவாலயம் இராஜசிம்மனால் எடுக்கப்பட்டதாகும். எனவே, காஞ்சி புரத்தில் இராஜ சிம்மேச்சுரம் என்னும் கைலாசநாதர் கோயில் கட்டிய பல்லவனே மாமல்ல புரத்தில் பல்லவேச்சுரமும் கட்டினான் என்று தெரிகின்றது. மல்லையில் உள்ள மற்றொரு சிவாலயம் க்ஷத்திரிய சிகாமணியென்னும் விருதுப் பெயர் இருந்ததாகத் தெரி கின்றமையால் இக்கோவிலும் அவனே உண்டாக்கினான் என்பர்.[5]

பரமேச்சுரப் பல்லவன் காஞ்சிபுரத்திற்கு அண்மையிலுள்ள கூரம் என்னும் ஊரில் தன் பெயரால் ஒரு சிவாலயம் கட்டி அதற்குப் பரமேஸ்வர மங்கலத்தைத் தானமாக வழங்கிய செய்தி கூரத்துச் செப்பேடுகளிற் கூறப்படுகின்றது.

பஞ்சவனீச்சுரம் : பாண்டி நாட்டிலும் பல ஈச்சுரங்கள் இருந்தன. மதுரையைச் சூழ்ந்திருந்த தலங்களுள் ஒன்று பஞ்சவனீச்சுரம் என்னும் பெயர் பெற்றிருந்த தென்பது கல்லாடத்தால் அறியப் படும்.[6]

பாண்டீச்சுரம் : பாண்டி நாட்டு ஆழ்வான் கோயில் என்னும் ஊரில் திருப் பாண்டீச்சுரம் அமைந்திருந்த தென்று பழனி வட்டத் திலுள்ள பெரிய கோட்டைச் சாசனம் கூறுகின்றது.[7]

சோழீச்சுரம் : குறு நில மன்னராகிய முத்தரசரிடமிருந்து தஞ்சை நகரைக் கைப்பற்றி அரசாண்ட விசாலய சோழன் பெயரால் அமைந்த கற்கோயில் புதுக்கோட்டையைச் சார்ந்த நாரத்தா மலையில் உள்ள தென்பர். விசயாலய சோழீச்சுரம் என்பது அதன் பெயர்.*[8]

ஆதித்தேச்சுரம் : திரு நல்லம் என்பது தேவாரப் பாடல் பெற்ற நகரம்.

''நல்லம் நல்லம் எனும் பெயர் நாவினால்
சொல்ல வல்லவர் தூநெறி சேர்வரே''

என்ற திருப்பாட்டுப் பெற்றது அப் பதி. திருநல்லச் சடையார்க்குச் செம்பியன் மாதேவி கற்கோயிற் கட்டினாள் என்றும், அக் கோயிலுக்குத் தன் கணவராகிய கண்டராதித்தர் பெயரை அமைத்தாள் என்றும் கல்வெட்டுக் கூறுகின்றது.[9] இங்ஙனம் அவர் பெயரால் அமைந்த திருக்கோயில் ஆதித்தேச்சுரம் என வழங்கலாயிற்றென் பர். அங்குள்ள ஈசன் திருவடியைத் தொழுகின்ற பான்மையில் கண்டராதித்தர் வடிவம் அமைக்கப்பட்டுள்ளது.[10]

இராஜராஜேச்சுரம் : தஞ்சை நகரத்தின் நல்லணியாகத் திகழும் பெரிய கோவில் இராஜராஜன் என்னும் பெருநில மன்னனது சீர்மைக்கு ஒரு சிறந்த சான்றாக நின்று நிலவுகின்றது. அத் திருப்பணியை மிக்க ஆர்வத்தனாய்ச் செய்து முடித்தான் அம் மன்னன் என்பது சாசனங்களால் விளங்குகின்றது. இராஜராஜேச் சுரம் என்று பெயர் பெற்ற அக்கோயில் தமிழகத்தில் பண்பாட்டை விளக்கும் கலைக்கோயிலாகவும் அமைந்துள்ளது. அங்கு இறைவன் திருவுருவத்தை நிறுவும்பொழுது உடனிருந்து உதவிய கருவூர்த் தேவர் பாடிய பாட்டு திருவிசைப்பா என வழங்குகின்றது.

''இஞ்சிசூழ் தஞ்சை இராஜ ராஜேச்சுர''த்தின் ஏற்றமும் தோற்ற மும் அப் பாட்டில் இனிது காட்டப்படுகின்றன. விண்ணளாவி நின்ற திருக் கோவிலில் கண்ணையும் கருத்தையும் கவரும் ஆடல் பாடல்கள் நிகழ்ந்தன என்பது,

''மின்னெடும் புருவத் திளமயில் அனையர்
விலங்கல்செய் நாடக சாலை
இன்னடம் பயிலும் இஞ்சிசூழ் தஞ்சை
இராஜரா ஜேச்சுரத் திவர்க்கே''

என்னும் திருவிசைப்பாவால் இனிது விளங்கும்.

தொண்டை நாட்டு மணவிற் கோட்டத்துப் புரிசை நாட்டில் இராஜராஜேச்சுரம் என்னும் சிவாலயம் ஒன்று எழுந்தது.[11] அக் கோயிற் சிறப்பினால் சிவபுரம் என்னும் பெயர் அவ்வூர்க்கு வழங்க லாயிற்று.

திரு விந்துனூர் நாட்டைச் சேர்ந்த குளத்தூரில் பெருமா நம்பி என்னும் பல்லவ ராயர் ஒரு சிவாலயம் கட்டி அதற்கு இராஜராஜேச் சுரம் என்று பெயரிட்டார். இப்போது அவர் பெயரால் வழங்கும் பல்லவராயன் பேட்டையில் உள்ள ஆலயம் அதுவே.[12]

கழிக்குடி யென்னும் மறு பெயருடைய கன்னியாகுமரியில் மற்றோர் இராஜராஜேச்சுரம் காணப்படுகின்றது. இப்பொழுது கிலமுற் றிருக்கும் குகைநாதர் கோவிலே பழைய இராஜராஜேச்சுரம் என்பர்.[13]

இக் கோவில் நந்தா விளக்குக்காகச் சோழகுல வல்லி அளித்த நன்கொடை கல்வெட்டால் அறியப்படுகின்றது.*[14] இராஜேந்திர சோழன் காலத்தில் கன்னியாகுமரி கங்கை கொண்ட சோழபுரம் என்னும் பெயர் பெற்றது.

தாராசுரம் : தாராசுரம் என்பது கும்பகோணத்திற்கு அண்மை யிலுள்ள ஓர் ஊர். அங்குள்ள சிவன் கோவில் ராஜராஜேச்சுரம் என்று கல்வெட்டுக்களில் குறிக்கப்படுகின்றது. 'ராஜராஜபுரத்தி லுள்ள ராஜராஜேச்சுரம்' என்னும் சாசனத் தொடரால்*[15] இராஜராஜ சோழனுக்கும் அவ்வூருக்கும் உள்ள தொடர்பு நன்கு விளங்குகின் றது.ராஜராஜேச்சுரம் என்பது நாளடைவில் ராராசுரம் ஆகக் குறு கிற்று.*[16] ராராசுரம் தாராகரமாகத் திரிந்தது. தாராசுரக் கோயிலின் கட்டுமானமும் தஞ்சைப் பெருங்கோயில் முறையில் அமைந்துள்ளது.

அரிஞ்சயேச்சுரம்: திருவல்லத்துக்கு வடக்கேயுள்ள மேற் பாடி என்னும் ஊரில் உள்ள ஒரு சிவாலயத்தின் பெயர் அரிஞ்சயேச் சுரம். முதற் பராந்தக சோழனுடைய மகன் அரிஞ்சயன். அவன்

நெடுநாள் அரசாளவில்லை என்று தோன்றுகின்றது. பாண்டி நாட்டின் மீது படையெடுத்துச் சென்ற அம் மன்னன் போர்க்களத்தில் வீழ்ந்துபட்டான் என்று கருதுவர் பலர். பத்தாம் நூற்றாண்டின் முற் பகுதியில் பாண்டி நாட்டை யாண்ட வீரபாண்டியன் சோழன் தலைகொண்ட கோ வீர பாண்டியன்' என்று கல்வெட்டுக்களிற் குறிக்கப்படுதலால், அரிஞ்சயன் தலை கொண்டவன் அவனே போலும்! இவ்வாறு அகால மரணமடைந்த அரிஞ்சயன் பெயரால் இராஜராஜ சோழன் பள்ளிப் படையாகக் கட்டிய ஆலயம் அரிஞ்சயேச்சுரம் என்று வழங்கப்பெற்றது.[17] இக் காலத்தில் அக் கோயிலின் பெயர் சோழேச்சுரம் என்பதாகும்.

கங்கை கொண்ட சோழேச்சுரம் : இராஜேந்திர சோழனது விருதுப் பெயரால் அமைந்த நகரம் கங்கை கொண்ட சோழபுரம். அந்நகரில் அம் மன்னன் கட்டிய சிவன் கோவில் கங்கை கொண்ட சோழேச்சுரம் என்று பெயர் பெற்றது. அந் நாளில் ஆறு கோபுரங்களோடும். அழகிய மதில்களோடும் விளங்கிய அவ்வாலயம் இன்று மதில் இழந்து, மாண்பிழந்து நிற்கின்றது. ஆறு கோபுரங்களில் எஞ்சியுள்ளது ஒன்றே. ஒன்பது அடுக்குள்ள அக் கோபுரத்தின் உயரம் நூற்றெழுபது அடி என்பர். தஞ்சைப் பெருங் கோயிலைப் பாடிய கருவூர்த் தேவர் கங்கை கொண்ட சோழேச்சுரத்தையும் பாடியுள்ளார்.

''பண்ணிநின் றுருகேன் பணிசெயேன் எனினும்
பாவியேன் ஆவியுட் புகுந்தென்
கண்ணினின் றகலான் என்கொலோ கங்கை
கொண்சோ ளேச்சரத் தானே''

என்ற திருவிசைப் பாவால் அதன் பெருமை இனிது விளங்கும்.

சோழேச்சுரம் : நாஞ்சில் நாட்டின் உள்ள கோட்டாறு என்னும் நகரைக் குலோத்துங்க சோழன் வென்று கைக்கொண்ட பின்னர், அங்குச் சிவன் கோவில் ஒன்று கட்டுவித்து அதற்கு இராசேந்திரசோழேச்சுரம் என்று பெயரிட்டான். அத் திருக்கோயிலைச் சூழ்ந்த இடம் சோழபுரம் என்னும் பெயர் பெற்றது. இக் காலத்தில் நாகர் கோயிலின் ஒரு பகுதி சோழபுரமென்றும், அங்கு உள்ள கோவில் சோழேச்சுரம் என்றும் சொல்லப்படுகின்றன.[*18]

இந்நாளில் வேப்பத்தூர் (தஞ்சை நாடு) என வழங்கும் திருந்து தேவன் குடியில் கங்கைகொண்ட சோழேச்சுரம் என்ற சிவாலயம் ஒன்று இருந்ததாகத் தெரிகின்றது.[*19] முதற் குலோத்துங்க சோழன் காலத்தில் திருச்சி நாட்டிலுள்ள மேலப் பழுவூரில் இருந்த பழமையான செங்கற் கோவில் புதுப்பிக்கப்பட்டுக் குலோத்துங்கச் சோழேச்சுரம் என்னும் பெயர் பெற்றது.[20]

அடிக் குறிப்பு

1. திருநாவுக்கரசர் புராணம். 146.
2. Pallavas, p. 171.
3. S.I.I., Vol. I, p. 13.
4. 3 of 1887.
5. ஆழ்வார்கள் காலநிலை, 137.
6. *''வெள்ளி யம்பலம் நள்ளா றிந்திரை*
   பஞ்சவ னீச்சரம் அஞ்செழுத் தமைந்த
   சென்னி மாபுரம் சேரன் திருத்தளி''

   - கல்லாடம் 51.
7. 468 of 1907.
8. முதல் இராச ராச சோழன் (T.V. உலகநாதபிள்ளை) 11.
9. 450 of 1908.
10. S.I.I., Vol. III, 396.
11. 18 of 1896.
12. A.R.E., 1923-24 p. 103.
13. T.A.S., Vol. I, p. 161.
14. சோழ குல வல்லி என்பவள் இராஜேந்திர சோழனுக்குத் திருவமுது சமைத்திட்டவன் என்பதும், அவள் புலியூர் நாட்டுப்பாலையூர்த் திட்டையைச் சேர்ந்தவள் என்பதும் சாசனத்தால் விளங்குகின்றன. 61.
15. 21 of 1908 கும்பகோணத்துக் கும்பேசுரர் கோயிலுக்குப் பத்து மைல் சுற்றளவுக்குட்பட்ட பதினெட்டுப் பெரிய கோயில்களுள் ஒன்று தாராசுரம்.
16. 23 of 1908.
17. S.I.I., Vol. III., Nos. 15, 16, 17.
18. S.I.I., Vol. III., Nos. 159.
19. 51 of 1910.
20. 393 of 1914.

* * *

திருமேனியும் தலமும்

திருவிற்கோலம் : தொண்டை நாட்டுத் தலங்களுள் ஒன்று திருவிற் கோலம். அங்குள்ள ஈசன் கோயில் திரி புராந்தகம் எனப் படும். திரி புரங்களில் இருந்து தீங்கிழைத்த அவுணரை அழிக்கத் திருவுளங்கொண்ட இறைவன் வில்லெடுத்த கோலம் அங்கு

விளங்குதலால் விற்கோலம் என்ற பெயர் அதற்கு அமைந்த தென்பர். ''திரிதருபுரம் எரி செய்த சேவகன் உறைவிடம் திருவிற் கோலமே'' என்று தேவாரமும் இச் செய்தியைத் தெரிவிக்கின்றது. எனவே, ஈசனது திருமேனியின் கோலத்தைக் குறித்த சொல், நாளடைவில் அவர் உறையும் கோயிலுக்கும் பெயராயிற் றென்பது விளங்கும். இத் தகைய விற்கோலம் கூகம் என்ற ஊரிலே காட்சி யளித்தது.

''கோடல் வெண்பிறையனைக் கூகம் மேவிய
சேடன் செழுமதில் திருவிற் கோலத்தை''

என்று திருஞான சம்பந்தர் பாடுதலால், கூகம் என்பது ஊரில் பெயரென்றும், திருவிற்கோலம் அங்குள்ள ஆலயத்தின் பெய ரென்றும் அறியலாகும். இக் காலத்தில் கூவம் என்பது அத்தலத்தின் பெயராக வழங்குகின்றது.

திருமேனிநாதபுரம் : தஞ்சை நாட்டுப் பட்டுக்கோட்டை வட்டத்தில் திரு ஆவணம் என்று வழங்கிய தலமொன்று உண்டு. அங்கு எழுந்தருளிய ஈசன் திருமேனி நாதர் என்னும் திருநாமம் பெற்றார். இப்பொழுது அப்பெயரால் திருமேனி நாதபுரம் என்று அவ் வூர் அழைக்கப் பெறுகின்றது.[1]

ஆப்பனூர் : மதுரைக்கு அருகே வைகையாற்றின் கரையில் ஓர் ஆப்பிலே தோன்றிய ஈசன் ஆப்பன் என்று பெயர் பெற்றார். அவர் அமர்ந்த இடம் ஆப்பனூர் ஆயிற்று. அப் பதியைப் பாடினார் திருஞான சம்பந்தர். இப்பொழுது ஆப்பனூர் திருவாப்புடையார் கோயில் என்று குறிக்கப்படுகின்றது.

கன்றாப்பூர் : சோழ நாட்டில் கன்று கட்டியப ஒரு முளை யினின்றும் இறைவன் வெளிப்பட்டமையால் கன்றாப்பூர் என்னும் பெயர் அவ் வூருக்கு அமைத்த தென்பர்.

''கவராதே தொழும் அடியார் நெஞ்சினுள்ளே
கன்றாப்பூர் நடுதறியைக் காணலாமே''

என்னும் தேவாரத்தில் நடுதறி என்பது அங்குக் கோயில் கொண்ட ஈசன் திருநாமம் என்று தெரிகின்றது. இவ் வூர் இப்பொழுது கண் ணாப்பூர் என வழங்கும்.[2]

கானூர் : கானகத்தில் அமைந்த கானூர் என்ற ஊரில் செழுஞ்சோலையினிடையே முளைத்தெழுந்த இறைவன் திரு வுருவத்தைக் கானூர் முளை யென்று போற்றினார் திருநாவுக்கரசர். ''காமற் காய்ந்தவன், கானூர் முளைத்தவன்'' என்பது அவர் திரு வாக்கு. இப்பொழுது அங்கு ஊரில்லை. கோயில் மட்டும் உள்ளது.[3]

பெருமுளை : கானூர் முளைபோல் எழுந்த மற்றொரு கோயில் மாயவர வட்டத்தில் உள்ளது. அங்கு முளைத்த மூர்த்தியைப் பெருமுளை என்று அழைத்தனர். அப்பெயரே ஊர்ப் பெயரும் ஆயிற்று. இப்பொழுது பெருமுளை என்னும் ஊரில் உள்ள சிவாலயம் சுயம்பு நாதர் கோவில் என வழங்குகின்றது.[4]

அவிநாசி : இறைவனுடைய திரு நாமமே ஊர்ப் பெயராதலும் உண்டு. கொங்கு நாட்டில் இன்று அவிநாசியென்று வழங்கும் ஊரின் பழம் பெயர் தேவாரத்தால் விளங்கும். அங்கு முதலை வாயினின்றும் ஒரு பாலனை மீட்பதற்காகச் சுந்தரர் பாடிய திருப் பாசுரத்தில்,

''புரைக்காடு சோலைப் புக்கொளியூர் அவிநாசியே
கரைக்கால் முதலையைப் பிள்ளைதரச் சொல்லு காலனையே''

என்று வேண்டுதலால் புக்கொளியூர் என்பது அவ் வூரின் பெயர் என்பதும், அவிநாசி யென்பது ஆண்டவன் திருநாமம் என்பதும் தெளிவாகத் தெரிகின்றன.[5] நாளடைவில் ஊர்ப் பெயர் வழக்காறிழந்து விட்டது. அவிநாசி யென்பது ஊர்ப் பெயராயிற்று.

திருக்கோளிலி : இவ்வாறே, திருவாரூருக்குத் தென் கிழக்கே அமைந்த திருக்கோளிலி என்ற ஊரின் பெயரும் இறைவன் பெயராகவே தோற்றுகின்றது. கேடில்லாத பரம்பொருளைக் கோளிலி என்னும் சொல் குறிப்பதாகும். அவிநாசி யென்ற வட சொல்லுக்கும், கோளிலி யென்ற தமிழ்ச்சொல்லுக்கும் பொருள் ஒன்றே. இந்நாளில் திருக்கோளிலி என்பது திருக்குவளையெனச் சிதைந்து வழங்குகின்றது.

ஒக்கணாபுரம் : வட ஆர்க்காட்டு வேலூர் வட்டத்தில் ஒக்கணாபுரம் என்றும், வக்கணாபுரம் என்றும் வழங்கும் ஊர் ஒன்று உள்ளது. சாசனத்தின் வாயிலாக ஆராயும் பொழுது அவ் வூர்ப் பெயரின் வரலாறு விளங்குகின்றது. அங்குள்ள திருக் கோயிலில் அமர்ந்த ஈசன் ஒக்க நின்றான் என்னும் திருநாமம் பெற்றுள்ளார். அங்கிங்கெனாதபடி எங்கும் நிறைந்து நிற்கும் பரம்பொருளை ஒக்க நின்றான் என்ற சொல் உணர்த்துவதாகும்.[6] ஒக்க நின்றானையுடைய ஊர், ஒக்க நின்றான் புரம் என்று பெயர் பெற்றது. அதுவே ஒக்கணாபுரம் என மருவிற்று.

தான்தோன்றீச்சுரம் : இராமநாதபுரம் என்னும் சேது நாட்டில் சிவபுரி என்ற ஊர் உள்ளது. சுயம்பு வடிவத்தில் சிவன் அங்கு வெளிப்பட்டமையால் சிவபுரி என்னும் பெயர் அதற்கு அமைந்த தென்பர். அவ் வூரில் உள்ள பழமையான சிவாலயம் தான்தோன் றீச்சுரம் என்று சாசனங்களிற் குறிக்கப்படுகின்றது.

பழைய கொங்கு நாட்டுப் பேரூர்களில் ஒன்று நம்பி பேரூர் ஆகும்.[8] இப்பொழுது அதன் பெயர் நம்பியூர் என மருவியுள்ளது. அங்குள்ள சிவாலயத்தின் பெயர் தான்தோன்றீச்சுரம்.[9] எனவே, அப்பதியிலும் ஈசன் சுயம்பு வடிவத்தில் வெளிப்பட்டான் என்பது விளங்குகின்றது.

அடிக் குறிப்பு

1. M.E.R., 1930 - 31.
2. இது நாகபட்டின வட்டித்தில் உள்ளது.
3. திருக்கோயிலும் மண்ணுள் மூழ்கி மறைந்திருந்த தென்றும், நூறாண்டு களுக்கு முன்பு ஒரு பெரியார் முயற்சியால் அது தோண்டியெடுக்கப் பட்டதென்றும் கூறுவர். திருக்கானூரைச் ''சோலைக் கானூர்'' என்று ஐந்து பாசுரத்திற் பாடிய திருஞான சம்பந்தர் கடைசிப்பாட்டில் ''கழுது துஞ்சும் கங்கு லாடும் கானூர்'' என்று கூறுதல் காண்க.
4. M.E.R., 1917, 212.
5. விநாசம் இல்லாத பொருள் (அழிவில்லாத பொருள்) அவிநாசி எனப் படும்.
6. S.I.I., Vol. I, p. 92.
7. 35 of 1929.
8. நம்பியூர் கோயம்புத்தூர் நாட்டுக் கோபி செட்டிப் பாளையவட்டத்தில் உள்ளது.
9. I.M.P., Coimbatore, 278 - 238.

* * *

இறையவரும் உறைவிடமும்

இரு சுடர் : இந் நில வுலகிற்கு ஒளி தரும் சூரியனையும் சந்திரனையும் நெடுங் காலமாகத் தமிழகம் போற்றி வருகின்றது. சிலப்பதிகாரம் மங்கல வாழ்த்துரைக்கு மிடத்து ஞாயிறு திங்கள் என்னும் இரு சுடர்களையும் போற்றுதல் இதற்கொரு சான்றாகும்.[1]

பரிதி நியமம் : தேவாரத்தில் பரிதி நியமம் என்ற கோயில் பாடப்பெற்றுள்ளது. நியமம் என்பது கோயில்.[2] எனவே பரிதி நியமம் என்பது சூரியன் கோயில் ஆகும். பிற்காலத்தில் பரிதியப்பர் என்னும் பெயர் அக் கோயிற் பெருமானுக்கு அமைந்தது. பரிதி யப்பர் கோயில் பருத்தியப்பர் கோயில் என மருவி. இப்பொழுது பருத்திச் செடியோடு தொடர்பு கொண்டுள்ளது.

சூரியனார் கோயில் : இன்னும், திருவிடை மருதூருக்கு அருகே சூரியன் கோவில் ஒன்று உள்ளது. அது முதற் குலோத்துங்க

சோழனாற் கட்டப்பட்ட தென்று சாசனம் கூறும். மூல ஸ்தானத்தில் சூரியன் வடிவம் காணப்படுகின்றது. மற்றைய கிரங்களும் தனித் தனி இடம் பெற்றுள்ளன. இக் கோயிலை யுடைய தலமும் சூரிய னார் கோயில் என வழங்கும்.[4]

திங்களூர் : சந்திரனைக் குறிக்கும் பழந்தமிழ்ச் சொல் திங்கள் என்பதாகும். சோழ நாட்டில் திருவையாற்றுக் கருகே திங்களூர் என்ற ஊர் உண்டு. அவ்வூரில் அப்பூதியடிகள் என்ற திருத்தொண் டர் அறம் வளர்த்த வரலாறு பெரிய புராணத்தில் விளக்கப்படு கின்றது.[5] கோவை வட்டத்தில் மற்றொரு திங்களூர் உள்ளது. இவ் வூர் இரண்டும் சந்திரனோடு தொடர் புடையன போலும்!

இரு சேய்கள்

பிள்ளையார் : ஈசனருளாலே தோன்றிய பிள்ளையாரும் முருகனும் தமிழ்நாடெங்கும் வணங்கப் பெறுவர். ஒவ்வொரு சிவா லயத்திலும் அவ் விருவருக்கும் தனித்தனி இடமுண்டு. கோயில் இல்லாத சிற்றூர்களிலும் பிள்ளையார் என்னும் விநாயகர் ஆற்றங் கரை, குளக்கரை, அரச மரம் முதலிய இடங்களில் அமர்ந்திருப்பர். அப்பெருமானுக்குரிய பல பெயர்களுள் பிள்ளையார், கணபதி என்ற இரண்டு ஊர்ப் பெயர்களில் அமைந்திருக்கக் காணலாம்.[6]

பிள்ளையார்பட்டி : பாண்டி நாட்டில் குன்னக்குடிக்கு அருகேயுள்ளது பிள்ளையார்ப்பட்டி என்னும் ஊர்.[7] முற்காலத்தில் அது மருதங்குடி என்று வழங்கியதாகத் தெரிகின்றது. அங்குப் பழமையான குகைக் கோயில் ஒன்றுண்டு. அச் சிவாலயத்தின் ஒரு சார் உள்ள பாறையில் பிள்ளையார் வடிவம் அமைக்கப்பட் டது. நாளடைவில் கற்பகப் பிள்ளையார் என்னும் பெயர் வாய்ந்த அப்பெருமான் வரதமுடைய மூர்த்தியாக வணங்கப்பட்டார். அவர் பெயரே ஊருக்கு அமைவதாயிற்று.[8]

இன்னும், நெல்லை நாட்டிலுள்ள பிள்ளையார் குளமும், சேலம் நாட்டிலுள்ள கணபதி நல்லூரும், வட ஆர்க்காட்டிலுள்ள கணபதிமடுவும், தஞ்சை மாநகரத்தில் புதிதாகத் தோன்றியுள்ள கணபதி நகரமும் விநாயகர் பெயர் தாங்கி நிலவும் ஊர்களாகும்.

முருகன் : முருகன் வழிபாடு இந் நாட்டில் தொன்று தொட்டு நிகழ்ந்து வருகின்றது. தொல்காப்பியத்தில் குறிஞ்சி நிலம் அவர்க் குரியதாகக் கூறப்படும். முருகன், கந்தன், குமரன், சேயோன் முதலிய பல பெயர்களால் தமிழகம் அப் பெருமானைப் போற்றும்.

திருமுருகன் பூண்டி : கொங்கு நாட்டில் திருமுருகன் பூண்டி என்பது தேவாரப் பாமாலை பெற்ற பழம் பதி. முருகன் பெயர்

தாங்கிய அவ்வூரில் ஆறலைக்கும் வடுக வேடர் பலர் இருந்தனர் என்று தேவாரம் கூறுகின்றது.[9] அப் பூண்டியிலுள்ள முருகனை அருணகிரிநாதர் பாடியுள்ளார்.

சேய்நல்லூர் : சோழ நாட்டில் மண்ணியாற்றின் தென் கரையில் விளங்கும் சீர்மை வாய்ந்த சிவப் பதிகளுள் ஒன்று சேய் நல்லூர். அசுரவீரனாகிய சூரனை வென்றழிக்கப் போந்த முருகப் பெருமான் மண்ணயாற்றங் கரையிலே தங்கி ஈசனார்க்குப் பூசனை இயற்றிய காரணத்தால் அவ் விடம் சேய் நல்லூர் என்று பெயர் பெற்ற தென்பர்.*[10] அறுபத்து மூன்று சிவனடியார்களுள் சிறப்பாக ஆலயங்களில் வணங்கப்படுகின்ற சண்டேச்சுரர் பிறந்த ஊர் இந்த ஊரேயாகும். அவ்வூரைப் பாடியுள்ளார் திருஞான சம்பந்தர். திருச் சேய் நல்லூர் என்னும் பெயர் இப்பொழுது திருச்செங்கனூர் என மருவி வழங்குகின்றது.

வட ஆர்க்காட்டிலுள்ள சேனூரும் முருகனோடு தொடர்புடையதாகத் தோன்றுகின்றது. முன்னாளில் அவ்வூர் சேய் நல்லூர் என வழங்கிற்று.[11] அப்பெயரே சேனூர் என்று மருவியுள்ளது.

திருச்செந்தில் : தமிழகத்தில் முருகவேள் காட்சி தரும் பழம் பதிகளை இளங்கோ வடிகள் சிலப்பதிகாரத்தில் எடுத்துரைத்தார்.

''சீர்கெழு செந்திலும் செங்கோடும் வெண்குன்றும்
ஏரகமும் நீங்கா இறைவன்''

என்பது அவர் பாட்டு. தென்பாண்டி நாட்டில் கடற்கரைக் கோயிலாக விளங்குவது செந்திலம்பதி. நீலத்திரைக் கடல் ஓரத்திலே நின்று நிலவும் செந்தில் மாநகர்க் கந்தன் கோவில் திருச்சீர் அலைவாய் என்று நக்கீரதேவரால் திரு முருகாற்றுப் படையிலே பாடப் பெற்றுள்ளது. இளங்கோ வடிகள் புகழ்ந்தவாறே நக்கீரரும் செந்திற் பதியில் வீற்றிருக்கும் அலைவாய்க் கோயிலை,

''உலகம் புகழ்ந்த ஓங்குயர் விழுச்சீர் அலைவாய்''

என நிறைந்த மொழிகளால் போற்றினார். கடல் சூழ்ந்த வீர மகேந்திரத்தில் அரசு புரிந்த சூரன் என்னும் அசுரனை வென்று, அறத்தை நிலை நிறுத்தக் கருதிய முருகவேள் செந்திற் பதியைப் படை வீடாகக் கொண்டார் என்று கந்த புராணம் கூறும்.[12] எனவே, முருகப்பெருமானை வெற்றி வீரனாகக் கண்ட செந்தில் மா நகரம் உலகம் புகழும் ஓங்குயர் சீர்மை பெற்று விளங்குவதாயிற்று.

திருச்செங்கோடு : சேலம் நாட்டிலுள்ள செங்கோடு என்னும் மலையும் முருகன் விரும்பி யுறையும் பழம் பதிகளும் ஒன்று என்பதை முன்னமே கண்டோம். அம் மலையடிவாரத்தில் அமைந்த

ஊர் செங்குன்றூர் என்று தேவாரத்தில் பாடப்பெற் றுள்ளது. ''குன்றன்ன மாளிகை சூழ் கொடி மாடச் செங்குன்றூர்'' என்று திருஞான சம்பந்தர் இப் பதியின் சீர்மையை எடுத்துரைத்தார். அழகிய கொடிகளையுடைய நெடுமாடங்களை அவ் வூரிற் கண் களிப்பக் கண்ட காழிக்கவிஞர் கொடி மாடங்களை ஊரோடு இணைத்துப் பாடினார் போலும்! செங்குன்றில் உள்ள சிகரம் செங்கோடு என்னும் பேர் பெற்றது.

வெண்குன்று : கொங்கு நாட்டில் பவானி நதியும் சிந்தா மணியாறும் கலந்து கூடுமிடத்தில் தவளகிரி என்னும் மலை யொன்று உண்டு. அங்கு முருகன் கோயில் கொண்டு விளங்கி னான் என்பது சாசனத்தால் அறியப்படும்.[13] வெண்கோடு என்ற தமிழ்ச் சொல்லுக்கு நேரான வடமொழிப் பதம் தவளகிரியாதலால் இளங்கோ வடிகள் குறித்த முருகப்பதி அதுவாயிருத்தல் கூடும்.

திரு ஏரகம் : கும்பகோணத்திற்கு மேற்கேயுள்ள சுவாமி மலையே திரு ஏரகம் என்பர். அங்குக் கோயில் கொண்டுள்ள முருகன் சுவாமிநாதன் என்னும் பெயருடையார். மூலமந்திரமாகிய பிரணவத்தின் உட்பொருளை ஈசனார் மனங்குளிர எடுத்துரைத்த காரணத்தால் சிவகுரு என்றும், சுவாமிநாதன் என்றும் முருகன் பெயர் பெற்றார் என்பர். சுவாமி நாதனுக்குரிய மலை சுவாமி மலை என்று அழைக்கப்படுகிறது.

திரு ஆவிநன்குடி : முருகவேளுக்குரிய படைவீடுகளுள் ஒன்றாகிய பழனி மலையும் பழம் பெருமை வாய்ந்ததாகும். ஆதி யில் அது பொதினி என்று பெயர் பெற்றிருந்தது. வேளிர் குலத் தலைவர்கள் அம் மலையையும் அதைச் சார்ந்த நாட்டையும் ஆண்டு வந்தனர்.

''முழவுறழ் திணிதோள் நெடுவேள் ஆவி
பொன்னுடை நெடுநகர்ப் பொதினி''

என்னும் அகநானூற்றுப் பாட்டால் வேளிர் குலத்தைச் சேர்ந்த ஆவி என்ற குறுநில மன்னன் பொதினி என்னும் நகரத்தில் ஆட்சி புரிந்தான் என்பது அறியப்படும். இங்ஙனம் ஆவியர் குடியினரால் நெடுங்காலமாக ஆளப்பெற்ற நகரம் ஆவின்நன்குடி என்று பெயர் பெற்றது. அப் பதியில் அமர்ந்த முருகனை, ''ஆவிநன்குடி அமர் தலும் உரியன்'' என்று திரு முருகாற்றுப்படை போற்றுகின்றது.

சித்தன் வாழ்வு : சித்தன் வாழ்வு என்ற பெயரும் ஆவிநன் குடிக்கு உண்டு என்பர். சித்தன் என்பது முருகனுக்குரிய பெயர் களுள் ஒன்றாதலால் அவர் படைவீடு சித்தன் வாழ்வு என்னும் பெயர் பெற்றதென்பர்.[14]

''நல்லம்பர் நல்ல குடியுடைத்து; சித்தன் வாழ்வு
இல்லந்தொறும் மூன்றெரி யுடைத்து''

என்று ஔவையார் சித்தன் வாழ்வைச் சிறப்பித்துப் பாடினார்.

திருவிடைக்கழி : சோழ நாட்டில் முருகப் பெருமான் தண்ணருள் புரியும் தலங்களுள் ஒன்று திருவிடைக் கழியாகும். அத் தலத்தின் பெயர் விடைக்கழி எனவும், இடைக் கழி எனவும் வழங்கும்.[15] அங்கு நறுமணம் கமழும் மகிழஞ் சோலையில் குரவ மரத் தடியில் அமர்ந்துள்ள குமாரக் கடவுளை,'

''குலவிடைக் கழியின் மகிழ்வனத்தில் ஒரு
குரவடிக்கணமர் நீபமாலைப்புய வேளைப் புரக்கவே''

என்று போற்றினார் திருவிடைக்கழி முருகன் பிள்ளைத் தமிழுடையார். இவ்வூர் தஞ்சை நாட்டு மாயவர வட்டத்தில் உள்ளது.

சாத்தனும் பலதேவனும்

சாத்தன் : சாத்தன் பெயரால் அமைந்த ஊர்கள் தமிழ் நாட்டிற் பலவுண்டு. அவ்வூர்களிற் பெரும்பாலும் இன்றும் சாத்தன் வழிபாடு சிறப்பாக நடைபெறக் காணலாம். சாத்தனாரை ஐயனார் என்றும் அழைப்பதுண்டு. சோழ நாட்டில் திருவா வடுதுறைக்கு அருகில் ஒரு சாத்தனூர் உள்ளது. திரு விசைப்பாவிலும், திருத் தொண்டர் புராணத்திலும் அவ் வூர் குறிக்கப்படுகின்றது. அங்கே சிறப்பு வாய்ந்த ஐயனார் கோவில் ஒன்று விளங்குகின்றது. எனவே, ஐயனார் பெயரே ஊர்ப் பெயராக வழங்கலாயிற்றென்பது வெளிப் படை.

பலதேவர் : பழந் தமிழ்நாட்டில் பலதேவன் வழிபாடு நிகழ்ந்ததென்பது இலக்கியங்களால் அறியப்படும். வெண்ணிறம் வாய்ந்த அத்தேவனை ''வால்வளை மேனி வாலியோன்'' என்று சிலப்பதிகாரம் குறிக்கின்றது. அவரை வெள்ளை மூர்த்தி என்றும், பல தேவன் என்றும் பண்டைத்தமிழர் அழைப்பாராயினர்.[16] காவிரிப்பூம் பட்டினத்திலும், மதுரையம்பதியிலும் அவர்க்குக் கோயில் இருந்ததாகத் தெரிகின்றது. மதுரையில் இருந்த பலதேவர் கோயிலை ''வெள்ளை நகரம்'' என்று சிலப்பதிகாரம் குறிக்கும்.[17] உத்தரமேரூர் என்னும் ஊரில் வெள்ளை மூர்த்தி கோயில் ஒன்று இருந்த தென்பது சாசனத்தால் விளங்குகின்றது.[18] தாமிரபரணி யாற்றின் கரையில் வெள்ளைக் கோயில் துறை ஒன்றுண்டு. பழைய பலதேவர் வழிபாட்டை அது நினைவூட்டுவதாகும்.

அடிக் குறிப்பு

1. *''திங்களைப் போற்றுதல் திங்களைப் போற்றுதும்''*
''ஞாயிறு போற்றுதும் ஞாயிறு போற்றுதும்''
- மங்கல வாழ்த்துப் பாடல்.

2. நியமம், கோயில் என்பது ''உவணச் சேவல் உயர்த்தோன் நியமம்'' என்று திருமால் கோயில் சிலப்பதிகாரத்தில் குறிக்கப்படுதலாலும் உணரப்படும் - ஊர்காண் காதை, 8.

3. பரிதி நியமம் சூரியன் ஈசனை வழிபட்ட ஸ்தலம் என்று கொள்ளலு மாகும்.

4. சூரியனார் கோயிலைப் பற்றிய சாசனங்களும், அங்குள்ள நவகிரகங் களின் அமைப்பும், அவற்றின் படங்களும் ஜெகதீசய்யர் எழுதிய நூலிற் காண்க - Indian Shrines, p. 313 - 16.

5. அந்தணரின் மேம்பட்ட அப்பூதியடிகள் திருநாவுக்கரசரைப் போற்றி அவர் பெயரால் அறம் புரிந்தவவர். அடிகளின் மைந்தனைப் பாம்பு தீண்டியபோது, திருநாவுக்கரசர் ஆண்டவனைப் பாடிவிஷத்தைப் போக்கிய செய்தி தேவாரத்தால் அறியப்படும்.

6. சங்க நூல்களில் பிள்ளையாரைப் பற்றிய குறிப்பொன்றும் கிடைக்க வில்லை. ''பிடியதன் உரு உமைகொள'' என்ற தேவாரத்தில், ''கணபதி வர அருளினன்'' என்று பாடியுள்ளார் திருஞான சம்பந்தர்.

7. இராமநாதபுரம் நாட்டில் திருப்பத்தூர் வட்டத்தில் உள்ளது பிள்ளையார் பட்டி.

8. M.E.R., 1935 - 36.

9. ''கொடுகு வெஞ்சிலை வடுக வேடுவர்... ஆறலைக்கு மிடம்'' என்றும், ''முசுக்கள் போல் பல வேடர் வாழ்முருகன் பூண்டி'' என்றும் பாடினார் சுந்தரர். - திருமுருகன் பூண்டிப் பதிகம் 1, 3.

10. *ஏந்தும் அயில்வேல் நிலைகாட்டி*
இமையோர் இகல்வெம் படைகடக்கும்
சேந்தன் அளித்த திருமறையோர்
மூதூர் செல்வச் சேய்ஞலூரர்''
- என்று சேக்கிழார் கூறியருளினார். (சண்டேசுரர் புராணம். 1)

இப் பதியில் அறுமுகப் பெருமான் பூசனை புரிந்து ஈசனிடம் பாசுப தாஸ்திரம் பெற்ற வரலாறு கந்த புராண உற்பத்திக் காண்டத்தில் விரிவாகக் கூறப்பட்டுள்ளது.

11. 394 of 1811.

12. உற்பத்தி காண்டம், திருச்செந்திற் படலத்திற் காண்க.

13. 181 of 1910.

14. சித்தன் என்பது முருகக் கடவுளின் திரு நாமம் என்பர் நச்சினார்க் கினியர். திருமுருகாற்றுப்படை, 176 - உரை.

15. மீனாட்சி சுந்தரம் பிள்ளை சரிதம், முதற் பாகம், 212.
16. ''வால்வளைமேனி வாலியோன்'' என்பதற்கு ''வெள்ளியவளை (சங்கு) போலும் நிறத்தையுடைய வெள்ளை மூர்த்தி'' என்று பொருள் உரைத்தார் அடியார்க்கு நல்லார்.
17. ஊர்காண் காதை, 9.
18. 181 of 1923.

* * *

திருவாக்கும் ஊர்ப் பெயரும்

தேவாரம் பாடிய மூவருக்கும் சைவ உலகத்தில் அளவிறந்த பெருமை யுண்டு. அவர்கள் திருவாக்குப் பொன் வாக்காகப் போற்றப்படும். இத்தகைய சீர்மையைச் சில ஊர்ப் பெயர்களால் உணரலாகும்.

அழகார் திருப்புத்தூர் : தேவாரப் பாமாலை பெற்ற ஊர்களில் புத்தூர் என்னும் பெயருடைய பதிகள் பல வுண்டு. அவற்றுள் வேற்றுமை தெரிதற் பொருட்டு ஒரு புத்தூரைத் திருப்புத்தூர் என்றும், மற்றொரு புத்தூரைக் கடுவாய்க் கரைப் புத்தூர் என்றும், பிறி தொரு புத்தூரை அரிசிற்கரைப் புத்தூர் என்றும் தேவாரம் குறிப்பதாயிற்று. அவற்றுள் அரிசிற் கரைப் புத்தூர், அரிசில் ஆற்றங் கரையில் அமைந்ததாகும்.[1] கண்ணுக் கினிய செழுஞ் சோலையின் நடுவே நின்ற அவ்வரை அழகார் திருப்புத்தூர் என்று ஆறு திருப் பாட்டிற் பாடினார் சுந்தரர்.

''அலைக்கும் புனல்சேர் அரிசில் தென்கரை
அழகார் திருப்புத்தூர் அழகன்நீரே''

என்பது அவர் திருப் பதிகத்தின் முதற் பாட்டு. அத் தேவாரத்தை ஆர்வத்தோடு ஓதிய அன்பர் உள்ளத்தில் அழகார் திருப்புத்தூர் என்னும் தொடர் அழுந்திப் பதிவதாயிற்று. நாளடைவில் அரிசிற் கரைப் புத்தூர் என்ற பெயர் மாறி அழகார் திருப்புத்தூர் என்பது அதன் பெயராயிற்று. அப் பெயர் அழகாதிரிப் புத்தூர் என இந் நாளில் மருவி வழங்கும்.

சிந்துபூந்துறை : திருநெல்வேலியின் வழியாகச் செல்லும் பொருநை யாற்றில் உள்ள துறைகளுள் சாலப் பழமை வாய்ந்தது பூந்துறையாகும். திருஞான சம்பந்தர் தம் தேவாரத்தில் பூந்துறையைப் புகழ்ந்து போற்றி யுள்ளார். நெல்லையம் பதியில் அவர் கண்களைக் கவர்ந்தது அத்துறை. அதன் இரு மருங்கும் நின்ற நெடுஞ்சோலைகளில் நன்னிற மலர்கள் நறுமணம் கமழும் நலத்

தினையும், மந்திகள் அங்குமிங்கும் பாய்ந்து மரக் கிளைகளைப் பற்றி உலுப்பும் போது அவற்றிலுள்ள நாண் மலர்கள் அழகிய தேன் துளிகளைச் சிந்தும் தன்மையையும் அறிந்து அக மகிழ்ந்தார் திருஞான சம்பந்தர். அக் காட்சியை ஒரு திருப் பாசுரத்திலே பாடி யருளினார்.

> "கந்தமார் தருபொழில்
> மந்திகள் பாய்தர மதுத் திவலை
> சிந்துபூந் துறைகமழ்
> திருநெல் வேலியுறை செல்வர்தாமே"

என்பது அவர் திருவாக்கு. பூவார் சோலையின் இடையே அமைந்த அழகிய துறையை "மதுத்திவலை சிந்து பூந்துறை" என்று அவர் குறித்தார். அப்பாசுரத்தின் ஈற்றடியிலே முத லெடுப்பாகவுள்ள சிந்துபூந்துறை என்ற தொடரையே அத்துறையின் பெயராகக் கொண்டு பொதுமக்கள் வழங்கத் தலைப்பட்டார்கள். இப்போது அத் துறையும், அதன் கண் அமைந்த ஊரும் சிந்து பூந்துறை என்றே அழைக்கப்படுகின்றன.

தூவாய் நயினார் கோயில் : திருவாரூரில் அமைந்த மண் தளி என்னும் பழமையான திருக் கோயில் பாடல் பெற்றதாகும். அத்தளியிற் கோயில் கொண்ட ஈசனை நோக்கி,

> "தூவாயா, தொண்டு செய்வார்படு துக்கங்கள்
> காவாயா"*²

என்று உருக்கமாகப் பாடியருளினார் சுந்தரர். அத்திருப்பாட்டின் அடியாகத் தூவாய் நயினார் என்ற பெயர் அப்பெருமானுக்கு வழங்கலாயிற்று. நாளடைவில் அப்பெயர் துலா நயினார் என மருவிற்று. எனவே, பழைய மண்தளி இப்பொழுது துலா நயினார் கோயில் என வழங்குகின்றது.³

வைத்தீஸ்வரன் கோயில் : சிதம்பரத்துக்கு அண்மையில் உள்ள புள்ளிருக்கு வேளூர் என்னும் ஊர் பாடல் பெற்றதாகும். அங்கு அமர்ந்தருளும் பெருமானைச் சடாயு என்ற புள்ளும், நால் வேதங்களுள் ஒன்றாகிய இருக்கு வேதமும், முருக வேளும் தொழுது அருள் பெற்றமையால், புள்ளிருக்கு வேளூர் என்னும் பெயர் அதற்கு அமைந்த தென்று புராணம் கூறும். அப் பதியில் கோயில் கொண்ட ஈசனை அருமருந்தாகக் கண்டு போற்றினர் திருஞான சம்பந்தரும், திருநாவுக்கரசரும்.

''செடியாய உடல் தீர்ப்பான்
தீவினைக் கோர் மருந்தாவான்''

என்பது திருஞான சம்பந்தர் திருவாக்கு. ''மந்திரமும் தந்திரமும் மருந்துமாகித் தீரா நோய் தீர்த்தருள வல்லான்'' என்பது திருநாவுக் கரசர் பாட்டு. இருவர் திருவாக்கின் பண்பும் பயனும் உணர்ந்த அடியார்கள், வினை தீர்த்தான் என்றும், வைத்தீஸ்வரன் என்றும் புள்ளிருக்கு வேளூர்ப் பெருமானைப் போற்றுவா ராயினர். இக் காலத்தில் வைத்தீஸ்வரன் கோயில் என்பது திருக் கோயிலின் பெயராகவும், அக் கோயிலையுடைய ஊரின் பெயராகவும் வழங்கு கின்றது.

காளையார் கோயில் : பாண்டி நாட்டு கானப்பேர் என்னும் ஊர்பாடல் பெற்ற பழம் பதியாகும். அங்கே கோயில் கொண்ட ஈசன் மீது ஆசையுற்றுப் பாடினார் சுந்தரர். அவர் பாடிய பத்துப் பாட்டிலும் ''கானப் பேர் உறை காளை''என்று இறைவனைக் குறித்துப் போந்தார். அத் திரு வாக்கின் சீர்மையால் காளையார் என்னும் பெயர் அவர்க்கு அமைந்தது. காளையார் அமர்ந்தருளும் கோயில் காளையார் கோயிலாயிற்று. கோயிற் பெயரே நாளடை வில் ஊர்ப் பெயராகவும் கொள்ளப்பட்டது.

அடிக் குறிப்பு

1. ''அன்னம் படியும் புனலார் அரிசில் அலைகொண்டு பொன்னும் மணியும் பொருதென் கரைமேல் புத்தூரே''

   - திருஞான சம்பந்தர் தேவாரம்.

2. தூவாயா - தூய வாயை யுடையோனே, ஈசனைத் ''தூமறைபாடும் வாயான்'' என்று சேக்கிழாரும் குறித்தல் காண்க. தடுத்தாட் கொண்ட புராணம்.

3. இக் கோவிலைத் துர்வாசர் கோயில் என்றும் கூறுவர். அதற்கேற்பக் கோயிலுள் விநாயகர் பக்கத்தில் துர்வாசருடைய உருவம் நிறுவப்பட் டிருக்கின்றது.

4. வினை தீர்த்தான் கோயிலைக் குறித்த பாட்டொன் றுண்டு. ''வாதக் காலாம் தமக்கு மைத்துனர்க்கு நீரிழிவாம், போதப் பெருவயிறாம் புத்திரற்கு - மாதரையில் - வந்த வினை தீர்க்க வகையறியான் வேளூரான், எந்த வினை தீர்த்தான் இவன்'' என்று இகழ்வார் போல் புகழ்ந்தார் காளமேகம். இதனை வீரமா முனிவர் பாட்டென்பாருமுளர்.

   - Besee's "Life of Beschi"

* * *

இதிகாசமும் ஊர்ப் பெயரும்

பாரதமும் இராமாயணமும் : நெடுங் காலமாகத் தமிழ்நாட்டில் பாண்டவர் கதையும், இராமகதையும் வீட்டுக்கதைகளாக வழங்கி வருகின்றன. தமிழ் நாட்டு மூவேந்தருள் பாண்டியன் குலம் பஞ்சபாண்டவரோடு இணைக்கப்பட்டுள்ளது.[1] தீர்த்த யாத்திரை செய்த பார்த்திபன் தென்னாட்டிற் போந்து பாண்டி மன்னன் திரு மகளைக்காதலித்து மணந்தான் என்று பழங் கதை கூறுகின்றது. சேர மன்னன் ஒருவன் பாரதப் போர் புரிந்து பெரும் படைக்கு உணவளித்துப் பெருஞ் சோற்றுதியன் சேரலாதன் என்று புகழப் பெற்றான்.

திருவேட்களம் : இத் தகைய கதைகள் தமிழ் நாட்டில் வழங்கி வந்தமையால் பல ஊர்ப் பெயர்களில் பாரதக் கதை இடம் பெற்றது. சிதம்பரத்திற்கு அண்மையிலுள்ள திருவேட்களம் என்னும் சீரூர் அர்ச்சுனனோடு தொடர்புற்றது. சிவபெருமானிடம் பாசுபதம் பெறக்கருதி நெடுங்காலம் அர்ச்சுனன் வேள்வி செய்த இடமே வேட்களம் என்று பெயர் பெற்றதென்பர்.[2] மகாபலிபுரத்திலுள்ள கற்கோயில் ஐந்தும் பஞ்ச பாண்டவ ரதம் என்று குறிக்கப்படுகின்றன.

ஐவர் மலை : பழனி மலைக்கு அருகே அயிரை யென்ற மலையொன்றுண்டு. அம் மலையில் கொற்றவையென்னும் தெய்வத்தை அமைத்துப் பழந்தமிழ் மன்னர் வழிபட்டனர். நாளடைவில் அயிரைமலை யென்பது ஐவர் மலையெனத் திரிந்தது. ஐவராகிய பாண்டவர் அம் மலையில் தங்கியிருந்தனர் என்னும் கதை எழுந்தது. அங்குக் கோயில் கொண்டிருந்த கொற்றவை 'ஐவர்க்கும் தேவி அழியாத பத்தினி' என்று போற்றப்படும் பாஞ்சாலியாயினாள்.[3]

லாடபுரம் : இன்னும், லாடபுரம் என்னும் ஊரைக் குறித்து ஒருகதை வழங்குகின்றது. அவ் வூரின் ஆதிப் பெயர் விராடபுரம் என்றும், பாண்டவர்கள் அஞ்ஞாத வாசம் செய்தபோது அவரை ஆதரித்த விராட மன்னுக்குரியது அவ்வூர் என்றும் கருதப்படுகின்றன. அங்குள்ள இடிந்த கோட்டையை அவன் அரண்மனையெனக் காட்டுகின்றார்கள். அப் பகுதியில் ஆடு மேய்க்கும் இடையர்கள் இன்றும் அர்ச்சுனன் வில்லைச் சில வேளைகளில் காண்பதாகச் சொல்வர்.

திருப்புல்லாணி : இனி, இராம கதையோடு தொடர்புடைய ஊர்களில் சிலவற்றைப் பார்ப்போம் : இராமன் இலங்கையை

நோக்கிப்படையெடுத்துச் செல்லும் பொழுது கோடிக்கரையை அடைந்தான் என்றும், அங்கு நின்ற நெடுங் கடலைக் கடப்பதற்கு வழி தரும்படி வருண தேவனை நோக்கி வரங் கிடந்தான் என்றும், அங்ஙனம் வேண்டுங்கால் திருப்புல்லணை என்று பெயர் பெற்ற தென்றும் கூறுவர். வடமொழியில் தர்ப்பசயனம் என்று அவ்விடம் குறிக்கப்படுகின்றது. இவ்வாறு நெடும்பொழுது வேண்டியும் வருணன் வாராமையால் அவன் மீது சீற்றமுற்ற இராமன் தன் வில்லை வளைத்துச் சுடுசரம் துரந்த இடம் தனுக்கோடி என்று பெயர் பெற்றதென்பர்.

இராமன் நிகழ்த்திய பெரும் போரில் பங்கு கொண்ட வானரத்தலைவரின் பெயர்கள் சில ஊர்ப் பெயர்களில் அமைந்துள்ளன. அனுமந்தக் குடி என்னும் ஊர் அனுமன் பெயரைத் தாங்கி நிற்கின்றது. காவிரிக்கரையில் அமைந்த குரங்காடு துறைகளில் வாலியும், சுக்கிரீவனும் ஈசனை வணங்கினர் என்று சொல்லப் படுகின்றது. வாலிகண்டபுரம், வாலி நோக்கம் முதலிய ஊர்ப் பெயர் களில் வானர மன்னனாகிய வாலி குறிக்கப்படுகின்றான்.

புள்ளிருக்கு வேளூர் என்ற ஊரில் இராமனுக்கு உதவி செய்த சடாயு, இறைவனை வழிபட்டான் என்று தேவாரம் பகர்கின்றது. நெல்லை நாட்டிலுள்ள மாயமான் குறிச்சியும், சேலம் நாட்டிலுள்ள மாயமான் கரடு என்னும் ஊரும் மாரீசனோடு தொடர்புற்று விளங்கு கின்றன.

திரிசிரபுரம் : இனி, திருச்சிராப்பள்ளியில் திரிசிரன் புகுந்த முறையும் அறியத்தக்க தாகும். சோழ நாட்டின் பண்டைத் தலை நகராக விளங்கிய உறையூரின் அருகே நின்ற மலை சிராப்பள்ளிக் குன்றம் என்று தேவாரத்தில் குறிக்கப்பெற்றது.[4] பாடல் பெற் றமையால் சிராப்பள்ளி திருச்சிராப்பள்ளி யாயிற்று. அப்பதியில் இராவணன் தம்பியாகிய திரிசிரன் வழிபாடு செய்தான் என்ற கதை பிற் காலத்தில் பிறந்தது. அதற்கிணங்க அவ் வூர்ப் பெயரிலுள்ள திரு என்னும் அடையைத் திரியாகத் திரித்தனர்.[5] அதனால் திருச்சி ராப்பள்ளி, திரிசிராப்பள்ளி என்றும், திரிசிரபுரம் என்றும் வழங்க லாயிற்று.

ஊர்ப் பெயரும் வழக்காறும்

முற்காலத்தில் தமிழ்ப் பெயர் பெற்றிருந்த சில ஊர்கள் இக் காலத்தில் வடமொழிப் பெயர்களால் அழைக்கப்படுகின்றன. அங்ஙனம் மாறிய சில ஊர்ப் பெயர்களைக் காண்போம் :

மாயவரம் : காவியாற்றின் பழந் துறைகளுள் ஒன்று மயிலாடு துறை என்று பெயர் பெற்றிருந்தது. நீல நிறம் வாய்ந்த கோல மாமயில் காவிரிச் சோலையில் தோகையை விரித்துக் களிநடம் புரியும் காட்சி நம் மனக்கண் எதிரே மிளிரும் வண்ணம் மயிலாடு துறை என்று முன்னோர் அதற்குப் பெயரிட்டனர். தேவாரத் திருப் பாசுரங்களில் மயிலாடுதுறை என்றே அவ்வூர் குறிக்கப்படுகின் றது. ஆயினும், பிற்காலத்தில் அப் பெயரை வடமொழியில் பெயர்த்து அமைக்கத் தலைப்பட்டார்கள். மயில் என்பதற்கு வட சொல் மாயூரம். அவ் வடசொல்லோடு துறை என்பதைக் குறிப்ப தற்குப் புரம் என்னும் சொல்லைச் சேர்த்தார்கள். எனவே, அவ்வூர்ப் பெயர் மாயூரபுரமாயிற்று. மாயூரவரம் நாளடைவில் மாயவரமாக மாறியுள்ளது. இப்பெயரிலே தோகை மயிலின் தோற்றமும், துறை யின் அழகும் அறவே மறைந்து போய்விட்டன.

விருத்தாசலம் : தென்னார்க்காட்டிலுள்ள சிறந்த சிவ ஸ்தலங்களில் ஒன்று திருமுதுகுன்றம், அப் பதியில் கோயில் கொண்டுள்ள இறைவனைப் பழமலை நாதர் என்று இன்றும் சைவர்கள் போற்றுகின்றார்கள். அவ் வூரின் பெயர் வடமொழி யில் விருத்தாசலம் எனப்பெயர்த்து அமைக்கப்பட்டது. இன்று பழம் பெயர் மறைந்து புதுப்பெயரே வழங்கி வருகின்றது.

கும்பகோணம் : சோழ நாட்டில் தெய்வ நலம் சிறக்கப் பெற்ற ஒரு தலம் குடமூக்கு என்னும் பெயர் பெற்றிருந்தது. அது குடந்தை எனத் தேவாரப் பாடல்களிலும், ஆழ்வார் திருப்பாசுரங் களிலும் குறிக்கப்படுகின்றது. அவ் வூரின் பெயர் கும்பகோணம் என்று இப்போது வழங்குகின்றது.

இவ்வாறு பெயர் மாறிய ஊர்கள் இன்னும் பல உண்டு. திருமறைக்காடு வேதாரண்யமாக விளங்குகின்றது. கீழைத் திருக் காட்டுப்பள்ளி ஆரணீசுவரர் கோயிலாக அமர்ந்திருக்கின்றது.

இரு பெயர்கள் : இன்னும், சில ஊர்கள் பழைய தமிழ்ப் பெயரோடு வடமொழி நாமங்களையும் உடன் கொண்டு வழங்கக் காணலாம். திருவையாறு என்ற தமிழ்ப் பெயரோடு பஞ்சநதம் என்னும் வடமொழிப் பெயரும் வழங்குகின்றது. திருவிடை மருதூ ருக்கு மத்தியார்ச்சுனம் என்ற வடமொழிப் பெயரும் உண்டு. திருப் புல்லணை (திருப்புல்லாணி) என்னும் தென்சொல்லும் தர்ப்ப சயனம் என்னும் வடசொல்லும் ஒரு பதியையே குறிப்பனவாகும். இன்னும், வானமாமலை தோத்தாத்திரி எனவும், திருக்கழுக்குன்றம் வேதாசலம் எனவும், திருநீர்மலை தோயாசலம் எனவும் வழங்கக் காணலாம். இன்னோரன்ன தலப் பெயர்கள் பலவுள்ளன.

திரு : தமிழ் நாட்டில் தெய்வ நலம் பெற்ற ஊர்கள் பெரும் பாலும் திரு என்னும் அடைபெற்று வழங்கும். ஆயினும், சில ஊர்ப் பெயர்களில் உள்ள திரு, இப்போது உருக்குலைந் திருக்கின்றது. சோழ நாட்டுத் திருவழுந்தூர் ஆயிற்று. தேவாரம் பெற்ற திருத் தினைநகர், தீர்த்த நகரி எனத் திரிந்தது. திருநெய்த்தானம் என்னும் பழம் பதியின் பெயர் தில்லைத்தானம் என வழங்குகின்றது. இங்ஙனம் சிதைவுற்ற திருப்பெயர்கள் பலவாகும்.

ஸ்ரீ : இன்னும், சில ஊர்ப்பெயர்கள் ஸ்ரீ என்ற வட சொல்லை அடை மொழியாகக் கொண்டு வழங்குகின்றன. வைணவ உலகத் தில் தலை சிறந்து விளங்கும் பதி ஸ்ரீரங்கம் ஆகும். ஆழ்வார்கள் பாடியருளிய திருப்பாசுரங்களில் திருவரங்கம் என்று அவ்வூர் போற்றப்படுகின்றது. தென்னாட்டில் ஆழ்வார் திருநகரிக்கு அருகேயுள்ள பழம்பதி ஸ்ரீ வைகுந்தம் என்று பெயர் பெற்றுள் ளது. பெரியாழ்வாரும் ஆண்டாளும் பிறந்தருளும் பேறு பெற்ற புத்தூர் ஸ்ரீ வில்லிபுத்தூராக விளங்குகின்றது. மெய்ஞ்ஞானச் செல்வராகிய இராமானுஜர் பிறந்த ஊர் ஸ்ரீ பெரும்பூதூர் ஆகும்.

தேவாரப் பாடல் பெற்ற ஊர்களில் சீகாழி என்னும் ஊர் சாலச் சிறப்பு வாய்ந்தது. தேவாரம் பாடிய மூவருள் ஒருவராகிய ஞான சம்பந்தர் அவ் வூரிலே பிறந்து சிவஞான சம்பந்தர் ஆயினார். இத்தகைய செம்மை வாய்ந்த ஊரின் பெயராக வழங்கும் சீர்காழி என்ற சொல்லின் முதலெழுத்து அடைமொழி என்பதில் ஐய மில்லை. ஸ்ரீ என்ற வடசொல்லே சீ யாயிற்றென்பர் சிலர். சீர்காழி என்பதே சீகாழியென வழங்கலாயிற்றென்பர் வேறு சிலர். தேவாரப் பாசுரத்தில் 'சீர் திகழ் காழி' என்று குறிக்கப் பட்டிருத்தல் பின்னவர் கொள்கைக்கு ஆதாரமாகும்.[6]

சத்தி முற்றம் : இங்ஙனம் சிதைவுற்ற சில ஊர்ப் பெயர் களின் அடியாகப் பிற் காலத்தில் பல கதைகள் முளைத்து எழுந் தன. சோழ நாட்டில் கும்பகோணத்துக்கு அருகே சத்தி முற்றம் என்ற ஊர் உள்ளது. அங்கு அமர்ந்து அருள் புரியும் இறைவனை, ''திருச் சத்தி முற்றத்துறையும் சிவக்கொழுத்தே'' என்று போற்றி யுள்ளார் திருநாவுக்கரசர். அவ்வூர்ப் பெயர் சத்தி முத்தம் என மருவி வழங்கலாயிற்று. அதனடியாக ஒரு கதை எழுந்தது. பராசத்தி யாகிய பார்வதியம்மை பரமசிவனை முத்தமிடக் கண்ட பெருமை அவ் வூருக்கு உரியதென்று புனைந்துரைத்தனர் புராணமுடையார். அதற்கேற்ப அங்குள்ள திருக்கோயில் சத்தி, சிவனுக்கு முத்தமிடும் கோலத்தில் ஒரு திருவுருவமும் பிற்காலத்தில் அமைவதாயிற்று.

திருவெண்டுறை : தஞ்சை நாட்டிலுள்ள மன்னார் குடிக்கு அருகே திருவெண்டுறை என்னும் சிவஸ்தலம் உள்ளது. பிற்காலத்தில் அப் பெயர் திருவண்டு துறை எனத் திரிந்தது. பிருங்கி முனிவர் வண்டுருவம் கொண்டு ஈசனை வணங்கிய இடம் அதுவே எனப் புராணமியற்றிய புலவர்கள் காரணம் கற்பிப்பாராயினர்.

மகாபலிபுரம் : இன்னும், மல்லை என்று ஆழ்வார்கள் திருப்பாசுரத்திலும், மாமல்லபுரம் என்று சாசனங்களிலும் குறிக்கப்படுகின்ற ஊர் மகாபலிபுரம் எனத் திரிந்து, மகாபலி மன்னனோடு தொடர்புறுவதாயிற்று. அக் கதைக்குச் சான்றாக அக் கோயிற் பாறையில் மகாபலி மன்னன் அரசு வீற்றிருக்கும் கோலத்தில் ஒரு சிற்பமும் காணப்படுகின்றது.[7]

தென்காசி, உத்தர காஞ்சி: பெருமை வாய்ந்த ஊர்ப்பெயர்களின் வாசியைப் போற்றும் ஆசை இந் நாட்டில் என்றும் உண்டு. காசியும், காஞ்சியும் முன்னாளிற் சிறந்து விளங்கிய நகரங்கள். வட காசியின் மீதுள்ள ஆசையால் தமிழ் நாட்டில் தென்காசி என்னும் ஊர் தோன்றிற்று. காஞ்சியின் பெருமை யறிந்த ஆந்திர தேசத்தார் கோதாவரி நாட்டில் உத்தர காஞ்சி என்று ஓர் ஊருக்குப் பெயரிட்டார்கள்.

மானாமதுரை; வட மதுரை : பாண்டி நாட்டின் தலைநகராகிய மதுரையும் ஆன்ற பெருமை வாய்ந்ததாகும். தமிழும் சைவமும் தழைத்தோங்கக் கண்ட அந் நகரின் பெயரை ஏற்றுத் திகழ்வது மானா மதுரை. மான வீரன் மதுரை என்பது மானா மதுரை யாயிற்று என்பர்.[8] சோழ நாட்டில் ஓர் ஊர் வட மதுரை என்று பெயர் பெற்றுள்ளது.

திரு ஆலவாய் நல்லூர் : மதுரையில் அமைந்துள்ள சிவாலயம் திரு ஆலவாய் ஆகும். அத் திருக் கோயிலின் பெயரைக் கொண்ட திரு ஆலவாய் நல்லூர் என்ற ஊர் மதுரை நாட்டு நிலக் கோட்டை வட்டத்தில் உள்ளது.

திரு இராமேச்சுரம் : பாண்டி நாட்டிலுள்ள இராமேச்சுரம் பெரும் புகழ் வாய்ந்தது. அங்குள்ள மூர்த்தி, தலம், தீர்த்தம் என்னும் மூன்றையும் சைவ உலகம் தலைக்கொண்டு போற்றும். அதன் பெருமையால் சோழ நாட்டிலும் ஓர் இராமேச்சுரம் உண்டாயிற்று. நெடு மணல் என்று முன்னாளில் பெயர் பெற்றிருந்த ஊரில் இராமேச்சுரம் என்ற கோயில் எழுந்ததென்பது சாசனத்தால் விளங்கும்.[9] இப்பொழுது கோயிற் பெயரே ஊர்ப் பெயராயிற்று.

குற்றாலம் : தென்பாண்டி நாட்டில் இயற்கை அழகும் இறைவன் அருளும் வாய்ந்த சீரூர் திருக் குற்றாலம். அதன் பெருமையைக் கண்களிப்பக் கண்ட திருஞான சம்பந்தர்,

''கொம்பார் சோலைக் கோலவண்டு யாழ்செய் குற்றாலம்''

என்று பாடி மகிழ்ந்தார். இத் தகைய குற்றாலத்தின் பெயரைச் சோழ நாட்டிலுள்ள திருத் துருத்தி என்னும் பாடல் பெற்ற தலம் ஏற்றுக்கொண்டது. காவிரித் துருத்தி என்று தேவாரத்திலும், வீங்கு நீர்த்துருத்தி என்று சாசனங்களிலும் வழங்கப் பெற்ற அவ் வூர் பிற்காலத்தில் குலோத்துங்க சோழன் குற்றாலம் என்று பெயர் பெற்றது.[10] இப்பொழுது குற்றாலம் என்பதே அதன் பெயராகும்.[11]

திருப்பூவணம் : பாண்டி நாட்டில் மூவர் தேவாரமும் பெற்ற பழம் பதிகளுள் ஒன்று திருப்பூவணம் ஆகும். அப் பதி முடி யுடைய தமிழ் வேந்தர் மூவராலும் வணங்கப் பெற்ற தென்று திருஞான சம்பந்தர் பாடியுள்ளார்.

''ஆரா அன்பில் தென்னர் சேரர்
சோழர்கள் போற்றிசைப்பத்
தேரார்வீதி மாடம்நீடும்
தென்திருப் பூவணமே''

என்பது அவர் தேவாரம். வைகை யாற்றின் மருங்கே வளமார்ந்த சோலை சூழ்ந்த திருப்பூவணக் கோயிலில் எழுந்தருளிய ஈசனைப் ''பொழில் திகழும் பூவணத் தெம்புனிதன்'' என்று திருநாவுக் கரசர் போற்றி யருளினார். அத் திருக் கோயில் இப்போது புஷ்ப வனேஸ்வரம் என் பெயரோடு இராமநாதபுரத்தைச் சேர்ந்த சிவகங்கை வட்டத்திலுள்ளது.

தென்பாண்டி நாடெனப்படும் நெல்லை நாட்டில் மற்றொரு திருப்பூவணம் உண்டாயிற்று. வடக்கே பாடல் பெற்ற திருப் பூவணம் ஒன்று இருத்தலால், இதனைத் தென் திருப்பூவணம் என்றார்கள். முள்ளி நாட்டுத் தென் திருப்பூவணம் என்று சாச னத்திற் குறிக்கப்படுகின்ற இவ் வூர், தென் திருப்புவனம் என்னும் பெயரோடு அம்பாசமுத்திர வட்டத்தில் உள்ளது. இங்குள்ள திருக் கோயிலும் புஷ்பவனேஸ்வரம் என்றே வழங்குவதாகும்.[12]

திருவரங்கம் : காவிரி யாற்றின் நடுவே அமைந்த திரு வரங்கம் வைணவ உலகத்தில் தலை சிறந்து திகழும் திருப்பதி யாகும். அதன் பெருமை யறிந்த தென்னார்க்காட்டு மக்கள் கள்ளக் குறிச்சி வட்டத்தில் பெருமாளுக்கு ஒரு திருக் கோவில் கட்டி அதற்கு உத்தர திருவரங்கம் என்று பெயரிட்டார்கள். திருமாலிடம்

தலை சிறந்த அன்பு வாய்ந்த கிருஷ்ண தேவராய மன்னர் காலத்தில் உத்தர திருவரங்கத்தில் உள்ள அரங்கநாதர் கோயிலுக்கு மூன்று ஊர்கள் வழங்கப்பட்ட செய்தி கல்வெட்டால் விளங்குகின்றது.[13] இக்காலத்தில் திருவரங்கம் என்பதே அவ்வூரின் பெயர்.

திருநாகேச்சுரம் : சோழ நாட்டிலுள்ள பாடல் பெற்ற திருநாகேச்சுரம் திருத் தொண்டர் புராணமியற்றிய சேக்கிழார் உள்ளத்தைக் கவர்ந்த சிறந்த சிவஸ்தலம்.

''நித்தன் உறை திருநாகேச் சுரத்தில் அன்பு
நிறைதலினால் மறவாத நிலைமை மிக்கார்''

என்று அவர் வரலாறு கூறும். அருட் செல்வமும் பொருட் செல்வமும் ஒருங்கே பெற்ற சேக்கிழார் தமது ஊராகிய குன்றத்தூரில் ஒரு திருக்கோயில் கட்டி அதற்குத் திருநாகேச்சுரம் என்று பெயரிட்டார்.

''செம்பியர்கோன் திருநாகேச் சுரம்போல் ஈதும்
திருநாகேச் சுரமெனவே திருப்பேர் சாற்றி''ச்

சேக்கிழார் வழிபட்டார் என்பது சரித்திரம். ஆகவே, சோழ நாட்டு திருநாகேச்சுரத்தின் பெயர் தாங்கித் தொண்டை நாட்டுக் குன்றத்தூருக்கு அருகே மற்றொரு திருநாகேச்சுரம் இன்று விளங்குகின்றது.

வடபழனி : பழம் பெருமை வாய்ந்த முருகப் பதிகளுள் ஒன்று பழனி என்பதை முன்னமே கண்டோம். அப் பதியில் தண்டாயுதபாணியாகக் காட்சி தரும் முருகனை இப்பொழுது சென்னைமா நகர்க்கு அருகேயுள்ள கோடம்பாக்கத்திற் கண்டு அன்பர்கள் வழிபடத் தொடங்கியுள்ளார்கள். அங்கு எழுந்துள்ள முருகன் கோயில் வடபழனி என்று வழங்கப் பெறுகின்றது.

அடிக் குறிப்பு

1. இதனால் பஞ்சவன் என்ற பெயரும் பாண்டியற் குரியதாயிற்றென்பர்.
2. திருவக்குளம் என வழங்கும் திருவேட்களமே இப்பொழுது அண்ணாமலை நகரமா யிருக்கின்றது. அர்ச்சுனன் பாசுபதாஸ்திரம் பெற்ற ஐதிகம் இத்தலத்திற் கொண்டாடப் படுகின்றது.
3. சேரன் செங்குட்டுவன் (மு. ரா)
4. *''நன்றுடையானைத் தீயதில்லானை... சிராப்பள்ளிக் குன்றுடையானைக் கூற என்னுள்ளம் குளிரும்மே.''*

   - திருஞான சம்பந்தர் தேவாரம்.

5. இவ்வாறு திரு என்ற அடை, திரி என மாறுதலைத் திருகோணமலை திரிகோணமலை யென வழங்குதலாலும் அறியலாம்.

6. *''நீறுபூசிய உருவர் நெஞ்சினுள் வஞ்சமொன்*
றின்றித் தேறுவார்கள் சென்றேத்தும்
சீர்திகழ் காழிநன் னகரே''

- திருஞான சம்பந்தர் தேவாரம்.

தேவாரத் திரு முறையைத் தலவரிசையாகப் பதிப்பித்த சுவாமிநாத பண்டிதர் சீர்காழி யென்றே குறித்துள்ளார். - தேவாரத் திருமுறை, ப. 108

7. I.M.P., p. 327 - 329.

8. வானர வீரன் மதுரை என்பது மானா மதுரை யாயிற்றென்பது புராணக் கொள்கை.

9. 153 of 1191.

10. 483 of 1907.

11. குத்தாலம் என்பது ஒருவகை ஆத்தி மரம் என்றும், அம்மரத்தின் பெயர் பெற்ற ஊர் பிற்காலத்தில் முற்காலத்தில் குற்றாலம் ஆயிற்றென்றும் கூறு வதுண்டு. மீ. ச. முதற்பாகம், 295.

12. No. 475 of the Madras Epigraphical Collection for 1916, T.A.S., Vol. IZ, p. 25.

13. 66 of 1906.

* * *

வைப்புத் தலங்கள்

தேவாரப் பாமலை பெற்ற தலங்கள் பாடல் பெற்ற தலங் கள் என்றும், அப் பாசுரங்களில் பெயர் குறிக்கப் பெற்ற தலங்கள் வைப்புத்தலங்கள் என்றும் கூறப்படும். எனவே, திருப்பாசுரத் தொடர்களையும், சாசனங்களையும் துணைக்கொண்டு வைப்புத் தலங்களுள் சிலவற்றை அறிந்து கொள்ளலாம்.

பேரூர் : பேரூர் என்னும் பெயருடைய சில ஊர்கள் சிறந்த சிவஸ்தலங்களாய் விளங்குகின்றன. ''பேரூர் உறைவாய் பட்டிப் பெருமான், பிறவா நெறியானே'' என்று சுந்தரர் பேரூர் இறை வனைக் குறித்தருளினார். கொங்கு நாட்டில் ஒரு பேரூர் உண்டு. தேவாரத்தில்,

''ஆரூரன் தம்பிரான் ஆரூரன்
மீகொங்கில் அணிகாஞ்சிவாய்ப்
பேரூரர் பெருமானைப் புலியூர்ச்
சிற்றம்பலத்தே பெற்றாமன்றே''

என்று சுந்தரர் அப் பேரூரைப் பாடியருளினார். அவர் திருப்பாட்டால் கொங்கு நாட்டில் காஞ்சி நதிக் கரையில் அவ்வூர் அமைந்துள்ளதென்பது அறியப்படும். காஞ்சி நதி இப்பொழுது நொய்யலாறு என்று அழைக்கப்படுகின்றது. சைவ உலகத்தில் பேரூர் மேலைச் சிதம்பரம் என்று போற்றப்படுவதாகும்.

திருப்பேரூர் : பழைய எயில் நாட்டில் ஒரு பேரூர் சிவஸ்தலமாகச் சிறந்திருந்தது. அங்குள்ள சிவாலயம் சோழ மன்னராலும், விஜய நகர மன்னராலும் ஆதரிக்கப்பட்ட தென்பது கல்வெட்டுக்களால் விளங்கும்.[1] இந் நாளில் அவ் வூர்ப் பெயர் திருப்பத்தூர் எனத் திரிந்துவிட்டது. வட ஆர்க்காட்டில் திருப்பத்தூர் வட்டத்தில் உள்ள திருப்பத்தூர் அதுவேயாகும்.

பேராவூர் : ''பேரூர் பிரமபுரம் பேராவூர்'' என்ற திருநாவுக்கரசர் பாசுரத்தால் பேராவூர் ஒரு சிவஸ்தலம் என்பது விளங்கும். சோழ மண்டலத்தில் பேராவூர் என்னும் ஊர் உள்ள தென்று சாசனம் கூறும். பாடல் பெற்ற சிறந்த தலமாகிய திருவாவடுதுறை பேராவூர் நாட்டைச் சேர்ந்ததாகும். இப்பொழுது மாயவர வட்டத்திலுள்ள பேராவூரே அவ்வூர். அங்குள்ள பழமையான திருக்கோயில் ஆதீச்சுரம் என்னும் பெயருடைய தென்பது சாசனத்தால் அறியப்படுகின்றது.

இரும்புதல் : இரும்புதல் என்பது ஒரு பழைய திருக்கோயிலின் பெயர். ''இரும்புதலார் இரும் பூளையுள்ளார்'' என்று பாடினார் திருநாவுக்கரசர். சோழ நாட்டில் ஆவூர்க் கூற்றத்தில் அவ் வாலயம் அமைந்திருந்தது. இரும்புதலுடைய மகா தேவர்க்கு இராஜ ராஜன் முதலாய பெருமன்னர் விட்ட நிவந்தங்கள் சாசனத்திற் காணப்படும்.[4] அக்கோவில் மனுகுல சூளாமணி சதுர்வேதி மங்கலம் என்ற ஊரில் இருந்ததாகக் கூறப்படுகின்றது. ஆயினும், நாளடைவில் கோவிற் பெயரே ஊர்ப் பெயராயிற் றென்று தோன்றுகின்றது. இந்நாளில் தஞ்சை நாட்டுப் பாபநாச வட்டத்தில் உள்ள இரும்புதலை என்னும் ஊரே பழைய இரும்புதல் ஆகும்.

ஏமநல்லூர் : ஏமநல்லூர் ஒரு வைப்புத் தலம் என்பது, ''எச்சிலிளமர் ஏமநல்லூர்'' என்னும் திருநாவுக்கரசர் வாக்கால் அறியப்படும். தஞ்சைப் பெருங்கோயிற் சாசனம் ஒன்றில், ''மண்ணி நாட்டு ஏம நல்லூராகிய திரை லோக்கிய மகாதேவி சதுர் வேதி மங்கலம்'' என்ற வாசகம் வருகின்றது.[5] அச் சாசனத்தால் முற் காலத்தில் ஏம நல்லூர் என்று பெயர் பெற்றிருந்த ஊர் பிற்காலத்தில் ஒரு மாதேவியின் பெயர் கொண்ட மங்கலமாயிற் றென்பது விளங்கும். இந்நாளில் தஞ்சை நாட்டுக் கும்பகோண வட்டத்திலுள்ள திரைலோக்கி என்ற ஊரே பழைய ஏமநல்லூர்.

ஏமப்பேரூர் : ஏமப்பேரூர் என்னும் வைப்புத் தலம் தென்னார்க்காட்டுத் திருக்கோயிலூர் வட்டத்தில் உள்ள தென்று தெரிகின்றது. இப்பொழுது ஏமப்பேர் என வழங்கும் அவ்வூரில் பழமையான சிவாலயம் ஒன்று உண்டு. அதன் பெயர் திரு ஆலந்துறை என்று சாசனம் அறிவிக்கின்றது.[6] இராசராசன் காலத்துக் கல்வெட்டு ஆலந்துறைக் கோயிலிற் காணப்படுதலால் அதன் பழமை நன்கு விளங்கும். திருவாரூருக்குத் தெற்கே ஆறு மைல் தூரத்தில் மற்றோர் ஏமப்பேரூர் உண்டு. அது நிமிநந்தியடிகள் என்னும் திருத்தொண்டர் பிறந்த பதியாகும்.

மந்தாரம் : மாயவரத்துக்கு அருகேயுள்ள ஆற்றூர் என்னும் பழம் பதியில் மந்தார வனத்தில் இறைவன் வெளிப்பட்டானாதலின், அதற்கு மந்தாரம் என்ற பெயரும் வழங்கலாயிற்று, 'வக்கரை மந்தாரம் வாரணாசி' என்ற திருத்தாண்டகத் தொடரில் மந்தாரம் குறிக்கப் பெற்றுள்ளது.

''ஓங்கு மந்தார வனத்து மேவும்
உத்தமனே இஃதொன்று கேள் நீ''

என வரும் ஆற்றூர்ப் புராணத்தால் மந்தாரம் ஈசன் திருக்கோயில் கொண்ட இடம் என்பது இனிது விளங்கும்.[7]

மாறன்பாடி : மூவர் தேவாரமும் பெற்ற திருநெல்வாயில் அரத்துறையின் அருகே அமைந்த வைப்புத் தலம் திருமாறன் பாடியாகும். திருஞான சம்பந்தர் வரலாற்றில் சிறந்ததொரு நிகழ்ச்சியைக் காணும்பேறு பெற்றது அப் பாடி. விருத்தாசலம் என்னும் முது குன்றத்தையும், திருப் பெண்ணாகடத்தையும் வணங்கிய திருஞான சம்பந்தர் அடிவருந்த வழி நடந்து அரத்துறையை நோக்கிச் சென்றார். மாறன்பாடியை அடைந்தபோது அந்திமாலை வந்துற்றது. அடியார்களோடு அன்றிரவு அங்குத் தங்கினார் சம்பந்தர்.[8]

திருஞான சம்பந்தரது வருகையை அறிந்த திரு அரத்துறை வேதியர்கள் ஈசனளித்த முத்துச் சிவிகையும், மணிக்குடையும், மற்றைய சின்னங்களும் கொண்டு, திருமாறன் பாடிக்குச் சென்று அவரை ஆர்வத்துடன் அழைத்து வந்தார்கள். அந் நிலையில் இறைவனது பெருங் கருணையை நினைந்து மனமுருகிப் பாடினார் சம்பந்தர்.

''எந்தை ஈசன்எம் பெருமான்
ஏறமர் கடவுளென் றேத்திச்
சிந்தை செய்பவர்க் கல்லால்
சென்று கைகூடுவ தன்றால்''

என்னும் திருப் பாசுரம் அப்பொழுது எழுந்ததாகும்.

இங்ஙனம் திருத்தொண்டர் புராணத்தில் சிறப்பிக்கப்படுகின்றமாறன்பாடி சாசனத்திலும் குறிக்கப்படுகின்றது. திருவடத்துறை என வழங்கும் திருவரத்துறைக் கோயிற் சாசனத்திற் சேக்கிழார் பாலறாவாயன் என்னும் களப்பாள ராயன் அளித்த நன்கொடை ஒன்று குறிக்கப்படுகின்றது. திருவரத்துறைப் பெருமான் மாறன் பாடிக்கு எழுந்தருளுகின்ற மாசித் திருநாளிலும், வைகாசி விழாவிலும் திருவமுது வழங்குவதாகும்.[9] இதனால் மாறன் பாடிக்கும் அரத்துறைக்கும் அந் நாளில் இருந்த தொடர்பு நன்கு அறியப்படும்.

காஞ்சாறு : ஈசன் காட்சி தரும் தலங்களுள் கஞ்சாறு என்ற ஊரும் ஒன்று.

''கஞ்சனூர் கஞ்சாறு பஞ்சாக்கையும்
கயிலாய நாதனையே காணலாமே''

என்று திருநாவுக்கரசர் திருவாக்கு எழுந்தது. இவ் வூரிலே பிறந்து சிவனடியாராகச் சிறந்தவர் மானக் கஞ்சாறனார் என்று பெயர் பெற்றார். சோலையும் வயலும் சூழ்ந்த இப் பழம் பதியின் செழுமையை,

''கோலாறு தேன்பொழியக் கொழுங்கனியின் சாறொழுகும்
காலாறு வயற்கரும்பின் கமழ்சாறூர் கஞ்சாறூர்''

என்று அழகுற எழுதிக் காட்டினார் சேக்கிழார். தஞ்சை நாட்டைச் சேர்ந்த மாயவர வட்டத்தில் ஆனந்த தாண்டவபுரத்திற்கு அண்மையில் உள்ள கஞ்சா நகரமே இத்தலம் என்பர்.[10]

கருந்திட்டைக்குடி : தஞ்சை நகரத்தைச் சேர்ந்த சிற்றூர்களில் ஒன்று கருந்திட்டைக்குடி. முதற் குலோத்துங்க சோழன் காலத்தில் அவ்வூர் சுங்கந் தவிர்த்த சோழ நல்லூர் என்னும் பெயர் பெற்றது. அது வைப்புத் தலங்களில் ஒன்றென்பது, ''கற்குடி, தென்களக்குடி, செங்காட்டங்குடி, கருந்திட்டைக்குடி, கடையக்குடி'' என்ற திருநாவுக்கரசர் பாட்டால் விளங்கும். அவ் வூர்ப் பெயர் இப்பொழுது கரந்தட்டாங்குடி என மருவி வழங்கும்.

தக்களூர் : 'தஞ்சைத் தளிக்குளத்தார் தக்களூரார்' என்று திருநாவுக்கரசரால் குறிக்கப்பெற்ற தக்களூர் இப்பொழுது காரைக்கால் நாட்டில் திருநள்ளாறு என்னும் பாடல் பெற்ற பதிக்கு அருகேயுள்ளது. திருநள்ளாற்று நாதனை வழிபட்ட திருஞான சம்பந்தர் அதனருகே அமைந்த பல பதிகளையும் வணங்கிச் சாத்தமங்கை சார்ந்தார் என்று சேக்கிழார் கூறுதலால், தக்களூரும் அவரால் வழிபடப்பட்ட தென்று கொள்ளத் தரும்.

துடையூர் : திருநாவுக்கரசர் அருளிய தலக்கோவையில் துடையூர் என்பது ஒரு தலம். ''துறையூரும் துடையூரும் தொழ, இடர்கள் தொடரா வன்றே'' என்னும் திருப்பாசுரப் பகுதியில் துடையூர் குறிக்கப்பட்டுள்ளது. அவ் வூர் பழமையான சிவஸ்தலம் என்பது சாசனத்தாலும் அறியப்படும். திருச்சிராப் பள்ளியைச் சேர்ந்த லால்குடி வட்டத்திலுள்ள துறையூரே பழைய துடையூ ராகும். இதுபாடல் பெற்ற பாச்சில் (திருவாசி) பதிக்கு அருகே அமைந்துள்ளது. இங்குள்ள திருக்கோயில் கடம்பந்துறை என்று சாசனம் கூறுகின்றது.[11]

மூவலூர்: மூவலூர் என்னும் ஊரும் இறைவன் கோவில் கொண்ட இடங்களுள் ஒன்றென்பது ''மூவலூரும் முக்கண்ணன் ஊர் காண்மினே'' என்னும் திருநாவுக்கரசர் வாக்கால் அறியப் படும். இவ்வூர் மாயவரம் என்னும் மயிலாடுதுறைக்கருகே காவிரி யாற்றங்கரையில் உள்ளதென்று திருத்தொண்டர் புராணம் கூறும். இந்நாளில் குற்றாலம் என வழங்கும் திருத்துருத்தியில் அமர்ந்த பெருமானை வழிபட்டுப் பதிகம் பாடிய திருஞான சம்பந்தர், ''மூவலூர் உறை முதல்வரைப் பரவி''[12]ப் பின்பு திருமயிலாடு துறையினில் வந்தார் என்று கூறப்படுவதால், பாடல் பெற்ற துருத் திக்கும் மயிலாடுதுறைக்கும் இடையே அமைந்தது மூவலூர் என்பது இனிது விளங்குகின்றது. புன்னாக வனம் என்று புராணங் களிற் பேசப்படுகின்ற மூவலூர் மாயவரத்துக்கு அண்மையில் உள்ளது.

முழையூர்: பழையாறையும் முழையூரும் பரமன் கோயில் கொண்டருளும் பதிகள் என்பது, ''முழையூர் பழையாறை சத்தி முற்றம்'' என்னும் திருநாவுக்கரசர் வாக்கால் தெரியலாகும். பாடல் பெற்ற பழையாறையும் வைப்புத்தலமாய் முழையூரும் ஒன்றை யொன்று அடுத்துள்ள இடங்களாகும்.

சேலூர்: காவிரி நாட்டுத் தலங்களுள் ஒன்று திருச்சேலூர். திருத்தொண்டர் புராணம் இத்தலத்தை குறிக்கின்றது. திருப்புள்ள மங்கையில் ஈசனை வழிபட்டுப் பாமாலை பாடிய திருஞான சம்பந்தர் சேலூரைச் சேவித்துத் திருப்பாலைத் துறை என்னும் பதியைச் சேர்ந்தார் என்று சேக்கிழார் கூறுகின்றார்.[13] இவ்வூர் தஞ்சை நாட்டுப் பாபநாச வட்டத்திலுள்ள தேவராயன் பேட் டையே என்பது சாசனத்தால் தெளிவுறுகின்றது.[14] இங்குள்ள திருக் கோயிற் கல்வெட்டுக்களில் திருச்சேலூர் மகாதேவர்க்குப் பழங் காலத்தில் மன்னரும் பிறரும் விட்ட நிவந்தங்கள் குறிக்கப்பட்

டுள்ளன.[15] அக் காலத்தில் இஃது இராஜகேசரி சதுர்வேதி மங்கலத்தைச் சேர்ந்திருந்ததென்பதும் விளங்குகின்றது. இன்று அக் கோயிலில் எழுந்தருளியுள்ள ஈசன் மச்சபுரீஸ்வரர் என வழங்கப் பெறுகின்றார். சேல் என்பது ஒருவகை மீனின் பெயராதலால் சேலூர் என்னும் ஊர் மச்சபுரி என வடமொழியிற் பெயர் பெற்றது.[16] எனவே, திருஞான சம்பந்தர் வழிபட்ட சேலூர்த் திருக்கோயில் தேவராயன் பேட்டையிலுள்ள மச்சபுரி ஈஸ்வரர் கோயிலே என்பது தெளிவாகும்.

ஊற்றத்தூர்: திருச்சி நாட்டைச் சேர்ந்த பெரம்பலூர் வட்டத்தில் உள்ள ஊற்றத்தூரும் ஒரு பழைய சிவஸ்தலம் ஆகும். ''உறையூர் கடலொற்றியூர் ஊற்றத்தூர்'' என்றெடுத்துப் பாடினார் திருநாவுக்கரசர். அவ்வூரில் அமர்ந்த இறைவன் தொகுமாமணி நாயகர் என்று கல்வெட்டுக்களிற் குறிக்கப்படுகிறார்.✸[17] பிற்காலத்தில் குலோத்துங்க சோழீச்சுரம் என்னும் திருக்கோயிலும் அவ்வூரில் எழுந்தது. இரண்டாம் இராஜராஜன் அச் சோழீச்சுர முடையார்க்கு உழுத்தம் பாடியூரைத் தேவதானமாக வழங்கிய செய்தியைக் கல்வெட்டிற் காணலாம்.✸[18] ஊற்றத்தூர் என்னும் பெயர் இக் காலத்தில் ஊட்டத்தூர் ஆயிற்று.✸[19]

காட்டூர்: இன்னும், ஈசனார் கோயில் கொண்டருளும் ஊர்களுள் ஒன்று காட்டூர் ஆகும். ''காட்டூர்க் கடலே, கடம்பூர் மலையே கானப் பேரூராய்'' என்று சுந்தரர் காட்டூரிலே காட்சி தரும் பெருமானைப் பாடிப் பரவினார். செங்கற்பட்டு நாட்டைச் சேர்ந்த மதுராந்தக வட்டத்தில் காட்டூர் என்னும் பழமையான பதியொன்று காணப்படுகின்றது. அங்குள்ள ஈசன் கோவில் திருவள்ளீச்சுரம். அவ்வாலயத்திற்கு இராஜராஜன் முதலாய சோழ மன்னர் வழங்கிய நிவந்தங்களைச் சாசனங்களிற் காணலாம்.✸[20] எனவே, சுந்தரர் குறித்தருளிய காட்டூர் இப் பழம் பதியாயிருத்தல் கூடும் என்று தோன்றுகின்றது.

குண்டையூர்: இந்நாளில் திருக்குவளை என வழங்கும் கோளிலி என்னும் பழம் பதி மூவராலும் பாடப் பெற்றதாகும். அவ்வூரின் அருகேயுள்ள குண்டையூர் இனிய சோலை சூழ்ந்த மருத நிலத்தில் அமைந்திருந்த தென்பது சுந்தரர் திருப்பாட்டால் விளங்குகின்றது. அங்குச் சுந்தரர் உணவுப் பொருளாகிய நெல்லை இறைவனிடம் வேண்டிப் பெற்றார்; அதனைத் தம் வீட்டிற் சேர்ப்பதற்கு வேலையாட்கள் இல்லாமையால் திருக்கோளிலிப் பெருமானிடம் போந்து தம் குறையை முறையிட்டார்;

''கோளிலி எம்பெருமான்
குண்டை யூர்ச் சிலநெல்லுப் பெற்றேன்
ஆளிலை எம்பெருமான்
அவை அட்டித்தரப் பணியே''

என்று பாடினார். இவ்வாறு சுந்தரர், தேவாரத்தில் வைப்புத் தலமாகக் குறிப்பிட்டுள்ள குண்டையூர், இக்காலத்தில் தஞ்சை நாட்டில் நாகப்பட்டின வட்டத்தில் குன்னியூர் என்னும் பெயரோடு விளங்குகின்றது.

சடைமுடி: திருநாவுக்கரசர். ''சடைமுடி சாலைக்குடி தக்களூர்'' என்று குறித்தருளிய பாசுரத்திலுள்ள சடைமுடி என்ற ஊர் இப்பொழுது கோவிலடி என வழங்குகின்றது. திருச்சடை முடியுடைய மாதேவர் கோயில், பழைய திருப்பேர் நகரத்தின் ஒருசார் அமைந்திருந்த தென்பதும், அக்கோயில் திருப்புறம் என்று பெயர் பெற்று இருந்ததென்பதும் சாசனங்களால் புலனாகும்.[21] திருப்பேர் நகரம் ஆழ்வார்களாற் பாடப்பெற்ற பெருமாள் கோவிலையும் உடையது. சடைமுடியார் கோயில் திருமால் கோயிலுக்குக் கிழக்கே அரை மைல் தூரத்தில் உள்ளது.

சிவாலயமாகிய திருப்புறத்தையுடைய நகர்ப்பகுதி திருப்பேர்ப்புறம் என வழங்கிற்று. பண்டைத் தமிழ் மன்னர் காலத்தில் ஒரு பெரும்போர் நிகழக் கண்டது அவ்வூர். கோச்செங்கட் சோழ, சேரமான் கணைக்கால் இரும்பொறை என்னும் சேர நாட்டு மன்னனை வென்று சிறை பிடித்த களம் திருப்பேர்ப் புறமாகும். எனவே, சைவ வைணவக் கோயில்களை யுடைமையால் சிறப்புற்ற திருப்பேர் என்ற ஊர் சரித்திர சம்பந்தமும் உடையதென்று தெரிகின்றது.

சாத்தங்குடி: திருவாரூர்த் திருத்தாண்டகத்தில் சாத்தங்குடியிற் காட்சி தரும் ஈசன் பெருமை பேசப்படுகின்றது.

''எல்லோரும் தனிச்சாத்தங் குடியிற்காண
இறைப் பொழுதில் திருவாரூர்ப் புக்கார் தாமே''

என்பது திருநாவுக்கரசர் பாட்டு. இப் பாசுரத்திற் குறித்த சாத்தங்குடி, பாடல் பெற்ற திருப்புன்கூருக்கு ஒன்றரை மைல் தூரத்தில் உள்ளது. தனிச் சாத்தங்குடி என்று திருநாவுக்கரசர் குறித்தவாறே இன்றும் அவ்வூர் முற்றும் கோயிலுக்கே உரியதாக உள்ளது.[22]

உருத்திரகோடி: திருக்கழுக்குன்றத்தின் அடிவாரத்திலுள்ள சங்கு தீர்த்தம் என்னும் திருக்குளத்திற்குத் தென் கிழக்கில் உருத்திர கோடீச்சுரம் உள்ளது.

கொண்டல்: "கொண்டல் நாட்டுக் கொண்டல்" ஈசன் கோயில் கொண்ட இடம் என்பது சுந்தரர் தேவாரத்தால் அறியப் படும். சீர்காழிக்கு மேற்கே மூன்று மைல் தூரத்தில் உள்ள கொண் டல் வண்ணன் குடியே இப்பதி என்பர். கொண்டல் வண்ண னாகிய திருமால் விரும்பிய வண்ணம் ஈசன் எழுந்தருளி, முருக வேளால் சிறையிடப்பட்ட பிரமதேவனை விடுவித்த பெருமையை அவ்வூர்ப் பெயர் உணர்த்தும் என்பது புராணக் கொள்கை. இதற் கேற்ப அங்கு முருகப் பெருமான் இன்றும் சிறப்பாக வழிபடப் பெறுகின்றார். பிரமதேவனை விடுவித்த பின்னர், தாரக மந்திர மாகிய பிரணவத்தின் பொருளை முருகன் வாயிலாகக் கேட்டு மகிழ்ந்தமையால் தாரக பரமேசுவரர் என்னும் நாமம் அங்குள்ள ஈசனுக்கு அமைந்தது. ஆலயத்தின் ஒருபுறம் திருமாலின் திரு வுருவம் காணப்படுகின்றது. இங்ஙனம் கந்தனார் தந்தையார் விரும்பியுறையும் இடம் இப்பொழுது கொண்டல் வள்ளுவக்குடி என்னும் பெயரால் வழங்குகின்றது.

மிழலை: மூவர் தேவாரமும் பெற்ற மூதூர்களில் ஒன்று திருவீழிமிழலை. இவ்வூர் வெண்ணி நாட்டில் உள்ளதென்று சாசனம் கூறும். மாதொரு பாகற்குரிய மற்றொரு மிழலையும் உண்டு என்று சுந்தரர் அருளிப் போந்தார். அது "மிழலை நாட்டு மிழலை"யாகும். மிழலை நாடெனப்படுவது மாயவரத்திற்கு அண்மையில் அமைந்ததாகும். அப் பகுதியில் மாயவரத்திற்கு மேற்கே பன்னிரண்டு மைல் தூரத்தில் பாழடைந்த ஊராக இம் மிழலை காணப்படுகின்றது.

நாங்கூர்: நாங்கூர் நாட்டு நாங்கூர் நாதன் உறையும் இடம் என்றார் சுந்தரர். இத்தலம் சீர்காழிக்கருகேயுள்ள திருநாங்கூர் ஆகும். இவ்வூரிலுள்ள சிவாலயம் பழுதுற்றிருப்பதாகத் தெரிகின் றது. சிதம்பரத்தில் நடம் புரியும் இறைவன் மீது திரு இசைப்பா வும் பல்லாண்டும் பாடிய சேந்தனார் பிறந்த ஊர் திருநாங்கூரே.

புரிசை: புரிசை நாட்டுப் புரிசையும் இறைவன் உறையும் இடங்களுள் ஒன்றென்று குறித்தார் சுந்தரர். காஞ்சிபுர வட்டத்தில் உள்ள புரிசை என்னும் பதி சாலப் பழமை வாய்ந்ததாகும். மணவிற் கோட்டத்திலுள்ள புரிசை நாட்டுப் புரிசை என்று சாசனம் இவ் வூரைக் குறிக்கின்றது.[23] திருப்படக்காடு என்னும் பெயரால் விளங் கிய புரிசைக் கோயில் தமிழரசரது ஆதரவைப் பெற்றிருந்தது. ஆதலால் புரிசையில் அமர்ந்த படக் காடுடைய பரமனையே சுந்தரர் குறித்தார் என்று கருதுதல் பொருந்தும்.

பழையனூர்: ‘தொண்டை நன்னாடு சான்றோர் உடைத்து’ என்னும் வாய்மொழிக்குச் சான்றாக நிற்பது பழையனூர் ஆகும். இச் சிற்றூரில் வாழ்ந்த வேளாளர் எழுபதின்மரும் வழிப்போக்க னாகிய வணிகன் ஒருவனுக்குக் கொடுத்த வாக்குப் பிழையால் தீப் பாய்ந்து உயிர் துறந்த சீலம் தமிழ் நாட்டில் நெடுங்கதையாக நிலவுகின்றது. திருவாலங்காட்டுக்கும் பழையனூருக்கும் இடையே யுள்ள குட்டைக் கரையில் காணப்படுகின்ற சதுரக் கோயிலிலே செதுக்கப்பட்டுள்ள உருவங்கள், அச் சத்திய சீலரின் ஞாபகச் சின்னம் என்று சொல்லப்படுகின்றன. பழனை யென்று திருநாவுக் கரசர் பாசுரத்திற் குறிக்கப்பட்ட பழையனூரில் கொழுந்தீசர் கோயில் என்னும் பழமையான ஆலயம் உள்ளது. ஊருக்குக் கிழக்கே கைலாசநாதர் கோயிலும் உண்டு. ஆதலால் திருவாலங்காட்டுக்கு அணித்தாகவுள்ள பழையனூரும் வைப்புத் தலங்களுள் ஒன்றாகும்.

புலிவலம்: இன்னும், திருக்கயிலாசநாதர் காட்சி தரும் இடங்களைத் தொகுத்துக் கூறும் திருப்பாசுரத்தில்,

“புலிவலம் புத்தூர் புகலூர் புன்கூர்
புறம்பயம் பூவணம் பொய்கைநல்லூர்”

என்று எடுத்துப் பாடலுற்றார் திருநாவுக்கரசர். இவற்றுள் புலிவல மும், பொய்கை நல்லூரும் வைப்புத் தலங்களாகும். செங்கற்பட்டு நாட்டிலுள்ள மதுராந்தக வட்டத்தில் உத்தரமேரூரின் அருகே திருப்புலிவனம் என்ற ஊர் உண்டு. அங்குள்ள பழமையான சிவா லயத்திற்குப் பராந்தக சோழன் முதலாய சிறந்த மன்னர் விட்ட நிவந்தங்கள் உத்தரமேரூர்ச் சாசனங்களில் குறிக்கப்படுகின்றன. அவற்றில் அப்பதி திருப்புலிவலம் என்று காணப்படுதலால், திருநாவுக்கரசர் குறித்த தலம் அதுவே என்று கொள்ளுதல் கூடும்.

பொய்கை நல்லூர்: தொண்டை நாட்டுத் தாமற் கோட்டத் தில் பொய்கை நல்லூர் என்ற பழமையான ஊர் உள்ளது. அவ் வூரில் அமைந்த அகத்தீச்சுரம் என்னும் சிவாலயத்திற்கு வயிர மேகவர்மன் வழங்கிய நிபந்தம் ஒரு சாசனத்திற் குறிக்கப்படு கின்றது. தேவார வைப்புத் தலங்களுள் ஒன்றாகிய இப்பொய்கை நல்லூர் இப்போது அரக்கோண வட்டத்திற் காணப்படும்.[25]

திருக்காரிக்கரை: தொண்டை நாட்டுத் தலங்களை வழி பட்ட திருஞான சம்பந்தரும் திருநாவுக்கரசரும் காளத்தி நாதனைக் காணச் செல்லும் வழியில் திருக் காரிக்கரையைத் தொழுதார் என்று இருவர் வரலாறும் கூறுகின்றன. எனவே, திருக்காரிக்கரை தொண்டை நாட்டுத் தலங்களுள் ஒன்றென்பது தெளிவாகும்.

அத்தலம் தொண்டை நாட்டுக் குன்றவர்த்தனக் கோட்டத்தில் உள்ளதென்று கல்வெட்டுக் கூறுகின்றது. ''குன்ற வர்த்தனக் கோட்டத்து நடுவில் மலையிலுள்ள திருக்காரிக்கரை யுடையார்'' என்பது சாசனத் தொடர்.[26] எனவே, காரிக்கரை என்பது திருக்கோயிலின் பெயராகத் தெரிகின்றது. இராஜராஜன் முதலாய பெருஞ் சோழ மன்னர்கள் அக்கோயிலுக்கு அளித்த நிவந்தங்கள் கல்வெட்டிற் காணப்படும். இந்நாளில் செங்கற்பட்டு நாட்டில் பொன்னேரி வட்டத்தில் ராமகிரி என்னும் பெயரால் அத்தலம் விளங்குகின்றது.

திரிபுராந்தகம்: தொண்டை நாட்டு மணவிற் கோட்டத்தில் அமைந்த கூகம் என்னும் ஊர் மிகப் பழமை வாய்ந்தது. திருஞான சம்பந்தரால் பாடப்பெற்ற திருவிற் கோலமுடையார் அமர்ந்தருளும் பதி இப்பதியே. திரிபுர மெரித்த கோலத்தில் ஈசன் விளங்குமிடம் திருவிற் கோலம் என்பர்.[27] திருவிற் கோலமுடையாரது ஆலயம் திரிபுராந்தகம் என்று பெயர் பெற்றது. இன்றும், திரிபுராந்தகர் என்பதே அங்குள்ள இறைவன் திருநாமம். இவ்வூர் மதுராந்தக நல்லூர் என்றும், தியாக சமுத்திர நல்லூர் என்றும் சாசனங்களிற் பேசப்படுகின்றது.

அடிக்குறிப்பு

1. 252 of 1909; 248 of 1909. அச்சிவாலயம் பிரமீஸ்வரம் என்று பெயர் பெற்றுள்ளது.
2. ''உய்யக் கொண்டார் வளநாட்டுப் பேராவூர் நாட்டுத் திருவாவடுதுறை யுடையார்'' என்பது சாசனத் தொடர். பேராவூர்ச் சபையார் விற்றுக் கொடுத்த நிலவிலை ஆவணம் இச் சாசனம் (109 ணிஆ 1925).
3. 364 of 1925
4. 33 of 1910.
5. S.I.I, Vol. II, 324, 336.
6. 513 of 1921.
7. மீ.ச. முதற் பாகம், ப. 218.
8. *''அற்றை நாள் இரவப்பதி யின்னிடைச்*
சுற்று நீடிய தொண்டர்கள் போற்றிடப்
பெற்றம் ஊர்ந்த பிரான்கழல் பேணுவார்
வெற்றி மாதவத் தோருடன் மேவினார்''
என்றார் சேக்கிழார்.
9. 221 of 1929.
10. ஆனந்த தாண்டவபுரம் இருப்புப் பாதை நிலையத்திலிருந்து ஊருக்குள் கிழக்கே கால் நாழிகை தொலைவில் பழைய சிவாலயம் ஒன்று உண்டு;

இப்போது புதுப்பிக்கப்பட்டுள்ளது. சுவாமி பெயர் பஞ்சவடீசுவரர். இதுவே வைப்புத்தலம் என்பர் இ.ஓ. சுப்பிரமணிய முதலியார்.

(திருத்தொண்டர் புராண உரை, பக். 1161, 1427)

11. M.E.R., 1937-38.
12. திருஞான சம்பந்தர் புராணம், 486, 487.
13. ''இன்னிசைத் தமிழ் புனைந் திறைவர் சேலூருடன் பன்னுபாலைத் துறைப் பதிபணிந் தேகினார்.''
14. இவ்வூர், கோயில் தேவராயன் பேட்டை எனவும் வழங்கும்; பண்டார வாடைக்கு அருகேயுள்ளது. இதற்கு ஒரு மைல் தூரத்தில் ராஜகிரி என்னும் ராஜகேசரி சதுர்வேதி மங்கலம் அமைந்திருக்கின்றது.
15. A.R.E., 1923, p. 99.
16. சேல்-கெண்டை மீன்
17. 492 of 1912.
18. 531 of 1912.
19. ஊற்றத்தூர் என்னும் ஊர்ப்பெயர் ஊறை எனவும் குறுகி வழங்கும். இவ்வூரைத் தலைநகராகக் கொண்ட நாடு ஊறை நாடு எனப்பட்டது. ''ஊறைப் பதிற்றுப்பத் தந்தாதி'' என்னும் பெயரால் மீனாட்சி சுந்தரம் பிள்ளை பாடிய பிரபந்தம் ஊற்றத்தூரைப் பற்றியதாகும். (மீ.ச முதற் பாகம், 22.)
20. S.I.I., Vol. IV, pp. 307-08.
21. ஆராய்ச்சித் தொகுதி, ப. 245.
22. அங்குள்ள ஈசன் விசுவநாதர் என்றும், அம்பிகை விசாலாட்சி என்றும், தீர்த்தம் சிவகங்கை என்றும் வழங்குதலால் பண்டைச் சைவர்கள் காசியின் செம்மையை இத்தலத்திற் கண்டனர் என்று கூறுவர்.
23. 252 of 1910.
24. 87 of 1898
25. Pallavas, p. 144.
26. 646 of 1904.
27. *''சிற்றிடை உமையொரு பங்கன் அங்கையில்*
உற்றதோர் எரியினன் ஒருசரத்தினால்
வெற்றிகொள் அவுணர்கள் புரங்கள் வெந்தறச்
செற்றவன் உறைவிடம் திருவிற்கோலமே''

- என்பது திருஞான சம்பந்தர் தேவாரம்.

* * *

இறையும் அறமும்

சிவபாத சேகர நல்லூரும், மங்கலமும்: சைம சமயத்தைச் சார்ந்த பெரு மன்னர்கள் தமிழ் நாட்டில் அரசு வீற்றிருந்த போது சிவம் மணக்கும் சொற்களை ஊர்ப் பெயராக்கினார்கள். சிவபாத சேகரன் என்னும் சிறப்புப் பெயர் பூண்ட: இராஜராஜன் உண்டாக்கிய சிவபாத சேகரபுரம் இப்பொழுது சிவாயம் என வழங்குதலை முன்னரே கண்டோம். அம் மன்னன் பாண்டி நாட்டில் திருநெல்வேலிக்கு மேற்கேயுள்ள கல்லூரில் சில நிலத்திற்குச் சிவபாத சேகர நல்லூர் என்று பெயரிட்டு அதனைச் சேரவன் மாதேவிக் கயிலாசநாதர் கோயிலுக்குத் தேவதானமாக விட்ட செய்தி சாசனத்தால் விளங்குகின்றது.[1] இன்னும் சிவபாத சேகர மங்கலம் என்ற ஊர் திருக்கடவூர்க் கோயிற் சாசனத்தில் குறிக்கப்படுகின்றது.[2] ஆகவே, சிவபாத சேகரன் பெயரால் அமைந்த புரமும், நல்லூரும், மங்கலமும் தமிழ்நாட்டில் சைவ சமயத்தின் பெருமையை விளக்கி நின்றன.[3]

திருச்சிற்றம்பலம்: திருச்சிற்றம்பலம் என்பது சைவ சமயத்தார் போற்றும் செம்மை சேர் நாமம். தில்லை மன்றத்தின் பெயராகிய திருச்சிற்றம்பலத்தின் பெருமை தமிழக முழுதும் பரவி நின்றது. தேவாரப் பாமாலை பெற்ற திருச்சிற்றேமம் என்னும் சிவாலயம் திருச்சிற்றம்பலம் என மாறி வழங்கலாயிற்று.[4] குலோத்துங்க சோழன் திருச்சிற்றம்பல நல்லூர் என்ற ஊரை இறையிலியாக்கித் திருப்பாலைத் துறையுடையார்க்குத் தேவ தானமாக அளித்தான் என்று சாசனம் கூறும்.[5]

திருநீற்றுச் சோழ நல்லூர்: ''மந்திரமாவது நீறு, வானவர் மேலது நீறு'' என்று திருஞான சம்பந்தர் பாடியருளிய திருநீறு சைவர்கள் அணிந்து போற்றும் சிவ சின்னமாகும். சைவப் பெரு மன்னர் இருவர் தம்மைத் திருநீற்றுச் சோழன் என்று கூறிக் கொள்ள ஆசைப்பட்டார்கள். அவருள் ஒருவன் முதல் குலோத்துங்க சோழன். அம் மன்னன் செங்கற்பட்டைச் சேர்ந்த முன்னலூர் என்னும் ஊருக்குத் திருநீற்றுச் சோழநல்லூர் என்று பெயரிட்டு அதனைத் திருத்தலத்திலுள்ள சிவாலயத்திற்கு நன்கொடையாக வழங்கினான் என்று ஒரு சாசனம் கூறும்.[6]

இரண்டாம் குலோத்துங்க சோழனும் திருநீற்றுச் சோழன் என்னும் விருதுப் பெயர் பூண்டான். செங்கற்பட்டைச் சேர்ந்த

களத்தூரில் உள்ள திரு ஆலக்கோயில் என்னும் சிவாலயத்திற்குக் குலோத்துங்க சோழன் திருநீற்றுச் சோழ நல்லூர் என்ற ஊரைத் தேவதானமாகக் கொடுத்தான்.[7]

இன்னும், தஞ்சை நாட்டில் திருக்கண்ணபுரத்துக்கு அண்மையில் திருநீற்றுச் சோழபுரம் என்ற ஊர் இருந்ததாகத் தெரிகின்றது.[8] சிதம்பர கோயிற் சாசனத்தில் திருநீற்றுச் சோழ மங்கலம் குறிக்கப்படுகின்றது.[9] இன்னும், திருநீறு என்னும் பெயருடைய ஊர் ஒன்று திருப்பாசூர்ச் சாசனத்திற் கூறப்பட்டுள்ளது. திருநீறு என்ற ஊரில் வாழ்ந்த வணிகர், மற்றும் ஒன்பதூர் வணிகருடன் சேர்ந்து, ஓர் ஊரை விலைக்கு வாங்கித் திருப்பாசூர்க் கோயிலுக்குத் தேவதானமாக வழங்கிய செய்தியைக் கூறுவது அச் சாசனம்.[10]

திருத்தொண்டத் தொகை மங்கலம்: திருத்தொண்டத் தொகை என்பது திருத்தொண்டர்களாகிய சிவனடியாரின் செம்மையைப் போற்றும் தேவாரத் திருப்பதிகம். "தில்லைவாழ் அந்தணர்தம் அடியார்க்கும் அடியேன்" என்றெடுத்துச் சுந்தரர் பாடிய அப்பதிகமே திருத்தொண்டர் புராணம் என்னும் பெரிய புராணத்திற்கு அடிப்படையாயிற்று. இத்தகைய திருத்தொண்டத் தொகையில் ஈடுபட்ட சைவ மன்னர் அப்பெயரைச் சில ஊர்களுக்கு இட்டார்கள். திருக்கடவூர் மயானத்துச் சிவாலயத்தில் உள்ள சாசனத்தில் திருத்தொண்டத் தொகை மங்கலம் என்ற ஊர் குறிக்கப்பட்டுள்ளது.[11]

தேவதானம்: திருக்கோயிலுக்கு அரசர் இறையிலியாக விட்ட நிலங்களும், ஊர்களும் தேவதானம் எனப்பட்டன. இத்தகைய தானம் தமிழ்நாட்டிற் சிறந்திருந்த தென்பது சாசனங்களாலும் ஊர்ப் பெயர்களாலும் அறியப்படும். செங்கற்பட்டு பொன்னேரி வட்டத்தில் தேவதானம் என்னும் ஊர் உண்டு. தஞ்சை நாட்டு மன்னார்குடி வட்டத்தில் மற்றொரு தேவதானம் உள்ளது. இராமநாதபுரத்தைச் சேர்ந்த ஸ்ரீ வில்லிபுத்தூர் வட்டத்தில் இன்னொரு தேவதானம் இருக்கின்றது. மதுரை நாட்டுப் பெரிய குள வட்டத்தில் தேவதானப்பட்டி என்பது ஓர் ஊரின் பெயர்.

மங்கலம்: நன்மையானவற்றையெல்லாம் மங்கலம் என்னும் சொல் குறிப்பதாகும். தமிழ்நாட்டில் பல ஊர்ப் பெயர்களில் மங்கலச் சொல் அமைந்திருக்கக் காணலாம். தேவாரப் பாடல் பெற்ற ஊர்களில் ஒன்று திருமங்கலக்குடி. காவிரியாற்றின்

வட கரையில், வளமெலாம் வாய்ந்து விளங்கிய அப்பதியைச் "செல்வம் மல்கு திருமங்கலக்குடி" என்று திருநாவுக்கரசர் பாடினார்.

மங்கை: மங்கலம் என்பது எனவும் குறுகி வழங்கும். திருவாசகம் பெற்ற பட்ட மங்கையும்,[12] தேவாரம் பெற்ற சாத்த மங்கை, புள்ள மங்கை, விசய மங்கை என்னும் ஊர்களும், திருவாய்மொழி பெற்ற வரகுணமங்கையும் இதற்குச் சான்றாகும்.

பிற்காலத்தில் தமிழ் மன்னர்கள் உண்டாக்கிய ஊர்களிலும் மங்கலப் பேர் இடம்பெற்றது. தஞ்சை நாட்டு மாயவர வட்டத் தில் உள்ள திருமங்கலம் இராஜராஜனால் உண்டாக்கப்பட்ட தாகும்.[13] பாண்டி நாட்டுத் திருமங்கல வட்டத்திலுள்ள விக்கிரம மங்கலம், விக்கிரம சோழபுரம் என்று சாசனத்தில் வழங்குகின்றது.[14] இன்னோரன்ன மங்கலங்கள் தமிழகத்தில் பல உண்டு.

சதுர்வேதி மங்கலம்: வேதம் நான்கையும் கற்றுணர்ந்த வேதியர்க்கு விடப்பட்ட ஊர் சதுர்வேதி மங்கலம் என்று பெயர் பெற்றது. தமிழ்நாட்டு மன்னரும் அவர் தேவியரும் உண்டாக்கிய சதுர்வேதி மங்கலங்கள் பலவாகும். மதுராந்தகன், சோழாந்தகன் முதலிய விருதுப் பெயர்களோடு இணைந்த சதுர்வேதி மங்கலம் சோழ நாட்டிலும் பாண்டி நாட்டிலும் உள்ளன. செங்கற்பட்டைச் சேர்ந்த மதுராந்தகம் என்னும் ஊர் மதுராந்தகன் நிறுவிய சதுர்வேதி மங்கலம். அவ்வண்ணமே மதுரைக்கருகேயுள்ள சோழ வந்தான் என்ற ஊர் சோழாந்தகனால் உண்டாக்கப்பட்ட சதுர்வேதி மங்கலம்.

தஞ்சை நாட்டு மன்னார்குடி வட்டத்தில் பெருவளந்தான் என்னும் ஊர் உள்ளது. பெரு வாழ்வு தந்த பெருமாள் சதுர்வேதி மங்கலம் என்பது அதன் முழுப் பெயராகும்.[15]

பாண்டி மண்டலத்தைச் சேர்ந்த செம்பி நாட்டில் வீரநாரா யண சதுர்வேதி மங்கலம் என்னும் ஊர் விளங்கிற்று. திருச்செந் தூர்ப் பிள்ளைத் தமிழ் பாடிப் பெருமையுற்ற பகழிக் கூத்தர் அவ்வூரிலே பிறந்தவர். "செம்பி நாட்டு வீரநாராயணச் சதுர்வேத மங்கலம் விளங்க வந்தவர்"[16] என்று சிறப்புப் பாயிரச் செய்யுள் ஒன்று கூறுதலால் இவ்வுண்மை விளங்கும். சன்னாசி கிராமம் என்று அவ்வூர் இந்நாளில் வழங்கும்.

வட ஆர்க்காட்டுப் போளூர் வட்டத்தில் மகாதேவ மங்கலம் என்னும் ஊர் ஒன்று உள்ளது. அதன் பழம் பெயர் மகாதேவி மங்கலம் என்பதாகும்.[17] செங்கற்பட்டில் உள்ள மணிமங்கலம்

ரா.பி. சேதுப்பிள்ளை | 217

என்ற ஊர் இராஜராஜன் தேவியாகிய உலக மாதேவியின் பெயரால் அமைந்த சதுர்வேதி மங்கலம்.[18]

தஞ்சை வட்டத்தில் மன்னார் சமுத்திரம் என்னும் மறுபெயருடைய செந்தலை என்ற ஊர் உள்ளது. சந்திரலேகை சதுர்வேதி மங்கலம் என முற்காலத்தில் வழங்கிய பெயரே பிற்காலத்தில் செந்தலையெனச் சிதைந்தது.[19]

வட ஆர்க்காட்டில் தீன சிந்தாமணியின் பெயர் கொண்ட சதுர்வேதி மங்கலம் ஒன்றுண்டு. தீன சிந்தாமணி என்பது முதற் குலோத்துங்கனுடைய தேவியின் பெயராதலால் அவ்வூர் அவரால் உண்டாக்கப்பட்டதென்று கொள்ளலாகும்.[20] கடைக்கோட்டுப் பிரமதேசம் என்பது அதன் மறுபெயராகச் சாசனத்தில் வழங்குகின்றது. இப்பொழுது பிரமதேசம் என்பது அதன் பெயர்.[21]

பட்ட விருத்தி: கற்றுயர்ந்த பார்ப்பனர்க்கு இறையிலியாக அரசரால் விடப்படும் நிலம் பட்டவிருத்தி யெனப்படும். பட்ட விருத்தியென்ற ஊர் ஒன்று மாயவர வட்டத்தில் உள்ளது. பட்ட விருத்தி அய்யம்பாளையம் என்ற ஊர் கோவை நாட்டுக் கோபி வட்டத்தில் உண்டு.

பட்டமங்கலம்: இன்னும், பட்டமங்கலம் என்னும் பெயருடைய ஊர்கள் தமிழ்நாட்டிற் பலவாகும். பாண்டி நாட்டுத் திருப்பத்தூரில் ஒரு பட்ட மங்கலம்; சோழநாட்டு மாயவரத்தில் மற்றொரு பட்டமங்கலம்; நாகப்பட்டினத்தில் இன்னொரு பட்ட மங்கலம்; இன்னோரன்ன மங்கலம் இன்னும் சிலவுண்டு.

அகரம்: அகரம் என்பது அக்கிரகாரத்தின் குறுக்கம் என்பர்.[22] தமிழகத்தில் அகரம் என்னும் பெயருடைய ஊர்கள் பலவுண்டு. தென்னார்க்காட்டிலுள்ள அகரம் ஜனநாத சதுர்வேதி மங்கலம் என்று குறிக்கப்படுதலால், ஜனநாத சோழன் என்னும் இராசராசன் அதனை அமைத்திருக்கலாம் எனத் தோன்றுகிறது.[23]

இராசேந்திரன் என்னும் கங்கை கொண்ட சோழன் தொண்டை நாட்டில் ஓர் அகரம் உண்டாக்கினான்; வானவன் மாதேவி என்னும் தன் தேவியின் பெயரை அவ்வூருக்கு இட்டான்; வானமங்கை என்று வழங்கப்பெற்ற அப்பதியில் பிராமணர்களைக் குடியேற்றினான்;[24] அங்குக் கைலாசநாதர் கோவிலும் கட்டினான். இங்ஙனம் கங்கை கொண்ட சோழன் கண்ட நகரம் இன்று செங்கற் பட்டில் அகரம் என்னும் பெயரோடு விளங்குகின்றது.[25]

செங்கற்பட்டு நாட்டுச் செங்கற்பட்டு வட்டத்தில் இரண்டு அகரங்கள் உண்டு. அவற்றுள் ஒன்று வானவன் மாதேவியால் உண்டாக்கப்பட்டது.[26] மற்றொன்று பிற்காலத்தில் திம்மப்ப நாயக்கரால் ஏற்பட்டதென்று சாசனம் தெரிவிக்கின்றது. நெல்லிக் குப்பம் முதலிய மூன்று ஊர்களினின்றும், இரண்டாயிரம் குழி நிலத்தைப் பிரித்தெடுத்து அந் நாயக்கர் உண்டாக்கிய அக்கிரகாரம் அகரம் என வழங்கலாயிற்று.[27]

வட ஆர்க்காட்டில் அக்கிரகாரம் என்றும், அக்கிரகாரப் பாளையம் என்றும் இரண்டு ஊர்கள் உள்ளன. நெல்லை நாட்டில் மேலகரமும், திருச்சி நாட்டில் காட்டகரமும், தென்னார்க்காட்டில் புத்தகரமும், வட ஆர்க்காட்டில் கோட்டகரமும் காணப்படும்.

தானமும் தருமமும்

''பாரில் நல்லிசைப் பாண்டிய சோழர்கள்
பாரளித்ததும் தர்மம் வளர்த்ததும்''

தானம்: தமிழ் நாட்டார் நன்கறிந்து போற்ற வேண்டும் என்று முறையிட்டார் பாரதியார். அம் மன்னர் அளித்த தான தருமங்கள் சில ஊர்ப் பெயர்களால் இன்றும் அறியக்கூடியன. தஞ்சை நாட்டில் உள்ள அன்னதானபுரம், தருமதானபுரம், மகாதான புரம், உத்தமதானபுரம் முதலிய ஊர்கள் முற்காலத்தில் அறநிலை யங்களாக விளங்கின என்பதற்கு அவற்றின் பெயர்களே சான்றாகும்.

தருமம்: இன்னும், அறஞ்செய விரும்பிய அரசரும் செல் வரும் பலவிடங்களில் சத்திரமும், சாவடியும், விடுதியும் அமைத் தார்கள். அவற்றின் பெயர்கள் இப்பொழுது ஊர்ப் பெயர்களாக வழங்குகின்றன. நெல்லை நாட்டிலுள்ள பாவூர்ச் சத்திரமும், திருச்சி நாட்டிலுள்ள செட்டி சத்திரமும், அம்மா சத்திரமும் தர்ம சாலையாற் பெயர் பெற்ற ஊர்கள் என்பது வெளிப்படை. செட்டி சாவடி, குறும்பன் சாவடி, சத்திரச் சாவடி முதலிய ஊர்ப் பெயர்கள் சாவடியமைந்திருந்த இடங்களைக் காட்டுகின்றன. தஞ்சை நாட்டி லுள்ள சென்னிய விடுதியும், திருச்சி நாட்டிலுள்ள பால விடுதி யும், வழிப்போக்கர் தங்குமிடங்களை உடையனவாயிருந்தன என்று கூறலாம். சத்திரம், விடுதி முதலிய அறநிலையங்களை பேணி வளர்ப்பதற்கு விடப்பட்ட நிலம் சாலாபோகம் எனப்படும். தஞ்சை நாட்டில் சாலாபோகம் என்பது ஓர் ஊரின் பெயர். இங்ஙனம் அறநிலையங்களை மன்னரும் செல்வரும் ஆதரித்தமையால் தமிழ்நாடு அறம் வளரும் திருநாடாய்த் திகழ்ந்தது.

அடிக் குறிப்பு

1. 612 of 1916.
2. 642 of 1916.
3. சாமந்தருள் ஒருவனாகிய சோழகங்கதேவன் அரசனிடமிருந்து பெற்ற ஐந்து வேலி நிலத்திற்குச் சிவபாத சேகரமங்கலம் என்று பெயரிட்டுத் திருச்சிற்றம்பலமுடையார்க்கு நிவந்தமாக விட்ட செய்தி சாசனத்தால் அறியப்படும் - 185 ணிஞூ 1929.
4. M.E.R., 1925 - 26; 189 of 1926.
5. 434 of 1912
6. 312 of 1901
7. 363 of 1911
8. 505 of 1922
9. 280 of 1913
10. 120 of 1930. Cholas. Vol. II, p. 418
11. 54 of 1906
12. ''பட்ட மங்கையிற் பாங்காயிருத்தங் (கு)
    அட்டமாசித்தி அருளிய அதுவும்'
    - கீர்த்தித் திருவகவல், 62-63.
13. M.E.R., 1926-27.
14. I.M.P., p. 1039.
15. 193 of 1908.
16. பெருந்தொகை, 1665
17. M.E.R., 1933-34.
18. 144 of 1919.
19. I.M.P., pp. 1938-1400
20. 671 of 1919.
21. 271 of 1915.
22. எனினும், வேளாளர் அகரம் என்பது தஞ்சை நாட்டு மாயவர வட்டத்தில் உள்ளது.
23. 386 of 1922.
24. 232 of 1931.
25. Cholahs. Vol. I, p. 549.
26. M.E.R., 1930-31.
27. M.E.R., 1934-35.

* * *

திருமாலும் திருப்பதிகளும்

இரு திருப்பதிகள்: தொன்று தொட்டுத் தமிழ் நாட்டார் வழிபடும் தெய்வமாகிய திருமாலின் திருக்கோலம், பண்டை இலக்கியங்களிலும் திருப்பாசுரங்களிலும் அழகுற எழுதிக் காட்டப் படுகின்றது. திருவேங்கடம் என்னும் திருப்பதி மலையில்,

"நன்னிற மேகம் நின்றது போலச்
செங்கண் நெடியோன் நின்ற வண்ணம்"

சிலப்பதிகாரத்தில் இலங்குவதாகும். அவர் நின்றருளும் நீர்மை யால் அம் மலை "நெடியோன் குன்றம்" என்னும் பெயர் பெற்றது. திரு அரங்கத்தில் பள்ளி கொண்ட கோலத்தில் காட்சி தருகின்றார் திருமால். திருவரங்கம் என்றும், ஸ்ரீரங்கம் என்றும் வழங்கும் அப் பதியே வைணவர்களால் கோயில் என்றும், பெரிய கோயில் என்றும் கொண்டாடப்பெறும். திருவேங்கடமும் திருவரங்கமும் வைணவ உலகத்தின் இரு கண்களாக விளங்குகின்றன.

பாண்டித் திருப்பதிகள்: திருமால் நின்றும், இருந்தும், பள்ளி கொண்டும் அடியார்க்குச் சேவை சாதிக்கின்றார். தென் பாண்டி நாட்டில் இம் மூன்று திருக்கோலத்தையும் மூன்று திருப் பதிகளிற் கண்டு போற்றினார் நம்மாழ்வார்.

"புளிங்குடிக் கிடந்து வரகுண மங்கை இருந்து
வைகுந்தத்துள் நின்று"

அருள்கின்றார் திருமால் என்பது அவர் திருவாய் மொழி!

இருந்தையூர்: இத்தகைய திருக்கோலங்களால் எழுந்த ஊர்ப் பெயர்களும் தமிழ் நாட்டில் உண்டு. பாண்டி நாட்டில் வைகையாற்றின் கரையில் அழகராகிய பெருமாள் இருந்தருளும் கோலம் பரிபாடலால் விளங்குவதாகும்.

"மருந்தாகும் தீநீர் மலிதுறை மேய
இருந்தையூர் அமர்ந்த செல்வ"

என்று திருமாலின் இருந்த திருக்கோலம் குறிக்கப்படுகின்றது. இவ் வண்ணம் பெருமாள் காட்சியளித்த இடம் "இருந்த வளம்" என்று பெயர் பெற்றது. இருந்தை என்று பாட்டில் வரும் பெயர் இருந்த வளம் என்றதன் குறுக்கம் ஆகும். அப் பெருமாளை இருந்த வளமுடையார் என்று அழைத்தனர் பழந்தமிழ் நாட்டார். இந்நாளில்

ரா.பி. சேதுப்பிள்ளை

கூடலழகராக விளங்கும் பெருமாளே 'இருந்தையூர்ச் செல்வன்' என்பர்.[2] இருந்தையூர்க் கொற்றன் புலவன் என்பார் பாடிய பாட்டொன்று குறுந்தொகையில் காணப்படுகின்றது. அப் புலவர் இவ்வூரைச் சேர்ந்தவர் என்று கருதலாகும்.

திரு நின்றவூர்: இன்னும், திருமால் நின்றருளும் கோலத்தைக் காணும் பேறு பெற்ற ஊர் ஒன்று நின்றவூர் என்று பெயர் பெற்றது. பாடல் பெற்ற திருப்பதிகளுள் அதுவும் ஒன்று. ''கருமுகிலை எம்மான் தன்னை, நின்றவூர் நித்திலத்தை'' என்று அங்கு உள்ள பெருமாளைப் பாடினார் திருமங்கை யாழ்வார். திருநின்றவூர் என்னும் அருமைத் திருப்பெயர் இப்பொழுது தின்னனூர் என மருவி வழங்குகின்றது.

சலசயனம்: மகாபலிபுரத்தில் திருமால் பள்ளிக்கொண்ட கோலத்தில் விளங்குகின்றார். அவ்வூர்க் கடற்கரைக் கோவிலிற் கண்ட சாசனம் 'ஜலசயனம்' என்று அக் கோயிலைக் குறிக்கின்றது. ஜலசயனத்துப் பள்ளி கொண்டருளிய தேவர் என்று அச் சாசனம் கூறுதலால் கடலருகே யிருந்த திருமால் கோயில் அப்பெயரால் வழங்கிற்றென்று தெரியலாம்.

தலசயனம்: இனி, திருமால் பள்ளிகொண்ட கோலத்தில் உள்ள மற்றொரு கோவிலும் மகாபலிபுரத்தில் உண்டு. அது நகரினுள்ளே காணப்படுகின்றது. அதன் பழமை அங்குள்ள கல் வெட்டுக்களால் விளங்குவதாகும். தல சயனம் என்பது அதன் பெயர். எனவே மகாபலிபுரத்தில் சல சயனம், தல சயனம் என்ற கோயில்கள் பழமையாகவே சிறப்புற்றிருந்தன என்பது புலனாகும்.[3]

திருவலவெந்தை: தல சயனத்தில் பூமி தேவியை வலப் பக்கத்தில் வைத்துத் திருமால் காட்சி தருதலால் திருவலவெந்தை என்னும் பெயர் அவர்க்கு அமைந்தது.

''ஏனத்தின் உருவாகி நிலமங்கை எழில் கொண்டான்
வானத்தின் அவர் முறையால் மகிழ்ந்தேத்தி வலங்கொள்ள
கானத்தின் கடன் மல்லைத் தலசயனத் துறைகின்ற
ஞானத்தின் ஒளியுருவை நினைவார் என் நாயகமே''

என்று திருமங்கையாழ்வார் இத் திருக்கோலத்தைப் பாடியருளினார்.

திருவிடவெந்தை: தொண்டை நாட்டுத் திருப்பதிகளுள் ஒன்று திருவிட வெந்தை என்று பெயர் பெற்றது. அங்குள்ள பெருமாள் திருமங்கையாழ்வாரால் மங்களா சாசனம் செய்யப் பெற்றவர். இட எந்தை என்பது அவர் திருநாமம். ஸ்ரீ வராக மூர்த்தி

வடிவாகவுள்ள அப் பெருமாள் தம் இடப் பக்கத்தில் பூமி தேவியை ஏந்திய கோலமாகக் காட்சி தருதலால் இட எந்தை எனப் பெயர் பெற்றார் என்பர்.

''அன்னமும் மீனும் ஆமையும் அரியும்
ஆலயம் மாயனே அருளாய்
என்னும் இன் தொண்டர் கின்னருள் புரியும்
இடவெந்தை எந்தை பிரானை''

என்று ஆழ்வார் பாடுதலால் அவர் திருநாமம் இடவெந்தை என்பது இனிது விளங்கும். கொங்கு நாட்டில் அவிநாசி யென்னும் ஈசன் பெயர் ஊர்ப் பெயராக வழங்குதல் போன்று, இடவெந்தை என அத்தலத்திற்கு வழங்கலாயிற்று. இப்பொழுது மகாபலிபுரம் என்னும் மாமல்லபுரத்திற்கு அருகே திருவடந்தை என்ற பெயர் கொண்டு விளங்கும் பதி அதுவே. எனவே, தொண்டை நாட்டில் பூதேவியை வலமும் இடமும் வைத்து, வலவெந்தை யெனவும் இடவெந்தையெனவும் வணங்கப்பெற்ற திருமால் பெருமை இனிது தோன்றும்.

திருக்கண்ணபுரம்: கண்ணனுக்குரிய திருப்பதிகளுள் விதந்தெடுந்துரைக்கப்படுவன ஐந்து. அவை ''பஞ்ச கிருஷ்ண க்ஷேத்திரங்கள்'' என்று பாராட்டப்படும். தஞ்சை நாட்டு நன்னிலத் துக்குக் கிழக்கே நான்கு மைல் தூரத்தில் உள்ள திருக்கண்ணபுரம் அவற்றுள் ஒன்று. ''மரணமானால் வைகுந்தம் கொடுக்கும் பிரான், அரணமைந்த மதிள் சூழ் திரு கண்ணபுரத்து''ள்ளான் என்று நலமுற பாடியருளினார் நம்மாழ்வார். திருமங்கை யாழ்வார் நூறு திருப்பாசுரங்களால் அக் கண்ணபுர பெருமாளைப் போற்றினார். ''கருவரை போல் நின்றானைக் கண்ணபுரத் தம்மானை'' என்று அவர் பாடிய பாசுரத்தால் அப் பதியில் நின்று காட்சி தரும் நெடு மாலின் கோலம் நன்கு விளங்கும்.

திருக்கண்ணன்குடி: தஞ்சை நாகை வட்டத்தில் உள்ளது திருக்கண்ணன்குடி. அங்கு நின்றருளும் கண்ணனைத் திருமங்கை யாழ்வார் பாடியுள்ளார்.

''செழுமையார் பொழில்கள் தழுவும் நன்மாடத்
திருக்கண்ணங் குடியுள் நின்றானே''

என்பது அவர் திருவாக்கு.

திருக்கண்ணமங்கை: திருவாரூருக்கு வடமேற்கே நான்கு மைல் தூரத்தில் உள்ளது திருக்கண்ணமங்கை என்னும் திருப்பதி.

''கன்னலைக் கரும்பி னிடைத் தேறலைக்
கண்ணமங்கையுள் கண்கொண்டேனே''

என்று இப்பதியில் நின்றிலங்கும் பக்தவச்சலனைத் திருமங்கை யாழ்வார் பாடித் தொழுதார்.

கபிஸ்தலம்: தஞ்சை நாட்டுப் பாபநாசத்துக்கு அண்மை யிலுள்ள கவித்தலத்தைக் 'கண்ணன் கவித்தலம்' என்பர். கவிக் குல நாயகனாகிய அனுமனுக்கு அருள்புரிந்த இடமாதலால் அவ்வூர் கவித்தலம் - கபிஸ்தலம் - என்று பெயர் பெற்றதாகக் கருதப்படுகின்றது.

திருக்கோவலூர்: இது, ஐந்தாம் கிருஷ்ண க்ஷேத்திரம் திருக்கோயிலூர் என வழங்கும் திருக்கோவலூர் ஆகும். வடமொழி யில் அவ்வூர் கோபாலபுரம் எனப்படும். கோபாலனாகிய திருமால் எழுந்தருளியிருக்கும் தலமாதலால் அதற்குக் கோவலூர் என்னும் பெயர் அமைந்ததென்பர். அது கோவல் என்னும் முன்னாளில் வழங்கிற்று.

கண்ணனூர்: இன்னும், கண்ணன் பெயரால் எழுந்த ஊர் திருச்சி நாட்டு முசிரி வட்டத்தில் உண்டு. கண்ணனூர் என வழங் கும் அவ்வூரில் அழகப் பெருமாள் கோயில் விளங்குகின்றது.

விண்ணகரம்: தமிழ்நாட்டில் ஈசனது கோவில் ஈச்சரம் என்று பெயர் பெற்றாற் போன்று, விஷ்ணுவின் கோவில் விஷ்ணு கிரகம் என வழங்கிற்று. அப்பெயர் விண்ணகரம் என்று மருவிற் றென்பர்.[5] வைணவ உலகம் தலைக்கொண்டு போற்றும் நூற் றெட்டுத் திருப்பதிகளுள் ஆறு விண்ணகரங்கள் உள்ளன.

திருவிண்ணகரம்: கும்பகோணத்திற்கு மூன்று மைல் அளவில் உள்ள திருமால் கோயில் திரு விண்ணகரம் என்று விதந்துரைக்கப்பட்டது.[6] ஆழ்வார்களில் நால்வர் அதற்கு மங்களா சாசனம் செய்துள்ளார்.

''திருவிண்ணகர் சேர்ந்த அப்பன்
தன்னொப்பார் இல்லப்பன்
தந்தனன் தனதாள் நிழலே''

என்று நம்மாழ்வார் திருவிண்ணகரத்து அப்பனைப் பாடியருளி னார். அவர் திருவாக்கின் அடியாக ஒப்பிலியப்பன் என்னும் திருநாமம் அப்பெருமாளுக்கு அமைந்தது. அது நாளடைவில் உப்பிலியப்பன் என மருவிற்று. அப் பெயருக்கு ஏற்ப உப்பில்லாத நிவேதனம் அந்த அப்பனுக்குச் சிறந்ததாகக் கருதப்படுகின்றது.

சீராம விண்ணகரம்: சீகாழிப் பதியில் உள்ள சீராம விண்ணகரம் திருமங்கை யாழ்வாரால் பாடப்பெற்ற பழம் பதியாகும். பதிகத்தின் முதற் பாசுரத்தில் ஈரடியால் உலகளந்த திருமாலின் பெருமையைப் பாடினார் அவ்வாழ்வார்.

''ஒரு குறளாய் இருநிலம் மூவடிமண் வேண்டி
உலகனைத்தும் ஈரடியால் ஒடுக்கி ஒன்றும்
தருகனா மாவலியைச் சிறையில் வைத்த
தாடாளன் தாளணைவீர்''

என்றெழுந்த திருவாக்கின் மகிமையால் 'தாடாளன் கோயில்' என்னும் பெயர் அவ் விண்ணகர்க்கு இன்று வழங்கி வருகின்றது.

வைகுந்த விண்ணகரம், அரிமேய விண்ணகரம்: தஞ்சை நாட்டுச் சீகாழி வட்டத்திலுள்ள பதினொரு திவ்ய தேசமும் திருநாங்கூர்த் திருப்பதிகள் என்று வைணவ உலகத்தில் வழங்கப் பெறும். அவற்றுள் இரண்டு, விண்ணகரங்கள் ஆகும்: வைகுந்த விண்ணகரம் ஒன்று; அரிமேய விண்ணகரம் மற்றொன்று. ''மாறாக பெருஞ் செல்வம் வளரும் மணிநாங்கூர். வைகுந்த விண்ணகரம் வணங்கு மட நெஞ்சே'' என்றும், ''அருவிடங்கள் பொழில் தழுவி எழில் திகழும் நாங்கூர், அரிமேய விண்ணகரம் வணங்கு மட நெஞ்சே'' என்றும் அவற்றைத் திருமங்கை யாழ்வார் பாடியருளினார்.

மணிமாடக் கோயில் செம்பொன் செய்கோயில்: இன்னும், மணிமாடக் கோவில், செம்பொன் செய் கோயில் என்னும் இரண்டும் திருநாங்கூர்த் திருப்பதிகளாகும். மணிமாடக் கோயிலில் அமர்ந்த பெருமானை ''நந்தாவிளக்கே நரநாரணனே'' என்று ஆழ்வார் ஆதரித்து அழைத்து மங்களா சாசனம் செய்தமையால் அத் திருநாமம் இரண்டும் அவர்க்கு அமைந்துள்ளன. செம்பொன் செய் கோயிலில் திருமாலின் நின்ற திருக்கோலம் விளங்குகின்றது. அதனைக் கண்களிப்பக் கண்ட ஆழ்வார், ''செம்பொன் செய்கோயிலின் உள்ளே, உயர்மணி மகுடம் சூடி நின்றானைக் கண்டு கொண்டு உய்ந்தொழிந் தேனே'' என்று பாடித் தொழுதார்.[7]

மகேந்திர விண்ணகரம்: தமிழ்நாட்டை யாண்ட மன்னர் தம் பெயரால் அமைத்த விண்ணகரங்கள் பலவாகும். பல்லவ மன்னனாகிய மகேந்திரவர்மன் மகேந்திரபுர நகரத்தில் ஒரு குன்றத்தைக் குடைந்து எடுத்து அக் கோயிலுக்கு மகேந்திர விஷ்ணுகிரகம் என்று பெயரிட்டான்.[8]

பரமேச்சுர விண்ணகரம்: காஞ்சிபுரத்திலுள்ள வைகுந்தப் பெருமான் கோவில் முன்னாளில் பரமேச்சுர விண்ணகரம் என்னும் பெயரால் விளங்கிற்று. திருமங்கை யாழ்வாரால் மங்களா சாசனம் செய்யப்பெற்ற திவ்ய தேசங்களில் ஒன்று அவ் விண்ணகரம். பரமேச்சுரம் என்னும் இயற்பெயருடைய இரண்டாம் நந்திவர்மனால் அக்கோயில் கட்டப்பட்டது என்பர்.[9]

நந்திபுர விண்ணகரம்: திருமங்கையாழ்வார் பாடிய மற்றொரு விண்ணகரம் கும்பகோணத்திற்குத் தெற்கே நான்கு மைல் தூரத்திலுள்ள நந்திபுரம் என்னும் பல்லவ நகரத்தில் அமைந்தது. 'நந்திபணி செய்த நகர் நந்திபுர விண்ணகரம்' என்று அவர் பாடும் பான்மையால் நந்திவர்மன் அக்கோவிற் பணியில் ஈடுபட்டிருந்தான் என்பது இனிது விளங்கும். அவ் விண்ணகரப் பெருமாள் ஜெகநாதன் என்னும் திருநாமம் உடையார். நாளடை வில் ஜெகநாதன் கோயிலாகிய விண்ணகரம் நாதன் கோயில் என வழங்கலாயிற்று. அதுவே பின்னர் ஊர்ப் பெயரும் ஆயிற்று.

வீரநாராயண விண்ணகரம்: புதுவை நாட்டில் (புதுச்சேரி) உள்ள திரிபுவனி என்னும் திரிபுவன மாதேவி சதுர்வேதி மங்கலத் தில் வீரநாராயண விண்ணகரம் விளங்கிற்றென்று சாசனம் கூறு கின்றது.[10] வீரநாராயணன் என்பது பராந்தக சோழனது விருதுப் பெயர்களில் ஒன்று. முதற்குலோத்துங்க சோழன் காலத்தில் திருநாராயண பட்டர் என்னும் பெயரால் ஒரு காவியம் இயற் றினார் என்றும், அஃது அரசன் ஆணைப்படி வீரநாராயண விண் ணகரத் திருமுற்றத்தில், ஊர்ச் சபையார் முன்னிலையில் அரங் கேற்றப்பட்டதென்றும், காவியம் பாடிய புலவர்க்குச் சபையார் சம்மானம் அளித்தனர் என்றும் தெரிகின்றன.[11]

இராசராச விண்ணகரம்: தென்னார்க்காட்டு விழுப்புர வட்டத்தில் உள்ள எண்ணாயிரம் என்னும் ஊரில் இராசராச விண் ணகரம் ஒன்று உள்ளது. அங்குத் திருவாய்மொழி ஓதுதற்காக விட்ட நிவந்தம் சாசனத்தால் விளங்குகின்றது.[12]

தாராபுரம் என்னும் இராசராசபுரத்தில் குந்தவைப் பிராட் டியார் கட்டிய பெருமாள் கோவில் குந்தவை விண்ணகரம் என்று பெயர் பெற்றது.[13]

இராசேந்திர சோழ விண்ணகரம்: உத்தரமேரூரில் இராசேந் திர சோழ விண்ணகரம் விளங்கிற்று.[14] இராசேந்திர சோழ சதுர்வேதிமங்கலம் என்னும் மறுபெயர் பெற்ற உத்தரமேரூரில் கொங்கரையர் ஒருவர் அவ் விண்ணகரத்தைக் கட்டுவித்தார் என்பது கல்வெட்டால் விளங்குகின்றது.[15]

நெல்லை நாட்டு அம்பாசமுத்திர வட்டத்தில் மன்னார் கோவில் என்ற ஊர் உள்ளது. அழகிய மன்னார் என்னும் திருநாம முடைய பெருமாள் அங்குக் கோயில் கொண்டிருத்தலால் மன்னார்கோயில் என்று அது பெயர் பெற்றதென்பர். பிற்காலத்தில் இராஜேந்திர சோழ விண்ணகரம் என்னும் திருக்கோயிலும் அவ் வூரில் எழுந்தது. அக்கோயிலைக் கட்டியவன் இராஜசிம்மன் என்ற சேர மன்னன்.[16] அவன் இராஜேந்திரனுக்கு அடங்கி ஆட்சி புரிந் தமையால் சோழ மன்னன் அப்பெயரை அவ் விண்ணகரத்துக்கு அளித்தான் போலும்!

தஞ்சை நாட்டு உடையார் கோயில் என்ற ஊரில் குலோத் துங்க சோழ விண்ணகரம் உள்ளதென்று சாசனம் உணர்த்து கின்றது. அதுமுதற் குலோத்துங்கனால் கட்டப்பட்டதாகும்.[17] திருச்சி நாட்டு உடையார் பாளையத்தில் உள்ள கீழ்ப்பழுவூரில் வீரசோழ விண்ணகரம் விளங்கிற்றென்று சாசனம் கூறும்.[18]

திருப்பொதியில் விண்ணகரம்: கோவில்குளம் என்பது நெல்லை நாட்டு அம்பா சமுத்திர வட்டத்திலுள்ள ஓர் ஊரின் பெயர். அவ்வூரில் தென்னழகர் என்னும் பெருமாள் கோயில் கொண்டுள்ளார். பழமையான பல வட்டெழுத்துச் சாசனங்கள் அக் கோயிலிற் காணப்படுகின்றன. திருப்பொதியில் விண்ணகரம் என்னும் பெயர் முற்காலத்தில் அதற்கமைந்திருந்த தென்பது அக் கல்வெட்டுக்களால் அறியப்படும்.[19] புகழ் வாய்ந்த பொதிய மலையின் அடிவாரத்தில் அமைந்த கோவில், பொதியில் விண் ணகரம் என்று பெயர் பெற்றது மிகப் பொருத்தமாகத் தோன்று கின்றது. அக்கோயிலின் பெருமையாலேயே முன்பு 'குளம்' என்னும் பெயருடையதாயிருந்த ஊர் கோவில் குளமாயிற்று.[20]

விண்ணப்பள்ளி: கோவை நாட்டுக் கோபி வட்டத்தில் உள்ள விண்ணபள்ளி யென்னும் ஊர் அங்குக் கோயில் கொண் டுள்ளன பெருமாள் பெயராற் பெருமையுற்றதாகும். ஆதி நாரா யணப் பெருமாளின் கோவிலடியாக விண்ணபள்ளி என்ற பெயர் அதற்கு அமைந்தது.[21]

மாமணிக்கோவில்: திருமால் நீலமேனியன் என்றும், மணி வண்ணன் என்றும் தமிழ் நூல்கள் கூறும். தஞ்சையில் கோயில் கொண்ட திருமாலைத் தஞ்சை மாமணி என்று ஆழ்வார்கள் போற்றினர்.[22] அதனால் அத்தலம் தஞ்சை மாமணிக் கோயில் என்னும் திருநாமம் பெற்றது. நூற்றெட்டுத் திருப்பதிகளுள் ஒன்றா கிய மாமணிக் கோயில் தஞ்சாவூருக்கு வடக்கே மூன்று மைல் தூரத்தில் உள்ளது.

“வம்புலாம் சோலை மாமதிள் தஞ்சை
மாமணிக் கோயிலே வணங்கி
நம்பிகாள் உய்யநான் கண்டு கொண்டேன்
நாராயணா என்னும் நாமம்”

என்ற திருமங்கையாழ்வார் திருமொழியைப் பெற்றது இத்தலமே யாகும்.

பச்சைப்பெருமாள் கோயில்: திருமால், “பச்சைமா மலை போல் மேனி”யர் என்று ஆழ்வார்களால் பாடப்பட்டிருத்தலால் பச்சைப் பெருமாள் எனவும் அவரை வழங்குவர். காஞ்சிபுரத்தில் பச்சை வண்ணர் கோயில் ஒன்று உண்டு. பூவிருந்தவல்லிக்கு மேற்கே, பச்சைப் பெருமாள் கோயில் என வழங்குவது, பச்சை வண்ணப் பெருமாள் வீற்றிருக்கும் தலமாகும்.

சிங்கப்பெருமாள் கோயில்: சின்னக் காஞ்சிபுரம் என வழங்கும் அத்தியூரில் வேளுக்கை என்னும் திருமால் கோயில் உள்ளது. “மன்னு மதிட்கச்சி வேளுக்கை யாளரியை” என்று திருமங்கை யாழ்வார் இப் பெருமாளையே பாடினர் என்பர். இன்னும், சிங்கப்பெருமாள் கோயில் என்னும் தலம் செங்கற்பட்டுக்கு வடபால் உள்ளது.

சிங்கர்குடி: புதுச்சேரிக்குத் தென் மேற்கே ஆறு மைல் தூரத்தில் சிங்கர்குடி என்னும் ஊர் உள்ளது. அங்குப் பழமையான பெருமாள் கோவில் ஒன்று காணப்படுகின்றது. நரசிங்கப் பெருமாள் கோயில் என்பது அதன் பெயர். நரசிங்க மூர்த்தியின் பெயரே ஊருக்கு அமைந்ததாகத் தோற்றுகின்றது. நரசிங்கர் குடி என்பது சிங்கர்குடி என வழங்கலாயிற்று.

சம்பங்கி நல்லூர்: வட ஆர்க்காட்டு வேலூர் வட்டத்திலுள்ள ஊர் ஒன்று சம்பங்கி நல்லூர் என வழங்கப்படுகின்றது. செண்பகப் பெருமாள் நல்லூர் என்னும் பெயரே இங்ஙனம் சிதைந்துள்ள தென்பது கல்வெட்டுக்களால் விளங்கும்.[23]

சோழிங்கர்: வட ஆர்க்காட்டு வாலாஜா வட்டத்தில் சோழிங்கர் என்ற ஊர் உள்ளது. சோழ சிம்மபுரம் என்னும் பெயரே அவ்வாறு மருவிற்றென்று குரு பரம்பரை கூறும்.[24] அவ் வூரிலுள்ள கடிகாசலம் என்ற குன்றின் மீது கோயில் கொண்டுள்ள நரசிங்கப் பெருமாளைப் பேயாழ்வாரும், திருமங்கை யாழ்வாரும் பாடியுள் ளார்கள். இந்நாளில் கடிகாசலப் பெருமாள் கோவில் சாலச் சிறப் புற்று விளங்குகின்றது.

திருநாராயணபுரம்: நாராயணன் என்னும் நாமம் பல ஊர்ப் பெயர்களில் விளங்குவதாகும். திருச்சி நாட்டிலுள்ள திருநாரா யணபுரம், அங்குக் கோயில் கொண்டருளும் வேத நாராயணப் பெருமாள் பெயரால் நிலவுகின்றது.[25]

திருச்சானூர்: கீழைத் திருப்பதிக்கு மூன்று மைல் தூரத்தில், சுவர்ணமுகி யென்னும் பொன் முகலி யாற்றங்கரையில் உள்ளது திருச்சானூர். முன்னாளில் இராசேந்திர சோழ மண்டலத்துத் திரு வேங்கடக் கோட்டத்தில் குடவூர் நாட்டில் திருச்சானூர் என்னும் சுகனூர் இருந்ததென்று சாசனம் கூறும்.[26] திருச்சுகனூரில் இப் பொழுது சிறந்து விளங்குவது அலர்மேல் மங்கையின் கோயி லாகும். ஆயினும், பழங்காலத்தில் திப்பலா தீச்சுரம் என்னும் சிவா லயமும் அங்குச் சிறந்ததாகத் தெரிகின்றது.[27] திருப்பதி மலையிற் கோயில் கொண்டுள்ள வேங்கடாசலபதியின் தேவியாகிய அலர் மேல் மங்கையின் திருக்கோயில் இக்காலத்தில் அங்குச் சிறப்புற்று விளங்குதலால் அலர்மேலு மங்கைபுரம் என்னும் பெயரும் அதற்குண்டு.

அடிக்குறிப்பு

1. புளிங்குடி, இப்பொழுது திருப்புளியங்குடி என வழங்கும். வைகுந்தம் ஸ்ரீவைகுண்டம் எனப்படும்.
2. ஆராய்ச்சித் தொகுதி, 242.
3. திருமங்கை யாழ்வார் கடல் மல்லையைப் பற்றிப் பாடிய பதிகங்கள் இரண்டனுள் முன் பதிகம், தல சயனத்தைப் பற்றியதென்றும், கடற் கரைக் கோயிலைப் பற்றிய பின் பதிகம் சல சயனத்தைப் பற்றிய தென்றும், பிற்காலத்தில் இரண்டு பதிகங்களுமே தல சயனத் திருமாலைப் பற்றியனவாகக் கருதப்பட்டுப் பாட மாறலாயின என்றும் ஊகிக்க இடம் ஏற்படுகின்றது என்பர்.

   (ஆழ்வார்கள் காலநிலை, ப. 144)
4. M.E.R., 1935-36.
5. தேவலோகம் போன்றதென்ற காரணம் பற்றி விண்ணகரம் என்னும் பெயர் வந்தது என்பாரும் உளர் - நாலாயிரம், நூற்றெட்டுத் திருப்பதி பிரபாவம், 33.
6. திருநாகேச்சுரம் என்னும் சிவாலயமும் திருவிண்ணகரமும் ஒன்றை யொன்று அடுத்திருந்தமையால் அவ்வூர் திருவிண்ணகர் திருநாகேச் சுரம் என்று முற்காலத்தில் வழங்கிற்று. 'திரைமூர் நாட்டுத் தேவதான மாகிய திருவிண்ணகர் திருநாகேச்சுரம்' என்பது சாசனம். 218 ... 1911.
7. இன்னும், திருமணிக்கூடமும், தெற்றியம்பலமும், காவளம் பாடியும், தேவனார் தொகையும், வெள்ளக் குளமும், வண்புருடோத்தமும், பார்த்தன் பள்ளியும் மற்றைய திருநாங்கூர்ப் பதிகள் ஆகும்.

8. Ep. Ind. Vol. IV, p.152.
9. Pallavas, p. 131
10. 186 of 1919.
11. 198 of 1919.
12. 333 of 1917.
13. 8 of 1919.
14. 184 of 1923.
15. 174 of 1923.
16. 112 of 1905.
17. 399 of 1902.
18. S.I.I. Vol. III, 154.
19. 551 of 1911.
20. 551 of 1911
21. M.E.R., 1935-36.
22. மா என்பது நீல நிறத்தைக் குறிக்கும். ''மாயிரும் பீலி மணி நிற மஞ்ஞை'' என்னும் சிலப்பதிகாரத் தொடருக்கு உரையெழுதிய அடியார்க்கு நல்லார், மா-கருமை என்று கூறுதல் காண்க: மனையறம் படுத்த காதை, 53.
23. S.I.I., p. 74
24. சோழலிங்கபுரம் என்ற பெயரே சோழங்கிபுரம் ஆயிற்றென்றும் கூறுவர். (N.A. Maual, II, p. 435) அவ்வூரின் நடுவே உள்ள சோழேச்சுரத்திலுள்ள சுயம்பு லிங்கம் அதற்குச் சான்றாகக் காட்டப்படுகின்றது.
25. இவ்வூர் முசிரி வட்டத்தில் உள்ளது.
26. 265 of 1904
27. திப்பலாதீஸ்வரர் என்பது தெலுங்கில் குன்றுடையார் (The Lord of the Hills) என்று பொருள்படும் என்பர். இப்பொழுது இக்கோயில் பராசரேஸ்வரர் கோயில் என வழங்கப்படுகிறது.

* * *

சமணமும் சாக்கியமும்

எட்டு மலைகள்: முன்னாளில் சமண சமயம் தமிழ்நாட்டில் பல பாகங்களிற் பரவியிருந்ததாகத் தெரிகின்றது. சமண முனிவர்கள் பெரும்பாலும் தலைமை நகரங்களின் அருகே தம் தவச் சாலைகளை அமைத்துச் சமயப்பணி யாற்றுவராயினர். பாண்டி நாட்டில், நெடுமாறன் அரசு புரிந்த ஏழாம் நூற்றாண்டில் சமண மதம் எங்கும் ஆதிக்கமுற்றிருந்த பான்மையைப் பெரிய புராணம் குறிப்பிடுகின்றது.[1] அக்காலத்தில் மதுரையின் அருகேயுள்ள

குன்றுகளைச் சமண முனிவர்கள் தம் உறையுளாகக் கொண்டிருந்தார்கள் என்பது திருஞான சம்பந்தர் தேவாரத்தால் தெரிகின்றது. ஆனை மாமலை ஆதியாய இடங்களில் சமணர் வாழ்ந்தனர் என்று அவர் குறித்தவாறே மற்றொரு பழம் பாட்டும் எட்டு மலைகளை எடுத்துரைக்கின்றது.

''பரங்குன்று ஒருவகம் பப்பாரம் பள்ளி
அருங்குன்றம் பேராந்தை ஆனை - இருங்குன்றம்
என்றெட்டு வெற்பும் எடுத்தியம்ப வல்லார்க்குச்
சென்றெட்டு மோபிறவித் தீங்கு''[2]

என்ற பாட்டிலுள்ள பரங்குன்றம் என்பது மதுரைக்குத் தென் மேற்கிலுள்ள திருப்பரங்குன்றமாகும்; ஆனையென்பது வட கிழக்கிலுள்ள ஆனைமலை; இருங்குன்றம் என்பது அழகர் மலை. இவ்வெட்டு மலைகளிலும் இருந்த சமண முனிவர் எண்ணாயிரவர் என்பர்.[3]

சிராப்பள்ளி: சோழ நாட்டின் தலைநகரமாக விளங்கிய உறையூரின் அருகேயமைந்த சிராப்பள்ளிக் குன்றத்திலும் சமண முனிவர்கள் இருந்ததாகத் தெரிகின்றது. அக்குன்றின் மீதுள்ள குகைக்கோயிலில் சிவபெருமானது திருவுருவத்தை நிறுவிய மன்னன் ஏழாம் நூற்றாண்டில் வாழ்ந்த மகேந்திரவர்மன் என்பது சாசனத்தால் விளங்கும்.[4]

திருமலை: வட ஆர்க்காட்டில் திருமலை என்னும் குன்றம் ஒன்றுண்டு. அது வைகாவூரை அடுத்திருத்தலால் வைகைத் திருமலை எனவும் வழங்கும். மன்னரால் மதிக்கப் பெற்ற சமண முனிவர்கள் அம்மலையில் வாழ்ந்ததாகத் தெரிகின்றது. இராஜராஜ சோழன் காலத்தில், ''கொலைபுரியும் படையரசர் கொண்டாடும் குண வீரமாமுனிவன்'' என்று புகழப்படுகின்ற ஒரு முனிவர் திருமலை யேரிக்குக் கலிங்கு கட்டி, வைகை மலையின் இருமருங்கும் நெல்விளையக் கண்டு களித்தார் என்று அம்மலைக் கல்வெட்டொன்று கூறுகின்றது.[5]

இராஜராஜன் தமக்கையாராகிய குந்தவைப் பிராட்டியார் வைகைத் திருமலையில் ஒரு ஜினாலயம் அமைத்தார். அது குந்தவை ஜினாலயம் என்று பெயர் பெற்றது.[6] பொன்னூரைச் சேர்ந்த ஒரு நங்கை அம் மலையில் அருகன் திருவுருவை நிறுவினாள். ''பொன்னெயில் நாதனை வைகைத் திருமலைக்கு ஏறியருளப் பண்ணினாள் அந் நல்லாள்'' என்று சாசனம் கூறுகின்றது.[7]

இங்ஙனம் சிறப்புற்று விளங்கிய வைகைத் திருமலையை அருக தேவனுக்குரிய மலையாகச் சமணர் கருதுவராயினர். தமிழ் நாட்டின் வடக்கெல்லையிலுள்ள வேங்கடமலை நெடியோன் குன்றம் என்று கூறப்படுதல் போலவும், பொதியமலை அகத்தியர் மலை என்று குறிக்கப்படுதல் போலவும், அருகதேவன் வீற்றிருந்த திருமலை ''எண்குண இறைதிருமலை'' என்று ஒரு கல்வெட்டிற் கொண்டாடப்படுகின்றது. எண்குணன் என்பது அருகனைக் குறிக்கும் பெயர்களில் ஒன்று. எனவே, அருக தேவனுக்குரிய மலைகளுள் மிகச் சிறந்ததாக இத்திருமலை கொள்ளப்பட்ட தென்பது இனிது விளங்கும்.[8]

திருவோத்தூர்: ஆர்க்காட்டு நாட்டில் செய்யாற்றின் வட கரையிலுள்ள திருவத்தூர் என்னும் திருவோத்தூர் சமண சமயத் தார் சிறந்து வாழ்ந்த தலங்களுள் ஒன்றென்று தெரிகின்றது. அவ் வூரில் சைவத்திற்கும் சமணத்திற்கும் நிகழ்ந்த புனல் வாதத்தில் தோல்வியுற்ற சமணர்கள் பலவகையான கொடுமைகளுக்கு உள்ளாயினர் என்று புராணம் கூறும். இதற்குச் சான்றாக அங்குள்ள சிவாலயச் சுற்றுச் சுவரில் சில சிற்பங்களும் உள்ளன. அழிந்து போன சமணக் கோயிலின் அடிப்படை இன்றும் காணப்படும்.[9] ஓத்து என்பது சமண சமயத்தில் வேதத்தைக் குறிப்பதற்குப் பெரிதும் வழங்குகின்ற சொல்லாதலால், வேதப் பெயரைச் சமணர் அவ்வூருக்கு இட்டிருந்தார்கள் என்று தோற்றுகின்றது.

திரக்கோல்: வந்தவாசிக்கு எட்டு மைல் தூரத்தில் திரக் கோல் என்னும் ஊர் உள்ளது. அங்குள்ள குன்றின் மீது மூன்று குகைகளும், மூன்று ஜினாலயங்களும் காணப்படுகின்றன. அக்கோயில்களின் அடியாகத் திருக்கோயில் என்னும் பெயர் அவ்விடத்திற்கு அமைந்ததென்றும், அதுவே திரக்கோல் ஆயிற் றென்றும் தெரிகின்றன.[10]

திருநாதர் குன்றம்: வட ஆர்க்காட்டுச் செஞ்சி மலையில் திருநாதர் குன்றம் என்னும் பெயருடைய பெரும் பாறையொன்று உண்டு. அங்கு இருபத்து நான்கு ஜைன வடிவங்கள் செதுக்கப் பட்டுள்ளன. இன்றும் அக் குன்றில் திருநாதர் வழிபாடு நடைபெறு கின்றது. அவரைப் போற்றிப் பாடிய பதிகமும் உண்டு.[11]

திருப்பருத்திக் குன்றம்: தொண்டை நாட்டில் வேகவதி யாற்றின் கரையிலுள்ள திருப்பருத்திக் குன்றம் முன்னாளில் காஞ்சி மாநகரின் ஒரு பகுதியாக அமைந்திருந்தது. செம்போற் குன்று என்ற பெயரும் அக் குன்றுக்கு உண்டு என்பது அங்குள்ள

கல்வெட்டுக்களால் அறியப்படுவதாகும்.[12] சாசனங்களில் ஜின காஞ்சி (சமண காஞ்சி) யென்று அப்பகுதி குறிக்கப்படுகின்றது. பொற்குன்றம் என்ற பெயரே பருத்திக் குன்றம் என மருவிற்றென்று கூறுவர் சிலர். அருணகிரியென்னும் வடமொழிப் பெயரும் அதற்கு வழங்கியதாகத் தெரிகின்றது.[13] அருணன் என்பதும், பரிதி யென்பதும் சூரியனைக் குறிக்கும் சொற்களாதலால் பரிதிக் குன்றம் என்று அம் மலை பெயர் பெற்றுப் பின்பு பருத்திக் குன்ற மாயிற்றென்று கருதலும் ஆகும்.[14] திருப்பருத்திக் குன்றத்திற் சிறந்து விளங்குவது வர்த்தமானர் திருக்கோயில்.

அப் பதியில் சீலமும் புலமையும் வாய்ந்த முனிவர் பலர் முன்னாளில் வாழ்ந்தார்கள். அன்னவருள் ஒருவர் வாமன முனிவர். மேரு மந்தரபுராணம் என்னும் தமிழ் நூலின் ஆசிரியர் இவரே. ''தூயதவ ராசராசன்'' என்று வாமனர் போற்றப்பட்டிருத்தலால், தவ நெறியிலே தலை நின்றவர் இவர் என்பது விளங்கும். வட மொழியும் தென் மொழியும் நிலைக்கண் டுணர்ந்த இம் முனிவர்க்கு மல்லிஷேணர் என்ற பெயரும் உண்டென்று சாசனம் கூறும்.

இவருடைய மாணாக்கராகிய புஷ்பசேன முனிவர், சீலமும் புகழும் வாய்ந்து விளங்கினார். முனி புங்கவன் என்றும், பரவாதி மல்லன் என்றும் சாசனங்கள் கூறுமாற்றால் இவருடைய தவப் பெருமையும் வாதத் திறமையும் இனிது அறியப்படும். அக்காலத் தில் விஜயநகர அரசாங்கத்தில் படைத்தலைவராகவும், மந்திரத் தலைவராகவும் அமர்ந்து, ஆன்ற சிறப்புடன் வாழ்ந்த இருகப்பர் என்பவர் இம் முனிவரிடம் மிகவும் ஈடுபட்டிருந்தார். இவர் ஆணையைச் சிரமேற் கொண்டு ஒழுகினார்; திருப்பருத்திக் குன்றத்தில் இருகப்பர் கட்டிய சங்கீத மண்டபம் இன்றும் காணப் படுகின்றது. விஜய நகர மன்னரது ஆன்ம நலத்தின் பொருட்டு மகேந்திர மங்கலம் என்னும் ஊரைத் திருப்பருத்திக் குன்றத்து நாயனார்க்கு இவர் வழங்கினார்.[15]

திருக்கோயிலின் மருங்கே பழமையான குராமரமொன்று உள்ளது. ''தென் பருத்திக் குன்றமர்ந்த கொங்கார் தருமக் குரா'' என்று புகழப்படுகின்ற அத் தருவின் அடியில் முனிவர் மூவர் அமர்ந்து நெடுந்தவம் முயன்றனர் என்று சாசனம் கூறும்.[16] அம் மரம் இன்றும் தெய்வத்தன்மை வாய்ந்ததாகக் கருதப்படுகின்றது.

முன்னாளில் காஞ்சியில் வாழ்ந்தவரும், பௌத்தரை வாதில் வென்று ஈழநாட்டிற்கு ஓட்டியவருமாகிய அகளங்கன் என்னும்

சமண முனிவர் பெருமை, திருப்பருத்திக் குன்றத்தில் கர்ன பரம்பரையாக வழங்குகின்றது. அவருக்குப் பின்பு வந்த முனிவர்கள் பலரெனினும் சிலரைப் பற்றிய செய்தியே இப்பொழுது கிடைத்திருக்கின்றது. மூன்றாம் குலோத்துங்க சோழன் காலத்தில், சந்திரகீர்த்தி யென்ற முனிவரும், அவர் மாணாக்கராகிய அனந்த வீரியரும் திருப்பருத்திக் குன்றத்தில் விளங்கினர். எனவே, 'கல்வியே கரையிலாத காஞ்சிமா நகரம்' என்ற புகழுரைக்குச் சான்றாக நின்ற சமண காஞ்சியில் ஆன்றோர் பலர் வாழ்ந்தனர் என்பது நன்கு அறியப்படும்.

திருப்பறம்பூர்: காஞ்சிபுரத்திற்குப் பத்து மைல் அளவிலுள்ள திருப்பறம்பூரில் பாடல் பெற்ற ஒரு ஜினாலயம் உள்ளது. பௌத்தரை வாதில் வென்று பெரும்புகழ் பெற்ற அகளங்கன் என்னும் முனிவர் அங்குள்ள முனி கிரியில் தவம் புரிந்து மேம்பட்டார் என்று வரலாறு கூறுகின்றது. இன்றும் அவ்வூரில் சமணர்கள் வாழ்ந்து வருகின்றார்கள்.

அருங்குளம்: திருத்தணிகை மலைக்குக் கிழக்கே எட்டு மைல் தூரத்தில் அருங்குளம் என்னும் சிற்றூர் ஒன்று உள்ளது. அவ்வூரில் சமண சமயத்தார்க்குரிய கோயில் இன்றும் காணப்படுகின்றது. தர்மசாகரர் என்னும் தீர்த்தங்கரர் அங்கு அமர்ந்துள்ளார். ஆதியில் அருகன் குளம் என்று பெயர் பெற்ற ஊர் இப்போது அருங்குளம் என வழங்குகின்றது.17

அருங்குன்றம்: திருத்தணிகை மலைக்கு ஐந்து மைல் தூரத்தில் உள்ளது அருங்குன்றம். அங்குக் காணப்படுகின்ற அழகிய ஜினாலயம் கார்வெட்டு நகரக் குறுநில மன்னரால் கட்டப்பட்டதென்பர். தமிழ்ச் சிறு காப்பியங்களுள் சிறந்ததாக மதிக்கப்படும் சூளாமணியின் ஆசிரியராகிய தோலா மொழித் தேவர் இவ்வாலயத்தில் அமைந்த தரும தீர்த்தங்கரரை வழிபட்ட செய்தி அந்நூற் பாயிரத்தால் அறியப்படுகின்றது. எனவே, அருகன் குன்றம் என்னும் பெயர் அருங்குன்றமெனக் குறுகிற்றென்று கொள்ளுதல் பொருந்தும்.

திருநறுங்கொண்டை: நடு நாட்டிலுள்ள திருநறுங்கொண்டை என்ற ஊர் சமணர்கள் சிறந்து வாழ்ந்த இடங்களுள் ஒன்றாகும். அங்குள்ள அப்பாண்ட நாதர் கோயிலிற் பழைய கல்வெட்டுக்கள் காணப்படுகின்றன.[12] அவற்றுள் ஒன்றில் இராஜாதிராஜன் என்னும் சோழ மன்னன் மேலிற் பள்ளித் (மலைக்கோயில்) திருவிளக்குக்காக அளித்த நன்கொடை குறிக்கப்பட்டுள்ளது.

குலோத்துங்க சோழன் காலத்தில் வீரசேகர காடவராயன் என்பான் நாற்பத்தெண்ணாயிரப் பெரும் பள்ளிக்கு வழங்கிய வரிக் கொடையும் சாசனத்திற் கூறப்படுகின்றது. இக் குறிப்புக்களால் நறுங் கொண்டை என்னும் பதி சமணர்களாற் பெரிதும் போற்றப்பட்ட தென்பது புலனாகும்.

சீனாபுரம்: கொங்கு மண்டலத்துக் குறுப்பு நாட்டில் உள்ள சனகை என்ற சனகாபுரம் சமணர்க்குரிய சிறந்த பதிகளில் ஒன்று. நன்னூல் என்னும் தமிழ் இலக்கண நூல் இயற்றிய பவணந்தி முனிவர் அவ்வூரிலே பிறந்தவர். ஆதிநாத தீர்த்தங்கரருக்கு அங்கு ஒரு கோயில் உண்டு. இந்நாளில் சீனாபுரம் என வழங்கும் அவ்வூர் கோவை நாட்டு ஈரோடு வட்டத்தில் பெருந்துறைக்கு அருகேயுள்ளது.

அருக தேவன் பெயர் தாங்கி நிலவும் ஊர்கள் தமிழ்நாட்டில் பல பாகங்களில் உண்டு. தென் பாண்டி நாட்டில் அருகன் குளம் என்னும் ஊர் உள்ளது. சேலம் நாட்டில் அருக நத்தம் என்பது ஓர் ஊரின் பெயர்.

அம்மணம்பாக்கம்: அருக சமயம் தமிழ் நாட்டில் சமணம் என்றும், அமணம் என்றும் பெயர் பெற்றது. அமணம் என்பது அம்மணம் எனவும் வழங்கலாயிற்று. தொண்டை நாட்டிலும் அதையடுத்துள்ள நாடுகளிலும் அம்மணம் என்னும் பெயருடைய சில ஊர்கள் காணப்படுகின்றன. செங்கற்பட்டு வட்டத்தில் அம்மணம்பாக்கம் என்ற ஊரும், மதுராந்தக வட்டத்தில் மற்றோர் அம்மணம் பாக்கமும் உண்டு. தென் ஆர்க்காட்டுத் திண்டிவன வட்டத்தில் பிறிதோர் அம்மணம் பாக்கம் உள்ளது. விழுப்புர வட்டத்தில் அம்மணங்குப்பம் என்பது ஓர் ஊர். இவ் வூர்களெல் லாம் சமண மணம் கமழ்ந்த இடங்களாக இருந்திருத்தல் வேண்டும்.

பேரமணூர்: தொண்டை மண்டலத்துச் செங்குன்ற நாட்டைச் சேர்ந்த பேரமணூர் என்னும் ஊர் சமண சம்பந்த முடையதென்பது அதன் பெயரால் விளங்குவதாகும். இக்காலத் தில் பேரமணூர் என வழங்கும் அவ்வூர் செங்கற்பட்டு வட்டத்தில் உள்ளது.[19]

போதி மங்கை: முன்னாளில் புத்தர்கள் சிறந்து வாழ்ந்த ஊர்களில் ஒன்று போதி மங்கை. அது புதுவை நாட்டில் தெளிச் சேரி யென்னும் பாடல்பெற்ற பதியின் அருகே இருந்ததாகத் தெரி கின்றது. போதி மரம் புத்தர் போற்றும் புனிதமுடையதாதலின் அதன் பெயரால் அமைந்த ஊர் போதி மங்கை எனப்பட்டது

போலும்! அங்குப் புத்தமத வேதமாகிய பிடக நூலையும், அளவை நூலையும் துறை போகக் கற்றுப் பிற சமயவாதிகளை அறைகூவி வாது செய்ய அழைக்கும் அறிஞர் பலர் இருந்தனர் என்று சேக்கிழார் கூறுகின்றார். பர சமய கோளரியாக விளங்கிய திருஞான சம்பந்தர்,

''சீர் நிலவு திருத்தெளிச்சே ரியினைச் சேர்ந்து
சிவபெருமான் தனைப்பரவிச் செல்லும்போது
சார்வறியாச் சாக்கியர்தம் போதி மங்கை''

யின் வழியே போந்தாரென்றும், அங்கும் புகைந்து எழுந்த புத்த நந்தி பொன்றி வீழ்ந்தான் என்றும், சாரி புத்தன் என்னும் சாக்கிய அறிஞன் அவ்வூர்ச் சத்திர மண்டபத்தில் திருஞான சம்பந்தரோடு வாது செய்து தோற்றான் என்றும் பெரிய புராணத்திலே கூறப்படு கின்றன. இவ்வரலாற்றால் ஏழாம் நூற்றாண்டில் புத்தர்கள் போதி மங்கை முதலிய ஊர்களில் சிறந்து வாழ்ந்தனர் என்பதும், அவர் களுள் கலை பயில் தெளிவும், கட்டுரை வன்மையும் உடையார் பலர் இருந்தனர் என்பதும் நன்கு விளங்கும்.

அறப்பணஞ்சேரி: ஐம்பெருங் காவியங்களுள் ஒன்றாகிய மணிமேகலையில் அறவண அடிகள் என்னும் பௌத்த முனிவரின் பெருமை விரித்துரைக்கப்படுகின்றது. காவிரிப்பூம்பட்டினத் தில் இருந்த புத்த சங்கத்தைச் சேர்ந்தவர் இம் முனிவர். மதுரை யம்பதியில் கோவலன் கொலையுண்டிறந்ததை அறிந்து அருந் துயரடைந்த மாதவி இவரைச் சரணடைந்து தவநெறியை மேற் கொண்டாள்.

''மறவண நீத்த மாசறு கேள்வி
அறவண அடிகள் அடிமிசை வீழ்ந்து''

தன் ஆற்றாமையை அறிவித்த மாதவிக்கு அடிகள் ஐவகைச் சீலத் தமைதியும் காட்டி உய்வகை உணர்த்தினார் என்று மணிமேகலை கூறும்.[20]

காவிரிப்பூம்பட்டினத்தைக் கடல் கொண்ட பின்பு இவர் காஞ்சிமாநகரம் போந்து நெடுங்காலம் தவம் புரிந்தார். காஞ்சி புரத்தில் இன்றும் இவர் வாழ்ந்த இடம் அறப்பணஞ்சேரி என்று வழங்குவதாகும். கொங்கு நாட்டில் அறவண நல்லூர் என்னும் ஊர் உண்டென்று கொங்கு மண்டல ஊர்த்தொகை கூறுகின்றது.[21]

முன்னாளில் சோழ மண்டலக் கரையில் சிறந்ததொரு துறை முக நகரமாக விளங்கிய நாகப்பட்டினத்தில் பௌத்த மதத்தைச்

சார்ந்தோர் பலர் இருந்தனர். அவர் பொருட்டுக் கடாரத்தரசனாகிய ஸ்ரீமாரன் என்பவன் புத்தவிகாரம் ஒன்று கட்ட விரும்பினான்.[22] அப்போது சோழ நாட்டில் அரசு வீற்றிருந்தவன் இராஜ ராஜன் என்னும் பெருவேந்தன். அவன் சைவப் பற்றுடையவனாயினும் புறச் சமயங்களையும் ஆதரிக்கும் பெருமை வாய்ந்தவன். ஆதலால், நாகையில் புத்த விகாரம் கட்டிக் கொள்ள அவன் ஆணை தந்தான். கடாரத்தரசன் மனமகிழ்ந்து சூடாமணி வர்மன் என்னும் தன் தந்தை யின் பெயரால் ஒரு பத்ம விகாரம் கட்டத் தொடங்கினான். இராஜ ராஜன், ஆனைமங்கலம் என்னும் ஊரை அதற்குப் பள்ளிச்சந்தமாக அளித்தான். ஆயினும், பத்ம விகாரத் திருப்பணி முற்றுப் பெறு முன்னே சோழ மன்னன் காலம் சென்றான். அவன் மைந்தனாகிய இராஜேந்திர சோழன் கடாரத்தின் மீது படையெடுத்து, வென்று, மீண்ட பின்னர்த் தன் தந்தையார் சூடாமணி பத்ம விகாரத்திற்குக் கொடுத்த நன்கொடையைச் சாசன வாயிலாக உறுதிப்படுத் தினான்.[23]

இராஜேந்திர சோழன் மகனான வீர ராஜேந்திரன் புத்த மித்திரன் என்பவரை ஆதரித்தான். இவர் பொன் பற்றி என்னும் ஊரினர்; புல மை வாய்ந்தவர்; வீர சோழியம் என்னும் தமிழிலக்கணம் இயற்றியவர். இவர் புத்த மதத்தைச் சார்ந்தவர் என்பது வெளிப்படை. மிழலைக் கூற் றத்திலுள்ள பொன்பற்றி மன்னன் என்று இவர் குறிக்கப்படுதலால் வீர சோழன் காலத்தில் ஒரு குறுநில மன்னராக இவர் வாழ்ந்தார் என்று கருதலாம்.

"ஈண்டுநூல் கண்டான் எழில்மலைக் கூற்றத்துப்
பூண்டபுகழ்ப் பொன்பற்றி காவலனே - மூண்டவரை
வெல்லும் படைத்தடக்கை வெற்றிபுனை வீரன்தன்
சொல்லின் படியே தொகுத்து."[24]

என்னும் பாட்டால் வீரசோழன் விருப்பத்திற் கிணங்கி இவர் இலக்கண நூல் இயற்றினார் என்பது நன்கு விளங்குகின்றது. எனவே வீரசோழன் அரசு புரிந்த பதினொன்றாம் நூற்றாண்டின் பிற்பகுதியில் புத்த மதத்தைச் சேர்ந்த சிற்றரசரும் இருந்ததாகத் தெரிகின்றது. தஞ்சை நாட்டு அறந்தாங்கி வட்டத்திலுள்ள பொன் பேத்தி என்ற ஊரே புத்தமித்திரனார்க்குரிய பொன்பற்றி எனக் கருதப்படுகின்றது.

பள்ளிச் சந்தம்

பண்டைத் தமிழரசர் சைன பௌத்தக் கோயில்களுக்கு இறையிலியாக விட்ட நிலமும் ஊரும் பள்ளிச் சந்தம் என்று பெயர்

பெற்றன. முற்காலத்தில் சிறந்திருந்த சில பள்ளிகளின் பெயர்கள் சாசனங்களால் அறியப்படுகின்றன. செங்கற்பட்டு நாட்டிலுள்ள ஆனந்த மங்கலத்தில் ஜினகிரிப் பள்ளி இருந்தது.[25] தென்னார்க் காட்டில் உள்ள திரு நறுங் கொண்டையில் பெரிய பள்ளியும்,[26] இராஜேந்திரபுரத்தில் கங்காசூரப் பெரும் பள்ளியும்,[27] ஜனநாத புரத்தில் சேதிகுல மாணிக்கப் பெரும் பள்ளி, கங்ககுல சுந்தரப் பெரும்பள்ளி என்னும் இரு பள்ளிகளும்,[28] இன்னோரன்ன பிற பள்ளிகளும் இருந்தன என்பது கல்வெட்டுக்களால் அறியப்படும். இத்தகைய பள்ளிகளைத் தமிழரசர் ஆதரித்த பான்மை பள்ளிச் சந்தம் என்று பெயர் பெற்றுள்ள ஊர்களால் விளங்கும்.

தென்னார்க்காட்டுத் திருக்கோயிலூர் வட்டத்திலுள்ள பள்ளிச் சந்தம் என்னும் ஊர் அங்குள்ள சமணப் பள்ளியால் பெயர் பெற்ற தென்பது சாசனத்தால் விளங்குகின்றது. கண்டராதித்தப் பெரும் பள்ளி அங்கே சிறப்புற்று விளங்கிய பான்மையும், நேமிநாதர் என்பவர் அதனைப் பரிபாலனம் செய்த முறையும் அவ்வூரிற் கண்ட சாசனம் ஒன்றால் அறியப்படுவனவாகும்.[29] தஞ்சை நாட்டு நாகப்பட்டினம் வட்டத்தில் ஒரு பள்ளிச் சந்தமும், இராமநாதபுரச் சிவகங்கை வட்டத்தில் மற்றொரு பள்ளிச் சந்தமும் உள்ளன. இத்தகைய நன்கொடைகளால் தமிழ் வேந்தர் சமண சாக்கிய மதங் களையும் வேற்றுமையின்றி ஆதரித்தனர் என்னும் உண்மை இனிது விளங்குவதாகும்.

அடிக்குறிப்பு

1. *''கன்னிநா டமணர் தம்மால் கட்டழிந் திழிந்து தங்கள்*
   மன்னனும் அவர்கள் மாயத் தழுந்த''
   - திருஞானசம்பந்தர் புராணம், 613.
2. பெருந்தொகை, 183.
3. பெருந்தொகை, 1560, 2020. அழகர் மலையில் இப்பொழுது பஞ்ச பாண்டவர் படுக்கை என வழங்குவது சமண முனிவர்கள் வசித்த இடம் போலும்.
4. S.I.I. Vol. I, pp. 28, 30.
5. S.I.I. Vol. I, p. 95.
6. Ibid, p. 97.
7. Ibid, p. 102.
8. Ibid, p. 106.
9. North Arcot Manual, Vol. II, 308.
10. Sewell's Antiquities, p. 170.

11. திருநாதர் குன்றப் பதிகம்.
12. Thiruparuttikunram and its Temples, by T.N. Ramachandran, p. 2.
13. திருப்பருத்திக் குன்றத்தில் சமண முனிவர்கள் சமாதி கொண்ட இடம் இன்றும் அருணகிரிமேடு என்று வழங்கும்.
14. பரிதி நியமம் என்னும் பாடல் பெற்ற தலம் இப்போது பருத்தியப்பர் கோயில் என வழங்குதல் காண்க.
15. Tiru-paruttikunram and its Temples, p. 57.
16. Ibid, p. 59.
17. North Arcot Manual, Vol. II, 387.
18. இக்கோயிலில் உள்ளவர் ரிஷப தீர்த்தங்கரர் என்றும், அவர் அப்பர் என்னும் திருநாவுக்கரசரை ஆண்டருளிய காரணத்தால் அப்பரை யாண்ட நாதர் என்று அழைக்கப்பட்டார் என்றும், அப்பெயரே அப் பாண்ட நாதர் என மருவிற்றென்றும் ஒரு கதை வழங்குகின்றது.
19. M.E.R., 1934-335.
20. மணிமேகலை, கதை, 2, 60.
21. கொங்கு மண்டல ஊர்த்தொகை, 8.
22. ஸ்ரீமார விஜயோத்துங்க வர்மன் என்பது அவன் முழுப் பெயர்.
23. சோழர் சரித்திரத்திற்குப் பேருதவியாயுள்ள லீடன் சாசனம் என்பது இதுவேயாகும்.
24. பெருந்தொகை, 1467.
25. 430 of 1922.
26. 385 of 1902.
27. 277 of 1916.
28. 392 of 1907.
29. M.E.R., 1937-38.

✱ ✱ ✱

6. தமிழகம் – அன்றும் இன்றும்

முன்னொரு காலத்தில் இமயம் முதல் குமரி வரை தமிழ் மொழியே பரவியிருந்ததென்பது தக்கோர் கருத்து. அப்பழம் பெருமையை நினைந்து,

''சதுர்மறை ஆரியம் வருமுன்
சகமுழுதும் நினதானால்
முதுமொழி நீ அனாதி யென
மொழிகுவதும் வியப்பாமே''

என்று மனோன்மணீயம் பாடிற்று. அந்நாளில் கங்கை நாட்டிலும், காவேரி நாட்டிலும் தாளாண்மையுடைய தமிழர் வேளாண்மை செய்தனர்; வளம் பெருக்கினர்; அறம் வளர்த்தனர். கங்கைத் திருநாட்டில் பயிர்த் தொழில் செய்த வேளாளர் இன்றும் தமிழகத்தில் கங்கை குலத்தவர் என்றே கருதப்படுகின்றார்கள். எனவே, பழங்காலத்தில் பாரத நாடு முழுவதும் தமிழகமாகவே விளங்கிற்று.

அந்நிலையில் ஆரியர் வந்தனர்; வடநாட்டில் குடியேறினர். நாளடைவில் அந் நாட்டில் ஆரியரும் தென் நாட்டில் தமிழரும் அமைந்து வாழ்வாராயினர். ஆரியர் மொழி வடமொழி யென்றும், தமிழர் மொழி தென்மொழி யென்றும் பெயர் பெற்றன. தென் மொழியின் வழி வந்த திராவிட மொழிகளில் கன்னடமும் தெலுங்கும் தென்னாட்டில் தனித்தனியே வாழத் தலைப்பட்டன. அதனால் தமிழகத்திற்குத் திருவேங்கடம் வடக்கெல்லையாகவும் குமரியாறு தெற்கெல்லையாகவும், கடல் ஏனைய இரு திசையிலும் எல்லை யாகவும் அமைந்தன.

''வேங்கடம் குமரித் தீம்புனல் பௌவமென்று
இந்நான் கெல்லை தமிழது வழக்கே''

என்னும் பழம்பாட்டால் தமிழ் நாட்டின் நான்கு எல்லைகளையும் நன்குணரலாகும். இது தொல்காப்பியர் கண்ட தமிழகம்.

தொல்காப்பியர் காலத்திற்குப் பின்பு தமிழகத்தின் தென் பாகத்தைக் கடல் கவர்ந்து கொண்டது.

''பஃறுளி யாற்றுடன் பன்மலை யடுக்கத்துக்
குமரிக் கோடும் கொடுங்கடல் கொள்ள''[2]

என்று இளங்கோவடிகள் வருந்திக் கூறுமாற்றால் இவ்வுண்மை

விளங்குவதாகும். ஆகவே, சிலப்பதிகாரக் காலத்தில் குமரியாறு போய், குமரிக்கடல் தமிழ்நாட்டின் தென்னெல்லையாயிற்று.

இவ்வாறு குறுகிய தமிழகத்தில் ஆட்சி புரிந்த மூவேந்தரும் முத்தமிழை ஆதரித்து வளர்த்தனர். ஆயினும், கால கதியில் மலை நாடாகிய சேர நாட்டில் வழங்கிய தமிழ் மொழி திரிந்து வேறாகி மலையாளம் என்னும் பெயர் பெற்றது. அந்நிலையில் மலையாள நாட்டுக்கும் தமிழ்நாட்டுக்கும் இடையே குடமலைத் தொடர் எல்லை குறிப்பதாயிற்று.

இன்று தமிழ்த் தாயின் திருவடியாக விளங்குவது திருநெல் வேலி. அந்நாட்டை நீருட்டி வளர்க்கும் திரு நதியைப் ''பொன் திணிந்த புனல் பெருகும் பொருநை'' என்று போற்றினார் கம்பர். அந்நதியின் பெயர் இலங்கையின் பழம் பெயராக வழங்கிற் றென்பர்.[3] அங்குத் திருநெல்வேலி என்ற பெயருடைய ஊர் இன்றும் உள்ளது.

இலங்கைத் தீவகத்தில் நெடுங்காலமாகத் தமிழர் வாழ்ந்து வரும் பகுதி யாழ்ப்பாணம் ஆகும். யாழ்ப்பாணர் என்பார் பண்டைப் பாணர் குலத்தில் ஒரு வகுப்பார்.

''குழலினும் யாழினும் குரல்முதல் ஏழும்
வழுவின் றிசைத்து வழித்திறம் காட்டும்''[4]

பாணர் பெருமை பழைய தமிழ்ப் பனுவல்களால் விளங்கும். நற்றமிழ் வல்லஞான சம்பந்தருடன் தலந்தொறும் சென்று அவர் பாடிய தமிழ்ப் பாட்டை யாழில் அமைத்து இன்னிசை யமுதமாக வழங்கிய திருநீலகண்ட யாழ்ப்பாணர் என்னும் திருத்தொண்டர் அவ்வகுப்பைச் சேர்ந்தவர். இத்தகைய யாழ்ப்பாணர் குடியேறி வாழ்ந்த இலங்கைப் பகுதி யாழ்ப்பாணம் என்று பெயர் பெற்றது. கால கதியில் அச் சொல்லில் உள்ள ழகர வொற்று நழுவி யாழ்ப் பாணம் என்றாயிற்று. பின்பு, அச் சொல் பிற நாட்டார் நாவில் அகப்பட்டு யாப்பனம் என்றும், ஜாப்பனம் என்றும் சிதைந்து இப்பொழுது ஜாப்னா என வழங்குகின்றது.

இன்னும், இயற்கை வளமுடைய பல நாடுகளில் தமிழர் குடியேறி வாழத் தலைப்பட்டனர். அவர் சென்ற இடமெல்லாம் சீர் பெருகிற்று. மலய நாட்டுக்குப் பெயரிட்டவர் தமிழரே. மலை வளம் சிறந்த அந்நாட்டுக்கு மலைய நாடு என்னும் பெயர் மிகப் பொருத்தமுடையதன்றோ? அங்கு மூவாறு என்பது ஓர் ஊரின் பெயர். இன்னும், சாவக நாடும், அதன் தலைநகரமாகிய நாகபுரமும்

மணிமேகலைக் காவியத்தில் குறிக்கப்படுகின்றன.[5] தமிழ்நாடு தன்னரசு பெற்றிருந்தபோது கடல் சூழ்ந்த பல நாடுகளில் தமிழ்க் கொடி பறந்தது. திக்கெலாம் புகழும் திருநாடாகத் தமிழகம் விளங்கிற்று.

''சிங்களம் புட்பகம் சாவகம் - ஆதிய
தீவு பலவினும் சென்றேறி - அங்குத்
தாங்கள் புலிக்கொடி மீன்கொடி யும்நின்று
சால்புறக் கண்டவர் தாய்நாடு''

என்று அந்நாட்டைப் புகழ்ந்து மகிழ்ந்தார் பாரதியார்.

இக் காலத்தில் தமிழன்னையின் திருமுடியெனத் திகழ்வது திருவேங்கடமலை. அம் மலையை ''மாலவன் குன்றம்'' என்பர்.

''நீலத் திரைக்கடல் ஓரத்திலே - நின்று
நித்தம் தவஞ்செய் குமரியெல்லை - வட
மாலவன் குன்றம் இவற்றிடையே புகழ்
மண்டிக் கிடக்குந் தமிழ்நாடு''

என்று குறுகி நிற்கும் தமிழகத்தின் பெருமையைக் கவிஞர் கூறி மகிழ்கின்றார்.

அடிக்குறிப்பு

1. இசை நுணுக்கம் இயற்றிய சிகண்டியார் பாட்டு.
2. சிலப்பதிகாரம், காடு காண் காதை, 19-20.
3. Comparative Grammar of Dravidian Languages Introduction, p. 98.
4. சிலப்பதிகாரம், இந்திர விழவூரெடுத்த காதை, 35-36.
5. மணிமேகலை, காதை 14, வரி 74.

* * *

இணைப்பு

தமிழ்நாட்டுத் தலங்கள்

குறிப்பு: சி = பாடல் பெற்ற சிவஸ்தலம்; வை = வைப்புஸ்தலம்; மு = முருகஸ்தலம்;
வி = பாடல் பெற்ற விஷ்ணு ஸ்தலம்; ச = சமண ஸ்தலம்

திருநெல்வேலி

தலப் பெயர்		வழங்கும் பெயர்	வட்டம் (தாலுகா)	குறிப்பு
குற்றாலம்	சி	குத்தாலம்	தென்காசி	திருக்குற்றாலத்துக் குறும்பலா மரமும் தேவாரப் பாடல் பெற்றது.
திருநெல்வேலி	சி	திருநெல்வேலி	திருநெல்வேலி	
பொதியில்	வை	பாவநாசம்	அம்பாசமுத்திரம்	தஞ்சை நாட்டிலும் ஒரு பாவநாசம் உண்டு.
கந்தமாதனம்	வை	திருச்செந்தூர்	திருச்செந்தூர்	
திருச்சீர் அலைவாய்	மு	திருச்செந்தூர்	திருச்செந்தூர்	''உலகம் புகழ்ந்த ஓங்குயர் விழுச்சீர் அலைவாய்'' - திருமுருகாற்றுப்படை
திருமலை	மு	திருமலை	தென்காசி	
கழுகுமலை	மு	கழுகுமலை	கோவிற்பட்டி	
குருகூர்	வி	ஆழ்வார் திருநகரி	திருச்செந்தூர்	நம்மாழ்வார் பிறந்த ஊர்.
திருக்கோளூர்	வி	திருக்களூர்	திருச்செந்தூர்	
(தென்) திருப்பேரை	வி	தென்திருப்பேரி	திருச்செந்தூர்	தென்திருப்பேரெயில் எனவும் வழங்கும்.
வைகுந்தம்	வி	ஸ்ரீவைகுண்டம்	ஸ்ரீவைகுண்டம்	
வரகுணமங்கை	வி	நத்தம்	ஸ்ரீவைகுண்டம்	''புளிங்குடிக் கிடந்து, வரகுண மங்கையிருந்து, வைகுந்தத்துள் நின்று'' - திருவாய்மொழி.
புளிங்குடி	வி	திருப்புளியங்குடி	ஸ்ரீவைகுண்டம்	
குளந்தை	வி	பெருங்குளம்	ஸ்ரீவைகுண்டம்	

தலப் பெயர்		வழங்கும் பெயர்	வட்டம் (தாலுகா)	குறிப்பு
தொலைவில்லி மங்கலம்	வி	இரட்டைத் திருப்பதி	ஸ்ரீவைகுண்டம்	வானமாமலை, தோத்தாத்திரி என்னும் பெயர்களும் உண்டு.
சீவரமங்கை	வி	நாங்குனேரி	நாங்குனேரி	
திருக்குறுங்குடி	வி	திருக்கரங்குடி	நாங்குனேரி	
வள்ளியூர்	மு	வள்ளியூர்	நாங்குனேரி	
			திருவாங்கூர்	
குமரி	வை	கன்னியாகுமரி	தென்திருவாங்கூர்	
தேவீச்சுரம்	வை	வடிவீச்சுரம்	தென்திருவாங்கூர்	''தென்னார் தேவிச்சுரம்'' - தேவாரம்.
அகத்தீச்சுரம்	வை	அகஸ்தீசுரம்	தென்திருவாங்கூர்	
			இராமநாதபுரம்	
திருச்சுழியல்	சி	திருச்சுளி	அறுப்புக்கோட்டை	
இராமேச்சுரம்	சி	ராமேஸ்வரம்	ராமநாதபுரம்	''தென்னார் தேவச்சுரம்'' - தேவாரம்.
உத்தரகோசமங்கை	வை	உத்தரகோசமங்கை	ராமநாதபுரம்	திருவாசகப்பதிகம் பெற்ற ஸ்தலம்.
திருப்புல்லாணி	வி	தர்ப்பசயனம்	ராமநாதபுரம்	'கானப்பேர் உறைகாளை' - தேவாரம்.
திருத்தண்கால்	வி	திருத்தங்கல்	சாத்தூர்	'தென்களக்குடி' - தேவாரம்.
கானப்பேர்	சி	காளையார் கோயில்	சிவகங்கை	
திருக்களக்குடி	வை	திருக்களக்குடி	திருப்பத்தூர்	
குன்றக்குடி	மு	குன்னக்குடி	திருப்பத்தூர்	
கொடுங்குன்றம்	சி	பிரான்மலை	திருப்பத்தூர்	கோயில் - திருத்தளி.
திருப்புத்தூர்	சி	திருப்பத்தூர்	திருப்பத்தூர்	
திருப்பூவணம்	சி	திருப்புவனம்	சிவகங்கை	
திருக்கோட்டியூர்	வி	திருக்கோஷ்டியூர்	திருப்பத்தூர்	

தலப் பெயர்		வழங்கும் பெயர்	வட்டம் (தாலுகா)	குறிப்பு
திரு ஆடானை	சி	திருவாடானை	திருவாடானை	
ஸ்ரீவில்லிபுத்தூர்	வி	ஸ்ரீவில்லிபுத்தூர்	ஸ்ரீவில்லிபுத்தூர்	
		புதுக்கோட்டை		
அண்ணல் வாயில்	வை	சித்தன்னவாசல்	புதுக்கோட்டை	
திருமெய்யம்	வி	திருமயம்	புதுக்கோட்டை	
		மதுரை		
திருஏடகம்	சி	திருவேடகம்	நிலக்கோட்டை	பொதினி என்பது பழம் பெயர்.
திருஆவின்குடி	மு	பழனி	பழனி	
திருஆப்பனூர்	சி	திருவாப்புடையார்-கோயில்	மதுரை	
கூடல் ஆலவாய்	சி	மதுரை	மதுரை	கூடல் என்பது நான்மாடக்கூடல்.
திருக்கூடல்	வி	மதுரை	மதுரை	பெருமாள் - கூடல் அழகர்.
திருப்பரங்குன்று	சி	திருப்பரங்குன்றம்	மதுரை	இங்கு முருகன் கோயிலும் உண்டு.
திருமோகூர்	வி	திருமுக்கூர்	மதுரை	
தேனூர்	வை	தேனூர்	மதுரை	கோயில் – திருமேற்றளி. M.E.R. 1926-27
திருமால் இருஞ்சோலை	வி	அழகர் கோயில்	மேலூர்	
திருவாதவூர்	வை	திருவாதூர்	மேலூர்	மாணிக்க வாசகர் பிறந்த ஊர்.

தலப் பெயர்		வழங்கும் பெயர்	வட்டம் (தாலுகா)	குறிப்பு
		திருச்சிராப்பள்ளி		
கருவூர்	சி	கரூர்	கரூர்	கோயில் - ஆனிலை
வெஞ்சமாக் கூடல்	சி	வெஞ்சமான் கூடலூர்	கரூர்	
ஈங்கோய் மலை	சி	திருவிங்கநாத மலை	குழித்தலை	
கடம்பந்துறை	சி	கடம்பர் கோயில்	குழித்தலை	மாணிக்கமலை என்றும் பெயர்
காம்பீலி	வை	திருக்காம்புலியூர்	குழித்தலை	''எழுவர் தவத்துறை'' - தேவாரம்.
வாட்போக்கி	சி	ரத்னகிரி	குழித்தலை	
திருத்தவத்துறை	வை	லால்குடி	லால்குடி	கோயில் - கடம்பந்துறை.
துடையூர்	வை	துறையூர்		'திருப்பாச்சில் ஆச்சிரமம்' - தேவாரம்.
திருப்பாச்சில்	சி	திருவாசி	லால்குடி	
திருப்பைஞ்ஞீலி	சி	திருபங்கிலி	லால்குடி	
திருப்பிடவூர்	வை	திருப்பத்தூர்	லால்குடி	கோயில் - அன்பீச்சுரம்.
அன்பில்	வை	கீழ் அம்பில்	லால்குடி	591 of 1908.
திருக்கரம்பனூர்	வி	பிக்ஷாண்டார் கோயில்		
திருவெள்ளறை	வி	திருவள்ளரை	லால்குடி	கோயில் - உத்தமர் கோயில்.
அன்பில் ஆலந்துறை	சி	திருவாலந்துறை	லால்குடி	
ஊற்றத்தூர்	வை	ஊட்டத்தூர்	லால்குடி	
திருமாந்துறை	சி	திருமாந்துறை	பெரம்பலூர்	
குரக்குத்துறை	வை	ஸ்ரீநிவாச நல்லூர்	பெரம்பலூர்	கோயில் - தொகுமாமணி நாயனார் கோயில் 503 of 1912.
திருநற்குன்றம்	வை	தின்னக்கோணம்	பெரம்பலூர்	மகேந்திரமங்கலம் என்பது
			முசிரி	ஊரின் பழம் பெயர் :
			முசிரி	586 of 1904.

தலப் பெயர்		வழங்கும் பெயர்	வட்டம் (தாலுகா)	குறிப்பு
திரு ஆனைக்கா	சி	திருவானைக்காவல்	திருச்சினாப்பள்ளி	கோயில் - ஜம்புக்கேச்சுரம்.
உறையூர்	சி	உறையூர்	திருச்சினாப்பள்ளி	கோயில் - முக்கீச்சுரம்.
உறையூர்	வி	உறையூர்	திருச்சினாப்பள்ளி	நிசுளாபுரி எனவும் வழங்கும்.
திருஎறும்பியூர்	சி	திருவெறும்பூர்	திருச்சினாப்பள்ளி	457 of 1908.
கற்குடி	சி	உய்யக்கொண்டான் திருமலை	திருச்சினாப்பள்ளி	
திருச்சிராப்பள்ளி	சி	திருச்சினாப்பள்ளி	திருச்சினாப்பள்ளி	
திருச்செந்துறை	வை	திருச்செந்துறை	திருச்சினாப்பள்ளி	
திருநெடுஞ்களம்	சி	திருநெடுங்களம்	திருச்சினாப்பள்ளி	
திருப்பராய்த்துறை	சி	திருப்பலாத்துறை	திருச்சினாப்பள்ளி	
திருப்பாற்றுறை	சி	திருப்பாத்துறை	திருச்சினாப்பள்ளி	
வயலூர்	மு	குமாரவயலூர்	திருச்சினாப்பள்ளி	
விராலிமலை	மு	விராலிமலை	திருச்சினாப்பள்ளி	
திரு அரங்கம்	வி	ஸ்ரீரங்கம்	திருச்சினாப்பள்ளி	
பழுவூர்	சி	கீழ்ப்பழுவூர்	உடையார் பாளையம்	
திருமழபாடி	சி	திருமலவாடி	உடையார் பாளையம்	
விசயமங்கை	சி	கோவிந்தபுத்தூர்	உடையார் பாளையம்	''கோவிந்த புத்தூரில் வெள் விடைக்கருள்செய் விசய மங்கை'' - தேவாரம்
வெற்றியூர்	வை	வெத்தியூர்	உடையார் பாளையம்	

தலப் பெயர்		வழங்கும் பெயர்	வட்டம் (தாலுகா)	குறிப்பு
திருப்புனவாயில்	சி	திருப்புனவாசல்	அறந்தாங்கி	‘தென்னன் பெருந்துறை’ - திருவாசகம்.
திருப்பெருந்துறை	வை	ஆவுடையார் கோயில்	அறந்தாங்கி	
அரசிற்கரைப்புத்தூர்	சி	அழகாதிரிப்புத்தூர்	கும்பகோணம்	
திருஆப்பாடி	சி	திருவாய்ப்பாடி	கும்பகோணம்	
திருஇடைமருது	சி	திருவடமருதூர்	கும்பகோணம்	மத்தியார்ச்சுனம் என்பதும் பெயர்.
இன்னம்பர்	சி	இன்னம்பூர்	கும்பகோணம்	
ஏமநல்லூர்	வை	திருலோகி	கும்பகோணம்	திரிலோக மகாதேவி சதுர்வேதி மங்கலம். S.I.I. II, 324, 336.
கஞ்சனூர்	சி	கஞ்சனூர்	கும்பகோணம்	கோயில் - அகத்தீச்சுரம்: M.E.R. 1926-27
திருக்கருக்குடி	சி	மருதாந்த நல்லூர்	கும்பகோணம்	
கருப்பூர்	வை	கருப்பூர்	கும்பகோணம	
கலயநல்லூர்	சி	சாக்கோட்டை	கும்பகோணம்	
குடமூக்கு, குடந்தை	சி	கும்பகோணம்	கும்பகோணம்	கோயில்கள் 1. குடமுக்கில் (கும்பேசுரர் கோயில்) 2. காரோணம் (விசுவநாதர் கோயில்), 3. கீழ்க் கோட்டம், (நாகேசுரர் கோயில்)
திருக்குடந்தை	வி	கும்பகோணம்	கும்பகோணம்	
கூரூர்	வை	கூகூர்	கும்பகோணம்	கோயில் - ஆதித்தேச்சரம் M.E.R. 1926-27
கொட்டையூர்	சி	கொட்டையூர்	கும்பகோணம்	
திருக்கோடிகா	சி	திருக்கோடிகாவல்	கும்பகோணம்	கோயில் - கோடீச்சுரம்.
சத்திமுற்றம்	சி	சத்திமுத்தம்	கும்பகோணம்	
சிவபுரம்	சி	சிவபுரம்	கும்பகோணம்	
சேய்ஞலூர்	சி	சேங்கனூர்	கும்பகோணம்	

தலப் பெயர்		வழங்கும் பெயர்	வட்டம் (தாலுகா)	குறிப்பு
திருச்சேறை	திருச்சிறை	கும்பகோணம்		கோயில் - செந்நெறி.
திருச்சேறை	திருச்சிறை	கும்பகோணம்		கோயில் - சாரநாதப் பெருமாள் கோயில்.
சோமீச்சுரம்	வை	கும்பகோணம்	கும்பகோணம்	3 of 1915.
தண்டன் தோட்டம்	வை	தண்டன் தோட்டம்	கும்பகோணம்	
திருந்து தேவன்குடி	சி	வேப்பத்தூர்	கும்பகோணம்	இறைவன் - அருமருந்துடையார்.
நந்திவனம்	நந்திவனம்	கும்பகோணம்		நந்திபுரப் பெருமாள் கோயிலுக்குக் கிழக்கே ஒரு மைல் அளவில் உள்ளது.
திருநல்லூர்	சி	திருநல்லூர்	கும்பகோணம்	கோயில் - சித்தீச்சுரம்
திருநறையூர்	சி	திருநரையூர்	கும்பகோணம்	
திருநறையூர்	வி	நாச்சியார் கோயில்	கும்பகோணம்	
திருநாகேச்சுரம்	சி	திருநாகேசுவரம்	கும்பகோணம்	கோயில் - உப்பிலியப்பன்
திருவிண்ணகர்	வி	திருநாகேஸ்வரம்	கும்பகோணம்	கோயில்.
நாலூர் மயானம்	சி	திருமெய்ஞ்ஞானம்	கும்பகோணம்	332 of 1910. இதற்குத் தென் மேற்கே ஒரு மைலளவில் திருநாலூர் உள்ளது.
திருநீலக்குடி	சி	திருநிலக்குடி	கும்பகோணம்	
பட்டீச்சுரம்	சி	பட்டீசுரம்	கும்பகோணம்	
பந்தணை நல்லூர்	சி	பந்தநல்லூர்	கும்பகோணம்	

250 | தமிழகம் ஊரும் பேரும்

தலப் பெயர்		வழங்கும் பெயர்	வட்டம் (தாலுகா)	குறிப்பு
பழையாறை	சி	பழையாறை	கும்பகோணம்	கோயில் - வடதளி; இப்போது பறையாறையும் வடதளியும் இரண்டு தலங்களாக உள்ளன. கோயில் - தாடகேச்சரம்
திருப்பனந்தாள்	சி	திருப்பனந்தாள்	கும்பகோணம்	
திருப்புறம்பயம்	சி	திருப்புரம்பியம்	கும்பகோணம்	
பேணுபெருந்துறை	சி	திருப்பந்துறை	கும்பகோணம்	
திருமங்கலக்குடி	சி	திருமங்கலக்குடி	கும்பகோணம்	இடைக்காலத்தில் முடி கொண்ட சோழபுரம் என வழங்கிய பழையாறைக்கு அணித் தாகவுள்ளன முழையூர், பட்டீச்சுரம், சத்திமுற்றம் என்னும் தலங்கள். 171 of 1917.
திருமாந்துறை	வை	திருமாந்துறை	கும்பகோணம்	
முழையூர்	வை	முளையூர்	கும்பகோணம்	
திருவலஞ்சுழி	சி	திருவலஞ்சுழி	கும்பகோணம்	
திருவியலூர்	சி	திருவிசலூர்	கும்பகோணம்	
விளத்தொட்டி	வை	விளத்தொட்டி	கும்பகோணம்	
திருஏரகம்	மு	சுவாமிமலை	கும்பகோணம்	திருமுருகாற்றுப்படை போற்றும் திருஏரகம் மலைநாட்டிலுள்ள தென்பாரும் உளர்.
நந்திபுர விண்ணகரம்	வி	நாதன்கோவில்	கும்பகோணம்	
வெள்ளியங்குடி	வி	வெள்ளியங்குடி	கும்பகோணம்	
கலிக்காமூர்	சி	அன்னப்பம்பேட்டை	கும்பகோடை	கோயில்- பல்லவனீச்சரம்
காவிரிப்பூம்பட்டினம்	சி	காவேரிப்பட்டணம்	சீகாழி	
கீழைத்திருக்காட்டுப் பள்ளி	சி	ஆரணீசுரர் கோயில்	சீகாழி	
திருக்குருகாவூர்	சி	திருக்கருகாவூர்; திருக் கடாவூர்	சீகாழி	கோயில் - வெள்ளடை

தலப் பெயர்		வழங்கும் பெயர்	வட்டம் (தாலுகா)	குறிப்பு
சீகாழி	சி	சீகாழி	சீகாழி	தேவாரத்தில் பன்னிரு பெயருடையது இத்தலம்: சீகாழி, பிரமபுரம், வேணுபுரம், புகலி, வெங்குரு, தோணிபுரம், பூந்தராய், சிரபுரம், புறவம், சண்பை, கொச்சைவயம், கழுமலம்.
கொண்டல்	வை	கொண்டல்	சீகாழி	
திருக்கோலக்கா	சி	திருக்கோலக்கால்	சீகாழி	கோயில்-திருத்தாள முடையார் கோயில்.
திருச்சாயக்காடு	சி	சாயாவனம்	சீகாழி	
நல்லூர்ப் பெருமணம்	சி	ஆச்சாபுரம்	சீகாழி	கோயில் - பெருமணம்
நெய்தல் வாயில்	வை	நெய்வாசல்	சீகாழி	
புள்ளிருக்கு வேளூர்	சி	வைத்தீஸ்வரன் கோவில்	சீகாழி	
திருப்புன்கூர்	சி	திருப்பங்கூர்	சீகாழி	
மயேந்திரப்பள்ளி	சி	மகேந்திரப்பள்ளி	சீகாழி	
திருமுல்லைவாயில்	சி	திருமுல்லைவாசல்	சீகாழி	திருநாங்கூர்த் திருப்பதிகள் பதினொன்று - மணிமாடக் கோயில், வைகுந்த விண்ணகரம், அரிமேய விண்ணகரம், திருத்தேவனார் தொகை, வண்புருடோத்தமம்.
திருவெண்காடு	சி	திருவெங்காடு	சீகாழி	
நாங்கூர்	வை	நான்கூர்	சீகாழி	
நாங்கூர்	வி	நான்கூர்	சீகாழி	
திருவாலி	வி	திருவாலி திருநகரி	சீகாழி	
சீராம விண்ணகரம்	வி	தாடாளன் கோயில்	சீகாழி	

தலப் பெயர்		வழங்கும் பெயர்	வட்டம் (தாலுகா)	குறிப்பு
திருஆலம்பொழில்	சி	திருவாலம்பொழி	தஞ்சாவூர்	செம்பொன் செய்கோயில், தெற்றியம்பலம், திருமணிக் கூடம், காவளம்பாடி, வெள்ளக்குளம், பார்த்தன் பள்ளி.
திருஐயாறு	சி	திருவாதி	தஞ்சாவூர்	பஞ்சநதம் என்பதும் பெயர். இதற்கு அணித்தாகச் சடைமுடி என்னும் வைப்புத்தலம் உள்ளது.
திருக்கடைமுடி	சி	திருச்சின்னம்பூண்டி	தஞ்சாவூர்	
கண்டியூர்	சி	கண்டியூர்	தஞ்சாவூர்	கோயில் - வீரட்டானம்.
கண்டியூர்	வி	கண்டியூர்	தஞ்சாவூர்	
கருந்திட்டைக்குடி	வை	கரந்தட்டாங்குடி	தஞ்சாவூர்	46 of 1987.
தண்டங்குறை	வை	தண்டாங்கோரை	தஞ்சாவூர்	"தண்டங்குறை தண்டலையாலங் காடு" - தேவாரம்
திருக்காட்டுப்பள்ளி	சி	திருக்காட்டுப்பள்ளி	தஞ்சாவூர்	
திருக்கானூர்	சி	திருக்கானூர்ப்பட்டி	தஞ்சாவூர்	S.I.I. Vol. IV., 307-08.
திருச்சடைமுடி	வை	கோவிலடி	தஞ்சாவூர்	
திருச்சோற்றுத்துறை	சி	திருச்சாத்துறை	தஞ்சாவூர்	
தஞ்சை	வை	தஞ்சாவூர்	தஞ்சாவூர்	"தஞ்சைத் தளிக்குளத்தார் தக்களூரார்" - தேவாரம்.
தஞ்சை	வி	தஞ்சாவூர்	தஞ்சாவூர்	மாமணிக் கோயில்.
திங்களூர்	வை	திங்களூர்	தஞ்சாவூர்	அப்பூதியடிகளுக்காகத் திருநாவுக்கரசர் பாடிய தலம்.
தென்குடித்திட்டை	சி	திட்டை	தஞ்சாவூர்	
திருநல்லம்	சி	கோனேரிராயபுரம்	தஞ்சாவூர்	
திருநெய்த்தானம்	சி	தில்லைஸ்தானம்	தஞ்சாவூர்	
பரிதிநியமம்	சி	பருத்தியப்பர் கோயில்	தஞ்சாவூர்	

தலப் பெயர்		வழங்கும் பெயர்	வட்டம் (தாலுகா)	குறிப்பு
திருப்பழனம்	சி	திருப்பயணம்	தஞ்சாவூர்	கோயில் - கைலாசம், 582 of 1904.
பிரம்பில்	வை	பெரம்பூர் (கள்ளிப் பெரம்பூர்)	தஞ்சாவூர்	
திருப்பூந்துருத்தி	சி	திருப்பந்துருத்தி	தஞ்சாவூர்	
புதுக்குடி	வை	புதுக்குடி	தஞ்சாவூர்	
பெரும்புலியூர்	சி	பெரும்புலியூர்	தஞ்சாவூர்	
திருவேதிகுடி	சி	திருவேதுகுடி	தஞ்சாவூர்	
திருப்பேர்நகர்	வி	கோவிலடி	தஞ்சாவூர்	இதனை அப்பக்குடத்தான் என்பது வைணவ வழக்கு.
அகத்தியான் பள்ளி	சி	அகத்தியம்பள்ளி	திருத்துறைப்பூண்டி	
இடும்பாவனம்	சி	இடும்பவனம்	திருத்துறைப்பூண்டி	
கடிக்குளம்	சி	கற்பகனார் கோவில்	திருத்துறைப்பூண்டி	''கடிக்குளத்துறையும் கற்ப கத்தை'' - தேவாரம்.
கைச்சினம்	சி	கச்சனம்	திருத்துறைப்பூண்டி	
திருக்கொள்ளிக காடு	சி	தெற்குக்காடு	திருத்துறைப்பூண்டி	
கோடி	சி	கோடிக்கரை	திருத்துறைப்பூண்டி	கோயில் - குழகர் கோயில்.
தண்டலை நீணெறி	சி	தண்டலைச்சேரி	திருத்துறைப்பூண்டி	கோயில் - நீள்நெறி.
திருத்தெங்கூர்	சி	திருத்தங்கூர்	திருத்துறைப்பூண்டி	தேங்கூர் என்றும் கூறுவர். ''நாங்கூர் உறைவாய். தேங்கூர் நகராய் - தேவாரம்''
திருமறைக்காடு	சி	வேதாரண்யம்	திருத்துறைப்பூண்டி	
அம்பர்	சி	அம்பல்	நன்னிலம்	கோயில் - பெருந்திருக்கோயில்
அம்பர் மாகாளம்	சி	கோவில் திருமாளம்	நன்னிலம்	
கரவீரம்	சி	கரையபுரம்	நன்னிலம்	
கருவிலி	சி	கருவேலி	நன்னிலம்	கோயில் - கொட்டிட்டை.

ரா.பி. சேதுப்பிள்ளை | 253

தலப் பெயர்		வழங்கும் பெயர்	வட்டம் (தாலுகா)	குறிப்பு
குடவாயில்	சி	குடவாசல்	நன்னிலம்	கோயில் - கொட்டிட்டை.
கூந்தலூர்	வை	கூந்தலூர்	நன்னிலம்	
கோட்டாறு	சி	திருக்கொட்டாரம்	நன்னிலம்	
கொண்டீச்சரம்	சி	திருக்கண்டீஸ்வரம்	நன்னிலம்	
கொள்ளம்பூதூர்	சி	திருக்களம்பூர்	நன்னிலம்	கோயில் - அயவந்தி. M.E.R. 1921-22
சாத்தமங்கை	சி	சீயாத்தமங்கை	நன்னிலம்	
சிறுகுடி	சி	செருகுடி	நன்னிலம்	
செங்காட்டங்குடி	சி	திருச்சங்காட்டங்குடி	நன்னிலம்	கோயில் - கணபதீச்சுரம்.
தலையாலங்காடு	சி	தலையாலங்காடு	நன்னிலம்	திலதர்ப்பணபுரி என்றும் கூறுவர்.
திவலைப்பதி	சி	சிதலைப்பதி	நன்னிலம்	கோயில் - பெருங்கோயில்
நன்னிலம்	சி	நன்னிலம்	நன்னிலம்	
திருநெல்லிக்கா	சி	திருநெல்லிக்காவல்	நன்னிலம்	
திருப்பயற்றூர்	சி	திருப்பயத்தங்குடி	நன்னிலம்	
பள்ளியின் முக்கூடல்	சி	திருப்பள்ளி முக்கூடல்	நன்னிலம்	கோயில் - வர்த்தமானீச்சுரம்
திருப்பாம்புரம்	சி	திருப்பாம்புரம்	நன்னிலம்	
திருப்புகலூர்	சி	திருப்புகலூர்	நன்னிலம்	
பெருவேளூர்	சி	காட்டூரய்யன்பேட்டை	நன்னிலம்	
திருமருகல்	சி	திருமருகல்	நன்னிலம்	
திருமீயச்சூர்	சி	திருமிச்சியூர்	நன்னிலம்	இவ்வூரில் உள்ள இளங்கோ யிலும் பாடல் பெற்றது.
வன்னியூர்	சி	வன்னியூர்	நன்னிலம்	
திருவாஞ்சியம்	சி	ஸ்ரீவாஞ்சியம்	நன்னிலம்	இத்தலத்திற்குரிய திருப்பதிகம் கல்வெட்டிற் கண்டெடுக்கப் பட்டது.
திருவிடைவாயில்	சி	திருவிடவாசல்	நன்னிலம்	

தலப் பெயர்		வழங்கும் பெயர்	வட்டம் (தாலுகா)	குறிப்பு
விற்குடி	சி	விற்குடி	நன்னிலம்	கோயில் - வீரட்டானம்.
திருவீழிமிழலை	சி	திருவிழிமழலை	நன்னிலம்	கோயில் - விண்ணிழி விமானம்.
வைகல்	சி	வைகல்	நன்னிலம்	கோயில் - மாடக்கோயில்
எண்கண்	மு	எண்கண்	நன்னிலம்	
கந்தன்குடி	மு	கந்தன்குடி	நன்னிலம்	
திருக்கண்ணபுரம்	வி	திருக்கண்ணபுரம்	நன்னிலம்	
சிறுபுலியூர்	வி	சிறுபுலியூர்	நன்னிலம்	
தீபங்குடி	ச	தீலங்குடி	நன்னிலம்	
திருவாரூர் மூலட்டானம்	சி	திருவாரூர்	நாகபட்டணம்	பூங்கோயில் என்றும் பெயர்.
திருவாரூர் அரநெறி	சி	திருவாரூர்	நாகபட்டணம்	திருமூலட்டானத்து இரண்டாம் சுற்றில் உள்ளது.
திருவாரூர் மண்தளி	சி	திருவாரூர்	நாகபட்டணம்	
திருஆடகேச்சுரம்	வை	திருவாரூர்	நாகபட்டணம்	
கன்றாப்பூர்	சி	கோவில்கண்ணாப்பூர்	நாகபட்டணம்	துலாநாயனார் கோயில்.
திருக்காறாயில்	சி	திருக்காரவாசல்	நாகபட்டணம்	திருமூலட்டானத்தின் உட் கோயில்.
கீழ்வேளூர்	சி	கீவலூர்	நாகபட்டணம்	இறைவன் நாமம் - நடுதறி.
குண்டையூர்	சி	குன்னியூர்	நாகபட்டணம்	451 of 1908.
திருக்கோளிலி	சி	திருக்குவளை	நாகபட்டணம்	சிங்காரவேலவர் என்னும் முருகவேள் கோயிலும் இங்குள்ளது.
சிக்கல்	சி	சிக்கல்	நாகபட்டணம்	
தேவூர்	சி	தேவூர்	நாகபட்டணம்	கோயில் - காரோணம்.
நாகை	சி	நாகப்பட்டணம்	நாகபட்டணம்	
நாகை	வி	நாகப்பட்டணம்	நாகபட்டணம்	
வலிவலம்	சி	வலிவலம்	நாகபட்டணம்	

தலப் பெயர்		வழங்கும் பெயர்	வட்டம் (தாலுகா)	குறிப்பு
அன்னியூர்	சி	பொன்னூர்	மாயவரம்	கோயில் - தான்தோன்றி மாடம்.
ஆக்கூர்	சி	ஆக்கூர்	மாயவரம்	
திருஆவடுதுறை	சி	திருவாடுதுறை	மாயவரம்	27 of 1914. கோயில் - வீரட்டானம்.
எதிர்கொள்பாடி	சி	(மேலைத்) திருமணஞ்சேரி	மாயவரம்	கோயில்-மயானம்.
திருக்கடவூர்	சி	திருக்கடையூர்	மாயவரம்	
திருக்கடவூர் மயானம்	சி	திருமயானம்	மாயவரம்	
கஞ்சாறு	வை	கஞ்சாநகரம்	மாயவரம்	139 of 1926.
கருப்பறியனூர்	சி	தலைநாயர்	மாயவரம்	கோயில்-கொகுடிக் கோயில்.
கண்ணார்கோவில்	சி	குறுமாணக்குடி	மாயவரம்	
குரக்குக்கா	சி	திருக்குரக்காவல்	மாயவரம்	"குறுமாணுருவன் கறுமா கண்டன் மேயது கண்ணார் கோயிலே" - தேவாரம்
குறுக்கை	சி	கொறுக்கை	மாயவரம்	
கோழம்பம்	சி	திருக்கொளம்பியூர்	மாயவரம்	கோயில் - வீரட்டானம். M.E.R. 192-425.
சிவப்பள்ளி	வை	திருச்சம்பள்ளி	மாயவரம்	
செம்பொன்பள்ளி	சி	செம்பனார் கோயில்	மாயவரம்	
ஞாழற்கோயில்	வை	விளைநகர்	மாயவரம்	
தலைச்சங்காடு	சி	தலையடையவர்	மாயவரம்	165 of 1925
தலைசங்க நாண் மதியம்	வி	கோயில் பத்து	மாயவரம்	M.E.R. 1924-25

தலப் பெயர்		வழங்கும் பெயர்	வட்டம் (தாலுகா)	குறிப்பு
துருத்தி	சி	குத்தாலம்	மாயவரம்	கோயில் - திருநன்னிபள்ளி.
நனிபள்ளி	சி	புஞ்சை	மாயவரம்	M.E.R. 1924-25.
நல்லக்குடி	வை	நல்லத்துக்குடி’’		கோயில் - குயிலாலந்துறை.
திருநின்றவூர்	சி	திருநன்றியூர்	”	
நீடூர்	சி	நீடூர்	”	
நெடுவாயில்	வை	நெடுவாசல்	”	
பறியலூர்	சி	பரசனூர்	”	
பேராவூர்	வை	பேராவூர்	”	கோயில்-வீரட்டானம்.
திருமணஞ்சேரி	சி	திருமணஞ்சேரி’’		109 of 1925
மண்ணிப்படிக்கரை	சி	இலுப்பைப்பட்டு	”	M.E.R. 1926-27.
மந்தாரம்	வை	ஆத்தூர்	”	
மயிலாடுதுறை	சி	மாயவரம்	”	
மூவனூர்	வை	மூவனூர்	”	
வலம்புரம்	சி	மேலப்பெரும் பள்ளம்	”	
வழுவூர்	வை	வழுலீர்	”	இறைவன்-வழித்துணை நாயனார்; மார்க்கசகாயர் என்பது வடமொழிப் பெயர்.
திருவாழ்கொளி புத்தூர்	சி	திருவாளப்புத்தூர்	”	
விளநகர்	சி	விளைநகர்	”	M.E.R. 1924-25.
திருவேள்விக்குடி	சி	திருவிளக்குடி	”	கோயில் - வீரட்டானம்.
திருவிடைக்கழி	மு	திருவிடக்கழி	”	418 of 1912.
திருஇந்தளூர்	வி	திருவிழந்தூர்	”	கோயில் - ஞாழற்கோயில்.

தலப் பெயர்		வழங்கும் பெயர்	வட்டம் (தாலுகா)	குறிப்பு
காரைக்கால்				
தக்களூர்	வை	தக்களூர்	காரைக்கால்	
தருமபுரம்	சி	தருமபுரம்	காரைக்கால்	
தெளிச்சேரி	சி	கோவில்பத்து	காரைக்கால்	
திருநள்ளாறு	சி	திருநளார்	,,	
வேட்டக்குடி	சி	வேட்டக்குடி	,,	
தென்னார்க்காடு				
கோயில்; தில்லை	சி	சிதம்பரம்	சிதம்பரம்	கோயில் - திருச்சிற்றம்பலம்.
சித்திரகூடம்	வி	சிதம்பரம்	சிதம்பரம்	
ஓமாம்புலியூர்	சி	உமாம்புலியூர்	சிதம்பரம்	கோயில் - வடதளி: 504 of 1927.
கடம்பூர்	சி	கடம்பூர்	சிதம்பரம்	கோயில் - சுரக்கோயில்.
திருக்கழிப்பாலை	சி	திருக்கழிப்பாலை	,,	தலம் கொள்ளிட நதியால் (அழிந்தது.
கானாட்டு முள்ளூர்	சி	கானாட்டாம்புலியூர்	,,	
கூடலையாற்றூர்	சி	கூடலையாத்தூர்	,,	
திருநாரையூர்	சி	திருநாரையூர்	,,	
திருநெல்வாயில்	சி	சிவபுரி	,,	
திருவேட்களம்	சி	திருவக்குளம்	,,	
திருஅதிகை	சி	திருவதி	கூடலூர்	கோயில் வீரட்டானம்.
திருத்தினை நகர்	சி	தீர்த்தனகிரி	கூடலூர்	
திருத்துறையூர்	சி	திருத்தளூர்	கூடலூர்	கோயில் - தவநெறி.

தலப் பெயர்		வழங்கும் பெயர்	வட்டம் (தாலுகா)	குறிப்பு
திருச்சோபுரம்	சி	திருச்சோபுரம்	கூடலூர்	
திருப்பாதிரிபுலியூர்	சி	திருப்பாப்புலியூர்	கூடலூர்	
திருமாணிகுழி	சி	திருமானிக்குழி	,,	
திருஅயிந்திரபுரம்	வி	திருவேந்திபுரம்	,,	
திருநாதர் குன்றம்	ச	திருநாதர்குன்றம்	செஞ்சி	
அரசிலி	சி	ஒழுந்தியாப்பட்டு	திண்டிவனம்	143 of 1900.
திண்டீச்சுரம்	வை	திண்டிவனம்	திண்டிவனம்	கோயில்-திருநாகேச்சுரம்.
தேவனூர்	வை	தேவனூர்	,,	M.E.R. 1927-28.
மயிலம்	மு	மயிலம்	,,	
சிற்றாமூர்	ச	சித்தாம்பூர்	,,	
பெருமாண்டூர்	ச	பெருமாண்டூர்	,,	கோயில்-பார்சுவநாதர் கோயில்
அறையணிநல்லூர்	சி	அரகண்ட நல்லூர்	திருக்கோயிலூர்	220 of 1902.
இடையாறு	சி	இடையார்	திருக்கோயிலூர்	கோயில் - மருதந்துறை.
ஏமப்பேறு	வை	ஏமப்பேரூர்	,,	கோயில் - திருவாலந்துறை.
திருக்கோவலூர்	சி	திருக்கோயிலூர் (கீழூர்)	,,	513 of 1921.
திருக்கோவலூர்	வி	திருக்கோயிலூர்	,,	கோயில் - வீரட்டானம்.
திருநாவலூர்	சி	திருநாம நல்லூர்	,,	கோயில் - திருவிடைக்கழி.
முண்டீச்சுரம்	சி	கிராமம்	,,	கோயில் - தொண்டீச்சுரம்.
நெல்லெண்ணெய்	சி	நெய்வனை	,,	கோயில் - திருப்பனிச் சந்துறை
நெற்குன்றம்	வை	நெற்குணம்	,,	M.E.R. 1934-35.

தலப் பெயர்		வழங்கும் பெயர்	வட்டம் (தாலுகா)	குறிப்பு
திருவெண்ணெய் நல்லூர்	சி	திருவெண்ணெய் நல்லூர்	திருக்கோயிலூர்	கோயில் - அருட்டுறை.
திருநறுங்கொண்டை	ச	திருநறுங்கொண்டை	திருக்கோயிலூர்	கோயில் - அப்பாண்டநாதர் (கோயில்.
எருக்கத்தம்புலியூர்	சி	ராஜேந்திர பட்டணம்	விருத்தாசலம்	
கடந்தை (பெண்ணாடகம்)	சி	பெண்ணாடம்	விருத்தாசலம்	கோயில் - தூங்கானைமாடம்.
மாறன்பாடி	வை	மாறம்பாடி	,,	221 of 1929.
நெல்வாயில் அரத்துறை	சி	நெய்வாசல் திருவடத்துறை	,,	கோயில் - அரத்துறை.
திருமுதுகுன்றம்	சி	விருத்தாசலம்	,,	
திருஆமாத்தூர்	சி	திருவாமாத்தூர்	விழுப்புரம்	கோயில் - மாகாளம்.
இரும்பை	சி	இரும்பை	விழுப்புரம்	
புறவார்) பனங்காட்டூர்	சி	பனையபுரம்		
திருப்பாய்ஞுலூர்	வை	திருப்பாச்சனூர்	,,	
திருவக்கரை	சி	திருவக்கரை	,,	
வடுகூர்	சி	திருஆண்டார் கோயில்	,,	

வட ஆர்க்காடு

திருஊறல்	சி	தக்கோலம்	ஆர்க்கோணம்	திருஊறல்புரம் - 255 of 1921.
திருமாற்போது	சி	திருமால்பூர்	ஆர்க்கோணம்	
கீழைவழி	வை	கீழ்வீதி	ஆர்க்கோணம்	149 of 1916.
பொய்கைநல்லூர்	வை	பொய்கைநல்லூர்	ஆர்க்கோணம்	கோயில் - அகத்தீச்சுரம். 73 of 1908.
வளைகுளம்	வை	வளர்புரம்	ஆர்க்கோணம்	

தலப் பெயர்		வழங்கும் பெயர்	வட்டம் (தாலுகா)	குறிப்பு
வளைகுளம்	வை	வளர்புரம்	ஆர்க்கோணம்	26 of 1912.
அத்தி	வை	அத்தி	செய்யார்	கோயில்-அகத்தீச்சுரம்
திருஓத்தூர்	சி	திருவத்தியூர்	செய்யார்	297 of 1912.
குரங்கணில்முட்டம் (வன்பார்த்தான்)	சி	குரங்கணிமுட்டம்	செய்யார்	இத்திருக்கோயில் பல்லவ புரத்துள்ளதென்று ஒரு சாசனம் கூறும்.
பனங்காட்டூர்	சி	திருப்பனங்காடு	செய்யார்	290 of 1912.
செய்யாறு	வை	செய்யார்	செய்யார்	தீக்காலிவல்லம் என்றும் வாணபுரம் என்றும் கூறுவர்.
திருவல்லம்	சி	திருவலம்	குடியாத்தம்	
திருவண்ணாமலை	சி	திருவண்ணாமலை	திருவண்ணாமலை	
அணி அண்ணாமலை	வை	திருவண்ணாமலை	திருவண்ணாமலை	
திருமலை	ச	திருவைகாவூர் திருமலை	போளூர்	
திருக்கரபுரம் வை		திருப்பாற்கடல்	வாலாஜாபேட்டை	695 of 1904.
திருக்கடிகை	வி	சோளங்கிபுரம்	வாலாஜாபேட்டை	
தெள்ளாறு	வை	தெள்ளார்	வந்தவாசி	
விரிஞ்சிபுரம்	மு	விரிஞ்சிபுரம்	வேலூர்	

செங்கற்பட்டு

திருஇடைச்சுரம்	சி	திருவடிசூலம்	செங்கற்பட்டு	308 of 1908.
திருக்கச்சூர்	சி	திருக்கச்சியூர்	செங்கற்பட்டு	கோயில்-ஆலக்கோயில்.
திருக்கழுக்குன்றம்	சி	திருக்கழுக்குன்றம்	செங்கற்பட்டு	வேதாசலம்-வடமொழிப் பெயர்.

தலப் பெயர்		வழங்கும் பெயர்	வட்டம் (தாலுகா)	குறிப்பு
உருத்திரகேடீச்சுரம்	வை	திருக்கழுக்குன்றம்	செங்கற்பட்டு	
திருப்போரூர்	மு	திருப்போரூர்	செங்கற்பட்டு	
திருஇடவெந்தை	வி	திருவடந்தை	செங்கற்பட்டு	
மல்லை, கடல்மல்லை	வி	மகாபலிபுரம்	செங்கற்பட்டு	
கச்சி ஏகம்பம்	சி	காஞ்சிபுரம்	காஞ்சிவரம்	ஏகாம்பரநாதர் கோயில்.
கச்சி ஓணகாந்தன்	சி	காஞ்சிபுரம்	காஞ்சிவரம்	ஓணகாந்தேசுரர் கோயில்.
கச்சிமேற்றளி	சி	காஞ்சிபுரம்	காஞ்சிவரம்	திருமேற்றளி - பிள்ளைப் பாளையத்தில் உள்ளது.
கச்சிநெறிக்கரைக்காடு	சி	காஞ்சிபுரம்	காஞ்சிவரம்	
கச்சி அநேகதங்காபதம்	சி	காஞ்சிபுரம்	காஞ்சிவரம்	திருக்காலீசுரன் கோயில்.
கச்சிக்காரோணம்	வை	காஞ்சிபுரம்	காஞ்சிவரம்	
கச்சிமயானம்	வை	காஞ்சிபுரம்	காஞ்சிவரம்	கச்சி ஏகம்பத்தின் உட்கோயில்.
கச்சிக் காமகோட்டம்	வை	காஞ்சிபுரம்	காஞ்சிவரம்	காமாட்சியம்மன் கோயில்.
கச்சிக் குமரகோட்டம்	மு	காஞ்சிபுரம்	காஞ்சிவரம்	கந்தபுராணம் எழுந்த இடம்.
திருக்கச்சி	வி	காஞ்சிபுரம்	,,	அத்தியூர்: வரதராஜப் பெருமாள் கோயில்.
அட்டபுயகரம்	வி	காஞ்சிபுரம்	,,	அட்டபுஜங்கம்: ஆதிகேசவப் பெருமாள் கோயில்.
திருத்தண்கா	வி	காஞ்சிபுரம்	,,	விளக்கொளி பெருமாள் கோயில்.
வேளுக்கை	வி	காஞ்சிபுரம்	,,	
திருவெஃகா	வி	காஞ்சிபுரம்	,,	யதோக்தகாரி: சொன்னவண்ணம் செய்த பெருமாள் கோயில்.

தலப் பெயர்	வழங்கும் பெயர்		வட்டம் (தாலுகா)	குறிப்பு
பாடகர்	வி	காஞ்சிபுரம்	காஞ்சிவரம்	பாண்டவப் பெருமாள் கோயில்
பரமேச்சுர விண்ணகரம்	வி	காஞ்சிபுரம்	,,	பவளவண்ணார் கோயில்.
பவளவண்ணம்	வி	காஞ்சிபுரம்	,,	உலகளந்த பெருமாள் கோயில்.
ஊரகம்	வி	,,	,,	ஊரகத்தின் உட்கோயில்.
காரகம்	வி	,,	,,	ஊரகத்தின் உட்கோயில்.
கார்வானம்	வி	,,	,,	காமகோட்டத்தின் உட்கோயில்.
கள்வனூர்	வி	,,	,,	கச்சி ஏகம்பத்தின் உட்கோயில்.
நிலாத்திங்கள் துண்டம்	வி	,,	,,	ஊரகத்தின் உட்கோயில்.
நிரகம்	வி	,,	,,	திரைலோக்கியநாதர் கோயில்
திருப்பருத்திக் குன்றம்	ச	திருப்பருத்திக்குன்றம்	,,	சமணக்காஞ்சியில் உள்ளது.
மாகறல்	சி	மாகறல்	,,	
திருப்புலிவலம்	வை	திருப்புலிவனம்	,,	M.E.R. 1922-1923.
புரிசை	வை	புரிசை	,,	கோயில் - படக்காடு
திருப்புட்குழி	வி	திருப்பக்குழி	,,	
அச்சிறுப்பாக்கம்	சி	அச்சரபாக்கம்	மதுராந்தகம்	
சேயூர்	மு	செய்யூர்	,,	
திருக்கள்ளில்	சி	திருக்கள்ளம்	பொன்னேரி	
காட்டூர்	வை	காட்டூர்	,,	
காரிக்கரை	வை	ராமகிரி	,,	கோயில் - திருவள்ளிச்சுரம் 253 of 1910.
திருநின்றவூர்	வி	தின்னனூர்	,,	646 of 1904.

தலப் பெயர்		வழங்கும் பெயர்	வட்டம் (தாலுகா)	குறிப்பு
திருஒற்றியூர்	சி	திருவெந்தியூர்	சைதாப்பேட்டை	
திருமுல்லைவாயில்	சி	திருமுல்லைவாசல்	,,	
திருவலிதாயம்	சி	பாடி	,,	
திருவான்மியூர்	சி	திருவான்மியூர்	,,	
திருநீர்மலை		திருநீர்மலை	,,	
மயிலாப்பூர்	சி	மைலாப்பூர்	சென்னை	கோயில் - கபாலிச்சரம்
திருஅல்லிக்கேணி	வி	திருவல்லிக்கேணி	,,	
இலம்பையங்கோட்டூர்	சி	இளமையங்கோட்டூர்	ஸ்ரீபெரும்புதூர்	
திருவேற்காடு	சி	திருவேற்காடு	ஸ்ரீபெரும்புதூர்	
திருப்பந்தையூர்	வை	திருப்பந்தியூர்	திருவள்ளூர்	
திருப்பாசூர்	சி	திருப்பாச்சூர்	,,	
திரிபுராந்தகம்	வை	கூவம்	,,	
திருவிற்கோலம்	சி	கூவம்	,,	
வெண்பாக்கம்	சி	வெம்பாக்கம்	,,	கோயில் - திரிபுராந்தகம் 349 of 1909
திருஎவ்வுள்	வி	திருவள்ளூர்	,,	

சித்தூர்

திருஆலங்காடு	சி	திருவாலங்காடு	திருத்தணி	''பழையனூர் ஆலங்காடு'' - தேவாரம்.
திருத்தணிக்கை	மு	திருத்தணி	,,	

தலப் பெயர்		வழங்கும் பெயர்	வட்டம் (தாலுகா)	குறிப்பு
அருங்குன்றம்	ச	அருகன்குன்றம்	திருத்தணி	திருத்தணியல் எனவும் வழங்கிற்று.
திருக்காளத்தி	சி	காளஹஸ்தி	காளஹஸ்தி	432 of 1905.
திருவேங்கடம்	வி	திருப்பதி	சந்திரகிரி	

கோயம்புத்தூர்

அவிநாசி	சி	அவநாசி	அவநாசி	ஊர்புப்கொளியூர் - ''புக் கொளியூர் அவிநாசியே'' என்பது தேவாரம்.
பேரூர்	வை	பேரூர்	கோயம்புத்தூர்	
திருநணா	சி	பவானிக்கூடல்	பவானி	
திருமுருகன்பூண்டி	சி	திருமுருகன்பூண்டி	பல்லடம்	
திருப்பாண்டிக் கொடுமுடி	சி	கொடுமுடி	ஈரோடு	ஊர் கறையூர் - ''கறையூரிற் பாண்டிக் கொடுமுடி'' என்பது தேவாரம்.
குரக்குத்தனி	வை	சர்க்கார் பெரியபாளையம்	ஈரோடு	''கொங்கில் குறும்பில் குரக்குத் தளியாய்'' - தேவாரம்.
பரப்பள்ளி	வை	பரஞ்சேர்வலி	உடுமலைப்பேட்டை	பரன்சேர்பள்ளி என்பது சாசனப் பெயர்.

சேலம்

கொடிமாடச்செங்குன்றூர்	சி	திருச்செங்கோடு	திருச்செங்கோடு	M.E.R. 1929-30. கோயில் அறைப் பளீசுரர் கோயில்.
திருச்செங்கோடு	மு	திருச்செங்கோடு	திருச்செங்கோடு	
அறைப்பள்ளி	வை	வளப்பூர் நாடு	நாமக்கல்	207 of 1910.
தகடூர்	வை	தர்மபுரி	தர்மபுரி	
மயிண்டீச்சுரம்	வை	அதமன் கோட்டை	தர்மபுரி	

பெயரகராதி

அ

அகத்தியான் பள்ளி 167
அகத்தீச்சுரம் 120, 178
அகரம் 76, 92
அகஸ்தீசுரம் 172
அக்கசாலை 51
அக்கிரகாரப் பாளையம் 224
அக்கிரகாரம் 224
அக்கினீச்சுரர்கோயில் 168
அக்கீச்சுரம் 172
அஞ்சில் 46
அடையாறு 19
அண்ணல்வாயில் 158
அண்ணாமலை நகரம் 42
அதமன் கோட்டை 70
அதிகப்பாடி 70
அதியமான் நல்லூர் 70
அதியரைய மங்கை 148
அத்தி 120
அநபாயநல்லூர் 28, 90
அநபாயபுரம் 90
அந்தநல்லூர் 138
அந்துவநல்லூர் 138
அமர் அடக்கி 63
அம்பர் மாகாளம் 170
அம்பா சமுத்திரம் 23, 140
அம்புக் கோயில் 157
அம்மணம் பாக்கம் 51
அம்மா சமுத்திரம் 216
அம்மா பேட்டை 51
அம்மை நாயக்கனூர் 77
அயவந்தி 149
அயனீச்சுரம் 172
அயோகந்தி 149
அய்யம்பேட்டை 51
அரகண்டபுரம் 93
அரதனாசலம் 122
அரத்துறை 137
அரநெறி 69
அரவக் குறிச்சி 69
அரவங்காடு 69
அரிகேசரி நல்லூர் 28
அரிசில் 28, 46
அரிஞ்சயேச்சுரம் 83, 183
அரிமேய விண்ணகரம் 223
அரியநாயகபுரம் 77
அருங்குளம் 233
அருங்குன்றம் 233
அருமொழித் தேவபுரம் 85
அருமொழித் தேவன் 85
அலங்காரப்பேரி 22, 23
அலியாபாத் 97
அல்லிக்குழி 55
அவிநாசி 187
அழகாதிரிப்புத்தூர் 194

அழகிய பாண்டியபுரம்	73	ஆர்க்காடு	12
அழசிகுடி	101	ஆர்ப்பாக்கம்	13
அழும்பில்	157	ஆலக்கோயில்	156
அறப்பணஞ்சேரி	235	ஆலடி	56
அறவண நல்லூர்	236	ஆலந்தாங்கல்	24
அறைப்பள்ளி	167	ஆலந்தாள்	55
அனந்தீச்சுரம்	178	ஆலந்துறை	136, 137
அனவரபாத்	97	ஆலம்பள்ளம்	55
அனுமந்தக்குடி	193	ஆலவாயில்	159
அன்பிலாந்துறை	137	ஆடுதுறை	133
அன்பில்	46	ஆவினன்குடி	202
அன்னதான சிவபுரி	95	ஆவுடையார் கோயில்	133, 156
அன்னவாயில்	48	ஆழ்வார் குறிச்சி	12

ஆ

		ஆழ்வார் திருநகரி	41, 58
ஆக்கூர்	146	ஆறகழூர்	59
ஆச்சாபுரம்	151	ஆறுமுகனேரி	22
ஆடகேச்சுரம்	172	ஆற்றங்கரை	19
ஆடுதுறை	20	ஆற்றுக் குப்பம்	19
ஆண்டான் கோயில்	163	ஆற்றுக் குறிச்சி	19
ஆண்மையூர்	62	ஆற்றுப் பாக்கம்	19
ஆதனூர்	104	ஆற்றூர்	19
ஆதித்தேச்சுரம்	182	ஆனிலை	148
ஆப்பனூர்	156, 186	ஆனைமடு	24
ஆம்பூர்	62	ஆனைமலை	10
ஆயர்பாடி	16		

இ

ஆய்குடி	94	இஞ்சிக் கொல்லை	27
ஆரணியேசுரர் கோயில்	167	இடர்க்கரம்பை	177
ஆரியங்காவு	13	இடைக்காடு	53
ஆரூர்	13, 144	இடைக்குளம்	129
ஆரைக்கல்	11, 59	இடைமருதில்	47
ஆரோக்கியபுரம்	97	இடையன்குடி	49

இடையன் குடித்தேரி 33
இடையார் 139
இடையாறு 53, 138
இடையாற்றங்குடி 53
இரத்தினகிரி 125
இராணிப்பேட்டை 96
இராதாபுரம் 117
இராமேச்சுரம் 172
இராசபுரம் 157
இராசராச விண்ணகரம் 224
இராசேந்திர சோழ விண்ணகரம் 225
இராஜகம்பீர ச-ம்* 75
இராஜ கம்பீரம் 75
இராஜசிம்ம பல்லவேச்சுரம் 181
இராஜேந்திர சோழேச்சுரம் 181
இராஜபாளையம் 61
இராஜராஜபுரம் 86, 177
இராஜராஜேச்சுரம் 83, 177
இராஜவல்லிபுரம் 76
இராஜேந்திரபட்டணம் 16
இருக்குவேளூர் 71
இருங்குன்றம் 230
இருந்தையூர் 219
இரும்புதலை 205
இரும்புதல் 205
இரும்பை மாகாளம் 170
இலஞ்சி 24
இளங்கோக்குடி 23
இளங்கோயில் 155
இளம்பள்ளம் 55
இளவரசன் ஏந்தல் 24
இளையான் குடி 48

* ச-ம் = சதுர்வேதிமங்கலம்

ஈ

ஈங்கோய்மலை 123
ஈசானமங்கலம் 136
ஈச்சந்தாள் 55

உ

உக்கிரன் கோட்டை 62
உசேனபாத் 97
உஞ்சேனை மாகாளம் 170
உடையார் கோயில் 139
உடையார் பாளையம் 61, 86
உத்தமசீலி ச-ம் 82, 136
உத்தமசேரி 82, 136
உத்தமசோழபுரம் 84
உத்தமசோழ மங்கலம் 84
உத்தமதானபுரம் 216
உத்தமநல்லூர் 84
உத்தமபாளையம் 61
உத்தரகாஞ்சி 201
உத்தரகெடிக்காவல் 62
உத்தர திருவரங்கம் 198
உய்யக் கொண்டராவி 87
உய்யக் கொண்டான் 85, 87
உய்யக் கொண்டான் சோழபுரம் 87
உய்யக்கொண்டான் திருமலை 87
உருத்திரகோடீச்சுரம் 206
உருமூர் 154
உலகங்காத்தான் 63
உலகாமாதேவி ச-ம் 88
உலகமாதேவிபுரம் 87
உறந்தை 42, 84
உறையூர் 42, 175

ஊ

ஊசூர்	97
ஊட்டத்தூர்	205
ஊற்றத்தூர்	205
ஊற்றுக்குழி	55

எ

எக்கோசிமகாராசபுரம்	92
எட்டயபுரம்	78
எட்டி வாழ்க்கை	49
எட்டு நாழி	27
எப்போதும் வென்றான்	63
எயில்	57
எயிற்பதி	57
எய்யல்	58
எருக்கத்தம்புலியூர்	16, 28
எருமை வெளி	57

ஏ

ஏரி	22
ஏர்காடு	13
ஏலாக்குறிச்சி	97
ஏழாயிரம் பண்ணை	26
ஏழுபொன் கோட்டை	58
ஏழெயில்	58
ஏமநல்லூர்	205
ஏமப்பேரூர்	206
ஏனாதிமங்கலம்	63
ஏனாதிமேடு	63

ஐ

ஐவர்மலை	197
ஐவேலி	26

ஒ

ஒக்கணாபுரம்	187
ஒக்கநின்றான்புரம்	187
ஒத்தக்கமந்து	17
ஒலகபுரம்	87
ஒல்லையூர்	73
ஒன்பது வேலி	26

ஓ

ஓணகாந்தன் தளி	164
ஓமாம்புலியூர்	164
ஓரிக்கை	49
ஓரிசேரி	95
ஓரிரவிருக்கை	49

க

கங்கைகொண்ட சோழபுரம்	43
கங்கை கொண்ட சோழேச்சுரம்	43, 184
கங்கை கொண்டான்	88, 89
கச்சி	147
கச்சி மயானம்	147
கஞ்சாநகரம்	203
கஞ்சாறு	202
கடந்தை	152
கடம்பந்துறை	134, 156
கடம்பர்கோயில்	134, 156
கடம்பவனம்	13, 15
கடம்பூர்	27, 154
கடல்நாகைக் காரோணம்	151
கடாரம் கொண்டசோழபுரம்	89
கடாரம் கொண்டான்	88, 89
கடிகுளம்	128, 156
கடுவாய்க் கரைப் புத்தூர்	28
கடைக் கோட்டூர்	53
கடையம்	53

கடைவாய்ச் சேரி	53
கணபதிநகரம்	42
கணபதிநல்லூர்	189
கணபதிமடு	189
கணபதீச்சுரம்	175, 189
கணைமுறித்தான்	63
கண்டமங்கலம்	83
கண்டாச்சிபுரம்	83
கண்டராதித்தபுரம்	83
கண்டராதித்தம்	82
கண்டியப்பேரி	23
கண்ணனூர்	222
கண்ணணை	21
கந்தமாதனம்	127
கபாலீச்சுரம்	44
கபிஸ்தலம்	222
கம்பதேவி நல்லூர்	80
கரக்கோயில்	154
கரவீரம்	15
கரடியணை	21
கருக்குடி	48
கருங்காழி	102
கருங்குடிக் குப்பம்	32
கருங்குரு	55
கருங்குளம்	23, 54
கருங்குழித்தாவு	55
கருந்திட்டைக்குடி	55, 90
கருப்பறியலூர்	154
கருப்புக்கிளார்	27
கருவந்தாள்	55
கருவப்புலம்	26
கருவிலி	148
கலயநல்லூர்	152
கலிகடிந்த சோழநல்லூர்	28
கல்மடு	24
கல்லகம்	47
கல்லாவி	24
களக்காடு	13
களத்தூர்	56
கள்ளக்குறிச்சி	12
கள்ளிமேடு	55
கள்ளில்	46
கறையூர்	149
கற்குடி	48, 136
கற்பகனார் கோயில்	128, 156
கனகசபை	145
கன்றாப்பூர்	186

கா

காகம் அணுகாமலை	122
காக்கழனி	26
காசிமேசபுரம்	105
காஞ்சி	57
காஞ்சிக் காரோணம்	151
காஞ்சிபுரம்	42
காஞ்சிரம்	16
காஞ்சிவாயில்	48
காட்டுக் குப்பம்	32
காட்டுப்பள்ளி	170
காட்டூர்	205
காமரசவல்லி	179
காமரவல்லி	179
காயல்துறை	30
காயல்பட்டினம்	31
காரிகைக்குளத்தூர்	104
காரிமங்கலம்	95

காரோணம்	151
கார்குடி	94
கார்குறிச்சி	54
கார்க்கோடீச்சுரம்	179
கால்வாய்	21
காவளம்பாடி	14
காவிரிப்பூம்பட்டினம்	18, 30
காளையார் கோயில்	156
கானப்பேரெயில்	58
கானப்பேர்	156
கானாடுகாத்தான்	63
கானூர்	186

கி

கிடங்கால்	60, 100
கிடங்கில்	59, 171
கிண்ணிமங்கலம்	101
கிராமம்	170
கிருஷ்ணராயபுரம்	120
கிருஷ்ணாபுரம்	76
கிள்ளிமங்கலம்	101

கீ

கீரனூர்	104
கீவேளூர்	52
கீழக்குடி	52
கீழக்கோட்டை	61
கீழச்செவல்	55
கீழநத்தம்	56
கீழப்பழுவூர்	138
கீழூர்	52
கீழைத்திருக்காட்டுப் பள்ளி	167
கீழ் அம்பில்	46
கீழ்ப்பாக்கம்	45
கீழ்வீதி	78
கீழ்வேளூர்	52

கு

குடகு	52
குடந்தைக் காரோணம்	151, 176
குடமூக்கு	151, 175
குடவாசல்	52, 160
குடவாயில்	47, 153
குடவாயிற் கோட்டம்	47
குடவாசல்	45, 52
குடவாயில்	47, 160
குடவாயிற் கோட்டம்	47
குடுமியாமலை	124
குடுமியான்மலை	124
குட்டைப்பாறை	11
குணதர ஈச்சுரம்	180
குணவாசல்	52
குணவாயில்	47, 160
குணவாயிற் கோட்டம்	47
குதிரைமலை	95
குதிரைமொழித்தேரி	33
குமணம்	95
குமரிக்கடல்	240
குமரித்துறை	29
கும்பகோணம்	65
குயிலாலந்துறை	132
குரக்குக்கா	113
குரக்குத் தளி	172
குரக்குத்துறை	139
குரங்காடுதுறை	20. 133

குரங்குநாதன் கோயில் 143
குருகாவூர் 148
குருகூர் 27
குலசேகரப் பட்டினம் 31
குலசேகரன் கோட்டை 61
குலையன் கரிசல் 54
குலோத்துங்க சோழ நல்லூர் 91
குலோத்துங்க சோழன் 184
குற்றாலம் 105
குலோத்துங்க சோழேச்சுரம் 184
குவளைக்கால் 21
குளத்தூர் 103
குளந்தை 129
குளமுற்றம் 48
குழிக்கரை 170
குழித்தண்டலை 14
குழித்தலை 14, 55
குறுக்குத்துறை 20
குறுக்கை 71
குறுங்குடி 54
குறுங்கோழி 102
குறுங்கோழியூர் 154
குறும்பலூர் 28
குறும்பன்சாவடி 216
குறும்புலியூர் 28, 54
குற்றாலம் 197
குன்றக்குடி 11, 18
குன்றத்தூர் 11
குன்னியூர் 205
குன்னூர் 11

கூ

கூடலூர் 20
கூடலையாற்றூர் 21
கூத்தனூர் 103
கூவம் 93
கூறைநாடு 41, 50
கூனிமேடு 55

கே

கேதீச்சுரம் 177

கை

கையகம் 47

கொ

கொகுடிக் கோயில் 154
கொங்கு நாடு 41
கொங்குராய குறிச்சி 92
கொங்குராய பாளையம் 92
கொங்குராயனூர் 92
கொடிமாடச் செங்குன்றூர் 123
கொடுங்கோளூர் 31
கொட்டாரம் 60, 75
கொட்டிட்டை 148
கொட்டையூர் 171
கொண்டீச்சுரம் 171
கொத்தவாசல் சேரி 48
கொரநாடு 41, 50
கொள்ளிக்காடு 114
கொறுக்கை 72
கொற்கை 51
கொற்கைத்துறை 30, 51

கொற்றமங்கலம்	64
கொற்றவாயில்	48

கோ

கோச்சடை	73
கோடகநல்லூர்	104
கோடம்பாக்கம்	32, 104
கோடல்வாவி	24
கோடனூர்	104
கோடிக்கரை	29
கோடீச்சுரம்	171
கோட்டகரம்	216
கோட்டாறு	85, 127
கோட்டைக்காவல்	62
கோதைபுரி	42
கோபிச் செட்டி பாளையம்	60
கோழுத்தீச்சுரம்	135
கோவன்புத்தூர்	29
கோழியூர்	27

ச

சக்கரப்பள்ளி	168
சங்கரயினார் கோயில்	157
சங்காணி	27
சடைமுடி	205
சதுரங்க பட்டினம்	32
சத்தி முத்தம்	200
சத்திமுற்றம்	48
சத்திரச்சாவடி	216
சந்திரலேகை ச-ம்	214
சந்தோஷபுரம்	90
சம்பங்கி நல்லூர்	237
சரந்தாங்கி	63
சரபோசிராசபுரம்	92
சர்க்கார் பெரியபாளையம்	170
சலசயனம்	220
சனகாபுரம்	234
சன்னாசிகிராமம்	214

சா

சாத்தங்குடி	206
சாத்தமங்கை	149
சாத்தனூர்	135
சாத்தான் குளத்தேரி	33
சாந்தபுரம்	97
சாந்தோம்	100
சாயர்புரம்	104
சாயாவனம்	114
சாலா போகம்	216
சாலிய மங்கலம்	50
சாலைத்துறை	140

சி

சிங்கர்குடி	226
சித்தன்வாழூர்	49
சித்தன் வாழ்வு	49, 191
சித்தன்ன வாசல்	79, 158
சித்திரதானூர்	156
சித்தீச்சுரம்	172
சித்தூர்	53, 156
சிந்தாதிரிப்பேட்டை	45, 50
சிந்தாமணி	90
சிந்துபூந்துறை	195
சிப்பிப்பாறை	11
சிம்ம விஷ்ணு ச-ம்	98

சிரகிரி	166
சிரபுரம்	166
சிரப்பள்ளி	165
சிராப்பள்ளி	165
சிவகாசி	76
சிவகிரி	12
சிவசைலம்	12
சிவபாதசேகரநல்லூர்	28
சிவபாத சேகரபுரம்	87
சிவபாதசேகர மங்கலம்	212
சிவபுரம்	183
சிவபுரி	42
சிவப்பள்ளி	165
சிவாயம்	87, 122
சிறுகுடி	48
சிறுத்தொண்டநல்லூர்	98
சிறுபழஞ்சி	59
சிறுபுலியூர்	28
சிறுமலை	10
சிறுமுளை	102
சிறுவாயில்நாடு	47
சிற்றாழூர்	58
சிற்றீசம்பாக்கம்	90
சிற்றூர்	53
சிற்றேமம்	53
சின்னக்கரிசல்	54

சீ

சீகாழி	91
சீத்தலை	103
சீயமங்கலம்	78, 181
சீர்காழி	200

சீவலப்பேரி	22
சீனாபுரம்	234

சு

சுங்கந்தவிர்த்தசோழ நல்லூர்	90
சுந்தரசோழப்பேரேரி	22
சுந்தரசோழவரம்	83
சுந்தரப்பாண்டிய நல்லூர்	75
சுவாமிமலை	191
சுவிசேஷபுரம்	97
சுவேதகிரி	11

சூ

சூரியனார் கோயில்	190

செ

செங்கல்பட்டு	26
செங்கழுநீர்ப்பற்று	26
செங்களக்குறிச்சி	54
செங்குன்று	54
செங்குளம்	23, 54
செட்டி சரித்திரம்	216
செட்டி சாவடி	216
செட்டி புலம்	26
செந்தலை	215
செந்திலம்பதி	185
செந்திலான் பண்ணை	26
செந்நெறி	139
செப்பறை	60
செம்பங்குடி	72
செம்பனார் கோயில்	166
செம்பிய நல்லூர்	72
செம்பிய மங்கலம்	72
செம்பியன்	72
செம்பியநேந்தல்	24, 72

செம்பியன் மாதேவி 83
செம்பொன் செய்கோயில் 223
செம்போடை 21
செம்மடு 24
செய்துங்க நல்லூர் 28
செய்யாத்த மங்கை 153
செய்யாற்று வென்றான் 62
செயின்ட் தாமஸ் மலை 100
செரு மங்கலம் 64
செவ்வாய்ப்பேட்டை 50
செழியனல்லூர் 72
சென்னப்ப பட்டினம் 30
சென்னிய நல்லூர் 72
சென்னிய விடுதி 72
சென்னி வனம் 72
சென்னை மாநகரம் 43

சே

சேங்கனூர் 28
சேதிராய நல்லூர் 92
சேதிராயன் குப்பம் 92
சேதிராய புத்தூர் 92
சேந்த மங்கலம் 73
சேப்பாக்கம் 32, 45
சேயாறு 18
சேய் நல்லூர் 28, 190
சேர நாடு 47
சேரவன் மாதேவி 74
சேர்மா தேவி 75
சேனூர் 28, 190

சை

சைதாப்பேட்டை 97

சோ

சோமாசி 99
சோமீச்சரம் 175
சோலைக் குப்பம் 32
சோழங் குறுணி 27
சோழ சமுத்திரம் 23
சோழ நாடு 41
சோழபுரம் 42
சோழமாதேவி நல்லூர் 88
சோழ வந்தான் 74
சோழாந்தக ச-ம் 74
சோழிங்கர் 227
சோழேச்சுரம் 184
சோற்றுத்துறை 132

சௌ

சௌக்கிய புரம் 90
சௌந்தரிய சோழபுரம் 83

ஞா

ஞாழல்வாயில் 159
ஞாழற்கோயில் 159

டோ

டோனாவூர் 104

த

தகடூர் 70
தக்களூர் 203, 205
தட்டைப்பாறை 11
தணிகாசலம் 12
தணிகைமலை 10
தண்டலை 14
தண்டீச்சுரம் 178
தண்டேச்சுர நல்லூர் 99

தண்டையார்ப்பேட்டை	45
தமிழகம்	9
தமிழ்நாடு	9, 41
தருமபுரி	42
தர்ப்பசயனம்	193
தர்மதானபுரம்	216
தலசயனம்	191
தலைக்காடு	53
தலைக்கால்	21
தலைச்சங்காடு	114
தலைச்செங்காடு	53, 153
தலைச்செங்கானம்	54
தலைச்சோலை	15
தலையாலங்காடு	114
தலையாலங்கானம்	52, 64, 114
தலையுடைவர் கோயிற்பத்து	114
தலைவன் கோட்டை	62
தலைவாசல்	47, 53
தலைவாய் நல்லூர்	53
தவநெறி	140
தவளகிரி	191
தளபதி சமுத்திரம்	59
தனுக்கோடி	193

தா

தாடகேச்சுரம்	177
தாதா சமுத்திரம்	24
தாதாபுரம்	85
தாமரைப் புலம்	26
தாராசுரம்	190
தாழையூற்று	25
தான்தோன்றிமாடம்	147
தான்தோன்றீச்சுரம்	147

தி

திங்களூர்	189
திசையன்விளை	26
திண்டிவனம்	60
திண்டீச்சுரம்	171
திண்டுக்கல்	11
தின்னகோணம்	123
தின்னனூர்	220
திப்பாலதீச்சுரம்	227
தியாகராய நகரம்	42
திரக்கோல்	231
திரிசிரபுரம்	173
திரிசூலம்	15
திரிபுராந்தகம்	185
திரிபுவனம்	91
திரிபுவன வீரபுரம்	91
திரிபுவன வீரமங்கலம்	91
திரிபுவனமாதேவி ச-ம்	88
திரிபுவனி	87
திரு அம்பர்மாநகர்	153
திரு அரத்துறை	140
திரு ஆப்பாடி	16
திரு ஆலங்காடு	13, 115
திரு ஆலவாய் நல்லூர்	201
திரு ஆவணம்	186
திரு ஆவினன்குடி	71, 191
திரு ஆனைக்கா	113, 148
திரு எவ்வுள்	45
திரு ஏடகம்	47
திரு ஏரகம்	47
திரு ஐயாறு	18, 128
திருக்கச்சூர்	103
திருக்கடவூர் மயானம்	147

திருக்கடையூர்	143, 147	திருச்சீர் அலைவாய்	185
திருக்கண்டியூர்	143	திருச்சுகனூர்	156
திருக்கண்டீச்சுரம்	171	திருச்சுரம்	15
திருக்கண்ணபுரம்	221	திருச்செங்காட்டங்குடி	54, 175
திருக்கண்ணன்குடி	221	திருச்செங்குன்றம்	122
திருக்கண்ணமங்கை	221	திருச்செங்கோடு	54, 190
திருக்கயிலாயம்	121	திருச்செந்தில்	190
திருக்கருகாவூர்	116	திருச்செந்துறை	138
திருக்கழிப்பாலை	33	திருச்செந்தூர்	46
திருக்கழுக்குன்றம்	11, 20	திருச்செம்பொன்பள்ளி	170
திருக்களர்	32	திருச்சேலூர்	204
திருக்காரிகுடி	95	திருத்தண்கா	14
திருக்காரிக்கரை	208	திருத்தவத்துறை	131
திருக்காவலூர்	97	திருத்தளூர்	140
திருக்காளத்தி மலை	85, 122	திருத்தாளமுடையார் கோயில்	113
திருக்குவளை	117	திருத்தினைநகர்	195
திருக்குறுங்குடி	48, 54	திருத்துருத்தி	20
திருக்கோடிகா	113	திருத்துறையூர்	140
திருக்கோணமலை	121	திருத்தொண்டத் தொகைநல்லூர்	28
திருக்கோலக்கா	113		
திருக்கோவலூர்	143	திருத்தொண்டத்தொகை மங்கலம்	213
திருக்கோழீச்சுரம்	186		
திருக்கோளிலி	190	திருநங்காளீச்சுரம்	171
திருச்சம்பள்ளி	170	திருநலக்குன்று	127
திருச்சாத்தமங்கை	149	திருநள்ளாறு	127
திருச்சாத்துறை	133	திருநறுங்கொண்டை	234
திருச்சானூர்	156	திருநறையூர்	172
திருச்சாய்க்காடு	114	திருநனிபள்ளி	166
திருசிரபுரம்	166	திருநாகேச்சுரம்	170
திருச்சிராப்பள்ளி	42	திருநாங்கூர்	207
திருச்சிற்றம்பல நல்லூர்	53	திருநாதர்குன்றம்	232
திருச்சிற்றம்பலம்	53	திருநாராயணபுரம்	227
திருச்சிற்றேமம்	53	திருநாரையூர்	27

திருநின்றவூர்	220	திருப்புலிவனம்	208
திருநீர்மலை	195	திருப்புல்லணை	192
திருநீறு	212	திருப்புல்லாணி	197
திருநீற்றுச்சோழ நல்லூர்	28	திருப்புறம்பயம்	65
திருநீற்றுச் சோழபுரம்	213	திருப்புனவாயில்	159
திரு நெய்த்தானம்	195	திருப்பூந்துருத்தி	20
திருநெல்லிக்கா	113	திருப்பூவணம்	197
திருநெல்வாயில்	137	திருப்பெருந்துறை	133, 156
திருநெல்வேலி	241	திருப்பேரெயில்	59
திருநெற்குன்றம்	123	திருப்பேரை	58
திருந்துதேவன்குடி	140	திருப்பேர்நகர்	58
திருப்படக்காடு	115	திருப்பைஞ்ஞீலி	15
திருப்பணிநத்தம்	56	திருப்பொதியில்	
திருப்பதி	10	விண்ணகரம்	225
திருப்பத்தூர்	200	திருப்பேர்ப்புரம்	206
திருப்பந்துறை	133	திருமங்கலக்குடி	213
திருப்பரங்குன்றம்	122	திருமட்டுக்கரை	157
திருப்பராய்த்துறை	131	திருமயானம்	148
திருப்பழனம்	26	திருமலை	10
திருப்பழுவூர்	138	திருமலைசமுத்திரம்	77
திருப்பறம்பூர்	233	திருமலைநாயக்கன் படுகை	77
திருப்பறியலூர்	144	திருமழிசை	99
திருப்பனந்தாள்	55	திருமறைக்காடு	113
திருப்பாச்சில்	47	திருமாந்துறை	135
திருப்பாண்டிக் கொடுமுடி	150	திருமான்பாடி	202
திருப்பாண்டேச்சுரம்	182	திருமீயச்சூர்	155
திருப்பாதிரிப்புலியூர்	16	திருமுக்கூடல்	20
திருப்பாலைவனம்	32	திருமுடியூர்	188
திருப்பாற்றுறை	135	திருமுண்டீச்சுரம்	174
திருப்பிலவாயில்	87, 161	திருமுருகன்பூண்டி	189
திருப்புடைமருதூர்	46	திருமுல்லைவாயில்	158
திருப்புத்தூர்	28, 164	திருமெய்ஞ்ஞானம்	152
திருப்புலிவலம்	208		

திருமேனிநாதபுரம்	188
திருவஞ்சைக்களம்	43, 56
திருவடத்துறை	137
திருவடிசூலம்	15
திருவண்டுதுறை	136
திருவண்ணாமலை	54, 119
திருவதிகை	147
திருவரங்கம்	20
திருவரங்குளம்	129
திருவலிதாயம்	17
திருவல்லம்	61, 70
திருவல்லிக்கேணி	25, 44
திருவழுந்தூர்	144
திருவளர்சோலை	15
திருவள்ளூர்	47
திருவள்ளைவாயில்	161
திருவாசி	46
திருவாதவூர்	99
திருவாப்புடையார் கோவில்	156
திருவாமூர்	99
திருவாரூர்	58, 144
திருவாரூர் - மண் தளி	163
திருவாலக் கோயில்	156
திருவாலங்காடு	115
திருவாலம்பொழில்	14
திருவாவடுதுறை	136, 192
திருவிங்கநாதர்மலை	120
திருவிடவெந்தை	220
திருவிடைக்கழி	192
திருவிடைச்சுரம்	53
திருவிடைமருதூர்	46, 53
திருவிடைவாய்க்குடி	160
திருவிண்ணகரம்	222
திருவிற்கோலம்	185
திருவெண்காடு	55, 113
திருவெண்துறை	132
திருவெண்ணெய் நல்லூர்	28, 136
திருவெண்பாக்கம்	55
திருவெள்ளறை	55
திருவேங்கடமலை	9
திருவேங்கடநாதபுரம்	77
திருவேங்கைவாசல்	161
திருவேட்களம்	56, 197
திருவேளவாயில்	160
திருவேற்காடு	115
திருவையாறு	127
திரையனேரி	69
திரைலோக்கி	205
தில்லைச் சிற்றம்பலம்	144
தில்லைத்தானம்	195
தில்லை வனம்	12

தீ

தீர்த்தநகரி	195
தீனசிந்தாமணி ச-ம்	90
தீனசிந்தாமணி நல்லூர்	90

து

துடையூர்	203
துலாநயினார் கோயில்	195
துளசாபுரம்	93
துளசேந்திபுரம்	93
துளசேந்திரபுரம்	93
துறையூர்	203

தூ

தூங்கானைமாடம்	146

தெ

தெங்கூர்	27
தெள்ளாறு	128
தெள்ளாற்றுப்பற்று	26
தெற்குக்காடு	114
தென்கழனி	26
தென்காசி	52, 76
தென்திருப்பேரி	58
தென்திருப்பேரை	52
தென்பரம்பைக்குடி	116
தென்பழஞ்சி	59
தென்னவ நல்லூர்	72
தென்னவனாடு	72
தென்னன்குடி	72
தென்னன்பட்டி	72
தென்னாடு	52
தென்னேரி	22, 23, 69

தே

தேரழுந்தூர்	195
தேவதானப்பட்டி	213
தேவதானம்	213
தேவராயன் பேட்டை	204
தேவீச்சுரம்	176

தொ

தொட்டியன் கோட்டை	61
தொண்டீச்சுரம்	128, 177
தொண்டைநாடு	41
தொன்னாடு	42

தோ

தோத்தாத்திரி	12
தோயாசலம்	195

ந

நடுக்காவல்	62
நடுக்காவேரி	53
நடுக்கோட்டை	61
நடுத்திட்டு	55
நடுவக் குறிச்சி	53
நட்டூர்	166
நந்தி	170
நந்திபுரம்	80
நந்திபுர விண்ணகரம்	224
நந்தீச்சுரம்	170
நம்பி பேரூர்	188
நம்பியூர்	188
நல்லக்குடி	132
நல்லூர்	28, 149
நல்லூர்ப் பெருமணம்	150
நற்குன்றம்	126
நனிபள்ளி	25
நன்னிலம்	25, 152

நா

நாகர் கோவில்	68
நாகப்பட்டினம்	68
நாகலாபுரம்	93
நாகளேச்சுரம்	171
நாகூர்	31
நாகை	31, 151

நாங்குனேரி	12
நாசரேத்து	97
நாதன் கோயில்	80
நாமக்கல்	59
நாரைக் கிணறு	25
நாலூர் மயானம்	147
நாவல்	16
நாவீறுடையபுரம்	98

நி

நிலக்கோட்டை	61

நீ

நீரூர்	54, 103
நீணெறி	139
நீதிபுரம்	97
நீராவி	24

நு

நுங்கம்பாக்கம்	32, 45

நெ

நெடுங்களம்	54, 56
நெடுங்குணம்	11
நெடுங்குளம்	54
நெடுங்குன்றம்	11
நெடுவயல்	26
நெடுவாயில்	158
நெய்தல் வாயில்	158
நெய்யாற்றங்கரை	18
நெய்வாசல்	137, 158
நெல்லித்தோப்பு	15
நெல்வாயில்	137
நெற்குன்றம்	126

நொ

நொச்சிக்குப்பம்	32
நொச்சி நியமம்	101
நொச்சியம்	101

ப

பசுபதீச்சுரம்	148, 174
பசுமலை	10
பஞ்சநதம்	18, 127
பஞ்சபாண்டவரதம்	197
பஞ்சவனீச்சுரம்	182
படைவீடு	60
பட்சி தீர்த்தம்	121
பட்டமங்கலம்	215
பட்டவிருத்தி	215
பட்டவிருத்தி அய்யம் பாளையம்	215
பட்டினப் பாக்கம்	31
பட்டினம்	17
பட்டுக் கோட்டை	62
பணிக்கத்தாவு	55
பதுமனேரி	22
பத்தமடை	21
பத்தல்மடை	21
பத்மனாபன் ஏரி	22
பரகேசரி நல்லூர்	91
பரங்கிமலை	100
பரங்குன்றம்	122
பரசலூர்	144
பரஞ்சேர்வலி	166
பரப்பள்ளி	166
பரமேச்சுர விண்ணகரம்	124
பரமேஸ்வர நல்லூர்	91
பரமேஸ்வர மங்கலம்	80
பரன்சேர்பள்ளி	174

பரிதி நியமம்	188
பரிவீரமங்கலம்	64
பருத்தியப்பர் கோயில்	188
பல்லவபுரம்	42, 79
பல்லவராய நத்தம்	92
பல்லவராயனேந்தல்	92
பல்லவராயன் பாளையம்	92
பல்லவராயன் பேட்டை	91
பல்லவராயன் மடை	92
பல்லவனீச்சுரம்	180
பல்லவனேரி	21
பல்லவேச்சுரம்	181
பல்லாவரம்	42, 79
பழந்தண்டலம்	14
பழமலை	120
பழமுதிர்சோலை	15
பழவூர்	51
பழவேற்காடு	13
பழனிமலை	10, 191
பழைய கோட்டை	51
பழைய சங்கடம்	86
பழையனூர்	115
பழையாறு	127
பழையாறை-மேற்றளி	164
பழையாறை-வடதளி	164
பள்ளக்கால்	21
பள்ளக்குழி	55
பள்ளத்தூர்	55
பறங்கிப்பேட்டை	50
பனங்காடு	55
பனங்காட்டூர்	115
பனையபுரம்	115
பனையூர்	27

பா

பாசூர்	27
பாடலிபுத்திரம்	164
பாடி	16
பாணவரம்	70
பாண்டி நாடு	41
பாதாளீச்சுரம்	174
பாபநாசம்	124
பாமணி	174
பாம்புக் கோயில்	157
பாலவிடுதி	216
பாலாமடை	21
பாலாற்று வென்றான்	63
பாலைத்துறை	131
பாலையூர்	33
பாலைவனநத்தம்	33
பாலோடை	21
பாவூர்ச்சத்திரம்	216
பாளையங்கோட்டை	61

பி

பிசிர்க்குடி	101
பிரமதேசம்	215
பிராமணக் குறிச்சி	12
பிரான்மலை	94
பிலவாயில்	48, 161
பிள்ளைப்பாளையம்	164
பிள்ளையார் குளம்	189
பிள்ளையார் திடல்	55
பிள்ளையார் நத்தம்	56
பிள்ளையார் பட்டி	189

பு

புக்கொளியூர் 187
புங்கனூர் 172
புஞ்சை 27, 166
புஞ்சை மந்தை 17
புதுக்கழனி 26
புதுக்குடி 51
புதுக்குளம் 23, 51
புதுக்கோட்டை 51, 61
புதுச்சேரி 49, 51
புதுப்பேட்டை 45, 51
புதுவயல் 51
புதுக்கோட்டம் 23
புத்தூர் 28
புரசபாக்கம் 32
புரசூரணி 25
புரிசை 207
புலியூர் 28
புல்லலூர் 96
புல்லைநல்லூர் 74
புல்வேளூர் 95
புவனகிரி 11
புள்ளமங்கை 137
புள்ளிருக்கு வேளூர் 71, 195
புன்னை 16
புன்னை இருப்பு 49
புன்னை வனம் 15
புன்னை வாயில் 48

பூ

பூங்குணம் 11
பூங்குளம் 23
பூங்குன்றம் 11
பூங்கோயில் 144
பூதப்பாண்டி 73
பூதலப்பட்டு 26
பூத்தலைப் பற்று 26
பூந்தண்டலம் 14
பூந்துறை 20, 194
பூந்தோட்டம் 27
பூம்பாறை 11
பூம்புகார் 30
பூரத்துக்கோயில் 157
பூலத்தூர் 157

பெ

பெண்ணாகடம் 146
பெண்ணையருட்டுறை 141
பெத்துநாயக்கன்பேட்டை 45
பெரம்பலூர் 28
பெரிச்சிகோயில் 157
பெரியகுறுக்கை 72
பெரியநத்தம் 56
பெரிய நாச்சியார் கோயில் 157
பெரியாரை 59
பெரியேரி 59
பெருங்கருணைப் பற்று 26
பெருங்குளம் 23, 129
பெருந்தண்டலம் 14
பெருந்தலை 102
பெருமண நல்லூர் 151
பெரும்பழஞ்சி 59
பெரும்பள்ளம் 55

பெரும்பாணப்பாடி	172
பெரும்பாலை	33
பெரும்புலியூர்	28, 53
பெருமுளை	102, 187
பெருவாயில்நாடு	47
பெருவேலி	26

பே

பேட்டை	50
பேரமணூர்	235
பேரளம்	32, 53, 103
பேராவூர்	135
பேருரணி	25
பேரூர்	53
பேரெயில்	58
பேரையூர்	58

பை

பைம்பொழில்	14

பொ

பொட்டணம்	56
பொட்டல் நத்தம்	56
பொதியமாமலை	127
பொதினி	186
பொதும்பில்	100
பொய்கை	24
பொய்கை நல்லூர்	208
பொய்யா மொழி மங்கலம்	103
பொருந்தில்	46
பொன்பற்றி	237
பொன்மலை	10
பொன்விளைந்த களத்தூர்	56
பொன்னம்பலம்	145

போ

போடி நாயக்கனூர்	77
போதிமங்கை	235

ம

மகாதானபுரம்	86
மகாதேவமங்கலம்	214
மகாதேவி மங்கலம்	214
மகாபலிபுரம்	79
மகிமண்டல துர்க்கம்	62
மகுடஞ்சாவடி	105
மகேந்திரப்பள்ளி	168
மகேந்திரமங்கலம்	139
மகேந்திரவாடி	78
மகேந்திர விண்ணகரம்	224
மகோதைப் பட்டினம்	31
மணப்படை	60
மணப்படை வீடு	60
மணம்வந்த புத்தூர்	29
மணவில்	46
மணவூர்	46
மணற்கால்	21
மணிமங்கலம்	214
மணிமாடக் கோயில்	223
மண்ணடி	45
மதுராந்தகம்	82
மதுரை	18
மத்தியார்ச்சுனம்	199
மந்தித்தோப்பு	15
மயிண்டீச்சுரம்	179
மயிலாடுதுறை	20, 132
மயிலாப்பில்	47
மயிலாப்பூர்	27, 44

மயிலூரணி	25
மரக்காயர் பட்டினம்	97
மருதகம்	48
மருதங்குடி	189
மருதூர்	27
மருத்துவக்குடி	129
மருவூர்ப்பாக்கம்	31
மலரி	103
மலைதாங்கி	63
மலையநாடு	241
மல்லிகார்ச்சுனம்	122
மழபாடி	69
மழவராய நல்லூர்	92
மழவராயனூர்	92
மழவராயனேந்தல்	92
மறம்அடக்கி	63
மறைவனம்	113
மன்சராபாத்	97

மா

மாங்கால்	21
மாதோட்டம்	177
மாந்துறை	135
மாணிக்கமலை	125
மாமல்லபுரம்	79
மாயமான்கரடு	193
மாயமான்குறிச்சி	193
மாயவரம்	134
மாலவன் குன்றம்	242
மாவடி	56
மாவூற்று	25
மாளிகைத்திடல்	55
மாறமங்கலம்	72, 75
மாறனூத்து	72
மாறனேரி	22, 72, 75
மானங்காத்தான்	63
மானங்காத்தான் கோட்டகம்	23
மானவீரன் மதுரை	201
மானாபரண நல்லூர்	28, 75
மானாமதி	92
மானாமதுரை	201
மானாம்பதி	91
மானோசியப்பச்சாவடி	93
மான்தோப்பு	15

மி

மிழலை	103

மீ

மீனம்பாக்கம்	32

மு

முகுந்தனூர்	170
முக்காணி	27
முக்குளம்	129
முக்கூடல்	20
முசிறி	139
முடிகண்ட நல்லூர்	89
முடிகுண்டம்	89
முடிகொண்ட சோழபுரம்	89, 127
முடிகொண்ட நல்லூர்	28, 89
முதலைமடு	24
முதிரமலை	95
முதுகுன்றம்	120
முத்தரச நல்லூர்	69
முத்தரச புரம்	69

முத்துப்பேட்டை	51
மும்முடிக்குப்பம்	85
மும்முடிச் சோழகன்	85
மும்முடிச் சோழ நல்லூர்	85
மும்முடிச் சோழபுரம்	85
மும்முடிச் சோழ மங்கலம்	85
முரப்பு நாடு	41
முரார்பாத்	97
முருக்கந்தாள்	55
முள்ளிச்செவல்	55
முனைப்பாடி	70
முன்னீர்ப்பள்ளம்	55

மூ

மூக்கீச்சரம்	175
மூங்கிலடி	56
மூவலூர்	204
மூவாறு	241

மெ

மெஞ்ஞானபுரம்	97

மே

மேட்டுப்பாளையம்	55, 60
மேட்டூர்	55
மேலகரம்	76
மேலக் கோட்டை	61
மேலச் செவல்	55
மேலநத்தம்	56
மேலப்பழுவூர்	138
மேலப் பாளையம்	61
மேலமடை	21
மேலவாசல்	47
மேல்பாடி	52
மேலூர்	52
மேலைத்திருக் காட்டுப் பள்ளி	167

மோ

மோசுகுடி	101

மௌ

மௌளிகிராமம்	175

யா

யாழ்ப்பாணம்	241

ரா

ராமகிரி	209
ராயர் செறு	25
ராயலு செறுவு	25
ராராசுரம்	183
ராவுத்த நல்லூர்	97
ராஜசிம்மேச்சுரம்	185

லா

லாடபுரம்	197
லால்குடி	97, 132

வ

வஞ்சிமா நகரம்	43
வடகுரங்காடுதுறை	137
வடக்குவெளி	56
வடபழஞ்சி	59
வடபழனி	203
வடபாதிமங்கலம்	52
வடமதுரை	201
வடமலை	10
வடவாயில் நாடு	47
வடுகு	52
வண்டானம்	27

வண்ணார்பேட்டை	50
வயலூர்	48
வயிரபுரம்	71, 81
வயிரமேகபுரம்	80
வல்லநாடு	41
வல்லம்	61
வரகனேரி	73
வரகுணமங்கை	214
வரகுணன் ஏரி	73
வர்த்தமானீச்சரம்	177
வழுவூர்	144, 172
வளவநல்லூர்	72
வளப்பூர்நாடு	167
வளர்புரம்	128
வளவனூர்	72
வளவன் தாங்கல்	24, 72
வளவன் மாதேவி	82
வளைகுளம்	128
வளையமா தேவி	82
வளையாத்தூர்	72
வள்ளலூர்	95

வா

வாகை	16
வாகைவிளை	26
வாட்போக்கிமலை	122
வாணசமுத்திரம்	70
வாணபுரம்	70
வாயலூர்	87
வயலூர்	161
வாலாஜாபாத்	96
வாலாஜா பேட்டை	51, 96
வாலாஜா நகரம்	96

வாலீச்சுரம்	178
வாவாசிக் கோட்டை	93
வானமாதேவி	91
வானமாமலை	12
வானவன் மாதேவிபுரம்	91

வி

விக்கிரமங்கலம்	214
விக்கிரமசோழபுரம்	214
விசயமங்கை	214
விசயாலய சோழீச்சுரம்	81
விசுவநாதப்பேரி	22, 76
விந்தனூர்	76
விருதுநகர்	41
விருதுப்பட்டி	41
விருத்தாசலம்	12, 120
வில்லிவலம்	80
வில்லிவாக்கம்	32
விளக்கொளிகோயில்	14
விளநகர்	161
விற்குடி	48, 144

வீ

வீமீச்சுரம்	176
வீரகேரளன்புத்தூர்	75
வீரநாராயண ச-ம்	214
வீரநாராயண விண்ணகரம்	214
வீரபாண்டி	74
வீரபாண்டியய நல்லூர்	28, 74
வீரபாண்டியம்	74
வீரமங்கலம்	64

Rym11-25

வீர ராகவபுரம் 77
வீராணம் 82

வெ

வெண்ணி 64
வெண்மந்தை 17
வெள்ளக்கால் 21
வெள்ளடை 148
வெள்ளலூர் 95
வெள்ளியணை 21
வெள்ளியம்பலம் 145
வெள்ளைக்கோயில் 192
வெள்ளை நகரம் 192

வே

வேங்கடாசலம் 12
வேதகிரி 121
வேதவனம் 113
வேதாசலம் 12, 121
வேதாரண்யம் 113
வேப்பத்தூர் 149
வேலப்பாடி 16
வேலூர் 16
வேளூர் 52
வேள்விக்குடி 48

வை

வைகல் 152
வைகாவூர் 71
வைகுந்த விண்ணகரம் 223
வைகைத் திருமலை 230
வைத்தீஸ்வரன் கோயில் 195
வையாபுரி 42, 71

வௌ

வௌவால் தோப்பு 15

ஜ

ஜம்புகேச்சுரம் 113, 149
ஜயங்கொண்ட சோழபுரம் 86
ஜயங்கொண்ட பட்டணம் 86
ஜயங்கொண்டான் 42, 84
ஜனநாத ச-ம் 86
ஜனநாத நல்லூர் 86, 161
ஜனநாதபுரம் 81

ஜா

ஜால்வர் பேட்டை 97

ஜெ

ஜெயங்கொண்ட சோழபுரம் 42

ஸ்ரீ

ஸ்ரீசைலம் 122
ஸ்ரீநிவாச நல்லூர் 139
ஸ்ரீபெரும்பூதூர் 200
ஸ்ரீரங்கம் 200
ஸ்ரீவல்லபன் மங்கலம் 75
ஸ்ரீவில்லி புத்தூர் 29, 77
ஸ்ரீவைகுந்தம் 200

க்ஷ

க்ஷத்திரிய சிம்ம பல்லவேச்சுரம் 191